வன்னியாச்சி

வன்னியாச்சி

தாமரைச்செல்வி (பி. 1953)

இயற்பெயர் ரதிதேவி கந்தசாமி. இலங்கையில் கிளிநொச்சி மாவட்டத்திலுள்ள பரந்தனில் பிறந்தார். 1973இலிருந்து எழுதிவருகிறார். இதுவரையில் 200க்கு மேற்பட்ட சிறுகதைகளும் மூன்று குறுநாவல்களும் ஆறு நாவல்களும் எழுதியுள்ளார். வட கிழக்கு மாகாண சபை விருது ('ஒரு மழைக்கால இரவு'), யாழ் இலக்கியப் பேரவையின் பரிசு ('விண்ணில் அல்ல விடிவெள்ளி', 'தாகம்', 'பச்சை வயல் கனவு'), இலங்கை அரசின் சாகித்திய விருது ('பச்சை வயல் கனவு'), தமிழ்நாடு சின்னப்பா பாரதி அறக்கட்டளை விருது 2010, சுதந்திர இலக்கிய அமைப்பின் விருது ('தாகம்') கொழும்பு கலை இலக்கிய கழகத்தின் விருது 2003, வடகிழக்கு மாகாண சபையின் ஆளுநர் விருது 2001 உட்படப் பல விருதுகளையும் பரிசுகளையும் பெற்றவர்.

இவருடைய கதைகள் ஆங்கிலம், சிங்களம், ஜெர்மன் மொழிகளில் பெயர்க்கப்பட்டுள்ளன. ஆறு சிறுகதைகள் குறும்படங்களாக எடுக்கப்பட்டுள்ளன. ஈழத்தின் கவனத் திற்குரிய பெண் எழுத்தாளர். புலம்பெயர்ந்து தற்போது அவுஸ்திரேலியாவில் வாழ்கின்றார்.

மின்னஞ்சல்: *kanthurathy@gmail.com*

தாமரைச்செல்வியின் பிற வெளியீடுகள்

- ‘சுமைகள்’ (நாவல்) 1977
- ‘விண்ணில் அல்ல விடிவெள்ளி’ (நாவல்) 1992
- ‘தாகம்’ (நாவல்) 1993
- ‘வேள்வித்தீ’ (குறுநாவல்) 1994
- ‘ஒரு மழைக்கால இரவு’ (சிறுகதைகள்) 1998
- ‘அழுவதற்கு நேரமில்லை’ (சிறுகதைகள்) 2002
- ‘வீதியெல்லாம் தோரணங்கள்’ (நாவல்) 2003
- ‘பச்சை வயல் கனவு’ (நாவல்) 2004
- ‘வன்னியாச்சி’ (சிறுகதைகள்) 2005

தாமரைச்செல்வி

வன்னியாச்சி

காலச்சுவடு பதிப்பகம்

அன்பார்ந்த வாசகருக்கு,

வணக்கம்.

காலச்சுவடு நூலை வாங்கியமைக்கு நன்றி.

நூலின் உள்ளடக்கம், உருவாக்கம், அட்டைப்படம் இன்ன பிற அம்சங்கள் பற்றிய உங்கள் கருத்துகளையும் ஆலோசனைகளையும் காலச்சுவடு வரவேற்கிறது. தகவல், எழுத்து, வாக்கியப் பிழைகள் தென்பட்டால் கட்டாயம் தெரிவித்து உதவுங்கள். நூல் தயாரிப்பில் கடும் குறைபாடு இருப்பின் மாற்றுப் பிரதி உங்களுக்குக் கிடைக்கக் காலச்சுவடு ஏற்பாடு செய்யும்.

மின்னஞ்சல்: publisher@kalachuvadu.com

காலச்சுவடு நாகர்கோவில் தலைமையகத்துக்கும் கடிதம் அனுப்பலாம்.

தங்கள்
எஸ்.ஆர். சுந்தரம் (கண்ணன்)
பதிப்பாளர் – நிர்வாக இயக்குநர்

வன்னியாச்சி ❖ சிறுகதைகள் ❖ ஆசிரியர்: தாமரைச்செல்வி ❖ © ரதிதேவி கந்தசாமி ❖ காலச்சுவடு முதல் பதிப்பு: டிசம்பர் 2017, இரண்டாம் (குறும்) பதிப்பு: ஜூலை 2019 ❖ வெளியீடு: காலச்சுவடு பப்ளிகேஷன்ஸ் (பி) லிட்., 669, கே. பி. சாலை, நாகர்கோவில் 629001

vanniyaacci ❖ Short Stories ❖ Author: Thamaraiselvi ❖ © Rathydevi Kandasamy ❖ Language: Tamil ❖ Kalachuvadu First Edition: December 2017, Second (Short) Edition: July 2019

Published by Kalachuvadu Publications Pvt. Ltd., 669, K.P. Road, Nagercoil 629001, India ❖ Phone: 91-4652-278525 ❖ e-mail: publications @kalachuvadu.com

ISBN: 978-93-86820-15-0

07/2019/S.No. 795, kcp 2377, 18.6 (2) R1

பொருளடக்கம்

முன்னுரை

வீடற்றவர்களின் கதைகள்

மனிதர்களின் அகவுலகம் என்பதும் புறவுலகம் என்பதும் எப்போதும் புனைவுகளால் கட்டமைக்கப் பட்ட உலகமாகவே இருக்கின்றன. ஒருவரின் நேரடி அனுபவம் என்பதுகூட ஒருவிதத்தில் புனைவுதான். நேரடி அனுபவம்போல எழுதப்பெற்ற புனைவுகள் நம்பத்தகுந்த புனைவுகளாக இருக்கின்றன என்று சொல்லலாமேயொழிய அவையெல்லாம் உண்மை என்ற சொல் தரும் பொருளைத் தந்துவிடுவதில்லை. உண்மை என்ற சொல் எப்போதும் இயல்பியல் கவனப்படுத்தும் திடப்பொருள்களாகவும் திரவப் பொருளாகவும் இருக்க, புனைவுகள் – எழுத்துகளால் ஆன புனைவுகள் உள்பட – அனைத்தும் கருத்துகளால் ஆனவையாக இருக்கின்றன. நம்மைத் தவிர்த்து இன்னொருவரைப் பார்க்கும்போதும், அவர்களைப் பற்றிக் கேள்விப்படும்போதும் நம்மிடத்தில் நிறுத்திப் பார்த்து அவராக நம்மை நினைத்துக்கொள்வதில் விரிகின்றன எல்லாப் புனைவுகளும்.

புனைவில் அலையும் மனிதர்களில் தன்னைக் கரைத்துக்கொள்ளும் நிலையே வாசிப்பாகவும் மாறுகிறது. தமிழ்நாட்டு இலக்கியங்களை வாசிக்கும்போது நான் அதற்குள் அலையும் மனிதர்களை இங்குமங்குமாகப் பார்த்த மனிதர் களோடு உரசிப்பார்த்து எனது இலக்கிய வாசிப்பை முழுமையாக்கிக் கொள்கிறேன். தமிழ்நாடு எனும் நிலப்பரப்பில் எனது காலத்தில் நான் பார்த்திராத மனிதர்களின் அடையாளங்களோடு புனைவுக்குள் அலையும் மனிதர்களை வாசிக்க நேரும்போது கடந்த காலத்திற்குள் நுழைய வேண்டியவனாக

மாறிக்கொள்கிறேன். அந்த மாற்றம் எனது தன்னுணர்வுடன் நிகழ்கிறது என்றுகூடச் சொல்ல முடியாது. என்னைத் துறந்து அல்லது மறக்கடித்து நிகழும் வேதிவினையாக இருக்கிறது. அந்த வேதிவினை ஒருவரைத் தான் வாழும் நிலப்பரப்பிற்குள் அலையும் மனிதர்களின் சாயல்களை மட்டுமல்லாமல், அவரறியா நிலப்பரப்பில் வாழும் மனிதர்களை எழுதிக்காட்டும் இலக்கியப் பிரதிகளையும் வாசிக்கச் செய்கிறது. நிலப்பரப்பு என்னும் சொல் லிற்குப் பதிலாகக் காலப்பரப்பையும் இட்டுநிரப்பிக் கொள்ளலாம்.

தமிழ்நாட்டு மனிதன் மலையாள மொழியில் அல்லது வங்காள மொழியில் எழுதப்பெற்ற புனைவுகளை வாசிக்கும் போது தன்னை – தன் சாயலில் உலவும் மனிதர்களை வாசிப்ப தாக நினைப்பதில்லை; வாசிக்க முடியாது. தன்னிலிருந்து விலகிய மற்றவர்களை வாசிப்பதாகவே நினைக்க முடியும். இதேபோல்தான் ஆங்கிலத்திலிருந்து – போல்ஸ்கியிலிருந்து – ஸ்பானிய மொழியிலிருந்து மொழிபெயர்க்கப்பெற்ற புனைவுகளை வாசிக்கும்போதும் தோன்றும். மற்றவர்களை வாசிப்பதில் ஏற்படும் தடைகளும் ஈடுபாடும் பலவிதமானவை. நான் இலங்கை யென்னும் தேசப் பரப்பிலிருந்து வரும் – தமிழிலிலேயே எழுதப் பெற்ற புனைவுகளையும் மற்றமையின் இடத்தில் வைத்தே வாசித்துவருகிறேன்.

தமிழில் எழுதப்பெற்ற புனைவுகளை – புனைவுகளுக்குள் அலையும் மனிதர்களை வாசிக்கவும் அவர்களைப் பற்றி நினைத்துக்கொள்ளவும் தொடங்கிய ஆரம்பப்புள்ளியிலிருந்தே எனது வாசிப்பு இப்படித்தான் இருக்கிறது. இலங்கையிலிருந்து வரும் கவிதைக் குரல்களையும் புனைகதைகளையும் தமிழ்நாட்டுத் தமிழ் இலக்கியமாக நினைத்து வாசித்ததில்லை; வாசிக்க முடிந்ததில்லை. காரணங்கள் என்னிடம் இருப்பதாக நான் நினைக்கவில்லை. அந்தப் பிரதிகளில் – அவை உருவாக்கி முன் வைக்கும் புனைவுலகத்தில் இருப்பதாகவே நினைக்கிறேன். அப்படியில்லாமல் யாழ்ப்பாணத்தை, கிழக்கிலங்கையை, மலையகத்தை எழுதிப் பரப்பியிருக்கும் இலங்கைத் தமிழ் எழுத்துகளை ஒட்டுமொத்தத் தமிழ் இலக்கியத்தின் பகுதியாக ஒருவர் முன்வைக்கக்கூடும். அப்படி முன்வைப்பவர் ஒரு மொழிக்குள் நிலவும் இலக்கியங்களின் தனித்தன்மைகளை – வேறுபாடுகளை ஏற்க மறுப்பவர் என்ற குற்றச்சாட்டைச் சந்திக்க நேரும். ஒன்றுபடுதல் என்பது அரசியல் வெற்றிக்கும் சமூக விடுதலைக்கும் முதன்மைத் தேவையாக இருக்கலாம். வேறுபடுதலும் மாறுபாடுகொள்ளுதலும் இலக்கியத்தின் – பண்பாட்டின் தனித்தன்மைகளைப் பேணுவதற்கும் கருத்தியல்தள விரிவுகளுக்கும் அடிப்படைத் தேவைகளாக இருக்கின்றன.

தனித்தன்மைகள் பேணப்படுவதைத் தொடர்ந்து கோருபவை கலைகள், இலக்கியங்கள்.

கடந்த 35 ஆண்டுகளாக நான் வாசித்த இலங்கைத் தமிழ் எழுத்துகள் அந்நிலப்பரப்பை போர்க்களக் காட்சிகள் நிரம்பிய நிலமாகவே கட்டமைத்து வைத்துள்ளன. தமிழர்களுக்கென்றொரு தனிநிலம் என்றொரு கருத்து உருவாகிப் போராட்டங்கள் நடக்கத் தொடங்கிப் போர்களாக மாறியபோது ஏராளமான கவிதைக் குரல்கள் எம்மை வந்தடைந்தன. அதே காலகட்டத்தில் – இன்னும் சொல்வதானால் இடதுசாரிகளின்வழியாகத் தமிழ்நாட்டிற்கு வேறுவகையான இலக்கியங்களும் வந்தடைந்திருந்தன. டொமினிக் ஜீவாவின் *மல்லிகையின்* வழியாகவும், டானியலின் வழியாகவும் போரிலிருந்து விலகிய இலங்கைத் தமிழ் மனிதர்களின் அறிமுகமும் இருந்தது. அவ்வறிமுகத்தை அழித்துப் பெரும்போக்காக மாற்றின போர்க்களம் பற்றிய செய்திகளும் அவற்றைப் புனைவாக்கிய போர் நிகழ்வு இலக்கியங்களும்.

போர்களைத் தூண்டியவர்களாகவும், போர்களுக்கு உதவியவர்களாகவும், போர் உத்திகளைத் திட்டமிட்டுத் தந்தவர்களாகவும், பின்னர் திசைமாறிக் கொன்றவர்களாகவும் இருந்த இந்திய / தமிழ்நாட்டு அரசுகளைப் பற்றித் தமிழ்நாட்டுத் தமிழர்கள் முதலில் அறியவில்லை. அவற்றின் உள்நோக்க / ஆதிக்க மனோபாவ விளையாட்டுகளை அறியாத தமிழ்நாட்டுத் தமிழ்த் வாசகர்கள் போர்க்கள இலக்கியங்களின் வாசிப்பாளர்களாக இருந்தார்கள்; எழுதப்பெற்ற போர்க்களங்களை, காட்சிகளை ரசிப்பவர்களாக மாறினார்கள்; கொண்டாடுபவர்களாக இன்னும் தொடர்கிறார்கள். இந்திய / தமிழ்நாட்டு அரசுகளுக்கும் சரி, அவற்றின் கீழ் வாழும் தமிழகத் தமிழர்களுக்கும் சரி எப்போதும் ஈழத்துப் போர்களும் அவற்றின் அழிவுக்காட்சிகளும் குற்றவுணர்வை உண்டாக்கவில்லை. அதற்குப் பதிலாகப் பண்டைத் தமிழர்களின் வீரயுகத்தைக் கொண்டுவந்தவர்கள் என்ற பெருமிதத்தைக் கட்டமைத்துக்கொள்ளவே உதவியுள்ளன. இருநிலத்து மனிதர்களும் பேசும் மொழியால் ஒன்றுபட்டதன் காரணமாக அனுபவிக்காத தங்களுக்குக் கிடைக்காத போர் அனுபவங்களைப் பெற்ற ஈழத்தமிழர்களைக் கொண்டாடுவதைத் தாண்டி என்ன செய்ய இயலும் என்ற கேள்விக்கு இப்போதும் விடையில்லை.

‘அடுதலும் தொலைதலும் புதுவதன்று இவ்வுலகத்தியற்கை’ என்ற புறநானூற்று வரிகளைப் பண்டைத் தமிழர்கள் ஒட்டுமொத்தமாக ஏற்றுக்கொண்டு எல்லா நேரமும் போரில் ஈடுபட்டுக் கொண்டே இருந்ததுபோலக் காட்சிச் சித்திரங்களை எழுதிக் காட்டிய புறநானூறும் அவற்றில் விதந்துபேசப்படும் பாடாண்

திணைக் கவிதைக்காட்சிகளும் முன்மாதிரிகளாக மாறின. அதே புறக் கவிதைகளுக்குள் இருந்த உள்முகப் போர்களைப் பற்றிப் பேச்சில்லை. இனக்குழுத் தலைவர்கள் அழிக்கப்பட்டுப் பெருந்தமிழ் அரசுகள் – மூவேந்தர்கள் உருவானதின் காரணங் களையும், அதற்குக் காரணமான போர் ஏற்பு மனநிலையையும் நாம் விளங்கிக்கொள்ளத் தயாரில்லை. அதிகம் இல்லையென்றாலும் அங்கொன்றும் இங்கொன்றுமாக வெளிப்பட்ட போர்மறுப்புக் குரல்களைக் கேட்க மறந்தவர்கள் நிகழ்காலத் தமிழர்கள். குறிப்பாகப் பெண்கள் குரல்கள் போர்க்களங்களை விசாரித்தே வெளிப்பட்டன. 'பொய்கையும் தீயும் ஒன்று' என வேதனைப்பட்ட கோப்பெண்டுவின் குரலை நாம் கேட்கவில்லை. 'கடந்த மாதம் முழு வெண்ணிலாவின்போது எம் குன்றும், எம் தந்தையும் உடனிருந்தபோது இருந்த மகிழ்ச்சி, இந்த வெண்ணிலாவின்போது காணாமல் போய்விட்டது; எம் குன்றும் பிறர் கொண்டார், யாம் எந்தையும் இலமாய் ஆனோம்; காரணம் இடையில் நடந்த போர்' எனப் போரைச் சாடிப் பின் வாடி வதங்கிய பாரிமகளிரின் குரல்களுக்குச் செவிகொடுத்ததில்லை. இந்தக் குரல்களும் காட்சி களும்கூட பண்டைத்தமிழ் நிலத்துக் காட்சிகளே; குரல்களே!

37 சிறுகதைகளைக் கொண்ட தாமரைச்செல்வியின் இத்தொகுப்பை வாசித்தபோது பண்டைத்தமிழின் செவ்வியல் இலக்கியக் காட்சிகளின் பல பரிமாணங்களும் நினைவில் வந்தன. அந்நினைவுகள்மூலம் போரைக் கொண்டாடும் மனப்போக்கை விசாரிக்கும் மனநிலைக்கு வாசகர்களை நகர்த்தும் வினையைக் கொண்டனவாகவும் இருக்கின்றன இக்கதைகள். போர்க் காட்சிகளாய் விரிந்த 30 ஆண்டுகால ஈழத்தமிழ் இலக்கியப் பரப்பை வேறுவிதமாக எழுதிக்காட்டுகின்றன. போரை நியாயப் படுத்துவதையோ, போரை மறுப்பதையோ முதன்மையாக இந்தக் கதைகள் கருதவில்லை. சிங்களப் பேரினவாதத்தை எதிர்ப்பதற்காக அணிகளைக் கட்டிய இயக்கங்கள் எதனையும் முதன்மை இயக்கமாக முன்னிறுத்தவில்லை. இந்திய அமைதிப்படை வரவுக்கு முன்பே ஒன்றோடொன்று மோதிக்கொண்டு தங்கள் அணிகளை நிலைநிறுத்திக்கொண்ட நிகழ்ச்சிகளை – வரலாற்றை – வரலாற்றின் நாயகர்களைப் பெயரிட்டுப் பேசவில்லை. இந்தியப் படைகள் ஈழத்திற்குள் வந்து செய்த அட்டூழியங்களைச் சுட்டிக்காட்டி அனைவரும் எதிர்த்துக் கிளர்ச்சி செய்தார்கள்; முதன்மையான ஒரு இயக்கத்தைப் பேரியக்கமாக மாற்றி அதன் பின்னால் அணிதிரண்டார்கள் என்ற வரலாற்றின் கீற்றுகளையும் சொல்லவில்லை. அப்போரில் தற்கொலைப்படைகளாக மாறிய பெண்களையும் ஆண்களையும் அவர்களின் சாகசங்களையும் எழுதிக்காட்ட நினைக்கவில்லை. அவர்களின் துயரங்களையும்

வலிமிகுந்த வாழ்க்கையையும் எழுதுவதையே தனது எழுத்துப் பணியாகத் தாமரைச்செல்வி செய்யவில்லை. முதன்மையாக அவர் நினைக்காதபோதும் இவையெல்லாம் ஒவ்வொரு கதையிலும் பின்னணியாகவும், தூரத்து இடிமுழக்கமாகவும், அண்மையில் கேட்கும் மௌன அழுகையாகவும் கேட்டுக்கொண்டே இருக்கும் படி எழுதப்பெற்ற கதைகள் என்பதுதான் இந்தக் கதைகளின் தனிச்சிறப்பு.

இந்தக் கதைகளுக்குக் குறிப்பான இடப்பின்னணியும் காலப் பின்னணியும் உள்ளன. கிளிநொச்சிப் பகுதியே பெரும்பாலான கதைகளின் வெளிகள். இந்தியப் படைகள் யாழ்ப்பாணம் சென்று திரும்பிய *1980*களின் பின்பாதியும் *1990*களும் இக்கதைகளின் குறிப்பான காலங்கள். குறிப்பான அந்த வெளிகளையும் காலத்தையும் உணர்ந்து வாசிக்கும்போது இக்கதைகளின் இலக்கிய நோக்கமும் அதனை வெளிப்படுத்தியுள்ளவிதமும் குறிப்பிட்டுச் சொல்லும்படியாக இருப்பதை உணரமுடியும்.

'பார்வை', 'சுவர்', 'விழிப்பு', 'காணிக்கை', 'உறவு', 'முகமற்றவர்கள்', 'வன்னியாச்சி', 'முற்றுகை', 'ஊனம்', 'பசி', 'பாதணி', 'ஊர்வலம்', 'அக்கா', 'இன்னொரு பக்கம்', 'பாலம்', 'இடைவெளி', 'ரூனா', 'பகிர்வு' எனப் பெரும்பாலான கதைகள் ஒற்றைச் சொற்களைத் தலைப்பாகக் கொண்டிருக்கின்றன. அதன்மூலம் கதை பேச விரும்பியதை நேரடியாகச் சொல்வதை உறுதிசெய்துவிடுகிறார் கதாசிரியர். போர்க்களத்தை எழுதாமல், போரினால் ஏற்பட்ட இடப்பெயர்வையே எல்லாக் கதைகளும் எழுதும் உரிப்பொருளாகக் கொண்டிருக்கின்றன. சொந்த ஊரை, வீட்டை, கடையை, குடித்தொழிலை, உழுது பயிர்செய்த காணியை, உறவினர்களை என ஒவ்வொன்றையும் பிரிந்து இன்னொரு ஊரில் பெயர்த்துப் போடப்பட்ட மனிதர்களை ஒவ்வொரு கதையும் நம்முன்னே விரிக்கின்றன. இடப்பெயர்வு என்பது ஒருமுறை அல்ல, பலமுறை நிகழ்கிறது இம்மனிதர்களுக்கு. ஒவ்வொரு இடப்பெயர்வின்போதும் அவர்களின் பொருட்சுமைகள் குறைகின்றன; ஆனால் மனச்சுமைகள் கூடிக்கொண்டே இருக்கின்றன. அன்றாட வாழ்க்கையின் தேவைகளும் நடமாட்டமும் கேள்விக்குள்ளாகின்றன. வாழ்வின் முக்கியமான தருணங்களான குழந்தை பிறப்புகள், திருமணங்கள், திருவிழாக்கள், சாவுகள் போன்ற பண்பாட்டு நடவடிக்கைகளும் அவற்றில் நிகழவேண்டிய சடங்குகளும் வெறும் நினைவுகளாக மாறுகின்றன.

தங்களுக்கென ஒரு தேசத்தை உருவாக்கிச் சுதந்திரமான மனிதர்களாக வாழ விரும்பிய ஒரு கூட்டத்தின் பாடுகளும் அவற்றின் காரணங்களும் கதைகளின் நிகழ்வுகளாகவும்

விசாரணைகளாகவும் வாசிப்பவர்களை முகத்தில் அறைந்து விசிறியடிக்கின்றன. முதன்மையான கதைப்பொருளாக இடப் பெயர்வும், அதன் காரணமான துயரங்களுமே இக்கதைகளில் பதிவாகியுள்ளன என்றபோதிலும் அரசுப்படைகளின், அவற்றின் குரூரமான தேடுதல்வேட்டைகளையும் சில கதைகள் விரிக்கின்றன. அதேபோல் தமிழ்ச் சமூகத்திற்குள்ளேயே சுயநலப்போக்கோடும் ஆடம்பர வாழ்க்கை விருப்பத்தோடும், பழம்பெருமை பேசித் திரியும் கூட்டமும் இந்தப் போர்க்களத்தில் இருந்தன, செயல் பட்டன என்பதையும் தாமரைச்செல்வி எழுதிக் காட்டுகிறார்.

ஈழத்துத் தமிழ் இலக்கியப் பரப்பு என்பது போர்க்கள இலக்கியம் என்பதாகவும் புலம்பெயர் துயரப் பதிவுகள் என்பதாகவும் அறியப்படும் நிலையில் இன்னொரு போக்கும் கவனிக்கவேண்டிய ஒன்றாக – சொந்த நிலப்பரப்பிற்குள் இடம்பெயர்ந்தவர்களின் வாழ்க்கைப் பதிவுகளாக இருந்தன என்பதையும் கவனிக்க வேண்டும் என்கின்றன இக்கதைகள். அதனைக் கவனிக்கின்றபோதே காணியிழப்புகளும் காணாமல் போனவர்களும் கவனிக்கப்படுவார்கள் என்பதைச் சொல்லாமல் சொல்கிறார் தாமரைச்செல்வி. எந்தப் பாத்திரமும் குரலை உயர்த்திப் பேசும் தொனியில் எழுதப்படாமல், வாழ்க்கையை எல்லா வலிகளோடும் இருப்புகளோடும் எதிர்கொள்ளும் மனிதர்களை எழுதிக்காட்டும் நடப்பியல் எழுத்துப்பாணியின் தீவிரத்தனத்தை இக்கதைகளில் நான் வாசித்தேன். நீங்களும் அதனை வாசித்து உணரலாம். இந்தப் புரிதலோடு, இக்கதைகளை உலகத்தமிழ் இலக்கியப்பரப்பில் இன்னொரு வித்தியாசமான புனைவு எனப் பரிந்துரை செய்கிறேன்.

திருநெல்வேலி, தமிழ்நாடு **அ. ராமசாமி**

02.09.2017

என்னுரை

கடந்த 30 வருடங்களுக்கும் மேலாக, போர்க்கால வாழ்வை அனுபவித்து நொந்தவர்கள் ஈழத் தமிழ் மக்கள். சிங்கள இராணுவத்தின் தொடர்ச்சியான தாக்குதல்கள், அதன் காரணமான இடப்பெயர்வுகள் என அத்தனை துயரங்களுக்கும் முகம் கொடுத்தவர்கள்.

சொந்த மண்ணிலேயே இருப்பிடம் இழந்து அகதிகளாகிக் குண்டுகளின் அதிர்வும் கந்தக நெடியும் ஒருபுறம் துரத்த உயிருக்கு உத்தரவாதமற்ற நிலையில் பதற்றத்தோடும் பசிபட்டினியோடும் பதுங்குகுழிகளின் பக்கத் துணையோடும் வாழ்ந்திருந்தவர்கள். இந்த மக்களின் நடுவே நானும் ஒருத்தியாக வாழ்ந்து கொண்டேதான் இச்சிறுகதைகளை எழுதினேன். என்னைச் சுற்றிய நிகழ்வுகள் தந்த அதிர்வுகள், பாதிப்புகள், நெருடல்கள் இவைதான் இப்படைப்பு கள். இம்மக்களின் துயரங்களை வார்த்தைகளில் பதியும்போது எனக்கும் வலித்திருக்கிறது. கண்களின் ஓரம் நீர் கசிந்திருக்கிறது. இந்த மக்கள் அனுபவித்த கடலளவு துயரங்களில் ஒரு சில துளிகளையே என்னால் பதிவுசெய்ய முடிந்திருக்கிறது.

இதுவரை காலமும் வெளிவந்த அநேகமான எம் ஈழத் தமிழ்ப் படைப்புகள் இன்றுவரை தேடிப் படிக்கப்படுவனவாகவும் பேசப்படுவனவாகவுமே தம்மை அடையாளப்படுத்தியிருக்கின்றன. காலம் எம் மண்ணில் வரைந்த துயரத்தையும் அந்தத் துயருக்குள்ளிருந்து மக்கள் உயிர்பெற்று வாழ்வதை யும் பதிவுசெய்வதில் ஈழத்துப் படைப்பாளிகள் தமது பங்கைக் கணிசமான அளவில் செய்துகொண்டுதான் வந்திருக்கிறார்கள். அடைக்கப்பட்ட வாசல்கள்

தாண்டி எம் மண்ணின் அவலங்களை வெளியுலகம் அறியச் சுமந்து சென்றது இந்த எழுத்துகள்தான். இவை ஒரு துயர்சுமந்த காலத்தின் பதிவுகள். புனைவுகளற்ற உண்மைத்தன்மையைக் கொண்டிருப்பதனால்தான் இவ்எழுத்துகள் வாசகர்களின் கவனத்தைப் பெற்றுக்கொள்கின்றன.

இத்தொகுப்பில் *1983*இலிருந்து *2005*வரை நான் எழுதிய கதைகளில் சில இடம்பெற்றிருக்கின்றன. கடந்த *40* வருடங்களில் *200*க்கும் மேற்பட்ட சிறுகதைகளை எழுதியிருந்தும் அவற்றுள் *37* கதைகளையே இதுவரை மூன்று தொகுதிகளில் தொகுக்க முடிந்திருக்கிறது. *1998*ஆம் ஆண்டு 'ஒரு மழைக்கால இரவு', *2002*ஆம் ஆண்டு 'அழுவதற்கு நேரமில்லை', *2005*ஆம் ஆண்டு 'வன்னியாச்சி' என மூன்று தொகுதிகள் வெளிவந்தன. இராணுவத் தாக்குதல்கள், இடப்பெயர்வுகள் நடுவே பல படைப்புக்களின் பிரதிகள் எரிக்கப்பட்டும் அழிந்தும் போய்விட்டன. வெளிவந்திருந்த சிறுகதைத் தொகுப்புகளின் பிரதிகள்கூடக் கைவசம் இல்லாது போயிற்று. உயிரைக் கையில் பிடித்தபடி ஓடிக்கொண்டிருந்த அகதிவாழ்க்கையில் என் எழுத்துக்களைக் காப்பாற்றிக்கொள்ள முடியாமற் போய்விட்டது. அந்த வருத்தம் எனக்குள் இன்றளவும் இருக்கிறது.

இன்று 'காலச்சுவடு' பதிப்பகம் என் சிறுகதைகளைத் தொகுத்து வெளியிட முன்வந்திருக்கிறது. இதற்கு முன்நின்று இத்தொகுப்பு வெளிவரக் காரணமாக இருந்தவர் மதிப்பிற்குரிய பத்மநாப ஐயர் அவர்கள்; அவருக்கு என் மனமார்ந்த நன்றிகளைத் தெரிவித்துக் கொள்கிறேன். நூலின் பிரதியை மெய்ப்புப் பார்த்து உதவிய செல்லத்துரை சுதர்சன் அவர்களுக்கும் இந்நூலுக்கு முன்னுரை எழுதித் தந்துதவிய பேராசிரியர் அ. ராமசாமி அவர்களுக்கும் அறிமுக உரை எழுதிய கவிஞர் கருணாகரன் அவர்களுக்கும் பின்அட்டைக் குறிப்பு எழுதிய எழுத்தாளர் புலோலியூர் ஆ. இரத்தினவேலோன் அவர்களுக்கும் அட்டைப்பட வடிவமைப்புச் செய்து தந்த நிரூபன், நிரஞ்சன்; பின்அட்டை ஓவியம் வரைந்த ஓவியர் சௌந்தர் அவர்களுக்கும் என் மனம் நிறைந்த நன்றிகள் உரித்தாகும்.

ஆஸ்திரேலியா
30.08.2017

தாமரைச்செல்வி

அறிமுக உரை

அறத்தின் வழித் தடம்

இலக்கியத்தின் உயிர் அறமே. இந்த அறம் சனங்களின் பிரச்சினையையும், அந்தப் பிரச்சினைக்குள்ளாகிய மனிதர்களின் உணர்வையும் அவற்றின் உண்மைக்கு மாறின்றிப் பேசுவதாகும். உண்மையைப் பேசும்போது அதுவே பேரொளியாக எல்லாவற்றையும் வெளிப்படுத்திக்காட்டுகிறது. அறமும் உண்மையும் ஒளிமிக்கவையாக இருப்பது இந்த அடிப்படையில்தான். பசியும் காதலும் பிரிவும் உறவும் நெருக்கமும் விடுபடலும் இதைப் போன்றவை அனைத்தும் உண்மை நிலைக்குரியவை. இவை உடலிலும் உள்ளத்திலும் தூண்டும் உணர்வுகளும் இவற்றின் வெளிப்பாடுகளும் உண்மையானவையே. இவை ஏற்படுவதற்கான காரணங்களும் உண்மையானவையே. ஆனால், இதை ஆராய்ந்து அணுகும் முறையிலே வேறுபாடுகள் உண்டாகின்றன. இந்தக் காரணங்களைக் கண்டறியும் வழிமுறைகளே இந்த வேறுபாடுகளை உண்டாக்குகின்றன. அதுவே அரசியலாகிறது. பசியும் பஞ்சமும் பட்டினியும் காதல் உறவில் சமூக உறவுகொள்ளும் ஊடாட்டங்களும் அரசியலின் விளைவுகள் என்று பார்க்கப்படும்போது உண்மைநிலை குறித்த பல்வேறு கேள்விகள் பல கோணங்களில் எழும். இவ்வாறான சந்தர்ப்பங்களில் தான் அறம் குறித்த கேள்விகளும் எழுகின்றன. ஆளாளுக்கும் தரப்புகளுக்கிடையிலும் மாறுபாடான அபிப்பிராயங்களும் நிலைப்பாடுகளும் பார்வைகளும் தோன்றும்போது அறம் குறித்த விவாதங்களும் இவ்வாறே உருவாகின்றன. இதுவே அரசியலாகவும் சமூகவியலாகவும் மனித வாழ்க்கை எதிர்கொள்ள

வேண்டிய சவால்களாகவும் மனித விதியானது கேள்விகளின் முன்னே நிறுத்தப்படுவதாகவும் ஆகின்றன. முக்கியமாக இந்த நிலையில் மனிதர்களாலேயே மனித விதி சவால்களுக்குரியதாக ஆக்கப்படுவதைக் காணலாம்.

தாமரைச்செல்வியின் எழுத்து இந்த அடிப்படையில் அமைந்ததே. சனங்களைப் பற்றியும் அவர்களுடைய வாழ்க்கையைப் பற்றியுமே அக்கறை கொண்டவை அவருடைய கதைகள். சனங்களை இடையீடு செய்யும் சமூக அரசியலையும் அந்த அரசியல் இயங்கும் காலத்தையும் அவர் எழுதினாலும் அவற்றை அவர் ஒருபோதும் முன்னிலைப்படுத்துவதில்லை; வெளிப்படையாக்குவதில்லை. அதில் அவருக்கு ஆர்வமும் இல்லை. இதற்குக் காரணம், இலக்கியத்தின் வேலை பிரகடனங்களைச் செய்வதல்ல என்ற புரிதலின் விளைவாக இருக்கலாம். அவருடைய கரிசனையெல்லாம் சனங்களையும் அவர்களுடைய வாழ்க்கையையும் பற்றியதே. அதற்காகத் தன்முன்னே உள்ள – சனங்களைப் பிணைத்துள்ள – அரசியலைப் புறக்கணித்துவிட்டு அல்லது அதிலிருந்து விலகித் தன்னுடைய எழுத்தை அவர் முன்வைக்கிறார் என்றும் சொல்ல முடியாது. தனக்கு முன்பாகவும் சமூகத்திற்கு முன்னேயும் விஸ்வரூபமெடுத்துப் பயங்கரமாகப் பல்லிளித்துக் கொண்டிருக்கும் பிரச்சினைகளையும் அவற்றினால் சனங்கள் பிழிந்தெடுக்கப்படுவதையுமே தாமரைச்செல்வி கவனப்படுத்துகிறார். இந்தப் பிரச்சினைகளுக்குப் பின்னணியாகவும் உள்ளுக்குள்ளும் இருக்கும் அரசியலை அவர் உள்ளுணர்ந்து கொள்வதைப் போலவே கதைகளிலும் உள்ளுணர்த்துகிறார். இதுதான் அவருடைய பலமும் பலவீனமும். அவர் அவ்வக் காலத்தின் அரசியல் நிழலில் தஞ்சமடையாதிருப்பது அவர் பலம். அவ்வக்கால அரசியலில் வலுவான எதிர்வினைகளையும் உட்பார்வைகளையும் செலுத்தாமலிருப்பது அவர் பலவீனம். ஆனால், இந்த இரண்டு போக்கிற்கும் அப்பாலானதே அவருடைய கரிசனைப் புலம். நாம் முன்கண்டவாறு எல்லாவற்றுக்கும் அப்பால் சனங்களில் அவர் தன்னைத் தகவமைத்திருப்பதால், அவர் கால எல்லைகளைக் கடந்த உண்மை நிலையை நோக்கிய பயணியாக இருக்கிறார். ஏனென்றால், எல்லாவகையான அரசியல், சமூக நிலைகளுக்கும் அப்பாலானது சனங்களின் இருப்பும் வாழ்க்கையும். ஆகவே, சனங்களை முன்னிறுத்திப் பேசுவதன் மூலமாக எந்த நிறங்களிற்குள்ளும் தோய்ந்துவிடாமலிருக்கும் இந்த நிலைப்பாடு காலநகர்வில் அவரைப் பலமாக்கும். அவருக்கு வழங்கப்பட்ட விருதுகளும் அவற்றை வழங்கிய அமைப்புகளும் தரப்புகளும் ஒருவகையில் இதற்குச் சான்றாக உள்ளன. எதிரும்

புதிருமாகப் பன்முக நிலைப்பட்ட தரப்புகளால் தாமரைச்செல்வி கௌரவிக்கப்பட்டிருக்கிறார். இது சனங்களின் மீதான அவருடைய கரிசனைக்குக் கிடைத்த கௌரவமும் பேறும்.

இலங்கையின் வடக்கே உள்ள கிளிநொச்சி மாவட்டம் பரந்தனில் **1953**இல் பிறந்த தாமரைச்செல்வியின் எழுத்துகளில் பெரும்பாலானவையும் தான்சார்ந்த விவசாயக் குடும்பத்தின் பின்னணியைக் கொண்டவை. கிளிநொச்சிப் பிரதேசத்தின் அடையாளத்தை இலக்கியத்தில் செறிவாக்கியவர்களில் தாமரைச்செல்வி முதன்மையாளர்.

*1973*இலிருந்து தொடர்ச்சியாக எழுதிவரும் தாமரைச்செல்வி இதுவரையில் *200*க்கும் மேற்பட்ட சிறுகதைகளை எழுதி யிருக்கிறார். இந்தத் தொகுதியில் *37* கதைகள் மட்டுமே உள்ளன. இதைவிட மூன்று குறுநாவல்களையும், ஆறு நாவல்களையும் எழுதியுள்ளார். தாமரைச்செல்வி தமது எழுத்துப் பணிக்காக வடகிழக்கு மாகாண சபை விருது ('ஒரு மழைக்கால இரவு' – சிறுகதைகள்), யாழ் இலக்கியப் பேரவையின் பரிசு ('விண்ணில் அல்ல விடிவெள்ளி' – நாவல்), கொழும்பு சுதந்திர இலக்கிய அமைப்பின் விருது ('தாகம்' – நாவல்), யாழ் இலக்கியப் பேரவை யின் பரிசு, *முரசொலி* பத்திரிகையின் முதல் பரிசு ('வேள்வித்தீ' – குறுநாவல்), வட மாகாண சபை விருது, *வீரகேசரி*, யாழ் இலக்கிய வட்டம் இணைந்து நடாத்திய கனக. செந்திநாதன் நினைவுப் போட்டியில் இரண்டாம் பரிசு ('வீதியெல்லாம் தோரணங்கள்' – நாவல்), இலங்கை அரச சாகித்திய விருது; யாழ் இலக்கியப் பேரவையின் விருது ('பச்சை வயல் கனவு' – நாவல்) எனப் பல பரிசுளையும் விருதுகளையும் பெற்றிருக்கிறார்.

இவற்றைவிட எழுத்துப்பணிக்கான கௌரவமாக வடகிழக்கு மாகாண சபையின் ஆளுநர் விருது (*2001*), கொழும்பு கலை இலக்கிய கழகத்தின் விருது (*2003*), கிளி/தமிழ்ச் சங்கத்தின் இலக்கியமணிப் பட்டமும் தங்கப் பதக்கமும் (*2002*), மட்டு எழுத்தாளர் ஊக்குவிப்பு மையத்தின் விருது (*2012*), அக்கராயன் மகளிர் அபிவிருத்தி நிலையத்தின் சாதனைப் பெண்மணி விருது (*2000*), தமிழ்நாடு சின்னப்ப பாரதி அறக்கட்டளை விருது (*2010*), கண்டாவளை பிரதேச சபையின் கலாசாரப் பிரிவின் ஒளிச்சுடர் விருது (*2011*) ஆகியவற்றையும் பெற்றுள்ளார்.

தாமரைச்செல்விக்கு ஓவியங்கள் வரைவதில் ஆர்வமுண்டு. *வீரகேசரி*, *தினகரன்*, *சுடர்*, *ஈழநாடு* போன்ற பத்திரிகைகளிலும், தமிழ்நாட்டில் *குங்குமம்* இதழிலும் ஓவியங்கள் வரைந்திருக்கிறார்.

தாமரைச்செல்வியின் ஐந்து சிறுகதைகள் ஆங்கிலத்தில் மொழிபெயர்க்கப்பட்டிருக்கின்றன. மூன்று சிறுகதைகள் சிங்களத்தில் மொழிபெயர்க்கப்பட்டுள்ளன. ஒரு கதை ஜெர்மன் மொழியில் மொழிபெயர்க்கப்பட்டிருக்கிறது. இவருடைய ‘பசி’ என்ற சிறுகதை தமிழ்நாட்டைச் சேர்ந்த இமயவர்மன் என்பவரால் குறும்படமாக எடுக்கப்பட்டு, லண்டனில் நடந்த ‘விம்பம் குறும்படவிழா’வில் பார்வையாளர் தெரிவாக விருது பெற்றது. வேறு ஐந்து சிறுகதைகள் வெவ்வேறு ஆளுமைகளால் குறும்படங்களாக்கப்பட்டுள்ளன. அவற்றில் இரண்டு கதைகளை இயக்குனர் ‘உதிரிப்பூக்கள்’ மகேந்திரனும் அவருடைய மகன் ஜான் மகேந்திரனும் இயக்கியிருக்கின்றனர். அதில் ஒரு படம் ‘*1996*’ என்பது. உறவுகளில் இடப்பெயர்வு உண்டாக்கும் விளைவுகளை உணர்த்தும் அந்தப் படத்தில் எங்கள் மகன் மகிழ் முதன்மைப் பாத்திரத்தில் நடித்திருக்கிறார். தாத்தாவுக்கும் பேரனுக்குமிடையிலான பிணைப்பின் உணர்ச்சிச் சித்திரம் அது. மற்றையது ‘பாதணி’. தாமரைச்செல்வியின் இன்னொரு கதையில் உருவான குறும்படம் ‘பாதை’. இப்படிப் பல கதைகள் இந்தக் கதைகளின் உள்ளும் வெளியுமாக உள்ளன.

இது தாமரைச்செல்வியின் 37 சிறுகதைகளைக் கொண்ட தொகுப்பாகும்.

கிளிநொச்சி **கருணாகரன்**

02.09.2017

பாலம்

உயரமான மரங்களும் அடர்ந்த பற்றைகளுமாய் இருந்த அந்தப் பிரதேசத்தை, பிரதான வீதி ஊடறுத்துச் சென்றுகொண்டிருந்தது.

நிலத்திலிருந்து மிகவும் உயரத்தில் பிரதான வீதியின் ஒரு சிறு வளைவில் அந்தப் பெரிய பாலம் அமைந்திருந்தது.

இரண்டு லொறிகள் தாராளமாக ஒன்றை ஒன்று விலத்திச் செல்லும் அளவுக்கு நல்ல அகலமான பாலம்.

இரண்டு பக்கங்களும் நீளமான சீமெந்துக் கட்டுடன் இடையே கனமான இரும்புக் கம்பிகளை இணைத்துக் கிட்டத்தட்ட இருபதடி நீளத்துக்குக் கட்டப்பட்ட பாலம்.

அந்தப் பாலத்தின் ஒரு பக்கச் சீமெந்துக் கட்டில் அவன் அமர்ந்திருக்கிறான். இரவு நேரத்து அமைதியைக் கிழித்துக் கொண்டு சில்வண்டுகளின் கிர்... என்ற சத்தம்.

காற்றுக்கூட வீசவில்லை. அமாவாசை முடிந்து இன்றைக்கு ஐந்தாம் நாள். மெல்லிய பிறை நிலவு வானத்தில் நீந்தியது. அந்த நிலவின் மெல்லிய ஒளியில் எதிரே எல்லாம் மங்கலாக இருள் வடிவமாய்த் தெரிந்தது.

இப்போது இரவு ஒன்பது மணிதான் இருக்கும். ஆனால் எல்லாமே அடங்கிப் போன நடுச்சாம நேரம் போல் மயான அமைதியாக இருக்கிறது.

பாலத்தில் இருந்து கொண்டு அவன் சுற்றும் முற்றும் பார்க்கிறான்.

மனதுக்குள் அலை அலையாய் எண்ணங்கள் ... அந்த எண்ணங்களூடே லேசாய்ப் பரவிய சோக உணர்வு ... மிகவும் அருமையாய்ப் போற்றி வந்தது கண்ணெதிரே கலைந்து போனது போன்ற தவிப்பு ...

அவனின் பார்வை இருளை ஊடறுத்து உற்று நோக்குகிறது. தெருவின் இரு பக்கங்களிலும் கண்ணுக்கெட்டிய தூரம்வரை பற்றைகளும் உயரமான மரங்களும் ... நடுவே பாலம் மிகவும் உயரத்தில் ...

பாலத்துக்குக் கீழே அகலமான வாய்க்கால் ... மழைக் காலங்களில் மார்பளவு தண்ணீர் இதில் ஓடும், பழுப்புப் பச்சை நிறத்தில் சில வேளைகளில் அடர்ந்த நீல நிறத்தில் சருகுகளும் சிறு தடிகளும் புரள வெள்ளம் பாய்ந்தோடுவது எத்தனை அழகு... ஆனால் இப்போது ...

இந்த வைகாசி வெய்யில் காலத்தில் வாய்க்கால் காய்ந்து வரண்டு போய் இருந்தது. கரையோரம் சரிவுகளில் புதர் மண்டிப் போயிருந்தது. மண்ணின் நிறமே மாறிச் சொர சொரப்பாய்ப் போய்விட்டது. அந்தச் சூழ்நிலையைப் பார்க்க அவன் மனதில் துயரம் அதிகரிக்கிறது. என்னமாய் இருந்த பிரதேசம் ...

அவனுக்கு நினைவுதெரிந்த காலத்திலிருந்தே இந்தப் பாலத்தோடும் இந்த வாய்க்காலோடும் இந்தப் பாலை மரங்களோடும் உறவாடி வளர்ந்திருக்கிறான்.

அதோ ... பாலத்தின் இடது பக்கமாகப் பிரதான தெருவி லிருந்து ஒரு ஒற்றையடிப் பாதை போகிறதே... அந்தப் பாதையால் போனால் கூப்பிடுதூரத்தில் இருக்கிறது அவனது கிராமம் ... அவன் பிறந்து தவழ்ந்து வளர்ந்த கிராமம்... முப்பது குடிமனை வரும். விவசாயம் செய்து மாடுகள் வளர்த்துத்தான் சீவியம், சில வேளைகளில் றால் சீசனில் தட்டுவங்கொட்டிக்கு றால் பிடிக்கப் போவார்கள். கொஞ்சம் இளம் ஆட்கள் சுண்டிக்குளம் போய் மீன் வியாபாரம் செய்வார்கள்.

சைக்கிள் தவிர வேறு வாகனங்கள் பெற்றிராத எளிமையான சனங்கள். ஆசைகளையோ, தேவைகளையோ வளர்த்துக் கொள் ளாததினால் எதிர்பார்ப்புக்களோ ஏமாற்றங்களோ இல்லாத அமைதியான வாழ்க்கை.

கிராமத்தைச் சுற்றிப் பாலை மரங்கள் ... இந்த வைகாசி ஆனியில் பாலைப் பழங்கள் பழுக்கும். கிராமத்தவர்களுக்கு இந்த

இரண்டு மாதமும் நல்ல உழைப்பு. பச்சை இலைகளின் நடுவே மஞ்சள் நிற மணிகளாய் இனிய வாசனையுடன் பழுத்திருக்கும் அந்தப் பாலைப்பழங்களைப் பிடுங்கிச் சேகரிக்க நண்பர்களுடன் அலைந்த நாட்களின் சந்தோஷங்கள். அவன் மனப்பரப்பில் இனியதொரு கனவாக மிதந்து கொண்டேயிருக்கிறது.

கிராமத்தின் தொடக்கத்தில் தெருவையும் இந்தப் பாலத்தை யும் பார்த்தபடி இருக்கும் அம்மன் கோவிலில் ஏற்றப்படும் விளக்கின் வெளிச்சம் இங்கிருந்து பார்க்கும் போதே தெளிவாய்த் தெரியும்.

கூரை வேய்ந்த அந்தச் சிறு கோவிலுக்குப் பின்னால் உள்ள கிராமத்தவரின் குடிசைகளின் கூரைகள் மரங்களுக்கிடையே தெரியும். இப்போது அம்மன் கோவில் இல்லை. கிராமத்தில் ஒரு குடிசையும் இல்லை. எந்த ஆட்களும் இல்லை. அம்மன்கூட தன் பரிவாரங்களோடு இடம்பெயர்ந்து போய்விட்டாளா ...

அவன் நீண்ட பெருமூச்சோடு எதிரே பார்க்கிறான்.

மெல்லிய இருட்டுக்குள் பற்றைகளும் மரங்களும் ஒவ்வொரு வடிவங்களாகத் தெரிகிறது.

முந்திய காலங்களின் நினைவுகள் மனதுக்குள் வந்து நிரம்பிக் கொள்கின்றன. யாழ் நகரை இலங்கையின் தென்பகுதியுடன் இணைக்கும் ஒரே வீதியான கண்டி வீதி இது.

அதனால் அப்போதெல்லாம் பஸ்களும் லொறிகளும் கார்களுமாய் ஒரே வாகனங்கள் இரவு பகலாய்ப் போய் வந்தபடி இருக்கும். சிறுவனாய் இருந்த காலத்தில் தன் தோழர்களுடன் இந்தப் பாலத்தில் அமர்ந்துகொண்டு வாகனங்களை வேடிக்கை பார்ப்பான்.

மாரி காலங்களில் எந்த நேரம் என்றில்லாமல் இந்த வாய்க்காலே கதி என்று கிடப்பார்கள். இந்தப் பாலத்தின் மீது ஏறி நின்று கொண்டு 'தொபீர்' என்று வாய்க்காலில் குதித்து நீந்துவார்கள்.

ஒருநாள் அவன், சிவபாலன், மகேந்திரன், துரைராசா, கோணேஸ் எல்லோரும் பாலத்தில் இருந்து கதைத்துக் கொண் டிருந்தபோது அவன் பாலத்தின் சீமெந்துக்கட்டில் படுத்து நித்திரையாகிவிட்டான். அவனைச் சிவபாலன் விளையாட்டாய் அங்கிருந்து பிடித்துக் கீழே வாய்க்காலுக்குள் தள்ளிவிட்டுவிட்டான்.

அவன் ஒரு கிழமையாய்ச் சிவபாலனுடன் கதைக்கவில்லை. பிறகு இரண்டு பம்பரம், பன்னிரண்டு போளை, ஒரு எட்டு

மூலைப்பட்டம் என்று சிவபாலன் கொடுத்துக் கெஞ்சிய பிறகுதான் அவன் சமாதானமாகினான்.

ஒரு தடவை அதிகமான மழை பெய்த மாரிக் காலத்தில் இரணை மடுக்குளம் நீரால் நிரம்பிவிடக் குளத்தைக் காப்பாற்று வதற்காகப் பலகை திறந்துவிட வெள்ளம் அடித்துக்கொண்டு பல கிராமங்களையே மூழ்க வைத்துவிட்டது. அவர்கள் கிராமத்துக்கும் வெள்ளம் பரவிவிட கிராமத்துச் சனம் எல்லாம் இந்தப் பாலத்திலேயே வந்து கூடியிருந்தது. வெள்ளத்தினால் அந்த வீதியில் எந்தப் போக்குவரத்தும் நடைபெறவில்லை. ஒரு கிழமையாய் எல்லோரும் இந்தப் பாலத்தின் ஓரத்திலேயே அடுப்பு மூட்டிச் சமைத்தார்கள். வெள்ளத்தில் நனைந்த ஆடு மாடுகள் கூட இங்கேயே வந்து ஒண்டிக்கொண்டு நின்றன. வாய்க்கால் நிரம்பிப் புரண்டோடிக் கொண்டிருந்தது. வெள்ளம்வடிய ஒரு வாரமாகியது. சிறிய வயதில் நிகழ்ந்த அந்தச் சம்பவம் இப்போதும் பசுமையாய் நெஞ்சில் நிற்கிறது.

சிறிது வளர்ந்த பிறகு அம்மன் கோவில் பக்கத்தில் உள்ள சிறிய வெட்டையில் வேறு இளைஞர்கள் கரப்பந்தாட்டம் அடிக்கும்போது இவர்கள் மட்டும் பாலத்தில் அமர்ந்துகொண்டு வாகனங்களை வேடிக்கை பார்ப்பார்கள்.

கிளிநொச்சிக்குப்போய்ப் பார்த்துவிட்டு வந்த படங்களைப் பற்றி, நடிக நடிகைகளைப்பற்றி... வாய் ஓயாமல் கதைப்பார்கள். சிரித்திரன், மல்லிகை, சுடர், பேசும்படம் என்று அகப்படுகின்ற புத்தகங்களையும் புரட்டுவார்கள். மகுடியின் பதில்கள் படிப்பதற் காகவே சிவபாலன் சிரித்திரன் தொடர்ந்து வாங்குவான்.

நிலவுக் காலங்களில் இரவு பத்து மணிவரை பாலத்தில் இருந்து கதைத்துக் கொண்டிருப்பார்கள். அந்த உயரத்தில்நின்று, நிலவு வெளிச்சத்தில், சுற்றுப்புறத்தைப் பார்த்தால், மலை நாட்டில் நிற்பது போல ஒரு உணர்வு வரும்.

அந்த அழகைப் பார்க்கும்போது மனதில் ஏற்படும் அனுபவம் அபூர்வமானது... அருமையானது...

அந்த அபூர்வமான இனிமையை அவன் வேறெதிலும் அனுபவித்ததில்லை.

இந்த வீதிக்குச் சிறிது தூரத்தில் வீதியோடு சமமாக நீளத்துக்கு ரயில் பாதை. அதற்கும் வாய்க்காலைக் குறுக்கறுத்து இரும்புக் கேடரினால் பாலம் போடப்பட்டிருந்தது. இரவு தபால் ரயில் பெரும் இரைச்சலுடன் பாலம் கடந்துபோவதை இங்கிருந்து கொண்டு ஆவலோடு பார்ப்பார்கள்.

அடர்ந்த இருட்டுக்குள் வெளிச்சப் பொட்டுக்களுடன் மனித முகங்கள் விர்ரென்று போவதைக் கண் இமைக்காமல் பார்ப்பார்கள்.

தபால் ரயிலும் போய்க் கடைசி கிளிநொச்சி பஸ்ஸும் கொழும்பு பஸ்ஸும் போன பிறகுதான் வீடு திரும்புவார்கள்.

“இருட்டுக்க எங்கடா திரியிறாய். பாம்பு பூச்சி கடிச்சா என்ன செய்யிறது. அங்க ஆரை வாய் பார்த்துக் கொண்டு நிற்கிறனீங்களோ தெரியேலை. பாலத்திலதான்ரா உங்களுக்கு உத்தியோகம்” என்று அம்மாவிடம் அடிக்கடி திட்டு வாங்குவதிலும் ஒரு சந்தோஷம் இருந்தது.

“அப்பிடிப் பத்து மணி வரைக்கும் இவங்கள் என்னத்தைத் தான் கதைப்பாங்களோ...” அம்மாவின் அதிசயிப்பு அவனுக்குள் சிரிப்பைத் தோற்றுவிக்கும்.

கதைக்க... சிரிக்க எத்தனை விஷயங்கள். சிவபாலன் எப்போதும் பகிடியாய்க் கதைப்பான். அவனுடைய கதைகளைக் கேட்டால் மனம் விட்டுச் சிரிக்கலாம்.

அவனுடைய மனம் ஒரு தடவை குலுங்கி அதிர்கிறது. அந்த இரவில்கூட காற்றின் தன்மை வெம்மையாய் இருக்கிறது. பிடரிக்குள் வேர்க்கிறது.

மனதுக்குள் ஒருவித வேதனை முறுக்கிக் கொள்கிறது. அந்த அன்பான சிவபாலன்... சிரிக்கச் சிரிக்கப் பேசிய சிவபாலன்...

இப்போது இந்த உலகத்தில் இல்லை. பின்னாளில் ஏற்பட்ட மாற்றங்களில் அவனும் ஒரு மாற்றத்தை ஏற்படுத்தி மாங்குளம் முகாம் தகர்ப்பில் தன் உயிரை அர்ப்பணித்து விட்டான்.

துரைராசா இப்போது கிளிநொச்சிக்கும் கொழும்புக்கு மிடையே லொறி ஓடுகிறான். ஆறுமாதத்துக்கு முன் பரந்தன் சந்தியில் கண்டு நீண்ட நேரம் கதைத்துக் கொண்டார்கள்.

கிராமத்தவர் வீடு வாசலைவிட்டு அகதியாய் ஓடியபோது மகேந்திரனும் குடும்பத்தோடு போய்விட்டான். அவனைச் சந்தித்து ஒரு வருடத்துக்கு மேலாகிறது.

கோணேஸ் சுண்டிக்குளத்தில் மீன் வியாபாரம் செய்கிறான். எல்லோருமே ஒவ்வொரு திக்கில் சிதறிப் போனார்கள்.

ஆனால் அவர்களும் அவனைப் போலவே இந்தப் பாலத்தை யும் வாய்க்காலையும் கிராமத்து வாழ்க்கையையும் ஒரு போதும் மறக்க மாட்டார்கள்.

முன்பெல்லாம் ஆள் நடமாட்டம் உள்ள இந்த இடங்கள் இப்போது வெறிச்சிப் போய்விட்டது. கிராமத்தில் இப்போது யாரும் இல்லை. அனைவரும் கிராமத்தைவிட்டு வெளியேறி இரண்டு வருடங்களாகப் போகிறது.

தொண்ணூறாம் ஆண்டு ஜூனுக்குப் பிறகு வந்த சண்டையில் இராணுவம் வந்து கிராமத்தையே எரித்து விட்டது. அம்மன் கோவில்கூடத் தப்பவில்லை. கிராமத்துக்குப்போகும் ஒற்றையடிப் பாதையில் இப்போது முள்ளுப் பரவியிருந்தது.

எதிரே ரயில்ரோடுகூட கோலம் மாறிப் போய் இருந்தது. சிலிப்பர் கட்டைகளும் தண்டவாளங்களும் பெயர்த்து எடுக்கப் பட்டநிலையில் பாதை சிதைந்து போய்க் கிடந்தது. ரயில் பாலத்தைத் தவிர மற்ற இடங்கள் மண்மூடிப் பற்றைகளாய்க் கிடந்தன.

மனதுக்குள் ஆற்றாமை பொங்குகின்றது. பிறந்து வளர்ந்து எத்தனையோ வருஷங்களாய் வாழ்ந்து வந்த வீடு, வாசலைவிட்டு அகதியாய் இன்னொரு இடத்துக்கு ஓடுவதென்றால்...

இதோ பாலை மரங்களில் இலை தெரியாமல் கொத்துக் கொத்தாய்ப் பாலைப் பழங்கள் பழுத்திருக்கின்றன... வெம்மையான காற்றிலும் அந்தப் பாலைப்பழ வாசனை கலந்துவந்து நாசியை நெருடுவது போல ஒரு உணர்வு தோன்றுகிறது. இத்தனை பழங்களும் யாருக்கும் பிரயோசனமில்லாமல் போகப்போவதை நினைக்க வயிறு எரிகிறது. மனம் பதை பதைத்துப் போகிறது.

இந்த நிலை ஏன் வந்தது..? எங்கள் வீடுகளில் வாழ முடியாத சூழ்நிலை எப்படி வந்தது..?

அவன் கவலையுடன் கண்களை மூடித் திறக்கிறான். பார்வையைக் கூர்மைப்படுத்தித் தூரம் வரை துழாவுகிறான்.

வடக்குப் பக்கமாய் மிகவும் தொலைவில் வீதியின் பக்கத்தில் சின்னச் சின்ன மின் வெளிச்சங்கள்... சிறு சிறு பொட்டுக்களாய்... ஒரு கனமான வாகனத்தின் தேய்வான இரைச்சல்...

இங்கிருந்து இரண்டு மைல் தூரத்தில் இருக்கும் பிரதான முகாமிலிருந்து இராணுவம் இந்தப் பக்கமாய்ச் சிறிது முன்னேறியிருக்கிறது. அதுதான் புதிதாய் முளைத்த வெளிச்சப் பொட்டுக்கள்...

முன்பெல்லாம் இந்த முன் பகுதிக்கு ராணுவம் வந்தால் நாலைந்து நாட்கள் நின்றுவிட்டுத் திரும்பி விடும். இந்தத் தடவை வந்து ஒரு வாரமாய் நிற்கிறது.

இந்த ஒரு வாரமாய் அந்த முகாமில் ஏதோ பரபரப்பு ஏற்பட்டிருக்கிறது. வாகனங்கள் இதுவரை இந்தச் சிறு முகாமுக்கு வந்ததில்லை. இப்போது மூன்று நாட்களாக வாகன இரைச்சல் மெலிதாய்க் கேட்கிறது.

அவன் பார்வையை மீட்டுப் பாலத்தின் இருபக்கங்களையும் பார்க்கிறான். சிறிது தூரத்தில் வாய்க்கால்க் கரை ஓரங்களில்... அடர்ந்த மரங்களின்கீழ்... மண்மூடைகளை அடுக்கிக் காப்பரண் களின் பின்னால் போராளிகள் ...

இருள் கண்களுக்குப் பழகிவிட்டதனால் அவர்களின் உருவங்கள் அசைவது லேசாய்த் தெரிகிறது.

மீண்டும் தூரத்தில் வாகன இரைச்சல் ...

அவன் யோசனையுடன் தலைமயிரைக் கோதிக் கொள் கிறான். தொண்டைக்குழிக்குள் பந்தாக எதுவோ அடைப்பது போலிருக்கிறது. நெஞ்சு வரண்டு நா உலர்ந்துபோக அடி வயிற்றி லிருந்து ஒரு விம்மல் எழுகிறது.

அவனையறியாமலேயே அவனது கை அந்தப் பாலத்தின் சீமெந்துக் கட்டினை வாஞ்சையோடு வருடிக் கொள்கிறது.

வெறும் சீமெந்தாலும் மண்ணாலும் இது கட்டப்பட்டதாக அவன் உணர்வதில்லை. மனதுக்கு மிகவும் பிரியமான ஒன்றைத் திரும்பத் திரும்ப நினைவுபடுத்திப் பார்க்கும்போது ஏற்படும் பரவசம் இந்தப் பாலத்தை நினைக்கும் போதெல்லாம் அவனுக்கு ஏற்படும்.

அப்போது பாலத்தை நோக்கி ஒரு உருவம் மெதுவாய் நடந்து வருவது தெரிகிறது.

கிட்ட வந்ததும் கூர்ந்து கவனித்து “நகுலன்?” என்றான்.

“ஓம் அண்ணை! நான் தான்.”

நகுலன் ஒரு கையில் ஐந்து லீற்றர் கானுடனும் மறுகையில் சிறு பெட்டியுடனும் நிற்கிறான்.

“எல்லாம் சரியே ... நகுலன்?” மெல்லிய குரலில் அவன் கேட்கிறான்.

“ஓம் அண்ணை. சென்ரிப் பெடியளுக்கும் சொல்லியாச்சு.

சிறுவயதிலிருந்து தன் உணர்வுகளோடு ஒன்றிப் போயிருந்த அந்தப் பாலத்தையும் வாய்க்காலையும் அவன் ஒரு நிமிடம் ஆசையோடு பார்க்கிறான். அடுத்த நிமிடம் தூரமுகாமை ஒரு

தடவை வெறித்துவிட்டுப் பாலத்துச் சுவரில் இருந்த தனது துப்பாக்கியை எடுத்துக் கொண்டு ஒரு துள்ளலுடன் பாலத்தி லிருந்து தெருவிற் குதித்து இறங்குகிறான்.

"பென்டோர்ச் எண்டாலும் அடிக்காதை நகுலன். இவடத்தின்ர ஒவ்வொரு அங்குலமும் எனக்குத் தெரியும். நீ என்னோடயே வா."

பாலத்தின் சரிவில் புதர்கள் நடுவே சப்பாத்துக் கால்களை மெதுவாகப் பதித்து இறங்குகிறான். நகுலனிடமிருந்து வெடி மருந்துகள் நிரப்பப்பட்ட சக்கைக் கானை வாங்கிப் பாலத்தின் அடிப்பரப்பில் கவனமாக வைக்கிறான். அதில் இணைந்த வயர்களை இழுத்துக்கொண்டு பற்றைகளுக்கூடாக நூறு யார் தள்ளிப்போய் பெரிய மரத்தின்கீழ் படுத்துக் கொள்கிறார்கள். கையில் வயர் இணைப்பும்... பற்றரிப் பெட்டியும்... இன்னும் ஐந்து நிமிடங்களில் அவன் நேசித்த அந்தப் பாலம் வெடித்துச் சிதறப் போகிறது. அந்த நினைப்பு நெஞ்சின் ஒரு மூலையில் ஆழமான வலியை ஏற்படுத்துகிறது. ஆனாலும் அன்னியர்களை வாகனங்களுடன் எமது பிரதேசங்களுக்குள் வர விடக்கூடாது. அதற்காக...

நிலத்திலிருந்து மிகவும் உயரத்தில் இருள் வடிவமாகத் தெரிகின்ற அந்த பாலத்தை அவன் இமைக்காமல் பார்க்கிறான்.

ஒன்று... இரண்டு... மூன்று... நாலு... ஐ.

***ஈழநாதம்* – 19.06.1992**

இங்கேயும் சில இழப்புக்கள்

கிளிநொச்சி பஸ் நிலையத்தில் கோபாலனின் மினி பஸ் புறப்பட ஆயத்தமாய் நின்றது.

கீழே நின்று ராசு தொண்டை கிழியக் கத்திக் கொண்டிருந்தான். “இன்னும் அஞ்சு நிமிசத்தில பஸ் வெளிக்கிடும். ஏறுங்கோ கெதியாய். யாழ்ப்பாணம் போகுது. வாங்கோ… எங்கயணை ஆச்சி போறாய்… கொடிகாமமே… கடகத்தை என்னட்டத் தந்திட்டு நீ ஏறணை. அண்ணை உள்ளுக்க ஏறுங்கோ, புட் போர்ட்டில நிற்காதேங்கோ… இஞ்சாலை வழியை விடுங்கோ… அக்காமார் ஏறுங்கோ, பரந்தனோ? கிட்டடி ஆட்களை நாங்கள் ஏத்திறேலை. எண்டாலும் உங்களைப் பார்க்கப் பாவமாய்க் கிடக்கு. ஏறுங்கோ. பின்னுக்கு ரெண்டு சீற் இருக்கு போய் இருங்கோ. கெதியாய் ஏறுங்கோ…”

ராசுவின் சுறுசுறுப்பையும் உள்ளார்ந்த விசுவாசத்தையும் பார்த்துச் சிரித்துக் கொண்டே கோபாலன், பீடியின் கடைசிப் புகையை இழுத்துக் கொண்டு சாரதி இருக்கையில் அமர்ந்தான்.

பரந்த முகமும் தடித்த மீசையும் மடித்துக் கட்டிய பற்றிக் சாரமுமாக முரடன் போலத் தோற்றமளித்தாலும் மனத்தளவில் மெல்லிய இயல்புகள் உள்ளவனாக இருந்தான் அவன். அந்த மென்மைதான் எங்கேயோ அடிபட்டு அனாதையாக வந்த ராசுவை வைத்து ஆதரிக்கச் செய்தது.

“அண்ணை!”

“என்னடா?”

கோபாலன் ராசுவிடம் திரும்பினான்.

"பஸ் நிரம்பியிட்டுது. எடுங்கோ அண்ணை. பின்னால் தங்கவேலண்ணையின்ர பஸ் வந்து நிற்குது.

கோபாலன் ஸ்டியரிங்கில் இரண்டு கைகளையும் வைத்து கண்ணில் ஒற்றிக்கொண்டான். இன்றைய பிரயாணம் நல்ல படியாக அமைய மனதாரக் கடவுளிடம் வேண்டிக் கொண்டான்.

திரும்பி பஸ்ஸின் உட்புறம் ஒரு தடவை பார்த்துவிட்டு ஸ்டார்ட் செய்தபோது... வேகவேகமாய் ஓடி வந்த அந்த இளம் பெண்ணும் கிழவரும் அந்த பஸ்ஸிற்குள் ஏறினார்கள்.

அந்தப் பெண் நிறைமாதக் கர்ப்பிணியாய் இருந்தாள். ஆட்களுடன் நெருங்கிக் கொண்டு அவள் நிற்பதைப் பார்த்து முன் பக்க இருக்கையில் இருந்த இளைஞன் எழுந்து நிற்க, அவள் முகத்தை அழுத்தித் துடைத்துக் கொண்டு அமர்ந்தாள்.

கிழவர் கோபாலனின் இருக்கைக்குப் பின்பக்கம், கீழே பலகைப் பெட்டியில் அமர்ந்துகொண்டார்.

சரியாக ஒன்பது மணி, பஸ் புறப்பட்டது. கோபாலன் நிமிர்ந்தபோது முன் கண்ணாடியில் அந்தப் பெண்ணின் முகம் தெரிந்தது.

முகம் வாடிப் போய்ச் சோர்ந்திருந்தது. கண்கள் லேசாய்க் கலங்கியிருந்தன. யன்னல் வழியாய் வெளியே வெறித்துப் பார்த்துக்கொண்டிருந்தாள்.

எத்தனையோ பயணிகளை அவனும் சமீப காலமாகப் பார்த்துக் கொண்டு வருகிறான். அவர்களில் இவளும் ஒருத்தி...

பாவம் என்னென்ன கவலைகளோ ...

அவனுக்குச் சட்டென்று வீட்டு நினைவு வந்தது.

சாலையில் பார்வை பதிந்திருக்க மனதுக்குள் மட்டும் பல தவிப்புகள் ...

காலையில்கூட அவனது மனைவி அவனது தங்கையைப் பற்றித்தான் முறையிட்டாள்.

"இருந்த லொறியை வித்து மினிபஸ் எடுத்தீங்கள். என்ர நகையளையும் வித்தாச்சு, பட்ட கடனுக்கு இந்த பஸ்ஸில் இருந்துதான் ஏதாவது வருமானம் வந்து சேர வேணும். கடன் அழிச்சுச் சுதாவுக்குக் கல்யாணம் செய்து வைக்க வேணும். அவளுக்கும் எங்களை விட்டால் வேற ஆர் இருக்கினம். சும்மா

பிரச்சனைகள் வந்து பஸ்ஸையும் ஒழுங்காய் ஓட ஏலாமல் இருக்கு. என்ன செய்யப் போறமோ தெரியேலை. சுதாவுக்கு வயசுதான் கூடிக்கொண்டு போகுது."

கணவனுடைய தங்கையைப் பற்றியே கவலைப்படுகின்ற வித்தியாசமான அண்ணி அவள்.

அதை நினைக்கையில் தன் மனைவியைப் பற்றி அவனுக்கு நிறையப் பெருமை. இருக்கின்ற நாலு குழந்தைகளோடு ஒன்றாய்த் தான் சுதாவையும் நினைத்து வருகிறாள். இருக்கின்ற கடன் சுமை எப்போது தீரப்போகிறது... எப்போது சுதாவுக்குக் கல்யாணம் செய்வது... நாலு குழந்தைகளின் எதிர்காலம்... அன்றாடம் வயிற்றுப் பிரச்சினை... எல்லாம் இந்த பஸ்ஸை நம்பி...

முன்பெல்லாம் லொறி வைத்திருந்தும் பலன் இல்லை. அதை விற்று மினிபஸ் எடுத்தபோது மனம் முழுவதும் நம்பிக்கை நிறைந்திருந்தது. மனைவியின் காதுத் தோடு தவிர மற்றைய நகைகளையும் விற்று, போதாததற்கு வட்டிக்கும் கடன் எடுத்து...

எப்படியெல்லாமோ கஷ்டப்பட்டு அதன் பலனாய்ப் பளபளவென்று மினிபஸ் முற்றத்தில் வந்து நின்றபோது மனதுக்குள் மகிழ்ச்சியாய் இருந்தது. இதிலிருந்து உழைத்து நிச்சயம் கடன் எல்லாம் அழித்து விடலாம் என்ற நம்பிக்கை இருந்தது.

நாலைந்து மாதமாய், ஒழுங்காய் ஓடி அந்த நம்பிக்கை வீணாய்ப் போகாது என்ற அளவில் அவனுக்கு ஆறுதலாய் இருந்தது. ஆனால் பிறகு..?

எத்தனையோ நாள் கிளிநொச்சி பஸ் நிலையத்தில் ஆட்களை நிரப்பிவிட்டு பிரச்சனை காரணமாய் ஆட்களை உதிர்த்துவிட்டு வெறும் பஸ்ஸை வீட்டுக்குக் கொண்டு போயிருக்கிறான். அல்லது பரந்தன் வரைக்குமோ பளை வரைக்குமோ போய்த் திரும்பி வந்திருக்கிறான். அதனால்தான் சமீபகாலமாய் எதிர்காலத்தைப் பற்றிய பயம் மனதில் நிரம்பியிருக்கிறது.

காலையில் ஏக்கம் ததும்பிய முகத்துடன் விடை தரும் மனைவியையும் குழந்தைகளையும் வேதனையோடு அடிக்கடி நினைக்க வைக்கிறது.

தலையை ஒரு தடவை குலுக்கிவிட்டுக் கொண்டு முழுக் கவனத்தையும் பாதையில் பதித்தான்.

பத்து மணிக்கு பஸ் ஆனையிறவு இராணுவத் தடை முகாமில் போய் நின்றது. அத்தனை பேரும் இறங்கி வரிசையாய்

நடந்து போனார்கள். பஸ்ஸுக்குரிய ஆவணங்கள் காட்டி, பதிந்து விட்டு அவன் பஸ்ஸைச் சிறிது தூரம் கொண்டு போய் நிறுத்தினான்.

ராணுவச் சோதனை முடிந்து, சலிப்புடனும் எரிச்சலுடனும் முணுமுணுத்துக் கொண்டே வந்து எல்லோரும் ஏறிக் கொண் டார்கள். பஸ் மறுபடி புறப்பட்டது.

பளையில் நின்று புறப்பட்டபோது பஸ் ஆட்களால் நிரம்பி யிருந்தது. பின்னால் அமர்ந்திருந்த அந்தப் பெண் அதே பரபரப்பில் அதே கவலையில் இருந்தாள்.

கிழவரைத் திரும்பிப் பார்த்துக் கண் கலங்கினாள்.

"கவலைப்படாத மோனை போயிடலாம்" என்று அவர் சொல்லிக் கொண்டிருந்தார்.

அந்த வார்த்தைகள் அவன் மனதைத் தொட்டது. என்னைப் போலவே கவலைகளையும் பிரச்சனைகளையும் சுமந்துகொண் டிருக்கும் ஜீவன்கள்.

அவன் கண்ணாடி வழியாக அந்தப் பெண்ணை மீண்டும் பார்த்தான். சேலைத் தலைப்பால்க் கண்களைத் துடைத்துக் கொண்டு சிரமப்பட்டு மூச்சு விட்டுக்கொண்டிருந்தாள். குங்குமம் அழிந்து நெற்றியில் சிவப்பாய்ப் பரவியிருந்தது. சிவந்த கண்களின் முனையில் எல்லையில்லாத சோகம் தெரிந்தது.

உலகத்தில் முழுமையான சந்தோஷத்துடன் யாராவது இருப்பார்களா என்று கவலையோடு நினைத்துக் கொண்டான்.

பஸ் கொடிகாமத்தில் வந்து நின்ற போதுதான் வெளியே நின்ற ஆட்கள் பரபரப்போடு சொன்னார்கள்.

"யாழ்ப்பாணத்தில ஏதோ பிரச்சனையாம். டவுணுக்க போகாதேங்கோ ..." கோபாலன் வெளியே தலையை நீட்டிக் கேட்டான்.

"என்ன பிரச்சனையாம்?"

"என்னெண்டு ஒண்டும் வடிவாய்த் தெரியேலை, வெடிச் சத்தங்கள் கேட்குதாம். எல்லா பஸ்ஸும் கைதடியோடயும் கச்சேரி யோடயும் திரும்புதாம். பெடியள் அவங்கட டிரக்குக்கு குண்டு வைச்சிட்டாங்க போல கிடக்கு. அவங்கள் கண்டபாட்டுக்குச் சுடுறாங்களாம்."

கோபாலன் குழப்பத்துடன் திரும்பிப் பயணிகளைப் பார்த்தான். எல்லோர் முகத்திலும் பயமும் பதட்டமும் ...

"அண்ணை, சாவகச்சேரிக்குப் போவம். அங்க ஏதும் விபரம் தெரிய வரும். பஸ்ஸை எடுங்கோ அண்ணை ..." என்று ராசு சத்தமாய்ச் சொன்னான்.

"ஓம் தம்பி. சாவகச்சேரியில போய் விசாரிச்சுப் பாப்பம். இல்லாட்டியும் வழியில வாற பஸ்ஸுகளை மறிச்சு விபரம் கேட்கலாம்" என்று மற்றவர்களும் சொல்ல மறுபடியும் பஸ் கிளம்பியது.

அந்தப் பெண் பயத்துடன் கிழவரைப் பார்த்தாள்.

"பயப்படாதம்மா ... போய்ப் பார்ப்பம் ..."

கிழவர் கரகரத்த குரலில் ஆறுதல் சொன்னது மெலிதாய்க் கோபாலனுக்கும் கேட்டது.

அவன் கொஞ்சம் பின்னால் சாய்ந்து "அப்பு! யாழ்ப்பாணமே போக வந்தனீங்கள் ..." என்று கேட்டான்.

"ஓம் தம்பி ... அதுதான்" கிழவரின் தொண்டை கமறியது. அந்தப் பெண் கண்களைத் துடைத்துக் கொண்டாள்.

சாவகச்சேரியை அடைந்தபோது மேலே செல்ல முடியாது போலத் தோன்றியது. பத்துப் பன்னிரண்டு மினி பஸ் றிபேக் கல்லூரி ஓரமாய் வரிசையாய் நின்றிருந்தன.

"அங்கால போக ஏலாது தம்பி. குண்டு வெடிக்கிற சத்தம் நாலுகட்டை சுற்றாடலுக்குக் கேட்குது. நான் கச்சேரியடியில நிண்டுதான் ஓடி வந்தனான்."

ஒருவர் பஸ்ஸின் அருகே வந்து கோபாலனிடம் பரபரப்புடன் சொன்னார். "கடவுளே ... இப்ப என்ன செய்யிறது ..." என்று ஆளுக்காள் பரபரத்தார்கள்.

"நியூமார்க்கற் வாசலிலதான் குண்டு வெடிச்சதாம். ஆமிக்காரங்கள் வந்து குவிஞ்சிருக்கிறாங்களாம். பத்துப் பதினைஞ்சு சனம்வரை செத்துப் போச்சுதுகளாம். கனபேருக்குச் சரியான காயமாம் ..."

பஸ்ஸுக்குள் இருந்த நடுத்தர வயதுப் பெண் ஒப்பாரி வைத்து அழுதாள்.

"அய்யோ என்ர இரண்டு பெடியளும் அங்க பேக்கரியில நிக்குதுகள். அதுகளுக்கு என்ன நடந்ததோ ... என்ர கடவுளே ..."

"பேசாமலிரணை ... உனக்கு மட்டுமே ... எங்களுக்கும் பிள்ளை குட்டியள் அங்க நிற்குதுகள் ... இப்பிடிக் கத்திறாய் ..."

"அது பாவம் மனிசி... தன்ர பதை பதைப்பில அழுகுது. விடுங்கோ இப்ப என்ன செய்யலாம்..."

"இனி எங்க போறது... போனா வில்லங்கத்தை விலைக்கு வேண்டிற மாதிரித்தான்."

ஒவ்வொருவரும் மாறி மாறி இதையே கதைத்தார்கள். இறங்கிப் போய்க் கீழே நின்றவர்களிடம் விசாரித்தார்கள்.

"என்ன செய்வம் அண்ணை... இதோட திரும்ப வேண்டியது தான்..." ராசு கேட்டான்.

"ஓமடா, அங்கால போக ஏலாட்டி என்ன செய்யிறது. திரும்பி வாறவை வரட்டும். இதில இறங்கியவையளுக்கு மிச்சக் காசைக் கணக்குப் பார்த்துக் குடு."

"இறங்க விரும்பிறவை இறங்குங்கோ. மிச்சப் பேர் இருங்கோ. திரும்பிப் போகலாம்."

ராசு கீழே இறங்கி நின்று சொல்லச் சிலர் இறங்கினார்கள். கோபாலன் ஒரு பீடியைப் பற்றி வைத்துக் கொண்டு யோசனையில் அமர்ந்திருந்தான். சட்டென்று அந்தக் கிழவரும் அந்தப் பெண்ணும் இறங்காதது தெரியத் திரும்பினான்.

அவன் தங்கள் பக்கம் திரும்புவதற்காகவே காத்திருந்தது மாதிரி அவள் வெடித்துக் கொண்டு அழ ஆரம்பித்தாள்.

என்னவோ அவர்களுக்குள் ஒரு பெரிய துயரம் இருக்க வேண்டும்.

"என்ன அப்பு?" என்று கேட்டான்.

"தம்பி... இது என்ர பேத்தி. இவளின்ரை புருஷனை ஒரு கிழமையாய் யாழ்ப்பாணம் பெரியாஸ்பத்திரியில வைச்சிருக்கிறம். முந்தாநாள் சுகம் மாதிரி தெரிஞ்சதால கிளிநொச்சிக்கு வீட்ட வந்திட்டம். நேற்றுப் பின்னேரம் ஆள் வந்தது கடுமை எண்டு. அதுதான் போறம் தம்பி. இந்தப் பிள்ளை இருக்கிற நிலமையில பிரயாணமே செய்யக் கூடாது. சொல்லவும் கேட்காமல் என்னோட வந்திட்டாள். அங்க ஆஸ்பத்திரியில என்ன நடக்குமோ, தெரியேலை. உதவி ஒத்தாசைக்குக்கூட ஒரு சனம் இல்லை..."

கிழவரின் கண்களிலிருந்து கரகரவென்று கண்ணீர் வழிந்தது. அந்தப் பெண் அழுத கண்களுடன் அவனை நிமிர்ந்து பார்த்தாள்.

"அவருக்கு நெஞ்சு வருத்தம். அதுதான் கடுமை எண்டவுடன் பயமாக் கிடக்கு. நான் எப்படியும் அவரிட்டப் போகவேணும்.

நான் ... நான் ...” கைகளால் முகத்தை பொத்திக் கொண்டு அழுதாள்.

கோபாலனுக்கு அந்தப் பெண்ணின் துயரம் தாங்க முடியாததாய் இருந்தது. அவளை அனுதாபத்துடன் பார்த்தான்.

“இப்ப யாழ்ப்பாணம் போக ஏலாது தங்கச்சி ...”

“ஐயோ ... நான் போக வேணும். அவரைப் பார்க்க வேணும். அவருக்கு ஏதும் நடந்தால் ... நான் பிறகு என்ன செய்யிறது. உங்களைக் கும்பிட்டுக் கேட்கிறன். ஆஸ்பத்திரியில கொண்டு போய் விட்டுவிடுங்கோ இந்நேரம் அவர் என்ன பாடுபடுகிறாரோ... நான் போக வேணும் ...”

“டவுணுக்குள்ளதானே ஆஸ்பத்திரி இருக்குது தங்கச்சி ... எப்பிடிப் போறது? ஏய் ராசு ... இங்க வாடா ... என்னடா செய்வம் ... போய்ப் பார்ப்பமே ... இந்தப் பிள்ளையைப் பார்க்க பாவமாக்கிடக்கு.”

ராசு திகைத்துப் போய் “என்னண்ணை உங்களுக்கு விசரே ... எப்பிடித் துணிஞ்சு போறது. ஒரு பஸ்ஸும் போகேலை ... முன் கண்ணாடி உடைஞ்சாலும் எத்தினை ஆயிரம் நட்டம் ...” என்றான். அதற்குள் மற்றவர்களும் “தம்பி இப்பிடியான நேரத்திலே போறது ஆபத்து” என்று மாறி மாறிச் சொன்னார்கள்.

கோபாலன் தவிப்புடன் அந்தப் பெண்ணைப் பார்த்தான். மௌனமாய்ச் சத்தமில்லாமல் முன் இருக்கையில் முகம் பதித்து அழுது கொண்டிருந்தாள். இவளின் துயரம் எத்தனை பெரிது...

சாவின் வாசலில் இருக்கின்ற கணவனின் முகத்தைக் கடைசித் தடவையாகவென்றாலும் காணமுடியாமற் போய்விட்டால் ...

தெய்வமே ... அவன் விழிகளை ஒருதடவை அழுத்தமாய் மூடித் திறந்தான்.

“ராசு ... என்ன நடக்கும் ... போய்ப் பாப்பம். ஏறு பஸ்ஸிலே ...” உறுதியாய்ச் சொன்னான். பஸ் உறுமியது.

மற்றவர்கள் அத்தனை பேரும் இறங்கிவிட்டார்கள். இனி அவன் பின் நிற்கமாட்டான் என்பது ராசுவுக்குத் தெரியும். தொற்றி ஏறினான்.

அவர்கள் நால்வரையும் சுமந்து கொண்டு பஸ் புறப்பட்டது. அந்தப் பெண் கவலையும் பயமுமாகக் கோபாலனையும் ராசுவையும் மாறி மாறிப் பார்த்தாள்.

கோபாலன் தெருவையே பார்த்துக்கொண்டு ஒரே சீரான வேகத்தில் பஸ்ஸை ஓட்டினான்.

கைதடிச் சந்திக்கு வந்தபோது எதிரே ஒரு பஸ் வந்தது. கையை வெளியே நீட்டி, அதை மறித்து, அந்தச் சாரதியிடம் விசாரித்தான். "பிரச்சனைதான் தம்பி. நீர் போறது நல்லதாய்ப் படேலை. அதுவும் ஆஸ்பத்திரிப் பக்கம் நினைச்சும் பார்க்க ஏலாது."

கோபாலன் ஒரு வினாடி தாமதித்துவிட்டு மறுபடி பஸ்ஸைக் கிளப்பினான்.

"அப்பிடி என்ன தலைக்குமேல போகப் போகுது. பாப்பம்..."

"வேண்டாம். எங்களுக்காகப் போய் ஏதும் ஆபத்து வந்தால்... ஏதோ என்ர விதி. பரவாயில்லை பஸ்ஸைத் திருப்புங்கோ ..." என்றாள் அவள்.

கோபாலன் அதைக் கேட்கவில்லை. எப்படியும் அந்தப் பெண்ணை அவள் கணவனிடம் சேர்த்துவிட வேண்டும் என்ற தவிப்பில் இருந்தான்.

"நல்லூருக்கு முதல்ல போவம். அங்க போனால் நிலைமை விளங்கும் தானே ..."

யாழ்நகர் ஆரம்ப வளைவு கடந்து நல்லூர் போகும் சாலையில் திரும்பி பஸ் ஓடியது. நல்லூரடியை அடைந்தபோது அங்கு ஆள் நடமாட்டம் குறைந்திருந்தது. தெருவில் நின்றவர்களிடம் விசாரித்த போதும் அதையே சொன்னார்கள்.

பத்து நிமிஷம்வரை நின்று பார்த்தார்கள்.

"அண்ணை! இப்ப சத்தம் சந்தடியைக் காணேலை. மெதுவாய்க் கந்தர் மடச்சந்தியால போய்ப் பாப்பம்" என்றான் ராசு.

அழுத முகத்தோடும் மிரண்ட பார்வையோடும் அவள் சுற்றும் முற்றும் பார்த்துக் கொண்டு வந்தாள்.

ஆரிய குளத்தடியில் பஸ் போனபோது எதிரே ராணுவ ஜீப்பும் ஒரு டிரக்கும் வருவதைக் கண்டதும் அவர்களின் இதயம் ஒருதடவை நின்றுவிட்டுத் துடித்தது.

தடதடக்கும் நெஞ்சோடு பஸ்ஸை ரோட்டில் ஓரமாக மெதுவாகச் செலுத்தினான். ஜீப்பும் டிரக்கும் அவர்களைக் கடந்து போனது.

"அண்ணை... பிரச்சினை அடங்கியிட்டுது போலக் கிடக்கு. பேசாமல் போறாங்கள்."

கோபாலனுக்குக் கொஞ்சம் தெம்பு வந்தது. ஸ்ரீதர் தியேட்டரால் திரும்பி வந்து ஆஸ்பத்திரியின் பின் பக்கம் வந்து வளைத்துச் சுற்றிக் கொண்டு முன்பக்கம் வந்தான். தெரு வெறிச்சிப் போய்க் கிடந்தது.

ஆஸ்பத்திரி வாசலில் பஸ்ஸை நிறுத்திவிட்டு அவசரமாகக் "கெதியாய் இறங்கி உள்ள வாங்கோ..." என்று சொல்லி அவர்களுடன் தானும் இறங்கி உள்ளே வேகமாய்ப் போனான்.

அந்தப் பெண் அவனை நன்றியுடன் பார்த்துவிட்டு முகத்தைத் துடைத்துக்கொண்டு கிழவருடன் உள்ளே ஓடினாள். அவனும் ராசுவும் சிறிது தூரம் உள்ளே சென்றார்கள். ஆஸ்பத்திரியுள் ஒரே பரபரப்பும் அழுகை ஒலியும்... சுடுபட்டு இறந்தவர்களின் கதறல்கள்... காயப்பட்டவர்களுக்கு அவசர சிகிச்சை நடந்து கொண்டிருந்தது.

"அண்ணை! இனி நாங்கள் போவம். பஸ்ஸை வெளியில நிற்பாட்டிறதும் ஆபத்து"

"ஏதோ இதைச் செய்தது மனதுக்கு எவ்வளவு சந்தோஷமாய்க் கிடக்கு தெரியுமே. சரி. வாபோவம்."

அவர்கள் வாசலுக்கு வந்ததும் அதிர்ந்து போனார்கள். பஸ்ஸின் கண்ணாடிகள் நொருக்கப்பட்டு டிரக்கால் இடித்து நசுக்கப்பட்டு அவன் கண் முன்னாலேயே அவனது சொத்துக்குத் தீயிடப்பட்டது. சுற்றி அந்த இராணுவத்தினரின் குரூரச் சிரிப்பு, அந்தத் தீயைவிடக் கொடூமையாய்க் கோபாலனை வந்து எரித்தது. கடவுளே... கடவுளே... அவன் துடித்துப் போனான். தூரத்தில் இன்னொரு கூாரை ராணுவம் கொழுத்திக் கொண்டிருந்தது. கோபாலனுக்கு இதயம் தொண்டைக்குள் வந்து நின்று துடித்தது.

வீடு வாசல் கடன் கரைச்சல்... தங்கையின் கல்யாணம்... நாலு பிள்ளைகளின் எதிர்காலம்... தெய்வமே...

அவன் பதைபதைத்து எரிகின்ற பஸ்ஸிடம் ஓட முயன்றான்.

"அண்ணை... அங்க போக வேண்டாம். வாங்கோ உள்ள..."

ராசு அவனை இழுத்துக் கொண்டு உள்ளே வந்தான். அப்போதுதான் அந்தத் தீனமான அழுகை அவர்கள் காதில் விழுந்தது. அந்தக் கிழவர் வர அந்தப் பெண் பெருங்குரலில் அழுது கொண்டே வந்தாள். "தம்பி! நாங்கள் வர அஞ்சி

நிமிசம் முந்தி அந்தச் சீவன் போயிட்டுதாம். கடைசி நேரம் வரை இவளைத்தான் கேட்டுக் கொண்டிருந்தவனாம்."

"நான் பாவி . . . அவற்ர கண்ணில முழிக்க ஏலாமல் போயிட்டேனே. நீங்க இத்தினை கஷ்டப்பட்டும் பலனில்லாமல் போயிட்டுதே. கடைசி நேரம் அனாதையாய்ப் போயிட்டாரே . . . என்ர கடவுளே . . ."

அவள் தரையில் சுருண்டு கிடந்து அழுதாள்.

கோபாலன் எல்லையில்லாத துயரத்தில் குலுங்கிப் போனான். கண் முன்னால் தன் சொத்து எரிந்து போனதைக்கூட இந்த மனம் தாங்கியிருந்தது. ஆனால் உயிரைக் கையில் பிடித்து வந்தும் இவள் தன் கணவனின் கடைசி நிமிஷங்களில் பங்கு கொள்ள முடியாமல் போய்விட்ட வேதனையைத் தாங்க முடியாமல் போனது. அந்த அதிர்வில் . . . அந்த ஆற்றாமையில் அவன் தாளமுடியாமல் அழ ஆரம்பித்தான்.

ஆஸ்பத்திரிக்கு வெளியே கரும்புகை ஆகாயத்தை நோக்கி எழுந்து கொண்டிருந்தது.

ஈழ முரசு – **05.02.1986**

ஈழமுரசு இரண்டாவது ஆண்டு நிறைவை ஒட்டி நடாத்தப்பட்ட சிறுகதைப் போட்டியில் முதல்பரிசு பெற்றது.

அவன்... அவள்...
ஒரு சம்பவம்...

காலை ஐந்தரை மணிக்குச் சாவகச்சேரி பஸ் நிலையத்தில் வவுனியா பஸ்ஸை எதிர்பார்த்து ஒரு கூட்டமே நின்றிருந்தது.

ரவி சூட்கேஸை நிலத்தில் வைத்துவிட்டுத் தெருநீளம் பார்த்தான். தெரு வெறிச்சென்று நீண்டு கிடந்தது.

மெதுவாய் விடிந்து கொண்டிருந்த நேரம் ... மெல்லிய குளிர் காற்று இதமாய் இருந்தது. பக்கத்தில் திவ்யா தலையில் குத்தியிருந்த கிழிப்பைச் சரிப்படுத்திக் கொண்டிருந்தாள். நெற்றி மயிர் முகத்தில் வந்து விழத் தலையை அசைத்து நிமிர்ந்தாள். தன்னையே பார்த்துக் கொண்டிருந்த ரவியிடம் என்ன என்று கண்களாலேயே கேட்டாள்.

"ஒண்டுமில்லை ... கஷ்டப்பட்டு வடிவாய் ட்ரெஸ் பண்ணியிருக்கிறாய். முகத்தில பூசின பவுடர் பூச்செல்லாம் பஸ்ஸுக்குள்ள நெரிபடுகிறபோது மாயமாய் மறையப் போகுது. வேர்த்து வடியப் போறாய். அதுதான் யோசிக்கிறன்."

அவள் பார்வையால் அவனை முறைத்துவிட்டு மறுபக்கம் திரும்பினாள். திவ்யா அவனது மாமாவின் செல்லமகள். நாலு வருடங்களுக்கும் மேலாக அவனால் நேசிக்கப்படுபவள். இன்னும் ஐந்தாறு மாதங்களில் அனைவரதும் சம்மதத்துடன் அவளது கழுத்தில் தாலி கட்டுவதாக இருக்கிறான்.

கொழும்பில் உத்தியோகம் பார்த்தாலும் இரண்டு மாதத் திற்கு ஒரு தடவை சாவகச்சேரிக்கு வருவதே அவளைப் பார்க்கவும் பேசவும்தான். திவ்யா யாழ் பல்கலைக்கழகத்தில் இறுதிப்பரீட்சையை போன மாதம்தான் எழுதியிருந்தாள். இந்தத் தடவை ரவி லீவில் ஊருக்கு வந்து நின்றபோதுதான் தற்செயலாக திவ்யாவுக்கு இந்த நேர்முகப் பரீட்சைக்கான அழைப்பு வந்தது. திவ்யாவை நேர்முகப் பரீட்சைக்குக் கொழும்புக்கு அனுப்ப மாமாவுக்கு விருப்பமில்லை.

"இப்ப பிரச்சனையள் உள்ள நேரம். வழிநெடுக ஒரே செக்கிங். நீ அப்பிடி வேலை பார்த்து உழைக்கத் தேவையில்லை. பேசாமல் இரு."

"ரவியோட போயிட்டு வாறன் அப்பா. திரும்ப ரவியே கூட்டி வந்து விடுவார். என்ன ரவி ..."

அவள் தன் கட்சிக்கு ரவியையும் இழுத்து அப்பாவைச் சம்மதிக்க வைத்துவிட்டாள்.

"இந்தப் பிள்ளை சொல்வழி கேட்காது. நினைச்சது செய்ய வேணும். ரவி... ஏதோ உன்பாடு அவள்பாடு. கூட்டிக்கொண்டு போய்க் கவனமாய்க் கூட்டி வந்திடு என்ன ..."

சொல்லிவிட்டு அவர் போக அவள் உதட்டைக் கடித்துக் கொண்டு சிரித்தாள்.

"என்னைக் கவனமாய்க் கூட்டிக் கொண்டு போகச் சொல்லி உங்களிட்டேயே சொல்லுறார். இது எப்படி இருக்கு ..."

"அவர் தன்ர ஆதங்கத்தில சொல்லுறார், எனக்கும் நீ இன்ரவியூவுக்குப் போறது அவ்வளவு விருப்பமில்லை... ஆனா ..."

திவ்யா சிறிது திகைத்தவளாய் அவனைப் பார்த்தாள்.

"உன்னோட கொழும்புக்குப் போய் வர ஒரு சான்ஸ் கிடைக்குதே ... அதுக்காகத்தான் கூட்டிப்போறன்."

"ஆளைப்பார் ..." அவள் உதட்டைச் சுழித்துவிட்டுப் போனாள்.

இரண்டு நாளாய் ஆரவாரப்பட்டு இன்று காலை பஸ் நிலையத்திற்கு வந்தாகிவிட்டது. மாமா பத்தாவது தடவையாகத் திவ்யாவிடம்

"ஐடென்ரிகாட் எடுத்திட்டியா ..." என்று கேட்டார்.

"ஓமப்பா எடுத்திட்டன். திருப்பித் திரும்பி எத்தனை தரம் கேட்டிட்டீங்கள்."

“உனக்கு எல்லாம் விளையாட்டு. ரவியிட்ட குடுத்து வை. தவறி எங்கயாவது வைச்சிட்டுக் கையை உதறிக் கொண்டு நிற்கப் போறாய் ...”

திவ்யாவுக்குக் கொஞ்சம் கோபமாய் வந்தது.

“நான் என்ன சின்னப்பிள்ளையே ... சனங்கள் எல்லாம் பார்க்குதுகள். இந்த அப்பாவுக்கு ...”

“நான் பார்த்துக் கொள்ளுறன் மாமா. நீங்கள் யோசிக்கா தேங்கோ ...” ரவி சொன்னதும்தான் மாமா அமைதியாக நின்றார்.

திவ்யாவைப் பற்றி மாமா கவலைப்படுவது சரிதான் என்பது ரவிக்குத் தெரியும். குழந்தைத்தனமும் விளையாட்டுத் தனமும் அவளிடம் இயல்பாய் இருந்தன.

தூரத்தில் பஸ்ஸின் இரைச்சல் கேட்டது. தொளதொளவென்ற மேற்சட்டையைப் பாவாடைக்கு மேலாக இழுத்துவிட்டுக்கொண்டு தனது தோள்ப்பையை எடுத்துக்கொண்டு திவ்யா தயாரானாள். பஸ் வரும்போதே ஆட்களை நிறைத்துக் கொண்டுதான் வந்தது.

“சரியான சனத்தோட வருகுது. இதில ஏறி நிண்ட நிலையில வவுனியாவரைக்கும் எப்பிடிப் போறது ...” மாமா கவலையுடன் சொன்னார்.

“இந்தப் பஸ்ஸில போனால்தான் ‘செக்கிங்’ முடிச்சு ரெயினைப் பிடிக்கலாம் மாமா, எப்பிடியோ கஷ்டப்பட்டு எண்டாலும் போவம்.”

மாமாவிடம் விடைபெற்று, பஸ்ஸில் ஏறிக் கொண்டார்கள்.

பஸ் ஒரு குலுக்கலுடன் புறப்பட்டது.

தன் கையிலிருந்த சூட்கேஸை மேலே தட்டில் வைத்துவிட்டுத் திவ்யாவின் சூட்கேஸை வாங்கி இருக்கைக்குக் கீழே தள்ளினான். நடுவே நீளத்துக்கு ஆட்கள் நெரிபட்டுக் கொண்டிருந்தார்கள். ரவி ஒரு பக்க இருக்கை மீது சாய்ந்து நின்று கொள்ள திவ்யா அவன் தோளோடு நின்றாள். பஸ்ஸின் குலுக்கலில் அவளின் தலை அவனது தோளில் இடித்தது.

“பரவாயில்லை. இப்பிடியே கொழும்பு வரைக்கும் போயிட லாம் திவ்யா. அலுப்புத் தெரியாது.” அவள் தன் காலால் ரவியின் சப்பாத்தின் மீது ஒரு மிதி மிதித்தாள்.

“ஏய் ...” அவன் சிரித்துக் கொண்டே தன் கால்களை இழுத்துக் கொண்டான்.

"வவுனியா வரைக்கும் இப்பிடித்தான் நிற்க வேணுமே..."

"ஏன் இப்படி நிற்க உனக்குக் கஷ்டமாய் இருக்கா..."

"மூச்சு முட்டுது... இங்கால நிற்கிற ஆட்கள் நெருக்குதுகள்."

"அப்ப என்னோடை இன்னும் கொஞ்சம் சேர்ந்து நில்லு."

"ம்... நல்ல ஆள் நீங்கள்..."

"வவுனியா வரைக்கும்தானே. பிறகு றெயினில வசதியாய்ச் சீற்றில இருந்து போகலாம். எங்கயாவது தனியாய் இரண்டு சீற் பிடிச்சிட்டா ஆறுதலாய்க் கதைச்சுக் கொண்டே போகலாம்.

பஸ் ஆனையிறவில் இருபது நிமிஷம் நின்று மறுபடியும் புறப்பட்டது. காலை நேரப்பிரயாணமும் அந்தக் கடல் காற்றும் கொஞ்சம் உற்சாகத்தைத் தந்தது. ஒவ்வொரு இடத்திலும் பஸ் நின்று புறப்படும் போதெல்லாம் ஆட்களின் எண்ணிக்கை கூடிக் கொண்டே போனது. நின்று கொண்டிருக்கவே திணறலாய் இருந்தது.

"இவ்வளவு சனமும் எங்கதான் போகுதுகளோ... இந்த அப்பா லெட்டர் வந்த உடனும் ஓமெண்டிருந்தால் 'சேவ்ரி' பஸ்ஸில 'புக்' பண்ணிப் போயிருக்கலாம்.

"நீ நோகாமல் வளர்ந்திட்டாய் திவ்யா. எங்கட சமூகத்தில தொண்ணூறு வீதமான சனங்கள் இப்பிடித்தான் கஷ்டப்பட்டுக் கொண்டிருக்குதுகள். நீ இதையும் உணர வேணும்."

பஸ் முருகண்டியில் நின்றபோது எல்லோரும் பரபரவென்று இறங்கினார்கள்.

"ஏதும் சாப்பிடுறியா திவ்யா..."

"வேண்டாம்."

"வா கோயிலைக் கும்பிட்டிட்டு ஒரு டீயாவது குடிப்பம்."

இருவரும் இறங்கினார்கள். தொட்டியில் உள்ள நீரை எடுத்துக் கால்களைக் கழுவிக் கொண்டு கோவில் வாசலில் நின்று கும்பிட்டார்கள். பக்கத்தில் உள்ள சிறிய கடையில் வடையும் சாப்பிட்டு, டீயும் குடித்தார்கள். திரும்பி வந்து பஸ்ஸில் ஏறிக் காலியாக இருந்த ஆசனங்களில் அமர்ந்து கொண்டார்கள்.

"அப்பா சொல்லிவிட்டவர். தெஹிவளையில மாமி வீட்ட போகச் சொல்லி. கொழும்பில இறங்கின உடன என்னைத் தெஹிவளையில விட்டிட்டு நீங்கள் உங்கட றூமுக்குப் போங்கோ... என்ன..."

“நல்லாய்த்தான் இருக்கும். றெயின் போய்ச் சேரவே எட்டரை ஒன்பதாகிவிடும். அதுக்குப் பிறகு உன்னை தெஹிவளை யில விட்டிட்டு நான் றூமுக்குக் கொட்டாஞ்சேனைக்கு வாறதெண்டால் எப்பிடி? என்னை ராவு ராவாய் அலையச் சொல்லுறியே ...”

“அப்ப என்ன செய்யிறது?”

அவள் முகத்தை நிமிர்த்திக் கேட்க ரவி மெல்லிய சிரிப்புடன் சொன்னான்.

“ஏன் கஷ்டம். நீயும் என்ர றூமுக்கு வாவன் ...”

“என்னது?” அவள் முறைத்துப் பார்த்தாள்.

“சரி வேண்டாம். அப்ப நானும் மாமி வீட்ட வாறன்.”

“அய்யோ ... அவை என்ன நினைப்பினம்?”

“ஒண்டும் நினைக்க மாட்டினம். அவைக்கு விஷயம் தெரியும்தானே ...”

பஸ் சாரதி தன் இருக்கையில் வந்து அமர்ந்ததும் ஆட்கள் எல்லாம் அவசரமாய் இடித்துக் கொண்டு ஏறினார்கள். பக்கத்து இருக்கையின் மேல் விளிம்பைப் பிடித்துக் கொண்டு திவ்யா நின்றாள். வியர்த்த முகத்தை லேஞ்சியால் அடிக்கடி துடைத்தாள்.

பஸ் புழுதி கிளப்பிக் கொண்டு போய் அந்த முகாமின் முன்னால் நின்றது. கீழே நின்ற இராணுவத்தினர் எல்லோரையும் இறங்கச் சொன்னார்கள். எல்லோரும் தமது உடைமைகளுடன் இறங்கி வரிசையாய் நடந்து போனார்கள். ஆட்களை இறக்கிவிட்டு பஸ் சிறிது முன்னுக்குப் போய் நின்றது.

அந்த அடர்ந்த பெரிய மரத்தின் கீழ் நீளமான மேஜையில் நாலைந்து இராணுவத்தினர் அமர்ந்திருக்க, வேறு சிலர் வரிசையாய் வருபவரிடம் அடையாள அட்டையை வாங்கிப் பார்த்து அனுப்பிக் கொண்டிருந்தார்கள். ஒவ்வொருவரிடமும் ஓரிரு கேள்விகள் ... கிண்டலாய் விமர்சனம் ... முன்னுக்குத் திவ்யாவைப் போகவிட்டுப் பின்னே ரவி நகர்ந்தான்.

மரத்தின் கீழ் இருந்தவர்களில் பெரியமீசை வைத்திருந்த ஒருவன் திவ்யாவை வெகுநேரமாய்ப் பார்த்தான். அவள் தற்செய லாய் நிமிரக் கண்ணடித்துச் சிரித்தான். அவள் ‘வெடுக்’கென்று தலையைத் திருப்பினாள்.

ரவி சுருசுருவென்று மனதில் எழுந்த ஆத்திரத்தை அடக்கிக் கொண்டான்.

ரவியின் பின்னால் வந்து திவ்யா நின்று கொண்டாள்.

ரவியின் அடையாள அட்டையை வாங்கிப் பார்த்தவன் சந்தேகத்துடன் ரவியின் முகத்தைப் பார்த்தான்.

"ரவீந்திரன்—?"

"ம்" என்றான் ரவி.

"சிங்களம் தெரியுமா?" என்று சிங்களத்தில் கேட்டான்.

தெரியும் என்று சொல்ல மனம் வரவில்லை.

"தெரியாது..." என்றான் கையை விரித்துக் கொண்டு.

அவன் பின்பக்கம் மரத்தடிக்குத் திரும்பிப் பார்க்க அந்த மீசைக்காரன் எழுந்து அவ்விடம் வந்தான். வந்து ரவியிடம் ஆங்கிலத்தில் கேட்டான்.

"எங்கே வேலை பார்க்கிறாய்..."

"கொழும்பில. போஸ்டல் டிபாட்மெண்டில."

மீசைக்காரன் அடையாள அட்டையை வாங்கிப் பார்த்து ரவியையும் பார்த்தான். "உன்னுடைய முகம் வித்தியாசமாய்க் கிடக்கு."

"பத்து வருஷத்துக்கு முந்தி எடுத்த படம்."

"என்றாலும் நம்ப முடியாமல் இருக்கிறது."

அவன் திரும்பி மற்றவர்களிடம் இவர்களின் பெட்டிகளைப் பார்க்கச் சொல்லிச் சைகை காட்டினான். இரண்டு சூட்கேஸையும் திறந்து உடுப்புகளைப் புரட்டினார்கள். ஒரு ஓரமாய் இருந்த ஈழமுரசுப் பேப்பரை எடுத்து விரித்தார்கள். முன்பக்கம் பெரிய எழுத்துக்களில் மே தினப் பிரகடனம் தலைவர் பிரபா அழைப்பு என்பதை எழுத்துக்கூட்டி வாசித்தார்கள்.

ஒருவித வன்மத்தோடு நிமிர்ந்து "புலிப்பேப்பரா—?" என்று கேட்டார்கள். திவ்யா பதட்டத்துடன் ரவியை நிமிர்ந்து பார்த்தாள்.

"அது ரிஜிஸ்தர் செய்யப்பட்ட பத்திரிகை" ரவி நிதானமாய்ச் சொன்னான்.

"எந்த அரசாங்கத்தில?" அவர்கள் ஏளனமாய்க் கேட்டார்கள்.

கொஞ்சம் விபரீதமாய்ச் சூழ்நிலை உருவாவதை உணர்ந்த ரவி "திவ்யா! நீ போய் பஸ்ஸில ஏறு. நான் வாறன்" என்றான்.

அவள் பயத்துடன் "உங்களை விட்டிட்டு நான் போக மாட்டன்" என்றாள்.

“சொன்னால் கேள் திவ்யா. நீ போ... நான் பிறகு வாறன்.”

“மாட்டேன்” என்று திவ்யா பிடிவாதமாய் நின்றாள்.

தூரத்தில் இவர்கள் வந்த பஸ் நிற்க, கூடவந்தவர்கள் இவர்களை எதிர்பார்த்துக்கொண்டு நின்றார்கள். அவர்களது முகங்களில் அனுதாபமும் கவலையும் பிரதிபலித்தது. பஸ் சாரதி இறங்கிக் கொஞ்சம் கிட்டவாய் வந்தார்.

மீசைக்காரன் சாரதியிடம் “இவர்களை விசாரணை செய்ய வேணும். இப்ப விட முடியாது. நீ பஸ்ஸைக் கொண்டு போ” என்றான். ரவிக்கும் திவ்யாவுக்கும் ‘திக்’கென்றது.

“உங்கள் விசாரணையை முடித்துக் கொண்டு எங்களை உடன் அனுப்பினால் நல்லது. நாங்கள் றெயினைப் பிடிக்க வேணும்.”

“நீ சொல்லி நாங்கள் கேட்க முடியாது. நீயும் இந்தப் பெண்ணும் எங்கள் அலுவலகத்துக்கு வரவேணும்.”

“என்ன ரவி இது...”

திவ்யா கலவரத்துடன் ரவியைப் பார்த்தாள்.

இன்னும் சிறிது நேரம் காத்திருப்பதாகச் சாரதி சொல்லியும் மீசைக்காரன் கேட்காமல் பஸ்ஸைக் கொண்டு போகச் சொல்லி விட்டான்.

இயலாமையால் எழுந்த இரக்கத்தில் ரவியையும் திவ்யாவை யும் ஒருதடவை பார்த்துவிட்டுச் சாரதி போய் பஸ்ஸை எடுத்தார்.

அப்போதுதான் ரவியின் நெஞ்சில் பயஉணர்வு அலை அலையாய்க் கிளம்பியது. “உங்கள் கமாண்டரைச் சந்திக்க முடியுமா?”

மீசைக்காரன் உதட்டைப் பிதுக்கினான்.

“அவர் தேவையில்லை. நாங்களே உங்களை விசாரிப்போம். அந்த கட்டிடத்துக்கு வாங்கோ”

அந்த மீசைக்காரன் திவ்யாவைப் பார்த்த பார்வை ரவியின் அடிமனதில் நெருப்பை மூட்டியது.

“திவ்யா! நிலமை சரியில்லை. உனக்கு இன்ரவ்வியூ வேண்டாம். நீ யாழ்ப்பாணம் போற பஸ்ஸில ஏறிப்போ. நான் பிறகு வாறன்.”

“ஐயோ உங்களை விட்டிட்டு நான் போக மாட்டன்.”

"யோசிக்காமல் கதைக்காதை. இவங்களின்ரை விசாரணைக்கு நீ வரவேண்டாம். மிஞ்சிப் போனா என்னை என்ன செய்வாங்கள். நீ போகச் சொன்னால் கேள் திவ்யா"

அவள் முகம் வெளிற அவனைப் பயத்துடன் பார்த்தாள்.

"ரெண்டு பேரும் வா" மீசைக்காரன் அழைத்தான்.

திகைப்புடன் இருவரும் சூட்கேஸ்களுடன் நடந்தார்கள்.

சற்றுத்தூரத்தில் ஒரு சிறிய கட்டடம். உட்பக்கம் விசாலமாய் ஒரு அறை... மேசை... இரண்டு கதிரைகள்... சுவரோரமாய் நீளமாய் வாங்கு.

மீசைக்காரன் முன்னால் போய் மேஜைமேல் அமர்ந்து அவர்களை அலட்சியமாய்ப் பார்த்தான். பக்கத்தில் நின்றவனுக்குத் திவ்யாவைப் பற்றி அசிங்கமாகச் சிங்களத்தில் வர்ணித்தான்.

ரவி துடித்துப் போய் நிமிர்ந்தான். சுறுசுறுவென்று இதயம் முழுக்க ஆத்திரம் நிரம்பியது. நல்லவேளை திவ்யாவுக்குச் சிங்களம் தெரியாது.

ரவி தன்னைக் கஷ்டப்பட்டு அடக்கிக் கொண்டான். அவர்கள் அவன் நிற்பதையே பொருட்படுத்தாமல் அவளைப் பற்றியே கதைத்துக் கொண்டிருந்தார்கள்.

ரவி பொறுக்க முடியாமல் குறுக்கிட்டான்.

"உங்கள் விசாரணையை முடித்தால் நாங்கள் அடுத்த பஸ்ஸில போவம்."

அந்த அறைக்குள் அதிக நேரம் தாமதிப்பதைத் தவிர்க்க விரும்பினான்.

"உங்கள் மீதுள்ள சந்தேகம் தீரமுதல் நீங்கள் போக முடியாது."

"என்ன சந்தேகம்?"

"நீ பயங்கரவாதத்துடன் தொடர்பு கொண்டிருக்கிறாய்."

மேஜையிலிருந்து இறங்கியவன் நேராகத் திவ்யாவிடம் வந்தான். அவளின் தோளில் தொட்டு "நல்ல பெண் நீ. உண்மையைச் சொல்லு" என்றான்.

அவள் வெடுக்கென்று தோளை உதறிக் கொண்டு ரவியுடன் ஒட்டிக் கொண்டு நின்றாள். அவன் விகாரமாய்ச் சிரித்துக் கொண்டு ரவியிடம் திரும்பினான்.

“கைகளை உயர்த்து” என்று சொல்லி ரவியின் தோள் ... நெஞ்சு ... இடுப்பு என்று தன் கைகளால் தடவிப் பார்த்தான். தலையை வேண்டுமென்றே கலைத்து உலுப்பினான்.

திவ்யாவிடம் கைகளை உயர்த்தச் சொன்னபோது அவள் பேசாமல் நின்றாள். ம்... என்று உறுமினான். அவள் ரவியுடன் இன்னும் ஒட்டிக் கொள்ள மீசைக்காரன் ஆத்திரத்துடன் அவளைப்பிடித்து இழுத்தான்.

அவளின் தோளிலும் இடுப்பிலும் தன் கைகளால் தொட ரவி சட்டென்று அவன் கைகளைத் தட்டிவிட்டான்.

“உங்கள் விசாரணையைக் கௌரவமாய் நடத்துங்கள்.”

அவனையும் மீறி வார்த்தைகள் வந்தன.

பளீரென்று ஒரு அறை... அவனின் முரட்டுத்தனமான கை ரவியின் கன்னத்தில் விழுந்தது. பற்கள் நாக்கில் கடிபட்டு வாயோரம் ஒரு துளி ரத்தம் வந்தது.

பொறிகலங்கிப் போய்க் கன்னத்தைப் பிடித்தபடி சுவரில் சாய்ந்தான். திவ்யா அலறியபடி அவன் தோளைப் பிடித்து உலுப்பினாள்.

திவ்யாவின் இருகரங்களையும் பின்புறமாய் இணைத்து இருவர் பிடித்திருக்க அந்த மீசைக்காரன் அவள் கன்னத்திலிருந்து தொடங்கி ஒவ்வோரிடமாகத் தடவினான். “எங்கள் விசாரணை இப்பிடித்தான்.”

திவ்யா அவமானத்தால் துடித்துப் போனாள். அவர்களிடமிருந்து திமிற முயன்று தோற்றுப் போய் அந்த மீசைக்காரனின் கைகளைக் கடித்தாள். அவனின் கைகள் திவ்யாவின் இடுப்பில் அழுத்தமாய்ப் பதிந்தன.

ரவி குறுக்கே வர மறுபடி அவனை அறைந்தான். திவ்யாவின் திமிறலும் அழுகையும் அவர்களுக்கு உற்சாகத்தைத் தந்தது. அவர்களை உதறித் தன்னை விடுவித்துக் கொண்டு ஓடி வந்து ரவியை இறுகக் கட்டிக் கொண்டாள். மீசைக்காரன் இகழ்ச்சியாகச் சிரித்துக் கொண்டே “உங்களிடம் வெடிகுண்டு ஏதாவது இருக்கிறதா என்று பார்த்தோம் அவ்வளவு தான்” என்று சொல்லிவிட்டு மற்றவர்களைப் பார்த்து கண்களைச் சிமிட்டினான். ரவி ஒரு கையால் திவ்யாவை ஆதரவாய் அணைத்துக் கொண்டு மறு கையால் யன்னல் விளிம்பைப் பிடித்துக் கொண்டு சுவரோரம் நின்றான். தலை கிறுகிறுத்தது. கன்னத்தில் இன்னமும் வலி இருந்தது.

அந்த நேரம் வெளியே ஒரு டிரக் வந்து நின்று ஐந்தாறு பேர் இறங்கினார்கள். மீசைக்காரன் வெளியே பார்த்துவிட்டு ரவியிடம் வந்து

"ஏதாவது கதைத்தால் கொன்றுவிடுவேன்" என்று அடிக் குரலில் உறுமிவிட்டு வெளியே போனான்.

சிறிது நேரத்தில் ஒரு அதிகாரியும் வேறு சிலரும் உள்ளே வர – அந்த மீசைக்காரன் ஏதோ சொல்லிக் கொண்டே கூடவந்தான்.

அந்த அதிகாரி ரவியைப் பார்த்துச் சைகையில் அழைத்தான்.

ரவியின் அடையாள அட்டையை வாங்கிப் பார்த்துவிட்டு அவனையும் பார்த்தான்.

"எங்கே வேலை?"

"கொழும்பில போஸ்டல் டிப்பாட்மென்டில"

உயிரில்லாமல் மெதுவாய்ச் சொன்னான்.

"கொழும்புக்கு முன்பும் போய் வாறதுதானே"

"ஓம்"

அவர்களது பெட்டிகளை மேலோட்டமாய் பார்த்தான். ஈழமுரசு பேப்பரை கையில் எடுத்து புரட்டிப் புரட்டிப் பார்த்தான்.

"அது ரிஜிஸ்தர் பண்ணின பத்திரிகை. இவள் பார்சல் ஏதும் கட்டுவதற்காக எடுத்து வந்திருக்கிறாள்."

அந்த அதிகாரி ஒரு வினாடி பேப்பரைப் பார்த்துவிட்டு தன் மேஜையில் வைத்தான். ரவியின் அலுவலகம் பற்றி நிறையக் கேள்விகள் கேட்டான். அலுவலக விலாசம் தொலைபேசி இலக்கம் எல்லாவற்றையும் குறித்துக் கொண்டான். திவ்யாவுக்கு வந்த நேர்முகப் பரீட்சைக்கான கடிதத்தை ரவி எடுத்துக் காட்டினான். அதைப் பார்த்துவிட்டு மற்றவர்களுடன் ஏதோ கதைத்தான்.

"ஓ.கே. நீங்கள் போகலாம்"

அவன் சொல்லி விட்டு இருக்கையில் அமர மீசைக்காரன் இவர்களைக் குரோதத்துடன் பார்த்தான். திவ்யா பரபரவென்று பெட்டிகளை அடுக்கிப் பூட்டினாள். இருவரும் சூட்கேஸ்சுடன் வெளியே வந்தார்கள். பிரதான வீதியில் வந்து நின்று ஒரு வினாடி ஒருவரை ஒருவர் பார்த்துக் கொண்டார்கள்.

ரவியின் மனதில் எழுந்த ஆத்திரம் இன்னமும் அடங்க வில்லை.

யாழ்ப்பாணம் போகும் கொழும்பு பஸ் வந்து நின்றது.

ரவி ஒரு நிமிஷம் திவ்யாவைப் பார்த்து விட்டு அந்த பஸ் அருகே போக திவ்யா மௌனமாய் அவனைத் தொடர்ந்தாள்.

அந்த பஸ் சாரதியிடம் யாழ்ப்பாணம் போக இரண்டு சீற் கிடைக்குமா? என்று ரவி விசாரித்தான்.

"வவுனியாவில ரெண்டு பேர் இறங்கியிட்டினம், அந்த ரெண்டு சீற்றும் இருக்கு வாங்கோ"

ரவி திவ்யாவைப் பார்த்தான்.

அவள் இருந்த மனநிலையில் கொழும்பு போவதோ நேர்முகப் பரீட்சையில் சமூகமளிப்பதோ இயலாத விஷயமாய் இருந்திருக்க வேண்டும். தலைகுனிந்து நின்றிருந்தாள்.

'செக்கிங்' முடிந்து பஸ் புறப்பட்டபோது இவர்களும் ஏறிக் கொண்டார்கள். கடைசி இரண்டு இருக்கைகளிலும் அமர்ந்தார்கள்.

பஸ்ஸின் ஓட்டத்தில் வெகுநேரம் மௌனமாய் இருந்தார்கள். ரவி திரும்பித் திவ்யாவைப் பார்த்தான்.

அவளின் கண்களில் கண்ணீர் தழும்பிக் கொண்டிருந்தது. அவளை முதன்முதலில் அன்றுதான் அழுத கண்களுடன் பார்க்கிறான்.

தன்னுடைய விரல் நுனி பட்டாலே முறைத்துப் பார்க்கின்ற பெண்ணை, அவர்களது தொடுகை எவ்வளவு தூரம் துடிக்கச் செய்திருக்கும்.

அவனுடைய பார்வைக்காகவே காத்திருந்தவள் போல அவள் தலையைக் குனிந்து கொண்டு அழத்தொடங்கினாள்.

இவள் மனதில் ஏற்பட்ட காயத்தை அவன் எந்த வார்த்தை களைச் சொல்லி ஆற்றப் போகிறான்...

துயரம் நெஞ்சை அடைக்கத் திவ்யாவின் கையைத் தன் உள்ளங்கையில் ஏந்திக் கொண்டு மென்மையாக அழுத்தினான்.

ஈழ முரசு – 1987

எங்கேயும் . . . எப்போதும் . . .

ராகவன் சவூதியிலிருந்து வந்து ஒரு வாரமாகி விட்டது. போனஞாயிறு வந்து இந்த ஞாயிறுடன் எட்டு நாட்கள் . . .

இந்த எட்டு நாட்களும் எவ்வளவு விரைவாய்ப் போய்விட்டன என்று நினைக்கக் காயத்திரிக்கு ஒரே வியப்பாய் இருந்தது.

நாலு வருஷங்களின் பின்னால் வந்திருக்கிற அப்பாவைச் சுற்றிச் சுற்றிக் குழந்தைகள் இரண்டும் கும்மாளமடிப்பதைப் பார்க்க நெஞ்சம் நெகிழ்ந்து போனது.

'இனிமேல் எங்களை விட்டிட்டுச் சவூதிக்குப் போகக்கூடாது, என்னப்பா. எட்டு வயது பார்த்திபன் அப்பாவிடம் நூறு தடவை சொல்லிவிட்டான். நாலு வயது நிரம்பிய பரணி எந்த நேரமும் அப்பாவின் கைகளிலேயே இருந்தாள்.

“பாரன் காயத்திரி! என்ர குஞ்சுகளை விட்டுட்டு நான் போனதில இதுகள் எவ்வளவு மனம் நொந்து போயிருக்குதுகள் எண்டு. எங்கட நிலைமை என்னைப் போக வைச்சது. வசதி இருந்தால் ஏன் நான் போறன். ரெண்ட பக்கத்து ஆட்களுக்கும் முன்னால நாங்கள் வாழ்ந்துகாட்ட வேணும் எண்ட வெறியிலதானே போனனான். அதால நான் இந்தக் குழந்தையளோடை இருக்கிற சந்தோஷங்களையே இழந்திட்டன்.

காயத்திரிக்கு அவன் வேதனை புரிந்தது.

உண்மைதான். இருபக்க வீட்டாரின் எதிர்ப்புக்களுக்கிடையே தான் இருவரும் கல்யாணம் செய்து கொண்டிருந்தார்கள். அப்போது அவன் யாழ்ப்பாணம் கச்சேரியிலயும் அவள் கொக்குவிலில் ஒரு பாடசாலையில் ஆசிரியையாகவும் வேலை பார்த்துக் கொண்டிருந்தார்கள்.

வாடகை வீட்டில் குடியிருந்துகொண்டு இருவருமே வேலைக்குப் போய் வந்து கொண்டிருந்தார்கள். பார்த்தீபனும் பரணியும் பிறந்தார்கள். இருவரது சம்பளத்திலும் சீவியம் உன்னைப்பிடி என்னைப்பிடி என்றுதான் ஓடிக்கொண்டிருந்தது.

அப்போதுதான் ராகவன் வெளிநாடு செல்லும் யோசனையை அவளிடம் சொன்னான். அவளுக்கு முதலில் விருப்பமில்லை. "ஏதோ இருக்கிறதில சீவிப்பம். நீங்கள் வெளியில போயிட்டா எனக்கும் குழந்தையளுக்கும் ஆர்துணை?"

"நாங்கள் எவ்வளவு நாளைக்குத்தான் இப்படி வாடகை வீட்டில சீவிக்கிறது. எங்களுக்கெண்டு ஒரு காணி வாங்கி ஒரு வீடு கட்ட வேணும். இந்த உழைப்பில செய்ய ஏலுமே... அதுக்காகத்தான் காயத்திரி ரெண்டு வருஷம் போவம். பிறகு வந்து ஏதும் வியாபாரம் தொடங்கலாம்."

அவன் வாதாடி அவளைச் சம்மதிக்க வைத்தான்.

தூரத்துச் சொந்தத்தில் அநாதரவாய் இருந்த பாக்கியம் மாமியை வீட்டில் கூட்டி வந்து விட்டுவிட்டுப் பலபேரிடமும் கடன் வாங்கி சவூதிக்குப் போனான். அங்கே அவன் எதிர் பார்த்தது மாதிரி நிறையச் சம்பளம் கிடைக்கவில்லை. கிடைக் கின்ற சம்பளத்துக்கும் சரியாய்க் கஷ்டப்பட்டு உழைக்க வேண்டி யிருந்தது.

இரண்டு வருஷம் என்பது நாலு வருஷமாய்ப் போயிற்று. இந்த நான்கு வருஷங்களிலும் கடனெல்லாம் அழித்துக் கொக்குவிலில் மூன்று பரப்புக் காணி வாங்கி, ஒரு சிறிய வீடும் கட்டி, முடித்ததில் மனதுக்குச் சந்தோஷமாய் இருந்தது.

"இனி நீங்கள் போக வேண்டாம். எங்களோடயே இருங்கோ. நான் முந்திமாதிரி இங்கேயே படிப்பிச்சிருந்தால் கரைச்சல் இல்லை. கொஞ்சப் பேரைக் கிளிநொச்சி மாவட்டத்துக்கு மாற்றினதில என்ர கஷ்டகாலம் எனக்கும் மாற்றம் வந்திட்டுது. ஒவ்வொரு திங்களும் போய், வெள்ளி வாறதில உலகமே வெறுத்துப் போகுது. அவ்வளவுக்குப் பிரயாணக் கஷ்டம்..."

"முந்தி மாதிரி நிலைமை இல்லை... நாலு வருஷத்துக்குள்ள எல்லாமே மாறியிட்டுது."

கிளிநொச்சிக்குப் போனா எப்படா வெள்ளிக்கிழமை வரும் எண்டு இருக்கும். குழந்தையள் பாவங்கள்... மாமியும் இல்லாட்டி... எவ்வளவு கஷ்டப்பட்டிருப்பன். திங்கட் கிழமையில பிள்ளையள் நித்திரையால எழும்பிறதுக்கிடையில நான் போகவேண்டி வந்திடும். பிறகு எழும்பி அழுகைதான். என்ன செய்யிறது... இனி நீங்கள் நிண்டால் பிள்ளையளைப் பார்த்துக் கொள்ளுவீங்கள். நான் நிம்மதியாய்ப் போய் வருவன்.

நித்திரையாய்க் கிடக்கின்ற குழந்தைகளைப் பரிவோடு தடவிக் கொடுத்தான் ராகவன்.

"நான் நாளைக்குக் காலமை ஸ்கூலுக்குப் போவம் எண்டு யோசிக்கிறன்." அவன் சட்டென்று நிமிர்ந்தான்.

"ஏன் காயத்திரி... லீவு இருந்தால் போட்டிட்டு நில்லன்."

"நீங்கள் வந்ததால போன கிழமை முழுக்க லீவு போட்டிட்டன். இனிச் சரியில்லை. எனக்கு ஐஞ்சாம் வகுப்பு ஸ்கொலஷிப் கிளாஸ் தந்திருக்கினம். நான் போகாட்டிப் பிள்ளையள் பாவங்கள். அதுவும் கொஞ்சம் கிராமப்புறப் பள்ளிக்கூடம். என்னை நம்பி அந்த வகுப்பைப் பிரின்ஸிப்பல் போட்டுத் தந்தவர். தொடர்ந்து லீவு எடுக்கிறது சரியில்லை.

"என்ன நீ... நான் வந்து நிற்கிற நேரம்..." அவன் முகம் வாட அவளைப் பார்த்தான்.

"என்ன செய்யிறது. வாற வெள்ளி போயாதானே. வியாழக் கிழமை வந்திடுவன்... என்ன" கெஞ்சலாய்ப் பார்த்தாள்.

"சரி... கவனமாய்ப் போயிட்டு வா. வரவரப் பிரச்சனையள் எல்லா இடத்திலயும் கூடிக்கொண்டே போகுது. யக்கச்சியிலயும் ரெண்டு நாளாய்ப் பிரச்சனையாம். பஸ் ஓடுதோ தெரியேலை. விசாரிச்சுத்தான் போக வேணும்."

"கிளிநொச்சிக்கும்போய் உட்புறமாய் நாலு கட்டை நடக்க வேணும். போக்குவரத்து வசதியளும் கிடையாது. சரியான கஷ்டம்தான். ஒவ்வொரு கிழமையும் எவ்வளவோ கஷ்டப்பட்டுப் போய் வரவேண்டிக் கிடக்கு. எனக்கு அந்தக் கஷ்டம் கூடப் பெரிசில்லை. இந்தப் பிள்ளையளை விட்டிட்டுப் போய் வாறது தான் பெரிய மனவேதனை. சொல்லும்போதே அழுகை வந்தது.

அவள் கையை ஆதரவோடு அழுத்தி, "என்னப்பா செய்யிறது. ஒரு வருஷம் இருந்திட்டால் இங்க மாற்றம் கேட்டுப்பார்க்கலாம்..." என்று இதமாகச் சொன்னான்.

அடுத்த நாள் அதிகாலை மூன்று மணிக்கே எழுந்து மாமியுடன் சேர்ந்து சமையல் வேலைகளைக் கவனித்தாள். நாலரை மணிக்குப் போய்க் குளித்துவிட்டு வந்து, புறப்படத் தயாரானாள். சேலை உடுத்து, சாப்பாட்டுப் பெட்டி எடுத்து பைக்குள் வைத்துக்கொண்டு, நித்திரையாய்க் கிடக்கின்ற குழந்தைகளை அழுத்தமாய் முத்தமிட்டாள்.

மூன்று மணியிலிருந்து அவளது பரபரப்பான செய்கைகளைக் கவனித்த ராகவனுக்கு மனதுக்குள் கவலையாய் இருந்தது.

"பார்த்திபன் கொஞ்சம் விளங்கிக் கொள்வான். இந்தப் பரணிதான் ஒரே பிடிவாதம்... அழுகை..."

அவள் கண்கலங்கப் பரணியின் கன்னத்தைத் தடவினாள்.

"நாலு வயதுக் குழந்தைக்கு என்ன விளங்கும்... சரி... நீ வா... பஸ் ஸ்டாண்ட் வரைக்கும் வந்து உன்னை பஸ் ஏத்தி விட்டிட்டு வாறன். இங்கயிருந்து சைக்கிளில் போவமா?"

"வேண்டாம். குறுக்கு ஒழுங்கையால நடந்தே போயிடலாம். அது பயமில்லை. நான் தனியத்தானே போய் வாறனான்."

ராகவன் சாரத்துடன் ஷேர்ட்டைப் போட்டுக் கொண்டு வந்தான். மாமியிடம் சொல்லிக் கொண்டு புறப்பட்டார்கள்.

இன்னமும் விடியவில்லை. ஆனால் மெலிதான நிலவு வெளிச்சம் இருந்தது. ஒழுங்கை அமைதியாக இருந்தது. சில வீடுகளில் மின் விளக்குகள் தெரிந்தன. அவளுடைய பையைத் தான் தூக்கிக்கொண்டு ராகவன் அவளுடன் நடந்தான்.

பஸ் நிலையத்தில் நாலைந்து பேர் நின்றார்கள். தெருவிளக்கு மங்கலாய் எரிந்து கொண்டிருந்தது. ஐந்தரை மணிக்குத்தான் முதல் மினிபஸ் வரும். காயத்திரி சுற்றிச் சுற்றிப் பார்த்தாள். வழக்கமாய்த் திங்கள் காலையில் கிளிநொச்சி பரந்தனில் உள்ள பல பாடசாலைகளிலும் படிப்பிக்கும் ஆசிரியர்கள் நிறையப் பேர் வருவார்கள். இன்றைக்கு யாரையும் காணவில்லை.

"நேற்றும் முந்தாநாளும் ஆனையிறவில பிரச்சனை நடந்தது எண்டு ஒருவரும் வரவில்லையோ தெரியாது. ஆக்கள் வரேலையெண்டால் நீயும் போக வேண்டாம் காயத்திரி..."

"கொஞ்ச நேரம் நிண்டு பாப்பம்"

பத்து நிமிஷத்தின் பின் இரண்டு பெண்கள் வர காயத்திரியின் முகம் மலர்ந்தது.

"அவையளும் கிளிநொச்சிக்குத்தான் வாறவை. இனிப் பயமில்லை ..."

அவர்கள் இவளைக் கண்டதும்.

"என்ன மிஸ். ஸ்கூலுக்குத்தானே ... எங்களுக்கும் துணையாச்சு"

ராகவனுக்கு கொஞ்சம் நிம்மதியாக இருந்தது.

ஐந்தரைக்கு மெலிதாய் விடிகிற நேரம் ... மினிபஸ் வந்தது.

"நானும் ரவுண்வரை வந்து ஏத்தி விடுறன்" என்று ராகவனும் கூடவே ஏறினான்.

"பரவாயில்லை ... நாங்கள் போறம். இந்தப் பிரச்சினையள் உங்களுக்குப் புதிசு. அதுதான் பயப்பிடுறீங்கள். எங்களுக்குப் பழகியிட்டுது. என்ன பயம் ..."

"இல்லைக் காயத்திரி ... எனக்கு மனதுக்கு ஆறுதலாய் இருக்குமே ... வா ..."

யாழ்ப்பாணத்தில் சிவப்பு நிற பஸ்கள் ஆட்களை ஏற்றிக் கொண்டிருந்தன.

"சி.ரி.பி. பஸ்ஸில போனால் நெரிபடணும். மினிபஸ்ஸில எண்டால் சீற் பிடிச்சுப் போகலாம்.

மினிபஸ்ஸில் மற்றவர்களுடன் அவளையும் ஏற்றி விட்டு யன்னலோரம் ராகவன் அவளைப் பார்த்துக் கொண்டு நின்றான். யன்னல் விளிம்பில் வைத்திருந்த அவளது கரத்தின்மேல் தன் கரத்தை வைத்து அழுத்தி

"வியாழன் வருவாய்தானே காயத்திரி ..." என்றான்.

அவள் சிரிப்புடன் "கட்டாயம் வருவன்" என்றாள்.

பஸ் புறப்பட்டது.

மறையும் வரை கணவனுக்குக் கை காட்டினாள். பஸ்ஸுக்குள் எதிர்பார்த்த அளவுக்குக் கூட்டமில்லை. இருக்கையில் அமர்ந்து பிராயணம் செய்ததில் அலுப்புத் தெரியவில்லை. கணவனையும் குழந்தைகளைப் பற்றியும் நினைப்பதில் மனதுக்கு ஒரு உற்சாகமாய் இருந்தது. இந்நேரம் நித்திரையிலிருந்து எழும்பி அழுவார்கள் ... சமாளிக்க இவர் என்ன பாடுபடுகிறாரோ ...

சாவகச்சேரியில் பஸ் நின்று புறப்பட்டபோது நிறைய ஆட்கள் ஏறினார்கள். அவர்களில் அறிமுகமானவர்களும் இருந்ததில் மனதுக்கு ஆறுதலாய் இருந்தது.

பளை கடந்து போனபோது வீதியில் இளைஞர்கள் நிறையப் பேர் நின்றார்கள்.

யக்கச்சிச் சந்தியில் வைத்துச் சில இளைஞர்கள் பஸ்ஸை மறித்தார்கள்.

“ஹெலியில வந்து சுத்திச் சுத்திச் சுட்டிட்டுப் போறாங்கள். இப்ப போறது நல்லதில்லை. பார்த்துப் போங்கோ ...”

பஸ் மரநிழலில் நின்றது.

“பிரச்சனை நெடுகவுந்தானே ... இதுகளைக் கண்டு சனம் ஒதுங்கிப் போன காலம் போயிட்டுது. இப்ப ஒரு பக்கத்தில குண்டு போட ஒரு பக்கத்தால சனம் தங்கட பாட்டில போய் வருங்கள்.”

பஸ்ஸில் நின்ற ஒருவர் நீட்டி முழக்கிச் சொன்னார்.

காயத்திரி வெளிப்புறம் பார்த்தபடி இருந்தாள். முன்பு என்றால் இப்படி ஒரு நிலைமையில் இதயமே பயத்தில் உறைந்துவிடும். இப்போது பயப்படத் தோன்றவில்லை.

பஸ் அரை மணித்தியாலம் நின்றுவிட்டுப் புறப்பட்டது. முன்னால் ஒரு லொறி போனது. சாரதிக்குத் தைரியத்தைக் கொடுத்தது. ஆனையிறவை பஸ் நெருங்கிக் கொண்டிருந்தது.

தூரத்தில் கடல்பரப்புத் தெரிய அந்த வளைவு வந்தது. பஸ் இரைச்சலில் மேலே ஹெலிஹொப்டர் பறந்த ஓசை முதலில் கேட்கவில்லை. மிகவும் பதிவாய்ப் பறந்த அந்தக் ஹெலியைக் கண்ட பிறகுதான் மனதில் முதன் முதலில் பய உணர்வு தோன்றியது.

பஸ்ஸைத் தொடர்ந்து செலுத்துவதா ... அல்லது நிறுத்துவதா ... என்று தீர்மானிக்க முடியாமல் சாரதி தயங்குவது பஸ்ஸின் குலுக்கலிலிருந்து தெரிந்தது.

காயத்திரி தன்னுடன்கூட வந்த பெண்களைப் பார்த்தாள். அவர்களும் கலவரத்துடன் வெளியே பார்த்துக் கொண்டிருந் தார்கள்.

எதிரே வெண்மையாய் விரிந்த வெண் மணற் பரப்பில் நிறைய இராணுவத்தினர் பற்றைகளுக்கூடாக வரிசையாய் நடந்து வந்துகொண்டிருந்தார்கள்.

“ஆமி யக்கச்சிப் பக்கம் போகுது. அதுதான் ஹெலி அவர் களுக்குப் பாதுகாப்பாய்ப் பறக்குது ...”

"பெடியள் அதுதான் எங்களை மறிச்சதுகள் ..."

எல்லோர் முகங்களிலும் கவலையும் பயமும் அப்பிக் கொண்டது.

பஸ் மெதுவாய் ஊர்ந்துகொண்டு போனது.

திடீரென்று காது செவிடாகும்படி அந்தப் பயங்கரமான சத்தம் கேட்டது. ஒருகணம் காயத்திரிக்கு என்ன ஏதென்று எதுவுமே புரியவில்லை. காதைப் பொத்திக் கொண்டு அம்மா... என்று அலறியது அவளது காதுகளுக்கே கேட்கவில்லை. உடம்பு முழுவதும் ஏற்பட்ட வலி என்ற உணர்வு மூளை நரம்புகளில் பதிந்த போதுதான் தனக்கு எதுவோ நடந்திருக்கிறது என்று புரிந்தது. கண்ணைச் சிரமப்பட்டுத் திறந்தபோது எதிரே எதுவும் தெரியவில்லை ... ஒரே புகையும் ... மருந்து மணமும் ... மூச்சை அடைத்தது. அங்கே எழுந்த மரணஓரங்கள் நெஞ்சை அறுத்தது ... கடவுளே ... என்ன நடந்தது..?

தன்னுடைய உணர்வின்றிக் கதறியபோது கையசைக்க முடியாமல் ... கால் அசைக்க முடியாமல் ... ஒரே ரத்தமாய் ...

அம்மா ... ஐயோ ... அம்மா ... அம் ... மா ... இது ... இது ...

அவளுடைய கடைசி ஞாபகத்தில் இருந்தது கவலையுடன் கையசைத்த கணவனின் முகமும் . . . கட்டிலில் உறங்கிக் கொண்டிருந்த குழந்தைகளின் முகங்களும்தான்.

முரசொலி – 12.07.1987

ஒரு யுத்தத்தின் ஆரம்பம்

ஹால் என்றுமில்லாமல் விறாந்தை என்றுமில்லாமல் நீள்சதுரமாய் அமைந்திருந்த அந்த அறைக்குள் அவன் அமர்ந்திருக்கிறான்.

அடேயப்பா! வரவேற்பறையே இத்தனை ஆடம்பரமாயிருக்கிறதே..! இங்கேயே வேலை கிடைத்தால் எவ்வளவு நன்றாக இருக்கும்!

மடியிலிருந்த ஃபைலை ஒரு தடவை பார்த்துக் கொள்கிறான். அம்மாவின் சங்கிலியிலிருந்து தோடு வரை – தோட்டக் காணி முதல் வீட்டுக் காணி வரை விற்று, படித்த படிப்புக்கான அத்தாட்சிகள் அதற்குள் அடங்கியிருக்கின்றன.

பற்பல நம்பிக்கைகளை மனத்துக்குள் சுமந்து கொண்டு பி.ஏ.புவியியல் சிறப்புப் படித்த நாலு வருடங்களும் நினைவுக்கு வருகிறது. அதற்கு எதுவித அர்த்தமுமில்லாமற் போய்விட – வேலை தேடி அலைந்த அடுத்த நாலு வருஷங்களும் கூடத்தான் நினைவுக்கு வருகிறது. இந்த வேலைகூடக் கிடைக்கும் என்பதில் அவனுக்கு நம்பிக்கை இல்லை.

தனியனாய் இருந்து சலித்ததில் உட்பக்கம் பார்வையை மெதுவாய்ச் செலுத்துகிறான்.

லேஸ் துணியில் அசைந்த திரைச்சீலைக்குப் பின்னால் அந்தப் பெண் பெல்பாட்டத்துடன் அமர்ந்து டைப் அடித்துக் கொண்டிருக்கிறாள்.

கிராமுமில்லாமல் நகரமுமில்லாமல் இருக்கும் இரண்டுங்கெட்டான் ஊர். இங்கே நாகரிகமான ஒரு பெண் வேலை செய்வதானால் இவள் யாழ்ப்பாணப் பக்கத்தைச் சேர்ந்தவளாய்த்தான் இருக்க வேண்டும்.

அவன் பார்வையைத் திருப்பிக் கொள்கிறான். வேலை தேடி இப்படியொரு சூழ்நிலைக்கு, தான் வரக்கூடும் என்று அவனே நினைத்திருக்கவில்லை.

பல்கலைக்கழகத்தில் லெக்சரராயிருந்த மாணிக்கவாசகரைப் போன வாரம் சந்தித்தபோது அவர்தான் இந்த 'மாதிரிக் கிராம'த்தைப் பற்றிச் சொன்னார்.

"செந்தில்! உமக்கு இன்னும் வேலை கிடைக்கல்லையா..?" – அனுதாபமாய்க் கேட்டார்.

"இல்லை சேர். நானும் முயற்சிக்கிறேன். கிடைக்குதில்லை." – அவனும் கவலையுடன் சொன்னான்.

"நீர் கிளிநொச்சிதானே?"

"ஓம் சேர்."

"அப்ப அங்கையே பக்கத்தில ஒரு வேலை இருக்கு. செய்யிறீரா?"

"கட்டாயம் சேர். அப்பிடி வேலை எங்கை இருக்கு?" – அவன் ஆவலோடு கேட்டான்.

"அகதிகளைக் கொண்ட ஒரு 'மாதிரிக் கிராமம்' உருவாக்கியிருக்கினம். இதுக்கு ஜேர்மனியில இருக்கிற ஒரு நிறுவனம் தான் பொறுப்பு. அவையளின்ரை ஆட்கள் வந்து கொஞ்சக் காணி எடுத்துக் கட்டடங்கள் கட்டி ஐநூறு, அறுநூறு குடுபங்களை வைச்சு ஆதரிக்கினம். குடிசை கட்டிக் குடுத்து, உடுப்புக் குடுத்து, தொழில் குடுத்து அதுகளின்ரை முன்னேற்றத்துக்கு வழி வகுத்துக் கொடுத்திருக்கினம். நீர் கேள்விப்பட்டிருப்பீர்."

"கொஞ்சம் கேள்விப்பட்டிருக்கிறேன். ஆனாலும் அந்தப் பக்கம் நான் போனதில்லை."

"அந்தக் கிராமத்தை மேற்பார்வை செய்யிறவன் என்ரை கஸின் பிரதர்தான். அவனுக்கு குவார்ட்டர்ஸூம் குடுத்து, ஜீப் குடுத்து அங்கேயே பொறுப்பாய் வைத்திருக்கிறார்கள். தனக்கு ஒரு செகரட்டரி வேணும் எண்டு அவன் கேட்டவன். நான் ஒரு லெட்டர் தாறன். உம்மடை சேர்ட்டிபிக்கற்றுகளோட போய்ப் பாரும். வேலை கிடைக்கச் சான்ஸ் இருக்கு. வெள்ளைக்காரர்கள் தானே நல்ல சம்பளம் தருவினம்."

அவர் சொன்னபடி அவரது லெட்டருடனும், தனது சான்றிதழ்களுடனும் வந்து, அந்தப் பெண்ணிடம், தான் வந்திருப்பதைச் சொல்லிப் பதினைந்து நிமிஷமாகிறது.

அவள் சட்டென்று எழுந்து சுவரோடு பொருத்தியிருந்த வழவழப்பான கதவைத் திறந்துகொண்டு உள்ளே போகிறாள்.

அடுத்த நிமிஷம் வந்து, "உள்ளே போங்க" என்று கை காட்டிவிட்டுத் தனது இடத்தில் அமர்கிறாள்.

விசாலமான அறை, வழவழத்த தரை, உயரக் கண்ணாடி யன்னல்கள், எட்டிப் பார்க்கும் குங்கும நிறபோகன் வில்லாக்கள், கண்ணாடி பதிக்கப்பட்ட மேஜை முன்னால் மகேந்திரன் அமர்ந்திருக்கிறார். முப்பத்தஞ்சு வயது இருக்குமா?

பரந்த முகம், தடித்த மீசைக்குள் உதடுகள் புன்னகைக்கத் தலையசைக்கிறார்.

"குட் மார்ணிங் சேர்!"

– அவன் மெல்லிய குரலில் சொல்கிறான்.

"குட் மார்ணிங்! டேக் யுவர் சீற் பிளீஸ்! மாணிக்கவாசகர் என்ரை கஸின் பிரதர். அவர் என்னைச் சந்திக்கச் சொன்னதாய் ஜானாவிடம் சொன்னீராம். என்ன விஷயம்?"

அவன் அந்த சிபாரிசுக் கடிதத்தைக் கொடுக்கிறான்.

அவர் அதைப் பார்த்துவிட்டு அவனது ஃபைலை வாங்கிப் புரட்டுகிறார்.

"நீர் படிச்ச படிப்புக்கும் இங்கை பார்க்கப் போற வேலைக்கும் சம்பந்தமே இருக்காதே!"

"பரவாயில்லை சேர். நான் படிப்புக்கு ஏற்ற வேலை தேடேலை. பட்டினியில இருந்து தப்பிறதுக்காகத்தான் வேலை தேடுறன். அது என்ன வேலையாயிருந்தாலும் என்ன?"

"நீர் எங்கடை இடத்தைப் பற்றிக் கேள்விப்பட்டிருககிறீரா?"

"கொஞ்சம் கேள்விப்பட்டிருக்கிறன். வீடு வாசலை இழந்த அகதிகளுக்குப் புனர்வாழ்வு குடுக்கிறீங்கள்!"

"நீர் வரும்போது பார்த்திருப்பீர்தானே, குடிசைகள் என்ன ஒழுங்கில இருக்கெண்டு. இதெல்லாம் ஜேர்மனியரின்ரை உதவியில நடக்குது. ஒவ்வொரு மாதமும் அவையின்ரை ஆட்கள் மாறி மாறி வருவினம். சுத்திப் பார்ப்பார்கள். என்ரை நிர்வாகத்தில் அவையளுக்கு நல்ல பிடிப்பு. இந்தச் சனங்களுக்கு உடுப்புகள், போர்வைகள் எல்லாம் குடுப்பினம். இந்தச் சனங்கள் எவ்வளவு சந்தோஷமாய் இருக்குதுகள் தெரியுமே!

ஒவ்வொன்றையும் கவனிக்க மோட்டார் பைக், ஜீப் எல்லாம் இருக்கு. வெள்ளைக்காரன்ரை கைவண்ணம் தனிதான். பாரும் இந்த ஆபீஸையே, எவ்வளவு ஸ்டைலாய்க் கட்டியிருக்கினம்!"

"ஓம் சேர்."

"நீர் கஷ்டப்பட்ட குடும்பமோ? அப்ப வளைஞ்சு குடுத்து நடப்பீர், என்ன?"

"ஓம் சேர். எந்த வேலையெண்டாலும் செய்வன். இவ்வளவு நாளும் வீட்டில இருந்து கிடுகு பின்னிக்கொண்டு – தோட்டத்துக்குத் தண்ணி பாய்ச்சிக் கொண்டு – மிளகாய் மூட்டை சுமந்து கொண்டு இருந்தனான்தானே... இங்க செய்யச் சொன்னால் செய்யமாட்டேனா."

"சீச்சீ..! அதில்லை. இங்கை என்ன மிளகாய் மூட்டை சுமக்கச் சொல்லப் போறனே. குஷன் கதிரையில இருக்கிற உத்தியோகம். இந்தச் சனங்கள் என்னைத் தெய்வமாய் நினைக்குதுகள். அதுகளுக்கு ஒரு குறையும் இருக்கக்கூடாது."

– அவர் சொல்லிக்கொண்டிருக்க,

திடீரென்று கதவு திறந்தது.

கட்டையாய், சிவப்பாய், உருண்டையாய் ஒரு பெண் – முப்பது வயசு இருக்குமா! சிரித்துக் கொண்டே வருகிறாள்.

"வாரும் சாரா..! இவர் மிஸ்டர் செந்தில். எங்கடை மாணிக்கவாசகர் அனுப்பியிருக்கிறார். செந்தில்! இவ என்ரை மனைவி சாரா."

அவன் அவளைப் பார்த்துச் சிரிக்கலாமா, வேண்டாமா என்று யோசித்துக் கொண்டிருக்கையில் – அவள் படு அலட்சியமாய் அவரிடம் திரும்புகிறாள்.

"ஒரு அலுவல்... நீங்கள் மறந்து விட்டீர்கள்" என்று ஆங்கிலத்தில் சிணுங்குகிறாள்.

"மறக்கேலை சாரா. கொஞ்ச வேலை இருந்தது."

"வேலையளைப் பிறகு செய்யலாம். இப்ப போவம் வாங்கோ"

அவர் தனது கன்னத்தையும், நாடியையும் சொரசொரவென்று தேய்த்தார்.

"சரி நடவும், செந்தில்! கொஞ்சம் வெளிய வந்து இருந்து கொள்ளும். ஒரு மணித்தியாலத்தில வந்திடுவன்."

செந்தில் எழுந்து வெளியே வருகிறான்.

“ஜானா!”

“என்ன அங்கிள்?”

“நீயும் வர்றியா? போயிட்டு உடன வந்திடலாம்.”

“ஓ... வாறன்!”

டைப்ரைட்டரை அவசரமாய் மூடிவிட்டுக் குதித்துக் கொண்டே அவர்களுக்குப் பின்னால் நடக்கிறாள் ஜானா.

“ஆறுமுகம், கொஞ்சம் பார்த்துக் கொள்” என்று சொல்லி விட்டு அவர் ஜீப்பில் ஏற, சாராவும் ஜானாவும் தொடர்ந்து ஏற, ஜீப் அரை வட்டமாய் வலம் வந்து மண் பாதையைக் கீறிக் கொண்டு பாய்கிறது. அவன் மறுபடியும் முன்புற அறையில் அமர்ந்து முற்றத்தையும், மண் சாலையையும், எதிரே பரந்திருக்கிற குடிசைகளையும் பார்க்கிறான்.

கீழ்ப்படியில் ஒதுங்கிப்போய் அமர்ந்த ஆறுமுகம், “ம், சீமான். இவனைவிட்டால் உலகத்தில கொடுத்து வைச்சவன் வேற ஆர் இருக்கினம். எங்கையோ ரோஜாச் செடிக்குச் சொல்லி வைச்சவையாம். அதுதான் போகினம். ரோஜாச் செடி கொண்டு வாறதுக்கு ஜீப் சவாரி” அவனின் முணுமுணுப்பு அவன் கவனத்தைத் திருப்புகிறது. நாலைந்து பேர் தோளில் துவாயும், களைப்பும் கவலையும் படிந்த முகங்களுடனும் முற்றத்துக்கு வருகிறார்கள்.

அவர்களுள் உருண்ட கைகளும் தோளுமாய் நின்ற வாலிபன் கொஞ்சம் முன்னால் வந்து,

“நீங்கள்—?” என்று இழுக்கிறான்.

“நான் இங்க வேலை கேட்டு வந்திருக்கிறன். என்ரை பேர் செந்தில். நீங்கள் எல்லாம் இந்தக் கிராமத்திலதானே இருக்கிறனீங்கள்?”

“ஓம். நான் நவரத்தினம். இவன் சண்முகம். அவர் முருகேசு. இவர் தம்பையா. உங்களை வேலைக்கு எடுத்திட்டாரே.”

“முடிவு சொல்லேலை.”

நவரத்தினம் என்ற இளைஞன் சற்று முன்வந்து கேட்கிறான்:

“முந்தின காரியதரிசி எங்கை போனவன் எண்டு சொல்லேலையே?”

“அதைப் பற்றி நான் கேட்கேலையே!”

– அவன் தயங்கியவாறு சொல்கிறான்.

"அவர் எப்படி சொல்வார்! தங்களுக்குள்ள பிடிபட்டதையும் பங்கு போடுறதில ஏற்பட்ட சண்டையையும் அவர் எப்படித்தான் சொல்லுவார்?"

"நீங்கள் என்ன சொல்லுறீங்கள்..?"

"எங்களிட்ட சுரண்டிறதுக்கு எதுவுமே இல்லை. எண்டாலும் எங்களுக்குரியதை இவையள் சுரண்டிக்கொண்டுதான் இருக்கினம்."

அவன் புரியாமல்ப் பார்க்கிறான்.

"வெள்ளைக்காரர்கள் எங்களுக்குத் தாற உடுப்புகள், போர்வைகள். பாத்திரங்கள், கரைச்சுக் குடிக்கிற பால் மா டின்கள் எல்லாத்திலயும் பாதிகூட எங்களுக்குத் தாறதில்லை. அவற்ரை பெண்சாதி, அக்கான்ரை மகள் நாளுக்கு நாள் மாத்திப் போடுற உடுப்பெல்லாம் எங்களுக்கெண்டு வாறதுதான். எங்கடை அபிவிருத்திக்கெண்டு ஒதுக்கிற பணத்தில கால்வாசி கூட எங்களுக்காக உபயோகப்படுத்தறதில்லை. இன்னமும்கூடக் கால் வயித்துக் கஞ்சிதான் குடிச்சுக் கொண்டிருக்கிறம். குளிரில் நடுங்கிக் கொண்டுதான் படுக்கிறம். ஆனால் இவையள் எங்கடை பொருட்களைச் சுரண்டி சொகுசாய் வாழுகினம். இது எவ்வளவு அநியாயம்? கேட்க எங்களுக்கு வாய் இருக்கா?"

அவன் திகைத்துப் போய் நிற்கிறான்.

இப்படியொரு பிரச்சனை இங்கே இருக்கிறதா?

"வர்ற செகரட்டரிமாரைத் தன்ர கைக்குள்ள போட்டுக் கொண்டு செய்யாத அநியாயமெல்லாம் செய்தார். பங்கு பிரிக்கிறபோது சண்டை வந்திட்டுது. தன்னோட வளைஞ்சு குடுத்து ஒத்துப் போறவனைத்தான் தன்ர செகரட்டரியாய் எடுப்பார்."

அவனுக்குத் 'திக்'கென்று மனம் அடித்துக் கொண்டது.

"நீர் கஷ்டப்பட்ட குடும்பமோ? அப்ப வளைஞ்சு குடுத்து நடப்பீர் என்ன..?"

என்ன அர்த்தத்தில் கேட்டார் என்பது இப்போது புரிந்தது.

"ஓ..! எத்தனை பெரிய போர்வை போர்த்தப்பட்டு இத்தனை அநீதி நடக்கிறது!' அவனுக்குக் கவலையாய்... பரிதாபமாய் இருக்கிறது.

இவ்வளவு நாளும் வேலை தேடித் தான் திரிந்த அவலத்தை விட இவர்களது அவலம் அதிகமானது... பரிதாபமானது.

"உங்களைப் பார்த்தாப் படிச்ச ஆளாய்த் தெரியுது. இங்கிலிஷ் தெரியுமா?"

"ம்... ம்..."

"தம்பி! உமக்குக் கோடி புண்ணியம் கிடைக்கும். இவனிட்டேயே வேலைக்குச் சேர்ந்து எங்களுக்கு ஒரு விடிவைத் தாரும்."

இப்போது அவன் அழுத்தமாய்த் தலையசைக்கிறான்.

மனத்துக்குள் சின்ன எரிமலை உருவாகி வெடிக்கத் தயாராகிறது.

* * *

அவர்கள் அவன் மீது நம்பிக்கை வைத்துக் கலைந்து போன பத்து நிமிஷத்துக்கெல்லாம் ஜீப் வந்து நிற்கிறது.

"ஆறுமுகம், ஓடி வா! இந்த ரோஜாச்செடியைக் கவனமாய்த் தூக்கி வீட்டு வாசலில வை." – சாரா குரல் கொடுக்கவும். ஆறுமுகம் ஓடுகிறான்.

ஜீப்பிலிருந்து இறங்கிய மகேந்திரன் நேராகச் செந்திலிடம் வருகிறார். மறுபடி உள்ளே போய் அமர்கிறார்கள்.

"செந்தில்! நான் சாராவோடயும் கதைச்சுப் பார்த்தனான். உம்மைப் பார்க்க எளிமையாய், அமைதியாய்த் தெரியிறீராம். ஒத்து நடப்பீராம். சரி. உமக்கு வேலை தாறன். நாளையிலிருந்து வேலைக்கு வாரும். உமக்குத் தினமும் வந்து போகக் கஷ்டம் என்றால் இங்கேயே ஒரு ரூமில் தங்கலாம்."

"தாங்க்ஸ் சேர்."

"இங்கை கொஞ்சம் அப்பிடி இப்பிடி நடக்க வேணும். வெள்ளைக்காரர் அளவுக்கு மேல துணியள் தருவினம். அந்தத் துணியளின்ரை அருமை இந்தப் பட்டிக்காட்டுச் சனங்களுக்குத் தெரியாது பாரும். அக்கம்பக்கத்து வயலில போய்க் கூலி செய்யிற சனங்கள். இதுகளுக்கு வெளிநாட்டுப் பொருளுகளின்ரை பெறுமதி என்னெண்டு தெரியும்?"

"உண்மை தான் சேர்!"

அவர் சந்தோஷத்துடன் அவன் தோளில் தட்டுகிறார்.

"உம்மை எனக்கு நல்லாப் பிடிச்சிட்டுது. இரண்டு, மூன்று நாளில நாலைஞ்சு ஜேர்மன் ஆட்கள் வருகினம். அவை தங்க, சாப்பாடு எல்லாம் ஒழுங்கு செய்ய வேணும். சரி, வேற என்ன?"

“ஒண்டுமில்லை. தாங்க்ஸ் சேர். நாளைக்கு நான் வாறன்.”

“மாணிக்கவாசகருக்கு நான் போன் பண்ணிச் சொல்லி விடுகிறன், என்ன?”

“சரி சேர்.”

அவன் எழுந்து வெளியே வருகிறான்.

இப்போது ஜானா மெதுவாய்ப் புன்னகைக்கிறாள். அவளைப் பார்க்க ஆத்திரமாய் வருகிறது. யாரோ ஓர் ஏழைப் பெண்ணின் ஆடையை அபகரித்திருக்கிறாள்.

இந்த ஜனங்களுக்காகப் பாடுபட வேண்டும். போராட வேண்டும். இந்தப் போராட்டத்தில் இந்த வேலையை இழந்து போய் வீட்டில் மறுபடி மிளகாய் மூட்டை சுமக்க வேண்டி நேரிடலாம். என்றாலும் இவர்களுக்காக இந்த யுத்தத்தை ஆரம்பிக்க வேண்டும். சந்தோஷத்துடன் அந்த மண் சாலையில் அவன் நடக்கிறான்.

***ஆனந்த விகடன்* – 09.11.1983**

விடை இதுதான்

வீட்டு விறாந்தையில் அமர்ந்துகொண்டு அன்றைய பேப்பரை விரித்தேன். மாலை நேரங்களில் இப்படி வீட்டு முற்றத்தில் காற்றாட அமர்ந்தால்தான் அலுத்துக் களைத்து வந்ததுக்கு ஆறுதலாக இருக்கும்.

பகல் முழுக்க அலுவலகத்தில் ஒரே வேலை. அதுவும் இப்போது நிவாரணப் பணம் வழங்கும் நாள்... ஒரே சனக் கூட்டம். முதுகு நிமிர ஏலாமல் வேலை இருக்கும். அந்த வேலைகளை முடித்துக்கொண்டு பஸ்ஸில் வருவதென்றால் இன்னும் அலுப்பாக இருக்கும்.

சமீபத்தில்தான் ஒரு மோட்டார் சைக்கிள் வாங்கியிருந்தேன். அலுவலகத்திலிருந்து வீடு பத்து நிமிஷப் பிரயாணந்தான். பலாலி வீதியால் வந்து அம்மன் வீதியில் திரும்பி வீட்டை அடைவது மிகவும் சுலபமாக இருக்கிறது. இல்லாவிட்டால் பஸ்ஸில் நெரிபட்டு வருவதற்குள் உயிரே போய்விடும்.

அம்மா கொண்டு வந்து தந்த தேனீரைக் குடித்த படியே பேப்பரில் பார்வையைச் செலுத்தினேன்.

அங்கே . . . இங்கே என்று ஒரே இறப்புச் செய்திகள் . . . சுற்றி வளைப்புக்கள் . . . தேடுதல் . . . கைது ... என்று மனதைக் கலங்க வைக்கும் செய்திகள்.

ஒரு ராணுவத்தினால் பட்ட துயரம் போதா தென்று இன்னொரு ராணுவத்தின் ஆக்கிரமிப்பு ... இந்தத் துன்பம் எப்போது முடியப் போகிறதோ ... இன்னும் சில வாரங்களில் வட கிழக்கிற்கு மின்

விநியோகம் கிடைக்கும் என்ற செய்தி தலைப்புச் செய்தியாய் இருந்தது.

உயிருக்கே உத்தரவாதமில்லாத இந்த நாட்களில் மின் விநியோகம் பற்றி யாருக்கு அக்கறை இருக்கப் போகிறது...

நான் பத்திரிகையைப் படித்துக் கொண்டிருந்த நேரத்தில் அம்மா வாசலுக்கு வருவதும் . . . நிற்பதும் . . . என்னைப் பார்ப்பதுமாய் . . . எனக்குப் புரிந்தது.

அம்மா என்னிடம் சொல்ல வருவது என்ன என்பது தெரிந்தது.

"என்னம்மா?" சிறிது தயக்கத்துடன் கேட்டேன்.

"புறோக்கர் சாதகம் பார்த்துக் கொண்டு வந்து காட்டினவர். நல்ல பொருத்தம். கச்சேரியில வேலை செய்யிற பிள்ளையாம். நாங்கள் விசாரிச்சுப் போட்டுச் சொல்லுறம் எண்டு சொல்லி விட்டனான். நீ ஒருக்காப் போய் விசாரிக்கிறியே ..."

நான் ஒரு நிமிஷம் பேசாமல் இருந்தேன்.

மனதின் மூலையில் மெலிதாய் ஒரு வேதனை... கண்ணுக்குத் தெரியாத ஒரு உறுத்தல்...

"ஏனம்மா சாதகம் எல்லாம்..?"

"சாதகம் பாராமல் எப்பிடிச் செய்யிறது?"

"ஏன் முந்தி மஞ்சுவுக்குச் சாதகம் பார்த்தது தானே. பத்து மாதத்தில செத்துப் போவாள் எண்டு சாதகத்தில இருந்ததே..."

எனது வார்த்தைகளில் அடிபட்டவளாய் அம்மா திகைத்துப் போய் நின்றாள்.

"உண்மையாய்த்தான் சொல்லுறன் அம்மா. கொஞ்ச நாள் போகட்டும்."

"இப்பிடித்தான் நெடுகவும் சொல்லுறாய். நடந்தது நடந்து முடிஞ்சிட்டுது. எனக்கும் நூற்றெட்டு வருத்தம் பிடிச்சிட்டுது. நான் இருக்கிறபோதே உனக்கு ஒரு இடம் பார்த்திட வேணும். இவை நல்ல ஆட்கள். கொக்குவிலில வீடும் ஒரு லட்சம் காசும் தருகினம்.

"நீங்கள் கேட்டனீங்களே ..."

"செலவுக்குக் கொஞ்சம் தரவேணும் எண்டு மட்டும் கேட்டனாங்கள்" கொஞ்சம் அவமானமாய் உணர்ந்தேன்.

“இரண்டாம் தாரம் செய்யப் போறதுக்கும் சீதனம் வேண்டிறதே...” குரல் என்னையறியாமல் உயர்ந்தது.

“வேற என்ன செய்யிறது... தாலி கூறை எண்டு செலவுக்கு வேணும்தானே ...”

“இரண்டாம் தாரம் எண்டதையாவது சொல்லித்தானே பேசுறீங்கள் ...”

“பத்து மாதம்தானே நீ கலியாணம் செய்து வாழ்ந்தனி...”

எனக்குச் சுரு சுருவென்று கோபம் வந்தது.

“எனக்கு ஒரு கலியாணமும் பேசவேண்டாம். அந்த அலுவலை என்னட்ட விட்டிட்டு நீங்கள் பேசாமல் இருங்கோ.”

அம்மா என்னைக் கோபமாய் பார்த்துவிட்டு உள்ளே போனாள்.

தொடர்ந்து என்னால் பேப்பர் படிக்க முடியவில்லை. ஏன் கோபம் வருகிறது... ஏன் பொறுமையை இழக்கிறேன்... மனதின் ஆழத்தில் இருக்கும் அந்த வலிதான் என்னை இப்படிச் சிடுசிடுக்க வைக்கிறதா ...

எதிரே தெருவைப் பார்த்தேன். வெய்யில் நன்றாக மறைந்து விட்டிருந்தது. அவசரமாய் விரையும் மனிதர்கள். பலாலி வீதியில் கனரக வாகனங்களின் மெலிவான இரைச்சல்... மனதில் ஒரு வித குழப்பம்...

பேப்பரை மறுபடி விரித்தேன்.

ஒரு மூலையில் நெல்லியடியில் ஷெல்பட்டுக் காயமடைந்த பெண் மந்திகை ஆஸ்பத்திரியில் மரணமடைந்தார் என்று இருந்தது. என் நெஞ்சுக்குள் சொல்ல முடியாத துயரம் பொங்கியது.

மஞ்சு ...

எண்பத்தி ஆறில் வெடிகுண்டுச் சத்தங்களுக்கும் குண்டுவீச்சு விமானங்கள் ஹெலியின் இரைச்சல்களுக்கும் நடுவே எனக்கும் மஞ்சுவுக்கும் திருமணம் நெல்லியடியில் அவள் வீட்டில் நடந்தது.

நாட்டு நிலைமையை நினைத்து எளிமையாய் நடந்த நிகழ்வு. எங்கள் திருமணத்திற்கு பின் நெல்லியடியில் மஞ்சு வீட்டில் இருந்து பருத்தித்துறைக்கு வேலைக்குப் போய் வந்தேன்.

எத்தனை ஆனந்தமாக ஆரம்பித்த வாழ்க்கை...

பத்தே பத்து மாதங்களுடன் முடிந்து போன கொடுமை...

லிபரேஷன் ஒப்பரேஷன் ஆரம்பமான நேரம்... மழையாய் விழுந்த ஷெல் வீச்சுக்களிலும் குண்டு வீச்சுக்களிலும் புகலிடம்தேடி நாங்கள் கோவிலுக்கு ஓடிய நேரம்...

பயங்கரமாய் வந்து விழுந்துவெடித்த ஷெல்லில் அதிர்வு...

பத்தடி தூரத்தில்தான் நானும் நின்றேன். தூக்கி எறியப்பட்ட நான் மட்டும் சிறிய சிராய்ப்புக் காயங்களுடன் தப்பிவிட என் கண் எதிரேயே மஞ்சு ரத்தக் குவியலானாள்.

சிறிது உயிராவது இருக்குமா என்ற தவிப்பில் நெல்லியடி யிலிருந்து படாத பாடுபட்டு மந்திகை ஆஸ்பத்திரிக்குக் கொண்டு போயும் அவள் பிழைத்துக் கொள்ளவில்லை. மஞ்சு போன்று ஐந்தாறு பேரின் மரணங்கள் அன்றைய நாளில் என் கண்முன்னே நிகழ... எனக்கு வாழ்க்கையே வெறுத்துப் போனது.

மஞ்சுவின் பரிதாபமான அலறலை இந்த நிமிஷம் நினைத்தா லும் மனம் பதைபதைத்துப் போகிறது.

அந்தத் துயரங்களை மறப்பதற்கு இந்த இரண்டரை வருஷ இடைவெளி போதுமானதாக இல்லை என்பதே உண்மை.

இந்த நிலையில்... நான் எப்படி இரண்டாவது கல்யாணத்தைச் செய்துகொள்ளப் போகிறேன்.

எந்த நேரமும் அம்மாவின் ஏக்கமும் புலம்பலும்...

“எத்தனை நாளைக்குத்தான் உனக்குச் சமைச்சுத் தர என்னால ஏலும். உனக்கு என்ன வயது போட்டுதே... ஒரு கல்யாணத்தை உனக்குச் செய்து வைச்சால்தான் எனக்கு ஆறுதல். நாலு நாளாய் நாரிக்க குத்துது. நிமிரவும் ஏலாதாம். எனக்கேன் இந்தக் கஷ்டம்...”

அம்மா அச்சுவேலியில் அக்காவுடன் சுகமாக இருந்தவ. மஞ்சுவின் மறைவுக்குப் பிறகு என்னுடன் வந்துவிட்டா.

மஞ்சு போனபிறகு அவர்கள் வீட்டில் இருக்க என்னால் முடியவில்லை. மஞ்சுவின் பெற்றோரும் சகோதரர்களும் சொல்லியும் நான் கேட்கவில்லை. யாழ்ப்பாணத்துக்கு மாற்றம் எடுத்துக்கொண்டு வந்துவிட்டேன்.

ஆனாலும் நான் நாலைந்து மாதங்களுக்கு ஒரு தடவை அங்கே போய் வருவேன். அவர்களும் எங்களிடம் வருவார்கள். போன கிழமைகூட மஞ்சுவின் அப்பா இங்கே வந்திருந்தார்.

அம்மாவுடன் வெகுநேரம் கதைத்துக் கொண்டிருந்தார். புறப்படும் போது என்னிடம் வந்து மெல்லிய குரலில் சொன்னார்:

"எங்கட பிள்ளை போனது போயிட்டுது. எத்தினை நாளைக்கு நீங்கள் இப்பிடியே இருக்கப் போறீங்கள். அம்மா சொல்லுறதைக் கேளுங்கோ. நல்ல ஒரு பிள்ளையைப் பார்த்துக் கலியாணம் செய்யுங்கோ. நானும் மனப்பூர்வமாய்ச் சொல்லுறன்."

அவரது கண்களும் லேசாய்க் கலங்கியதாய் ஞாபகம்.

இந்த வார்த்தைகளைச் சொல்லும்போது அவரது மனம் என்னபாடு பட்டிருக்கும். கண்ணாய் வளர்த்த மகளை இருபத்தி நாலு வயதில் கொடிய ஷெல்லுக்குப் பறி கொடுத்த துயரம் ஆறக்கூடியதா ..!

என்ன குற்றம் செய்தோம் என்று எங்களுக்கு இத்தகைய தண்டனை என்று புரியவில்லை.

பகலில் அலுவலக வேலை காரணமாய்க் கொஞ்சம் என்னை மறந்திருக்க முடிகிறது. இரவில் பேசுவதற்கு ஆளில்லாமல் கட்டிலில் நீட்டி நிமிர்ந்து படுத்துக்கொண்டு மேல் கூரையைப் பார்த்துக் கொண்டிருக்கும்போது எனது கவலைகளை... மறக்க முடியவில்லை.

ஒரு நாளைக்கு ஒரு தடவையாவது நான் மஞ்சுவை நினைத்துக் கொள்கிறேன். பாவம்... கடைசி நேரத்தில் என்ன துடிப்பு துடித்தாள்... என்னை நோக்கிக் கைகளை நீட்டியபடி கதறிய காட்சி...

நான் ஒரு ஆண்... எனக்கு வயது முப்பதுக்கு மேல் என்பதையும் மறந்து எத்தனையோ தடவைகள் அழுது விட்டிருக்கிறேன். கண்களில் கண்ணீர் வழிய வழிய நித்திரை கொள்ள முடியாமல் தவித்திருக்கிறேன். கடவுளே... அவளுக்கு ஏன் இந்தப் பரிதாப முடிவு என்ற இரக்கத்தில் என் மனம் ஆறமாட்டாமல் புலம்பும்.

மஞ்சு என் மனைவி என்ற மட்டிலும் இல்லாமல் அவள் ஒரு பெண் என்ற இரக்கத்தில் என் மனம் அவள் முடிவை மறக்க மாட்டாமல் தவித்தது.

நான் பேப்பரை வைத்துவிட்டு அலுப்புடன் எழுந்தேன். அம்மா குசினிக்குள் ஏதோ அலுவலாய் இருந்தாள். அம்மாவும் பாவம்தான். நானும் என்னதான் செய்வது...

வீட்டுக்குள் போக நினைத்து வாசலைப் பார்த்தேன். கேற்றைத் திறந்து கொண்டு அக்காவும் அத்தானும் வந்து கொண்டிருந்தார்கள்.

நான் ஆச்சரியத்துடன் "என்ன இந்த நேரத்தில வாறீங்கள்..." என்று வரவேற்றேன்.

"ஒரு அலுவலாய் ரவுணுக்கு வந்தனாங்கள். இங்க வந்திட்டம். காலமை அச்சுவேலிக்குப் போகலாம் எண்டு பார்க்கிறம், நேரம் போயிட்டுது."

அக்கா அம்மாவிடம் உள்ளே போக அத்தானும் நானும் விறாந்தையில் அமர்ந்து கொண்டோம்.

அச்சுவேலியின் நிலைமைகள் ... சுற்றி உள்ளவர்களின் சுகங்கள். நாட்டு அரசியல் நிலைமைகள் ... என்று பொதுவாக அலசிக்கொண்டிருந்தோம். 'அச்சுவேலியிலயும் இருக்க ஏலாத நிலை வரப்போகுது" என்று கவலைப்பட்டார்.

"சனம் இருக்கிற ஊருக்குள்ள, ஷெல் அடிக்கிறாங்கள். இரவு வந்தாலே மனிசருக்கு நிம்மதி இல்லை..." என்று ஆத்திரப் பட்டார்.

"உவங்களுக்குக் குடுக்கிற அடி காணாது ... எங்கேயோ இருந்து இங்க வந்து எங்களை ஆட்டிப் படைக்கிறாங்கள்."

அவரது கதைகளைக் கேட்டுக் கொண்டிருந்தாலும் மனம் எங்கேயோ தாவியது.

இவர்கள் காரணமில்லாமல் வந்திருக்க மாட்டார்கள் என்று மனதில் சின்ன உறுத்தல் ...

இரவு நான் படுக்க ஆயத்தமானபோது அக்கா மெதுவாய் உள்ளே வந்தாள். மேஜையில் இருக்கும் மஞ்சுவின் படத்தைப் பார்த்துவிட்டு என்னையும் நிமிர்ந்து பார்த்தாள்.

நான் கட்டிலில் போர்வையை விரித்துக் கொள்வது போலக் குனிந்து கொண்டேன்.

"தம்பி... அச்சுவேலியில அத்தான்ர சொந்தக்காரப் பிள்ளை இருக்கு. உனக்குப் பேசட்டே."

"கொஞ்சநாள் போகட்டும். அக்கா, பார்ப்பம்."

"வீணாய் ஏன் நாட்களைக் கடத்துவான். அது நல்ல பிள்ளை ..."

"இரண்டாம் தாரமாகச் செய்ய அந்தப் பிள்ளை ஓமெண்டதே? ஏனாம்?"

"உன்னை அவைக்குத் தெரியும்தானே. அவைக்கு விருப்பந் தான். வீடு வாசல் தருவினம், காசும் தருவினம்."

“அக்கா ... சீதனம் பற்றிக் கதைக்காதை. எனக்கு விருப்பமில்லை.”

“சரி... நாங்கள் சொல்லுற இடம்தான் உனக்கு விருப்பமில்லையெண்டால் நீயாவது எங்கயாவது பார்த்துச் சொல்லு. இப்ப மாப்பிள்ளைக்கு எவ்வளவு தட்டுப்பாடு தெரியுமே... எத்தினை பொம்பிளையள் இருந்து ஏங்குதுகள் ...”

நான் பேசாமல் நின்றேன்.

“மஞ்சுவின்ர படத்தை உப்பிடிக் கண்ணுக்கு முன்னால வைச்சுப் பார்த்துக் கொண்டிருந்தால் உன்ர மனம் எப்படித் தேறும். செத்தவையோட எல்லாரும் செத்துப் போறேலை. இருக்கிறவை வாழத்தான் வேணும். உன்னை நினைச்சு எங்களுக்கு எவ்வளவு கவலை தெரியுமே ...”

“நான் யோசிச்சு விடியச் சொல்லுறன் அக்கா.”

அக்கா ஏமாற்றமாய் என்னைப் பார்த்து விட்டு அறையை விட்டு வெளியே போனாள்.

உண்மையைச் சொல்லப் போனால் மஞ்சுவின் இறப்பைவிட அவள் இறந்த விதம்தான் அவலமாய்... மறக்க முடியாததாய்... என் மனதில் ஆழப்பதிந்திருந்தது.

பரிதாபமான விதத்தில் அவளது மரணம் நிகழ்ந்ததினாலோ என்னவோ இன்னொரு கல்யாணம் செய்ய அவ்வளவு சுலபமாக மனம் சம்மதிக்க மறுக்கிறது.

செத்தவையோட எல்லோரும் செத்துப் போறேலை என்ற அக்காவின் வார்த்தைகள் ... உண்மைதான்.

எனக்கே தெரிகிறது... இப்படியே என்னாலும் இருந்து விட முடியாது. எபபோதாவது மனம் தேறி ஒரு நல்ல பெண்ணைக் கல்யாணம் செய்யத்தான் வேணும். அது எப்போது ... என்பது தான் தெரியவில்லை. எந்தக் கவலையையும் ஆற்றிவிடும் சக்தி காலத்துக்கு இருக்கிறது. மஞ்சு இறந்தவுடன் எப்படி நான் வாழப் போகிறேன் என்று அழுதிருக்கிறேன். பிறகும் என்னால் வாழ முடிந்திருக்கிறது. பல சமயங்களில் சிரித்துக் கலகலப்பாக இருக்க முடிந்திருக்கிறது. அலுவலகத்தில் சிவானந்தனுடன் ஜோக் அடிக்கவும் பகிடி விடவும் முடிந்திருக்கிறது.

நான் நீளமாய்ப் பெருமூச்சு விட்டுக்கொண்டே படுத்தேன். நாளைக்கு இவர்களுக்கு ஏதாவது முடிவு சொல்ல வேண்டும்.

காலை—

அக்காவும் அம்மாவும் என்னைப் பார்த்தபடி இருந்தார்கள். தங்கள் சொல்லை நான் கேட்காமல் இருக்கிறேன் என்ற கோபம்... வருத்தம்... "வர வர என்னால ஏலாதாம். கால் வீங்கிக் கொண்டு வருகுது. கண்ணும் மங்கிக் கொண்டு ஒண்டுமே தெரியுதில்லை."

நான் மௌனமாய் 'ஷேவ்' எடுத்துக் குளித்து உடுப்புக்கள் மாற்றி அலுவலகம் போக ஆயத்தமானேன்.

அக்கா கோபத்துடன் "இவன் என்னதான் நினைச்சுக் கொண்டிருக்கிறான்" என்று முணுமுணுத்தது கேட்டது.

அக்காவிடம் திரும்பி "என்ர நன்மைக்குத்தான் எனக்குக் கல்யாணம் செய்து வைக்க இருந்தால் என்ர விருப்பப்படி விடுங்கோ... எனக்கு இன்னொருக்காச் சீதனம் வாங்கிச் செய்ய விருப்பமில்லை. ஒரு ஏழைப் பொம்பிளை, நல்ல குணமாய் இருந்தால் போதும். பேப்பரில விளம்பரம் குடுப்பம். இதுக்குச் சம்மதமோ சொல்லுங்கோ."

அம்மா, அக்கா மௌனமாய் நிற்க அத்தான் மட்டும் "ஓம் எண்டு சொல்லுங்கோ ... அவன்ர விருப்பம்தான் முக்கியம்" என்றார்.

நான் மேஜையில் காகிதம் வைத்து எழுதினேன்.

"கடந்த கால வன்செயலில் மனைவியை இழந்த முப்பத்தி ரண்டு வயது அரசாங்க உத்தியோகத்தருக்குப் பண்பான குடும்பத்திலிருந்து மணப்பெண் தேவை. சீதனம் எதிர்பார்க்கப் படமாட்டாது."

"இதைப் பார்த்திட்டு வையுங்கோ. பின்னேரம் வந்து பேப்பருக்குக் குடுத்து விடுவம்" என்று சொல்லி விட்டுப் புறப்பட்டேன்.

மோட்டார் பைக் இரைச்சலில் அம்மா சொன்னது எனக்குக் கேட்கவில்லை.

அலுவலகத்திற்கு வந்தபோது வெளியே சனங்களின் கூட்டம் அலைமோதிக் கொண்டிருந்தது. சிவானந்தன் என் மேஜைக்கு வந்தான்.

"சனங்கள் இப்பவே வந்திட்டுதுகள். ஏ.ஜீ.ஏ. வந்திட்டாரோ எண்ட கேள்விதான். இண்டைக்குக் குடுத்துமுடியாது பார்."

அந்தச் சனங்களைப் பார்க்க மனதுக்குக் கவலையாய் இருந்தது. அடிபட்டு அடிபட்டு அகதிகளாய்ப் போய் இந்த ஆயிரத்துக்கும் இரண்டாயிரத்துக்கும் அலை மோதிக் கொண்டு...

வெளியே வாசலில் சிவலிங்கம் ஆட்களை வரிசையாய் நில் என்று கத்திக் களைத்து விட்டான்.

“இந்தச் சனங்களோட கத்த ஏலாதப்பா ...”

“இண்டைக்குக் குடும்பத் தலைவர்மார் செத்த குடும்பங் களுக்கு ரெண்டாயிரம்படி குடுக்க வேணும். அறிவித்தல் போட்டதும் சனத்தைப் பார்த்தியே ...”

இவ்வளவு பேரினதும் குடும்பத் தலைவர்மார் இறந்து விட்டவர்களா? நெஞ்சுக்குள் ‘பகீ’ரென்று தாக்குதல் ... எல்லா முகங்களிலும் சோகம் ... ஏக்கம் அப்பிக் கிடந்தது. ஒவ்வொருவரிட மும் ஒவ்வொரு வரலாறு மறைந்திருக்கக்கூடும். பெரும்பாலும் ஏழை மக்கள். இவர்களுக்கு இந்த இரண்டாயிரம் எவ்வளவு பெரிய காசு.

மனம் பாரமாய்க் கனத்தது.

அப்போதுதான் கவனித்தேன். ஒரு இளம் வயதுப் பெண் கதவு வாசலில் நின்று தன் கண்களால் யாரையோ தேடினாள். பக்கத்தில் நின்ற சிவலிங்கத்திடம் ஏதோ கேட்க அவன் எனக்கு அருகில் நின்ற சிவனாந்தனைச் சுட்டிக் காட்டினான்.

இதற்குள் சிவானந்தன் அவளைக் கண்டுவிட்டு “அட ... ரேவதி ...” என்று அவளருகே போனான்.

நான் அந்தப் பெண்ணைப் பார்த்தேன். மெல்லிய மஞ்சள் நிறத்தில் சேலை. கழுத்துக் கையில் எந்த நகையும் இல்லை. நெற்றியில் மெல்லிய விபூதிக் கீற்று. முகத்தில் அழுத்தமாய் அப்பியிருக்கும் சோகம் ... அவள் சிவானந்தனிடம் ஏதோ சொல்லிக் கொண்டிருந்தாள். இடையே கலங்கும் கண்களை லேஞ்சியால் மெலிதாய் துடைத்துக் கொண்டாள்.

சிவானந்தன் அவளைக் கூட்டிப்போய்க் கணக்காளருடன் ஏதோ கதைத்தான். இரண்டு மணி நேரமாய் ஏதோ அலுவலாய் அலைந்தான். பதினொரு மணியளவில் அந்தப் பெண்ணை அனுப்பிவிட்டு வந்தவன் சொன்னான்.

“எங்கட ஊர்ப்பிள்ளைதான். சரியான பாவம். நாலு வருஷத்துக்கு முந்திப் புருஷன் ஷெல்பட்டுச் செத்தது. சரியான கஷ்டப்பட்ட குடும்பம். புருஷன் செத்ததுக்குப் பிறகு இரண்டு பிள்ளையளோட இது படுகிறபாடு பெரிய வேதனை. ஏதாவது லோன் எடுக்க ஏலுமே எண்டு வந்து விசாரிச்சுது. ஏதும் கிடைச்சா உழைச்சுச் சீவிக்கும். தகப்பனும் இல்லை. சகோதரங்களுக்கும் கஷ்டம். ஒரு நேரச் சாப்பாட்டுக்கே வழியில்லை. எவ்வளவு பாவம். சொல்லு.”

இதைக் கேட்டதும் ஒருகணம் அவள் வேதனையை நானே அனுபவித்தது போல நெஞ்சம் கலங்கிப் போனது.

"இங்க நடக்கிற அசம்பாவிதங்கள் எல்லாமே இந்த மண்ணுக்கும் மனிசருக்கும் சொந்தமானதுதான், அதை ஆர் உணருகினம்."

சிவானந்தன் அப்பால் போன பிறகும் என் மனக்கலக்கம் தீரவில்லை.

அந்தப் பெண் கலங்கின கண்களைத் துடைத்துக் கொண்டு நின்றதுதான் கண்ணில் நின்றது. எந்த வேலையிலும் மனம் பதியவில்லை.

பணத்தைப் பெற்றுக் கொண்டு எல்லோரும் கலைந்து போவதை ஆற்றாமையோடு பார்த்துக் கொண்டிருந்தேன் ... அதிகம் பெண்கள் ...

பின்னேரம் தளர்ந்து போய் வீட்டுக்குப் புறப்பட்டேன், அம்மாவிடம் சொல்வதற்கு இன்னொரு விஷயமும் இருக்கிறது.

வீட்டில் அக்கா அத்தானைக் காணவில்லை. போயிருப்பார்கள். அம்மா முகத்தைத் தூக்கி வைத்துக் கொண்டிருந்தாள். மேஜையில் காலையில் நான் எழுதி வைத்த பேப்பரை எடுத்து விட்டுப் புதிதாய் எழுதினேன்.

"கடந்த கால வன்செயலில் மனைவியை இழந்த முப்பத்திரண்டு வயது அரசாங்க உத்தியோகத்தருக்குப் பண்பான குடும்பத்திலிருந்து மணப்பெண் தேவை. சீதனம் எதிர்பார்க்கப் படமாட்டாது. கடந்த கால வன்செயலில் கணவரை இழந்த விதவைகள் மட்டும் விண்ணப்பிக்கவும்."

அம்மாவை அழைத்து அந்தக் காகிதத்தைக் கொடுத்துவிட்டு விறாந்தைக்கு வந்தேன். இப்போது என் மனதுக்குக் கொஞ்சம் ஆறுதலாக இருந்தது.

***வீரகேசரி* – 8.10.1989**

சாம்பல் மேடு

அன்று... வானொலியின் மாலை ஆறுமணிச் செய்தி ஒலிபரப்பானதை அடுத்துக் கிராமமே அல்லோலகல்லோலப்பட்டுக் கொண்டிருந்தது.

கூட்டம் கூட்டமாய்ச் சனம் ஒழுங்கைகளில் நின்று செய்தியில் சொன்னதைப் பற்றியே கதைத்துக் கொண்டு நின்றது.

முருகையனுக்கு வானொலிச் செய்தி பற்றி எதுவுமே தெரியவில்லை. அந்தச் சிறிய குடிசையின் ஒரு பக்கம் அடுப்பு எரிய தோசைக் கல் வைத்து ரொட்டி சுட்டுக் கொண்டிருந்தான்.

மழையில் நனைந்த ஈரவிறகுகள் எரிய மறுத்தன. ஒழுக்குச் சிந்தி நிலம் ஈரமாய் இருந்தது. நடு முகட்டு மரத்தில் கட்டப்பட்ட ஏணைக்குள் ஒரு வயது ராசு சிணுங்க... பன்னிரண்டு வயது மூத்த மகள் பவானி ஏணையை ஆட்டிக் கொண்டிருந்தாள். அடுத்தவர்களான செல்வமும் பாலனும் அவன் சுடுகின்ற ரொட்டிக்காக அவனையும் அடுப்பையும் மாறி மாறிப் பார்த்துக் கொண்டிருந்தார்கள்.

பகல் முழுக்க வேலுப்பிள்ளை வீட்டில் விறகு கொத்திவிட்டுவந்த அலுப்பை ஒரு பக்கம் ஒதுக்கி விட்டு முருகையன் ரொட்டியைச் சுட்டுப் பிள்ளை களுக்குப் பகிர்ந்து கொடுத்தான்.

குழந்தைக்கு டின்னுக்குள் கடைசியாக இருந்த மாவைக் கொட்டிச் சுடுதண்ணீரில் கரைத்து போச்சியில் விட்டுக் கொண்டு குழந்தையை ஏணைக்குள்ளிருந்து தூக்கினான்.

அப்படியே நிலத்தில் அமர்ந்து மடியில் குழந்தையைக் கிடத்திப் பாலைப் பருக்கினான். ஒரு நிமிடம் தன் பிள்ளைகளைப் பார்த்துக் கொண்டிருந்தவனுக்குக் கண்கள் கலங்கின. கண்மணியின் நினைவு வந்து நெஞ்சை அடைத்துக்கொண்டது. ஆறு மாதத்துக்கு முதல் கிளிநொச்சிச் சந்தைக்குப் போனவள், விமானம் குண்டு போட்டதில் அப்படியே சிதறிப் போயிருந்தாள். சற்றுத் தூரத்தில் ... பாதி கருகிய மரக்கிளையில் அவளது மஞ்சள் சேலையின் ஒரு பகுதி புகைப்பிடித்த நிலையில் கிடந்ததைப் பார்த்ததும் அலறக்கூட அவனுக்குச் சக்தி இருக்கவில்லை.

இன்றைக்கும் அந்தச் சந்தைப் பக்கம் அவன் போவதே இல்லை. இந்த அதிர்ச்சி அவனுக்கு இன்னமும் மாறவில்லை.

அவள் இருக்கும்வரை இந்தக் குடும்பத்தையும் குழந்தைகளையும் என்ன அழகாய்ப் பார்த்துக் கொண்டிருந்தாள்.

இப்போது மனைவியின் இழப்புக்குக்கூட ஆற அமர இருந்து அழ முடியாமல் குழந்தைகளின் சுமை அவனை அழுத்திக் கொண்டது. அவன் பகலில் கூலி வேலைகளுக்குப் போகும் நேரங்களில் பவானி மற்றக் குழந்தைகளைப் பார்த்துக் கொள்வாள். அவன் இரவில் வந்து சாப்பாடு ஏதும்செய்து அவர்களுக்கும் கொடுத்துத் தானும் சாப்பிட்டுவிட்டு ராசுவை அணைத்துப் படுத்துக் கொள்கையில் துக்கம் தொண்டைக்குள் அடைக்கும்.

இந்தக் குழந்தைகளை எப்படி வளர்த்து ஆளாக்கப் போகிறேன் என்று திகைப்பாய் இருக்கும். தானும் தன் குழந்தைகளுமாய் இருப்பவனுக்கு வானொலிச் செய்தி கேட்டிருக்க நியாயமில்லை.

ராசுவைக் கிடத்திவிட்டு ரொட்டியைத் தன் வாயில் வைக்கும்போதுதான் பக்கத்து வீட்டுக் கனகம் ஆச்சி அவசரமாய் ஓடி வந்தாள்.

"தம்பி ... செய்தி கேட்டனியேடா ..?"

அவனுக்கும் குழந்தைகளுக்கும் அந்த ஆச்சியின் குடும்பம்தான் உதவியாக இருக்கிறது.

ஆச்சியின் பதட்டம் முருகையனுக்கு வியப்பைத்தர "என்ன செய்தியணை ... நான் ஒண்டும் கேட்கேலை" என்றான்.

"ஆனையிறவுக்கு இந்தப் பக்கம் இருக்கிற சனத்தையெல்லாம் எழும்பித் தூரப் போகட்டாம். பரந்தனிலயிருந்து தருமபுரம் வரைக்கும் ரோட்டுக்கரையில இருக்கிற சனங்கள் எழும்ப வேணுமாம். பரந்தன் எண்டால் எங்களுக்கும் பயம்தானே."

இந்தச் செய்தியால் திகைத்துப் போன முருகையன்

"நாங்கள் இந்தக் குளிர்நேரம் எங்க ஆச்சி போறது. இதென்ன ஆக்கினை ..." என்றான் கவலையுடன்.

பரந்தனுக்குப் பிரதான பாதையிலிருந்தே மேற்குப் பக்கமாய் இருநூறு யார்வரை பரந்திருந்த சிறிய கிராமம் அது.

"எங்கயாவது போவம். அறுப்பாங்கள்... விடிய வந்து குண்டு போடப் போறாங்கள்" ஆச்சியின் மெலிந்த உடல் நடுங்குவது கைவிளக்கு வெளிச்சத்தில் தெரிந்தது.

"இப்ப இருட்டுக்க போக ஏலுமே ஆச்சி. நாளைக்குக் காலமை பார்த்துப் போவமே... எண்பத்தி மூண்டாம் ஆண்டு பரந்தன் சந்தியில விழுந்த வெடிச்சத்தத்தோட ஓடத் தொடங்கினாங்கள்... இன்னும் ஓடி முடியேலை..." என்றான் சலிப்போடு.

"அதுக்கு என்ன செய்யிறது மோனை... உந்த ஆனையிறவில அவங்கள் இருக்கிற வரைக்கும் நிம்மதியாய் இங்க இருக்க ஏலாது. எங்கட ஊருக்குத் தான் நெடுகவும் பிரச்சனை வாறது. ஏதோ கொஞ்சத்தூரம் எட்டிப் போய் நிண்டிட்டு பார்த்து, பிறகு வரலாம். நீ வெளிக்கிடு..."

அப்போதும் அவன் சிறிது தயங்க.

"நீ ஒண்டும் யோசிக்காத முருகு. இஞ்சாம் வாய்க்காலில கோபால் வீட்டில போய் இருந்திட்டு பிறகு வருவம். வெளிக்கிடு..." என்று ஆச்சி சொல்லிவிட்டுத் தன் வீட்டுக்கு ஓடினாள்.

பெரிசு இரண்டும் பயத்துடன் "ஆச்சி என்னப்பா சொன்னவ. ஆமிக்காரன் வரப்போறானாமா?" என்று கேட்க.

"சீச்சி... எதுக்கும் எட்ட நிண்டிட்டு வருவம் வாங்கோ..." என்று சமாதானமாய்ச் சொன்னான்.

ஒரு பசளைப் பையில் பிள்ளைகளின் உடுப்புக்களை எடுத்து அடைந்துவிட்டு சிறு பையில் குழந்தையின் போச்சி... சீனிப்போத்தல்... இரண்டு கோப்பை... எடுத்து வைத்துச் செல்வத்தின் தலையில் வைத்துத் தூக்கி வரச் சொல்லிவிட்டுப் பழைய போர்வையால் குழந்தையைச் சுற்றித் தன் தோளில் போட்டு, மறுகையால் நாலு வயதுப் பாலனையும் பிடித்துக்கொண்டு குடிசையைப் பூட்டிக் கொண்டு வெளியே வந்தான்.

ஒழுங்கையில் கூட்டம் கூட்டமாய்ச் சனம் நடந்து போய்க் கொண்டிருந்தது. ஆச்சி வீட்டாக்களுடன் அவர்களும் நடந்தார்கள். இதென்ன சீவியம் என்று மனம் வெறுத்துப்போனது.

இப்படி எத்தனை தடவைகள் ...

ஒழுங்கையால் நடந்து பூநகரி வீதியில் ஏறியபோது இன்னமும் சனம் கூட்டமாய் சைக்கிள்களிலும் நடந்தும் போனார்கள். மெல்லிய மழைத்தூறலோடு காற்றுக் குளிராக அடித்தது.

ஐந்தாம் வாய்க்கால்ச் சந்தி கடந்து வயல் ஓரமாய் இருந்த குடிசைக்கு அவர்கள் போய்ச் சேர்ந்தபோது பன்னிரண்டு மணியாகிவிட்டது. குடிசை விறாந்தையில் கோபாலிகொடுத்த பழைய பாயில் குழந்தைகளைப் படுக்கவைத்துவிட்டு அவன் பக்கத்தில் அமர்ந்து கொண்டான். ஆச்சி வீட்டாரும் வேறு சிலரும் முன் பக்கமிருந்த வேப்ப மரத்தின் அடியிலும் குடிசைத் தாழ்வாரங்களிலும் சாக்குகளைப் போட்டுக்கொண்டு இருந்தார்கள்.

"ஏதோ நடக்கப்போகுது. அதுதான் ஆட்களை எழும்பச் சொன்னவங்கள்."

"இல்லை ... ஆமி ஊருக்க வரப்போகுது போல ..."

"சீ ... சும்மா வெருட்டிறாங்கள். இருந்து பார். ஒண்டும் நடக்காது."

ஆளுக்காள் கதைத்துக் கொண்டிருந்தார்கள். அந்தப் பேச்சுக் களில் அவன் மனம் ஈடுபடவில்லை. இப்படியான அவல நேரங்களில் கண்மணியின் நினைவு வந்துவிடுகிறது. அடையாளம் காண்பதற்குக் கூட உடல் இல்லாத கொடுமையை நினைக்க நெஞ்சே வெடித்துவிடுகிறது.

மரத்தில் தொங்கிய புகை படிந்த மஞ்சள் சீலை இப்போதும் கண்ணில் நிற்கிறது. சாகும் வரை மறக்க ஏலாத அவலம் அது.

குளிர் காற்றுச் சில்லென்று வீசியது. வானத்தில் நட்சத்திரம் கூட இல்லை ... ஒரே இருள் ...

இரண்டு மணிக்கு மரத்தின் அடியில் சாக்குகளில் ஒவ்வொருவரும் சுருண்டு கொண்டார்கள். சிணுங்கி அழும் ராசுவை மடியில்வைத்து ஆட்டிக்கொண்டே விடியும்வரை விழித்திருந்தான்.

மறுநாள் விடிந்து அமைதியாய் நேரம் நகர்ந்தது. கோபால் பாண் வாங்கித் தேனீர் வைத்து எல்லோருக்கும் கொடுத்தான். மத்தியானம் பெரிய பானையில் கஞ்சியை வைத்துவிட்டு ஆச்சியின் பேரன் உப்பு வாங்க ஓவசியர் சந்திக் கடைக்கு ஓடினான்.

பக்கத்தில இருக்கிற ஆனையிறவில எவ்வளவு உப்புக் கிடக்கு. அதை எடுக்க வழியில்லாமல் ஒரு கல்லு உப்புக்கு அல்லாட வேண்டிக்கிடக்கு”

ஆச்சி எரிச்சலுடன் சொன்னாள்.

அன்றைய பொழுது எந்தப் பிரச்சனையுமில்லாமல் போனதில் மனம் கொஞ்சம் ஆறுதல்பட்டுக் கொண்டது. அடுத்த இரண்டு நாளும் அமைதியாய்ப் போனதில் ஒவ்வொருவராய் எல்லோரும் கிராமத்திற்கு திரும்பினார்கள்.

முருகையன் தன் குழந்தைகளுடன் குடிசைக்கு வந்த பிறகும் நாலு நாட்களாக வெளியே எங்கும் போகவில்லை. பிள்ளைகளை விட்டுவிட்டுப் போவதற்குப் பயமாக இருந்தது. பொம்பர் ஏதும் வந்தால் பிள்ளைகள் பயந்து போவார்களே என்று கவலையாய் இருந்தது.

எத்தனை நாட்கள்தான் உழைப்பில்லாமல் இருக்க முடியும். அன்று வெள்ளிக்கிழமை. விடிய ஆறுமணிக்கு எழும்பி விட்டான். சுருண்டு படுத்திருந்த செல்வத்தை உலுப்பி எழுப்பினான்.

“வேலுப்பிள்ளை அண்ணையிட்ட இண்டைக்கு வேலைக்கு வாறதா எண்டு கேட்டு வாடா ...”

செல்வம் கண்ணைக் கசக்கிக் கொண்டு ஒழுங்கையால் வேகமாய் நடந்து போனான்.

முருகையன் முகம் கழுவிவிட்டு வந்து அடுப்பு மூட்டித் தேனீர் போட ஆயத்தமான போது சர்... என்ற பெரும் இரைச்சல் வானத்தில் கேட்டது. முற்றத்தில் நின்ற பவானி

“அப்போய்... மூண்டு பொம்பர் வருகுது...” என்று கத்தினாள்.

“இல்லை ... இல்லை ... நாலு ...”

அவன் பதை பதைத்து ஓடி வந்து முற்றத்தில் நின்று பார்த்தான். மூன்று பொம்பர்களும் ஒரு அவ்ரோவும் சீரான வேகத்தில் வந்து கொண்டிருந்தன.

“பயப்படாதேங்கோ... அவங்கள் நேராய்ப் போயிடுவாங்கள்...” அவன் சொல்லி வாய் மூடவில்லை.

ஒரு வினாடியில் அவை வளைந்து திரும்பின.

முதல் குண்டு காதை அடைக்கும் சத்தத்துடன் சிறிது தூரத்தில் விழுந்து வெடித்தது.

ஐயோ... என்ற அலறலுடன் அவர்கள் ஒருதடவை விழுந்து எழுந்தார்கள். பள்ளிக்கூடப்பக்கமாகப் பெரும் புகை தெரிந்தது.

“எங்கட பரந்தன் பள்ளிக்கூடத்துக்குத்தான் குண்டு போட்டிட்டாங்கள் மற்றதும் குத்துது.”

ஆச்சியின் குரல் ஒலித்து மறைய அடுத்த குண்டு வெடித்தது.

பொம்பர்கள் மறுபடி வளைந்து வந்தன.

“ஐயோடா மோனை... எங்கயும் எட்டிப் போவம்...”

“பவானி... ஏணைக்க தம்பி கிடக்கு... ஆட்டு பிள்ளை...” என்று பவானியிடம் சொல்லி விட்டு ஆச்சியிடம் திரும்பினான்.

“செல்வத்தை வேலுப்பிள்ளையண்ணை வீட்ட அனுப்பிப் போட்டன் ஆச்சி. இப்ப என்ன செய்ய.”

அவன் பரபரத்தான்.

“நீ ராசுவைத் தூக்கிக்கொண்டு ஓடிப்போய் செல்வத்தைக் கூட்டி வா. நான் மற்றதுகள் ரெண்டையும் கூட்டிக் கொண்டு கோபால் வீட்ட போறன்” என்று ஆச்சி தன் வீட்டுக்கு ஓடினாள்.

செல்வத்தைக் கூட்டி வரப்போகும் போது குழந்தையையும் தூக்கிப் போவது ஆபத்து என்பதால்

“பவானி... நீ ராசுவைத் தூக்கிக் கொண்டு பாலனோட ஆச்சியாட்களோட போ. நான் செல்வத்தைக் கூட்டிக் கொண்டு வாறன்” என்று சொல்லி விட்டு அவன் ஒழுங்கையால் ஓடினான்.

இரண்டாவது ஒழுங்கைவர விமானம் பதிந்து அடுத்த குண்டைப் போட்டது.

கண்ணெதிரே புகை மண்டலம்...

கடவுளே...

விழுந்து எழுந்து திரும்பவும் ஓடினான்.

சனங்கள் குழந்தை குஞ்சுகள் பயத்தில் அழ அழ ஓடிக் கொண்டிருந்தார்கள்.

“எங்கயாம் குண்டு விழுந்தது?”

“ஆருக்குத் தெரியும். ஸ்கூலுக்குப் பிறத்தாலயும் தண்டவாளக் கரையளிலயும் விழுந்தது. கிறவுண்ஸ் பக்கம் ஷெல்லும் அடிக்கிறாங்கள்.”

விமானங்களின் இரைச்சலுடன் ஷெல் வந்து விழுந்து வெடிக்கும் சத்தமும் கேட்டது. அவன் கீழ்ப்பாலத்தருகேவர எதிரே செல்வம் அழுதுகொண்டே ஓடிவந்து கொண்டிருந்தான்.

"அப்பா ... அப்போய் ..."

தகப்பனைக் கண்டதும் கதறலாய்மாறக் கட்டிப்பிடித்துக் கொண்டான்.

"பயப்பிடாத குஞ்சு. அப்பா வந்திட்டன்தானே. வா ... போவம்..." குண்டு போடும்போது விழுந்து படுத்துக் கொண்டும் பிறகு ஓடியும் கோவிலடிவரை வந்தார்கள்.

அங்கே நின்றவர்களும் பதட்டத்துடன் இன்னும் பின் பக்கமாய் வேகமாய் ஓடினார்கள். அவன் செல்வத்தின் கையைப் பிடித்துக் கொண்டே பின் வயலில் ஓடி முள்ளும் பத்தையுமாகக் கிடந்த வாய்க்கால் கரையாய் ஓடி ஐந்தாம் வாய்க்கால் பகுதியில் பூநகரி ரோட்டில் ஏறினார்கள். கூட வந்த குழந்தைகளின் அழுகுரல் தாங்க முடியாத கவலையைத் தந்தது. வானத்தை நிமிர்ந்து பார்த்துக் கொண்டே நடந்தார்கள்.

ஐயோ அம்மா எங்க... சித்தி எங்க... மாமி எங்க... என்ற குரல்கள் பதட்டத்துடன் ஆளை ஆள் தேடிக் கொண்டிருந்தன.

கொஞ்சத் தூரம் வந்ததும் ஆச்சியின் பேரன் கணேசு வந்தான்.

"கணேசு ... எங்கட பிள்ளையள் எங்க?"

"கோபாலி மாமா வீட்டில ஆச்சியோட இருக்குதுகள்"

மனப்பதட்டம் கொஞ்சம் தணிந்தது.

வேகமாய் நடந்தார்கள்.

கோபாலி வீட்டு வேப்பமர நிழலில் ஆச்சியுடன் பவானியும் பாலனும் ...

"ஏய் பவானி ... ராசு எங்கடி?"

'திக்'கென்று விழித்த பவானி "நான் ... நான் ... தம்பியைக் கொண்டு வரேலை" என்றாள். அதிர்ந்து போன முருகையன் "கொண்டு வரேலையோ ... என்னடி சொல்லுறாய் ..." என்று படபடத்தான்.

"நீயல்லோ பிள்ளையைத் தூக்கிக் கொண்டு போயிட்டாய் எண்டு நினைச்சு நான் இதுகளைக் கூட்டிக் கொண்டு வந்திட்டன்.

குண்டுகள் போடுற பயத்தில பெட்டை, தம்பியைத் தூக்க மறந்திட்டுது."

"என்ர கடவுளே ... பிள்ளை ஏணைக்குள்ளயல்லே ..."

முருகையன் பதறிக் கொண்டே திரும்பி ஓடினான்.

இப்போது ஷெல் வேகமாய்த் தொடராய் வந்து விழுந்து வெடித்துக் கொண்டிருந்தது. அரைத்தூரம் அவன் ஓடிவர,

"எங்க போறாய் முருகு. ஊருக்குள்ள போகாதை ... ஒரே செல் வந்து விழுகுது ..." என்று இரண்டு மூன்று பேர் மறித்தார்கள்.

"ஐயோ என்ர பிள்ளை ஏணைக்குள்ள ..." கண்கள் கலங்கி வழிய, பதைபதைப்புடன் அழுதான். நிற்கவில்லை.

பின் வயலால் பாய்ந்து விழுந்து ஓடி முருகன் கோவில்வரை வந்து நின்று மூச்சுவிட்டான்.

எதிரே ஊர் நடுவே திட்டுத் திட்டாய்ப் புகை மண்டலம்... குறுக்கு ஒழுங்கையால் பாய்ந்து தன் வீட்டுப்பக்கம் ஓடினான்.

வீட்டுக் காணிக்குக் கிட்டப் போனவன் விக்கித்துப் போய் நின்றான்.

வீடு அமைந்திருந்த கால் ஏக்கர் காணியே எரிந்து போய் சாம்பல் மேடாய்க் கிடந்தது. மரம் செடி குடிசை எதையுமே காணவில்லை ...

"ஐயோ ... என்ர செல்லம் ... என்ர குஞ்சு ...

ஆள் அரவம் இன்றி வெறிச்சுப் போன அந்தக் கிராமத்தில் அவனது கதறல் மட்டும் தனியாகக் கேட்டது.

***ஈழநாதம்* — 07.08.1992**

பார்வை

எனக்கும் என் மனைவி வேதாவுக்குமிடையே நான்கு நாட்களாக பேச்சு வார்த்தை இல்லை.

வழக்கமாய் ஏதும் சண்டை எங்களுக்குள் ஏற்பட்டால் ஒரு நாள் பொறுத்து அவளே வந்து என்னுடன் சமாதானமாகிவிடுவாள். இந்தத் தடவை அப்படி எதுவும் நிகழவில்லை. நானாகப்போய்க் கதைக்கவும் வீம்பு இடம் தரவில்லை. பார்ப்போம் எத்தனை நாளைக்கு இவள் இப்படி முகத்தை நீட்டி வைத்திருக்கப்போகிறாள் என்று.

இந்த நான்கு நாட்களாக பத்து வயது மகளை வைத்துத்தான் உரையாடல் நடக்கிறது.

“சிந்து! அப்பாவை சாப்பிட வரச்சொல்லு…”

“அப்பாட்ட சர்க்கரையும் உளுந்தும் வாங்கிவரச் சொல்லு.”

“தெய்வேந்திரம் மாமா வந்து தேடினவர் எண்டு சொல்லு.”

இப்படி சிந்துதான் எங்களுக்குள் தூது சொல்லிக் கொண்டிருக்கிறாள்.

சிலநேரம் வேதாவின் கோபத்தை நினைக்க சிரிப்பாகவும் இருக்கும். ஒன்றுமில்லாத விஷயங் களுக்கெல்லாம் தூக்கிப்பிடித்து கோபித்து உடனும் சமாதானமாகி விடுவது அவளின் இயல்பு.

வேதா ஒரு சாதாரண அழகி கூட இல்லை.

சாவகச்சேரியிலிருந்து அவளைக் கல்யாணம் செய்து கிளிநொச்சிக்கு கூட்டி வந்து பன்னிரண்டு வருஷமாகிறது.

பெண் பார்க்கப்போன அன்று என் மனதில் மிகுந்த குழப்பம் இருந்தது உண்மைதான். கொஞ்சம் அழகாய் மனைவி இருக்கக் கூடாதா என்று தவித்த மனதை கஷ்டப்பட்டு அடக்கிக் கொண்டேன். பெண் பார்த்து விட்டு வேண்டாம் என்றால் அவளின் மனம் வேதனைப்படும் என்பதற்காகத்தான் என் மனதைச் சமாதானப்படுத்திக் கொண்டு அவளைக் கல்யாணம் செய்து கொண்டேன்.

கிளிநொச்சி நகரில் கடை நடத்துவதால் ஏழாம் வாய்க்காலில் வயல் நடுவே சொந்த வீடு கட்டிக் கொண்டு இருக்கிறேன். நல்ல பெரிய வீடு. வேதா வீடு வாசல் முற்றம் கூட்டி, பளிச்சென்று வைத்திருப்பாள். மாய்ந்து மாய்ந்து நல்ல ருசியாகச் சமைப்பாள். மறந்துவிடாமல் ஒவ்வொரு நேரமும் சாப்பாடு நல்லாயிருக்கு என்று சொல்லிவிட வேண்டும். அவளுக்கு உலகில் அதுதான் பெரிய சந்தோஷம்.

பாத்திரம் தேய்ப்பதிலும் சமைப்பதிலும் மட்டுமே ஒரு பெண்ணால் சந்தோஷப்பட்டு விடமுடியுமா..? இவைகளை விட உலகத்தில் எத்தனையோ விஷயங்கள் இருக்கின்றன என்று நான் சொல்ல முயன்றும் அதில் பிரயோசனம் தான் கிடைக்கவில்லை.

நான் ஒரு எழுத்தாளனாய் இருப்பதிலும் ஒரு இலக்கிய விமர்சகனாய் இருப்பதிலும் அவளுக்கு எவ்வித பெருமையும் சந்தோஷமும் இல்லை என்பதுதான் எனது முதல் தோல்வி. ஒரு பத்து நிமிடங்களுக்கு மேல் எங்களுக்குள் பேச்சு வார்த்தைகள் இயல்பாகத் தொடரமுடியாதது ஒரு சோகமான நிலைமைதான். அவளால் உடுப்பைப் பற்றியும் சாப்பாட்டைப் பற்றியும் பிள்ளையைப் பற்றியுமே கதைக்க முடியும். அதற்கு மிஞ்சிய விஷயங்களை என்னுடன் பகிர்ந்து கொள்ள அவளால் முடியாது. வீடு மட்டுமே அவளுடைய உலகம். தட்டத்தனிய பத்துக் கொத்து அரிசி இடித்து வறுத்துவிட்டு "நாரி பிடிச்சுப் போட்டுது" என்று புலம்பிக் கொண்டிருப்பாள். அந்தப் புலம்பலைக் கேட்காமல் நான் ஏதும் எழுதிக் கொண்டிருந்தால் அவ்வளவுதான். "மனிசர் வருத்தத்தைக் கூட சொல்ல ஏலாது. என்ரை கவலையைக் கேட்க ஆள் இல்லை. எல்லாருக்கும் அவரவர் வேலை" என்று முணுமுணுப்பாள்.

"நீ ஏனப்பா இடிச்சனி மனிசி ஆரையும் பிடிச்சு இடிப்பிக்காதயன்" என்று சொன்னால்;

"பத்துக் கொத்துக்கும் அறுபது ரூபா கேட்குங்கள்" என்பாள். அப்படிச் சொல்லி விட்டு அடுத்த வாரம் சிந்துவுக்கு ஒரு சட்டை

அறுபது ரூபா கொடுத்து தைப்பித்து விட்டு தைத்தது சரியில்லை சிந்துவுக்குப் போட வடிவில்லாமல் இருக்கு என்று அலுமாரியின் அடித்தட்டில் வைத்து விடுவாள். இவளை பல சமயங்களில் என்னால் புரிந்து கொள்ள முடிவதில்லை. இந்த பரந்த உலகின் செயற்பாடுகளுக்கு இவளைப் பரிச்சயப்படுத்துவது எப்படி என்றும் தெரியவில்லை. புத்தங்கள் ஏதும் வாசி என்றால் சின்னப்பிள்ளைகளின் புத்தங்கள் மட்டுமே வாசிப்பாள். முப்பத்திநாலு வயதிலும் அம்புலிமாமா வாசிக்கிறவளை என்ன செய்வது என்று எனக்குத் தெரியவில்லை. பத்திரிகைகளில் எனது கதைகள் வரும்போது அக்கம் பக்கத்துப் பெண்கள் "உங்கட அவற்ர கதை வந்திருக்கு வேதாக்கா" என்று சொன்னால் "என்னவோ எழுதிறார். பேப்பர்காரங்களும் போடுறாங்கள்" என்று மிகவும் சாதாரண ஒரு விஷயமாக, அரிசி விலை பதினெட்டு ரூபாய் என்பது போல சொல்லுவாள். எங்கள் வீடு ஏழாம் வாய்க்கால் பகுதியில் கண்டி வீதியிலிருந்து மூன்று மைல் உட்புறத்தில் இருப்பதனால் கடந்து வந்த பிரச்சினைகள் எதுவும் எங்களைத் தாக்கவில்லை. நகர்ப்புறத்து சத்தம், சந்தடி, பதட்டம் எதுவுமற்ற அமைதியான சூழல். என் அக்காவும் தம்பியும் தங்கள் குடும்பங்களோடு பரந்தனில் இருந்தபோதும் நான் வயல் நடுவே வீடு கட்டிக்கொண்டு இருப்பதையே பெரிதும் விரும்பினேன். கிளிநொச்சி பரந்தன் பகுதிகளில் எண்பத்தாறிலிருந்து பல தடவை பிரச்சனைகள், தாக்குதல்கள், ஷெல் அடிகள் என்றெல்லாம் ஏற்பட்டபோது பலர் எங்கள் வீட்டில் ஓடிவந்து நின்று விட்டுப்போவார்களே தவிர நாங்கள் எதற்கும் அசைந்ததில்லை. வயல் வெளியைப் பார்த்தபடி ஜன்னல் ஓரத்தில் மேசையில் அமர்ந்து எழுதும்போது ஏற்படு கின்ற சந்தோஷத்துக்கு இணையாக நான் வேறொன்றும் உணர்ந்ததில்லை.

இலக்கியதாகம் என்னிடம் நிறைய உண்டு. யாழ்ப்பாணத்தில் நடக்கும் எந்த இலக்கியக்கூட்டத்துக்கும் போய்விடுவேன். ஆனையிறவு பாதை அடைபட்ட பிறகும் பூநகரி, சங்குப்பிட்டிப் பாதையாலும் அதன் பிறகு ஊரியான், கொம்படிப்பாதையாலும் என்ன கஷ்டப்பட்டும் போய் விடுவேன். அதுவும் கம்பன்விழா என்றால் தவறவிடுவதில்லை. என் இலக்கிய நண்பர்களுடன் ஐந்தாறு நாள் நின்று விட்டு வருவேன். இந்த வருஷம் மட்டும் போகவில்லை. கிளாலிப்பாதையால் போவதற்குப் பயந்து நான் போகவில்லை. முன்பு நான் சிரமப்பட்டு போய் வந்த போதும் வீட்டில் ஒரே சண்டைதான். "கண்டறியாத கூட்டத்துக்கு போயிட்டீங்கள். இங்க நான் மீன், மரக்கறி வாங்க ஆள் இல்லாமல் பட்டபாடு. சதாசிவ மாமாவைக் கொண்டுதான்

வாங்குவிச்சது. சிந்துவுக்கு ரெண்டு நாளாய் தடிமன் தலையிடி, தைக்கக் குடுத்த உடுப்புக்களையும் எடுத்து வர ஆளில்லை." அவளின் வார்த்தைகளைக் கேட்டதும் என் சந்தோஷம் அப்படியே அடங்கிவிடும்.

என் உற்சாகத்தைப் பகிர்ந்து கொள்ள தெய்வேந்திரன் வீட்டுக்குத் தான் போவேன். தெய்வேந்திரனும் அவன் மனைவி நிர்மலாவும் திருநகரில் இருக்கிறார்கள். சைக்கிளில் போனால் பத்து நிமிட தூரம்தான் என் கடைக்குப் பக்கத்துக்கடை அவனுடையது.

தெய்வேந்திரன் என்னிலும் விட நாலைந்து வயது இளமை யானாலும் இலக்கியமும் எழுத்தும் எங்களை நண்பர்களாக்கி யிருந்தது. நிர்மலா என்னை மிகவும் ஆச்சரியத்துக்குள்ளாக்கும் ஒரு பெண். உத்தியோகம் என்று பார்க்காவிட்டாலும் அந்த வேலை இந்த வேலை என்று சதா அலைந்து கொண்டேயிருப்பாள். நுனி நாக்கில் இலக்கியமும் உலகவிஷயங்களும் ததும்பிக்கொண் டிருக்கும். ஒரே சமயத்தில் அவளால் சமையலைப் பற்றியும் வியட்நாமியப் போராட்டத்தைப் பற்றியும் பேச முடியும். எந்தச் சிறுகதை, நாவலையும் அக்கு வேறு ஆணிவேறாக விமர்சிக்க முடியும். மேடை ஏறி அழகாகப் பேசும் ஆற்றலும் உள்ளவள். அவளைப் பார்க்கும் போதெல்லாம் வேதாவின் குறை எனக்கு இன்னும் அதிகமாகத் தெரியும். நிர்மலா மிகவும் அழகான பெண். தூக்கிப்போட்ட கொண்டையும் சேலையுமாகச் சைக்கிளில் போய் எந்த அலுவலையும் தனியே செய்யும் ஆற்றல் உள்ளவள். அவளின் கெட்டித்தனத்தில் ... வல்லமையில் ஒரு சிறு பகுதியாவது ஏன் வேதாவிடம் இருக்கவில்லை? மனதின் அடியில் இந்த ஒப்பிடும் எண்ணம் இருந்ததனால்தான் நாலு நாட்களுக்கு முன்பு என்னையறியாமல் நான் அப்படி அவளிடம் பேசிவிட்டிருக்கிறேன்.

நாலு நாட்களுக்கு முன்பு நான் எழுதி பாதியில் விட்டிருந்த கதைப்பிரதியின் ஒரு பேப்பர் மேசையிலிருந்து பறந்து போய், கதவு வாசலில் கிடந்திருக்கிறது. வேதா அந்தப் பேப்பரைக் கவனிக்காது எடுத்துப்போய் அடுப்பிலிருந்து பாத்திரம் பிடித்து இறக்கியிருக்கிறாள். ஐந்து நிமிடத்தில் குளித்துவிட்டு வந்து பேப்பர் தேடி நான் குசினி மேடையில் பாதி கரியுடன் கிடந்த பேப்பரைக் கண்டதும் மூக்கு நுனியில் ஏறிய கோபத்துடன் என்னையறியாமல் பேசத் தொடங்கி விட்டேன்.

"உனக்கு மூளைக்கை என்னதான் கிடக்கோ தெரியாது. கதைப் பேப்பரைப் பிடிச்சு சட்டி இறக்கினியே ... எங்கயோ ஒரு மொக்கு எனக்கெண்டு வந்து சேர்ந்தாய்."

பேப்பரை எடுத்து விரிக்க கரி கையோடு ஒட்டி வர எனக்கு கண் மண் தெரியாத கோபம் வந்து விட்டது. "ஆக சமைக்கவும் தின்னவும் தான் உனக்குத் தெரியும். பார் அந்த நிர்மலாவை. அதுக்கு எத்தனை விஷயம் தெரியும். எவ்வளவு கெட்டிக்காரி. அதைப் பார்த்தாவது நீ பழகக்கூடாதே?"

என் வார்த்தைகளைக் கேட்டு விலுக்கென்று வேதா திரும்பினாள். மூளை இல்லை என்றும் மொக்கு என்றும் பேசும் போது சும்மா நின்றவள் நிர்மலாவை ஒப்பிட்டுப் பேசியதும் பொங்கிவிட்டாள்.

"என்னை ஏதும் பேசினாலும் பரவாயில்லை பேசுங்கோ. ஆனா நிர்மலா மாதிரி நான் இல்லை எண்டு ஒப்பிட்டுப் பேச வேண்டாம். அவளைச் சொல்லி என்னைப் பேசினா பிறகு தெரியும். எனக்கு கதை எழுதினது எண்டு தெரியுமே? பேப்பரை ஒழுங்கா மேசையில வைக்கிறதுக்கு காத்தில ஏன் பறக்க விட்டனீங்கள்?" இப்போது யார் யாரைக் குற்றம் சொல்வது என்று புரியாமல் ஒரு வினாடி விழித்தேன். அவள் திருப்பிக் கதைத்தது எனக்குக் கோபத்தைத் தர, நான் கத்த, அவள் திருப்பிக் கதைக்க, பத்து நிமிட நேரம் வாக்கு வாதப்பட்டு இருவரும் முகத்தைத் திருப்பிக்கொண்டு அமர்ந்ததிலிருந்து நான்கு நாட்களாகக் கதைக்காமல் இருக்கிறோம். எவ்வளவு தான் பேசினாலும் ஏதோ தெருவில் போகிறவளைப் பேசுவதாய் பாவனை காட்டி, கவனிக்காதது மாதிரி இருப்பவள், நிர்மலாவை ஒப்பிட்டுச் சொன்னதும் எவ்வளவு சூடாய் பேசி விட்டாள்? இன்னொரு பெண்ணைப்பற்றி உயர்வாகச் சொன்னதும் ஆகாமல் போய் விடுகிறதே.

நான் நேரம் பார்த்தேன்.

காலை ஆறரை மணி.

குசினிக்குள் வேதாவின் நடமாட்டம். வடக்குப் பக்கமாய் தூரத்தில் ஹெலியின் இரைச்சல் கேட்டது. ஷேவ் செய்து குளித்து விட்டு வந்து சிந்து நீட்டிய கோப்பியை வாங்கி குடித்தேன். "சிந்து! தெய்வேந்திரன் மாமா வீட்ட போய் கடைத்திறப்பைக் குடுத்து கடைதிறக்கச் சொல்லிப்போட்டு வாறன். எனக்குப் பரந்தனுக்கு போற அலுவல் கிடக்கு. அம்மாட்ட சொல்லி விடு." சைக்கிளை எடுத்துக்கொண்டு தெருவில் இறங்கினேன். ஹெலியின் இரைச்சல் இன்னமும் தேய்வாகக் கேட்டுக்கொண்டிருந்தது. நான் தெய்வேந்திரன் வீட்டுக்குப்போய் விஷயம் சொல்லி கடைத்திறப்பைக் கொடுக்க நிர்மலாதான் கேட்டாள்.

"காலமை நியூஸ் கேட்டனீங்களே அண்ணை?"

“இல்லையே … ஏன்?”

“பரந்தன் மெயின் ரோட்டிலயும் ஓராங்கட்டை றோட்டுக் கரையிலயும் இருக்கிற சனங்களை எழும்பிப் போய் உட்பக்கமாய் இருக்கச் சொல்லி நியூசில சொன்னது.”

எனக்கு ‘திக்’ கென்றது. அக்கா தம்பி குடும்பங்கள் நினைவில் வந்து நின்றன.

“ஏனாம்?” பதட்டத்துடன் கேட்டேன்.

“ஏனோ தெரியேலை. ஏதும் பிரச்சினை வரலாம். ஆனையிறவில கொஞ்சநாளாய் ஆமியைக் கொண்டுவந்து குவிக்கிறாங்கள் எண்டுதானே கதை அடிபடுகுது. அந்தப்பக்கமாய் ரெண்டு நாளாய் ஒரே ஹெலிச் சத்தமும் கேட்டுக் கொண்டிருக்குது. பயமாக்கிடக்கு, தங்கச்சியவையும் ஓராங்கட்டையில இருக்குது கள்,” என்று தெய்வேந்திரன் கவலையுடன் சொன்னான். நிர்மலா ஒரு வினாடி முகம் மாறி;

“இனி அவையளும் இங்கதான் வரப் போகினமாக்கும்” என்றாள் சிறிது எரிச்சலுடன்.

“அதுகள் இங்க வராமல் எங்க போறது? அண்ணை எண்டு எங்களிட்டத்தானே வருங்கள்.”

தெய்வேந்திரனின் குரலில் சிறிய கோபம் இருந்தது.

“ஏன் நாங்கள் இங்க இல்லையெண்டால் ரோட்டிலயே நிற்பினம். அதுகளோட பெரிய கரைச்சல். சின்னன்கள் வந்து வீட்டுச் சுவரெல்லாம் கீறிப்போடுங்கள். குரோட்டன்களையெல்லாம் நுள்ளிப் போடுங்கள். அவை ஆளுக்காள் நிண்டு கதைக்க நானே சமையல், எனக்கு உதுகளைப் பார்த்து எடுக்க முதுகு முறிஞ்சு போடும். சும்மா சின்னப் பிரச்சினை எண்டாலும் இங்க ஓடி வந்திடுங்கள்.”

தெய்வேந்திரன் கோபத்துடன் நிர்மலாவைப் பார்க்க அவள் முகத்தைத் திருப்பிக் கொண்டு உள்ளே போனாள். நிர்மலாவின் செய்கை என் மனதையும் நெருடச் செய்தது. நிர்மலாவிடம் இதுவரை நான் காணாத இன்னொரு முகம் இது. நின்று யோசிக்க நேரம் இல்லை. என்னவோ நடக்கத்தான் போகிறது. ஏன் எழும்பச் சொன்னவங்களோ தெரியேலை … மனம் கலவரப்பட்டது.

“நீ நிலமையைப் பார்த்துப் போய்க் கடையைத் திற. நான் கொஞ்சம் பொறுத்து வாறன். அக்காவை தம்பியவை என்ன

செய்யுதுகளோ தெரியேலை. அத்தானவையிலயும் சகோதரம், பிள்ளையள் எண்டு கன பேர்.”

நான் சைக்கிளை வேகமாய் மிதித்தேன். தலைக்கு மேலால் பொம்பர் சீறிப்பாய்ந்து கொண்டு ஆனையிறவுப் பக்கமாய்ப் போனது. தூரத்தில் குண்டு வெடிக்கும் சத்தம் மெல்லிய அதிர்வுடன் கேட்டது.

கடவுளே ... மனம் பதட்டப்பட்டது.

நான் வீட்டுக்கு வந்தபோது வீட்டில் ஒரே ஆரவாரமாக இருந்தது. அத்தான், அக்கா, பிள்ளைகள், தம்பி, மனைவி, பிள்ளைகள், அத்தானின் சகோதரங்கள், பிள்ளைகள் என்று கூட்டம். எல்லோர் முகங்களிலும் பயமும் பதட்டமும். நான் வீட்டின் உள்ளே வந்து வேதாவைத் தேடினேன். பின்பக்கம் பெரிய பானையில் பாற்கஞ்சி கொதித்துக் கொண்டிருந்தது. வியர்வை வழிந்த முகத்தை சேலைத் தலைப்பால் ஒற்றிக் கொண்டே பின்னல் பையுடன் வேதா என்னிடம் ஓடி வந்தாள்.

“எல்லாருக்கும் காலமைக்கு பாற்கஞ்சி காய்ச்சிறன். மத்தியானத்துக்கு ஏதும் வேணும். நீங்கள் உதில சேவயர் கடைச் சந்தியில ஓடிப்போய் ரெண்டு கிலோ மீனும், பைத்தங்காயும் வாங்கி வாங்கோ. அவள் மறுபடி பரபரவென்று குசினிக்கு ஓடிப்போனவள் நின்று திரும்பி,

“பொம்பர் பறக்குது. கவனமாய் பார்த்துப் போங்கோப்பா,” என்று சொல்லி விட்டுப்போனாள்.

இது இவளிடம் இயல்பாய் அமைந்திருக்கும் முகம். என் பார்வையிலிருந்து இது எப்படி தப்பியது ..?

நான் லேசான மனத்துடன் சைக்கிளை எடுத்துக் கொண்டு புறப்பட்டேன்.

வீரகேசரி – 01.08.1993

சுவர்

கண்ணுக்கெட்டிய தூரம் வரை பார்வையைச் செலுத்திய மனோன்மணிக்கு நெஞ்சுக்குள் 'திக்' கென்றது. என்னமாய் இருந்த பிரதேசம். இப்போது ஆள் அரவமின்றி வெறிச்சோடிக் கிடந்தது. பளிச்சென்று பசுமையாய்க் கிடந்த நிலம். எல்லாம் காய்ந்து பற்றைகளும் முட்செடிகளுமாய்க் காடு பிடித்துக் கிடந்தது.

தொண்ணூறு யூன் சண்டைக்குப் பிறகு இங்கு இருக்க முடியாமல் வீடு வாசலை விட்டுப்போன பிறகு இன்றுதான் அவள் இங்கு வந்திருக்கிறாள். இந்த மூன்றரை வருஷங்களாக எத்தனையோ இடங்களில் இருந்தாகிவிட்டது. திருவையாறு தோட்டப்பக்கத்தில் ஒரு வருஷம் கனகபுரத்தில் ஆறு மாதம்... குஞ்சுப் பரந்தனில் ஒரு வருஷம் என்று அலைந்து திரிந்து கடைசியாக ஐந்தாம் வாய்க்கால் ஓவசியர் சந்தியில் இப்போது ஒரு வருஷமாக இருக்கிறார்கள்.

இப்படி அலைந்து களைத்த பிறகுதான் சொந்த இடத்துக்கு மீண்டும் வந்து குடியிருக்கும் யோசனை வந்திருக்கிறது. கணேசன் தான் இந்த யோசனையை சமீப நாட்களாய் வலியுறுத்தி வந்தான்.

"நானும் சின்னத்துரை அண்ணையும் திரும்ப ஒரு கொட்டில் போட்டுக்கொண்டு ஊரில இருக்கப் போயிட்டம். நீங்களும் வாங்கோவன்," கணேசன் திரும்பத் திரும்பச் சொன்னபோது கோபாலனுக்கும் ஊரில போய் இருந்தால் என்ன என்று தோன்றியது.

“நாங்கள் எத்தினை நாளைக்கு ஆற்றயேன் வீடுகளில இருக்கிறது. எங்கட ஊருக்குப் போய்த் திரும்ப ஒரு வீடு கட்டிக் கொண்டு இருப்பம். கணேசனும் சின்னத்துரை அண்ணையும் போய் இருக்கினம் தானே? நாங்களும் போனால் எங்களைப் பார்த்து மற்ற ஆட்களும் வருவினம் தானே. என்ன சொல்லுறாய் மணி?” கோபாலன் கேட்டபோது அவளுக்குப் பயமாகத்தான் இருந்தது.

“அய்யோ அந்த இடம் ஆனையிறவுக்கு கிட்டவல்லே இருக்குது. முந்தி இருந்தம் சரி. இனி இருக்க ஏலுமே? இருக்க ஏலாமல் தானே எழும்பி ஓடி வந்தனாங்கள்.”

“ஆமி வெளிக்கிட்டு வாற நிலை இனி இருக்காது மணி”

“ஆமி வராட்டிலும் காம்புக்குள்ளயிருந்து ஷெல் அடிப்பாங்க. பொம்பரில சுத்திக் குண்டு போடுவாங்கள். என்னெண்டு பிள்ளையளையும் வைச்சுக் கொண்டு இருக்கிறது?”

“எங்கதான் ஷெல் அடிக்காமலோ குண்டு போடாமலோ விடுறாங்கள். நாங்கள் திருவையாறில ஓடிப்போய் இருந்தம். ஆனையிறவிலயிருந்து எவ்வளவு தூரம். அங்கயும் குண்டு போட்டவங்க தானே?” என்று கணேசன் எவ்வளவோ சொன்ன பிறகும் அவள் அரைமனதுடன் தான் சம்மதித்தாள்.

“முதல்ல எங்கட ஊர்ப்பக்கம் போய் நிலமையைப் பார்த்து வருவம். வா” அவனது பேச்சைக் கேட்டு அவனுடன் மனோன்மணியும் ஊருக்கு வந்திருந்தாள்.

அவள் நினைத்தது போலவே அந்தச் சுற்றுப்புறம் வரண்டு காய்ந்து போய் இருந்தது. அவர்களது வீடு இருந்த இடம் தெரியவில்லை. ஆனையிறவு முகாமிலிருந்து இராணுவம் தொண்ணூறில் இந்தப்பக்கம் நகர்ந்து வந்த போதே அவர்கள் வெளியேறி விட்டிருந்தார்கள். இந்தச் சூழலில் மூன்று குழந்தை களையும் வைத்துக்கொண்டு எப்படி வாழ்வது? எத்தனையோ வருஷங்களாக வாழ்ந்த பிரதேசம், அந்த இடம் கிடந்த கோலமும், மனதை மிரளச் செய்த அமைதியும் மறுபடி யோசிக்க வைத்தது.

“என்னப்பா இந்த இடத்தில என்னெண்டு வந்து இருக்கிறது?” பயத்துடன் கேட்டாள்.

“அங்கால சின்னத்துரை அண்ணையவை இருக்கினம்தானே?” கொஞ்சத் தூரத்தில் தெரிந்த குடிசையைக் காட்டினான்.

“இந்தப் பக்கம் பாலத்துக் கரையில கணேசனும் கொட்டில் போட்டு இருக்கிறான். கூப்பிட்டால் கேட்கிற தூரந்தானே.

நாங்கள் இப்ப எங்கட காணியைத் திருத்துவம் மணி. மண் சுவர் வைச்சு ஒரு சின்ன வீடு கட்டிக்கொண்டு வந்து இருப்பம். கிணறு இருக்கு. வீட்டுப்புட்டியில தோட்டம் செய்யலாம்." சுற்றுப்புறத்தைக் கவலையுடன் பார்த்துக் கொண்டே அரை மனதுடன் தலையாட்டினாள்.

அடுத்து வந்த நாட்களில் குழந்தைகளைப் பக்கத்து வீட்டு ஆச்சியுடன் விட்டுவிட்டு இருவருமாய்த் தங்கள் காணிக்கு வந்து பற்றைகளை வெட்டித் துப்பரவு செய்தார்கள். சின்னத்துரையும் கோபாலனும் அவர்களோடுகூடவே நின்று உதவி செய்தார்கள். மண்ணைக் குழைத்துக் கல் அரியும் வேலை ஒரு புறம் நடந்தது. சொந்தக்காணியில் ஒரு குடிசை அமைத்து இருக்க வேண்டியது அவசியம் என்பதால் இதுவரை தன்னிடம் இருந்த ஒரே ஒரு நகையான ஒன்றரைப்பவுண் சங்கிலியை மனோன்மணி விற்பதற்காக கணேசனிடம் கொடுத்து விட்டாள்.

சங்கிலியை விற்பதற்குத் தயங்கியவனிடம்;

"எங்கட வீடு எண்டு இருந்தால் தானப்பா நாங்கள் நிம்மதியாக இருக்கலாம். இருக்க வீடில்லாமல் உந்தச் சங்கிலியைக் கழுத்தில போடுறதில என்ன இருக்கு?" என்று ஆறுதல் கூறினாள்.

"ஏதோ உழைச்சுப்பட்டு முன்னேறி ஒரு நல்ல காலம் வந்தால் பிறகு சங்கிலி செய்யலாம் தானே" என்று சமாதானம் சொல்லிச் சங்கிலியை விற்றதில் வீட்டு வேலையை விரைவாகச் செய்ய முடிந்தது. வீடு போடும் வேலைகளில் உதவுவதற்காக அவளும் ஒவ்வொரு நாளும் கணேசனுடன் போய் வருவாள். சுவர் எழுப்பப்பட்டு மேற்கூரையும் போட்டாகிவிட்டது. நிலத்துக்கு மண் அடித்து இறுக்கப்பட்டது. வீட்டுக்குக் கிழக்குப் பக்கம் உள்ள மேட்டுப்பகுதி தோட்டம் செய்வதற்காகக் கொத்தப் பட்டுக் கொண்டிருந்தது. சின்னத்துரையின் காணிக்குள் பயிற்றங் கொடியும், தக்காளியும், கீரையும் செழிப்பாய் நிற்பதைப் பார்க்குபோது தோட்டம் செய்வதில் நம்பிக்கை ஏற்பட்டது.

"எந்தக் காய்கறியும் விற்கிறதெண்டால் பரந்தன் பக்கம்தான் கொண்டு போகவேணும். கிட்டடியில அவ்வளவு சனம் இல்லை. முந்தி ஆக மோசம். இப்ப ஓரளவு திரும்ப வந்து இருக்கத் தொடங்கியிட்டுதுகள்."

"ஓமண்ணை எத்தினை நாளைக்குத்தான் தன்ர வீடு வாசல் காணிவிட்டு அலையிறது சொல்லுங்கோ. ஓடி ஓடி களைச்சுப் போயிட்டம்."

"அதுதானேடாப்பா. ஆனாலும் ஏதோ திரும்ப வந்து இருக்கிறம். அவங்கள் அடிக்கிற ஷெல்லுக்குத்தான் பயம். எந்த நேரம் அடிப்பாங்கள் எண்டும் தெரியாது. எங்க வந்து விழும் எண்டும் தெரியாது." கணேசனுக்கும் கவலையினால் மனம் கனத்தது. சின்னத்துரை அண்ணை வயது போன மனைவியுடன் இருப்பவர். வளர்ந்த பிள்ளைகளும்கூட. கோபாலன் தனி ஆள். தான் குழந்தைகளுடன் வந்து குடியிருப்பது நல்லதுதானா என்று மனம் குழம்பியது.

மனோன்மணி இன்னமும் பயப்படக்கூடும் என்பதை உத்தேசித்து, அவன் தன் மனக்குழப்பத்தை அவளிடம் காட்டிக் கொள்ளவில்லை. மனதில் பயம் இருந்தாலும் திரும்பவும் ஊருக்கு வருவது தவிர வேறு வழி ஏதும் இருப்பதாயும் அவனுக்குத் தெரியவில்லை. இன்னும் நான்கு நாட்களில் பால் காய்ச்சிக் கொண்டு வீட்டுக்குப் போக இருப்பதால் கணேசன் மிகுதி வீட்டு வேலைகளைக் கவனிக்கக் காலையிலேயே போய் விட்டிருந்தான். குழந்தைக்கு மெல்லிய காய்ச்சல் இருந்ததால் மனோன்மணி குழந்தைகளுடன் நின்று விடடாள். இந்த வீட்டு வேலைகள் தொடங்கியதிலிருந்து மனம் ஒரேயடியாக யோசனையில் ஆழ்ந்து விட்டிருந்தது.

குழப்பமும் பயமும் கலவையாய் மனதுக்குள் நிறைந்து போயிருந்தன. திரும்பவும் ஊருக்குள் போய் இருப்பதில் ஏற்படக்கூடிய கஷ்டங்கள் வரிசையாய் நினைவுக்கு வந்தன. குழந்தைகளுக்குக் காய்ச்சல் என்றால் கூட பரந்தன் வரை வரவேண்டும். மூத்தவனை அடுத்த வருஷம் பாடசாலையில் சேர்க்கவேண்டும். அதற்கும் பரந்தன் பாடசாலைக்குத்தான் வரவேண்டும். யோசிக்கும்போது தலைக்குள் பாரம் ஏறியது போல் இருந்தது. ஆனாலும் ஒரு வகையில் சொந்த வீட்டில் இருக்கிறோம் என்ற நிம்மதி இருக்கும். எல்லா வசதியும் ஒரு சேரக் கிடைத்துவிடாது. கிடைக்கின்ற வசதிகளோடு சமாளிக்க வேண்டியதுதான்.

பத்து மணி இருக்கும். பங்குனி மாத வெய்யில் சுள்ளென்று எரித்தது. காற்றில் புழுதியும் வெம்மையும் பரவியிருந்தது. திடீரென்று அடுத்தடுத்து இரண்டு ஷெல் வந்து விழுந்து வெடிக்கும் சத்தம் தூரத்தில் கேட்டது. மனோன்மணி முற்றத்தில் வந்து நின்று வடக்குப் பக்கமாய்ப் பார்த்தாள்.

தூரத்தில் ஹெலி ஒன்று இரைச்சலுடன் சுற்றுவது வானில் தெரிந்தது. இவ்வளவு தூரத்தில் இருக்கும் போதே பயமாக

இருக்கிறது. எப்படித்தான் போய் வீட்டில் இருக்கப்போகிறோமோ என்று கவலையுடன் நினைத்துக் கொண்டாள். திரும்ப வந்து அழுகின்ற குழந்தையை ஏணையில் போட்டு மெல்ல ஆட்டி நித்திரையாக்கினாள். குழந்தை நித்திரையானதும் அடுப்பை மூட்டி உலையை ஏற்றி வைத்தாள். அப்போது வெளியே கோபாலனின் குரல் கேட்டது.

“மணி அக்கா ... மணி அக்கா ...”

மனோன்மணி வெளியே வந்தாள். கோபாலனின் முகத்தில் பதட்டம் இருந்தது.

“என்ன கோபால் ...”

“அக்கா ... பயப்படாதேங்கோ. ஆனையிறவு காம்பிலயிருந்து அவங்கள் அடிச்ச ஷெல் வந்து உங்கட காணிக்குள்ள வீட்டுக்கு மேல விழுந்திட்டுது.”

“என்ர கடவுளே ... அப்ப அவர் ...”

“வீடு அப்பிடியே இடிஞ்சு போயிட்டுது. கணேசண்ணைக்குக் கையில சின்னக்காயம். சின்னத்துரை அண்ணை ஆஸ்பத்திரிக்கு ஏத்திக் கொண்டு போறார். வாங்கோ அக்கா போவம்.”

“உண்மையைச் சொல்லு கோபால். காயம் கடுமையே ...” அழுதபடியே கேட்டாள். மனம் பதைபதைத்தது.

“சின்னக்காயம்தான் அக்கா பயப்பிடாதேங்கோ.”

“அய்யோ ... என்ன கஷ்டகாலம் நெஞ்செல்லாம் பதறுதடா ...” அவள் அழுதுகொண்டே ஓடிப்போய் பக்கத்து வீட்டு ஆச்சியைக் கூட்டி வந்து பிள்ளைகளைப் பார்க்கச் சொல்லிவிட்டு கோபாலனோடு சைக்கிளில் ஏறினாள்.

கண்களில் முட்டிக்கொண்டு கண்ணீர் வழிந்தது. கடவுளே கடவுளே என்று வழியெல்லாம் கும்பிட்டுக்கொண்டே போனாள். அதற்குப் பிறகு நடந்தவை எல்லாம் ஒரு அவசர வேகத்தில் நடந்த சம்பவங்களாக அவளுக்குத் தோன்றியது. கிளிநொச்சி ஆஸ்பத்திரியில் ரத்தம் தோய்ந்த கைக்கட்டுடன் அரை மயக்கத்தில் கிடந்த கணேசனை அம்புலன்ஸில் ஏற்றி கிளாலிப்பாதையால் யாழ்ப்பாணம் ஆஸ்பத்திரிக்குக் கொண்டு போனபோது மனோன்மணியும் கைக் குழந்தையுடன் கூடவே போனாள். சத்திர சிகிச்சை மூலம் ஷெல் துண்டுகள் துளைத்த இடது கையை தோளுடன துண்டித்து கட்டுப்போட்டார்கள்.

மறுநாள் மயக்கம் தெளித்து கணேசன் எழுந்து அமர்ந்த வினாடியில் மனோன்மணி தாங்கிக் கொள்ள முடியாமல் அழத் தொடங்கினாள்.

"அழாதை மணி" கணேசன் மெலிந்த குரலில் சொன்னான். அவளால் அழுகையை கட்டுப்படுத்த முடியவில்லை. தன் வேதனையைப் பொறுத்துக்கொண்டு கலங்கிப் போயிருந்த கண்களால் அவளைப் பார்த்தான் கோபாலன்.

"வீடு இடிஞ்சு போயிட்டுது . . . என்ர கை போயிட்டுது எண்டு நினைச்சு அழுறாய் மணி, ஆனா நான் உயிரோடதானே இருக்கிறன். அது எவ்வளவு பெரிய விஷயம்."

மனோன்மணி டக்கென்று நிமிர்ந்தாள். நெஞ்சின் ஆழம் வரை அந்த வார்த்தைகள் போய் விழுந்தன. அவனது வலது கையை ஆதரவோடு பிடித்துக்கொண்டு நீர் நிறைந்த கண்களுடன் கனிவோடு அவனைப் பார்த்தாள்.

_மல்லிகை_ – மார்ச் 1994

வாழ்க்கை

எதிரில் இருந்த கண்ணாடியில் தன்னைப் பார்த்துக் கொண்டவளுக்கு இதெல்லாம் உண்மை தானா ... என்று ஒரு நிமிஷம் தோன்றியது.

தலைச்சுட்டி ... நெற்றிப்பட்டம் ... விலாக்கு ... மூக்குத்தி ... சிமிக்கி ... கழுத்து கைகளில் நகைகள் ... மஞ்சளும் சிவப்பும் கலந்த காஞ்சிபுரம் ... தலை நிறையப் பூக்கள் ...

இத்தனை அலங்காரத்திலும் தன்னைப் பார்க்க அழகாக இருப்பதாகத்தான் தோன்றியது.

கண்களின் கீழுள்ள கரு வளையமும் மெலிந்த முக அமைப்பும் சிறிது தளர்ந்த முகத்தோலும் ஒப்பனையின் முன் சிறிது மறைந்திருந்தாலும் முழுவதுமாக அவளது வயதை மறைக்கவில்லை. இன்றைக்கு நாற்பது வயதில் இந்தக் கல்யாணம் நடப்பது ஒரு கனவுபோல இருந்தது.

எந்தவித ஆரவாரமோ துள்ளலோ மகிழ்ச்சியோ இல்லாமல் மனம் வெறுமையாய் இருந்தது.

அம்மா அப்பா இல்லை. தம்பியும் தங்கை களுமாய் நடாத்தும் கல்யாணம் ... நெருங்கின சொந்தக்காரர்கள் சாவகச்சேரியில் இருக்கிறார்கள். ஆனால் திருமணத்துக்கு யாரும் வரவில்லை. கிளாலிக் கடலில் படகுகளில் வந்தவர்களை நடுச்சாமத்தில் வழிமறித்து ராணுவம் வெட்டியும் சுட்டும் போட்டதில் பெரிய மாமா பலியாகியிருந்தார். அதிலிருந்து கிளாலிப் பயணம் என்றாலே அவர்களுக்கு நடுக்கம். நல்லாய் இரு. சந்தோஷம். வர முடியவில்லை என்ற

செய்தியைத்தான் அனுப்பியிருந்தார்கள். கல்யாணத்துக்கென்று கடலில் பயணம் செய்து வந்து இராணுவத்துக்குப் பலியாக யாருக்கும் சம்மதமில்லை.

இது என்ன கல்யாணம் என்று மனம் சலித்தது. இந்த வயதில் இப்படி ஒரு கல்யாணம் தேவையில்லை என்றுதான் தீர்மானித்திருந்தாள், ஆனால் சுகுமாரின் வேண்டுகோளில் அவனுக்காகச் சம்மதிக்க வேண்டியதாகி விட்டது.

இருபத்திரண்டு வருஷங்களுக்கு முன் அவளது பதினெட்டாவது வயதில் அவளுக்கு முதன் முதலில் கல்யாணம் பேசப் பட்டது. முதல் முதலாய் அவளைப் பெண் பார்க்க வந்த நாளை அவளால் மறக்க முடியாது. மனதின் அடியில் நிரந்தரமாய்த் தங்கிவிட்ட வலி அது.

அன்றைக்கு மனம் எல்லாம் பரபரப்பாக என்னவென்று சொல்ல முடியாத உணர்வுடன் பெண் பார்க்க வந்தவர்கள் முன் அவள் அமர்ந்திருந்தபோது அவள் மடிமீது சாய்ந்து நின்ற சுகுமாருக்கு அப்போது எட்டு வயது.

சீதனப்பிரச்சனையில் கல்யாணம் குழம்பி விட அக்கா ரகசியமாய் ஏன் அழுகிறாள் என்று விளங்க முடியாமல் திருதிருவென்று விழித்துக் கொண்டு நின்றவனுக்கு இன்றைக்கு முப்பது வயது. கல்யாணங்கள் எத்தனை பார்த்தும் சரிவராமல் காலங்கள் இழுபட்டபோது அதன் இடையே எல்லோர் வேதனையையும் பார்த்துக்கொண்டே வளர்ந்தவன் அவன்.

ஏன் சமூகத்தில் பெண்களின் திருமணம் இவ்வளவு பிரச்சனையானது என்று பதினெட்டு வயதிலிருந்தே கவலைப் படுபவன். மூன்று அக்காமாரினதும் இளமை தேய்வதைக் கவலையோடு பார்த்து நின்றவன்.

காசு பணம் என்ற சொல் அவனுள் ஒரு வெறியையே வளர்த்தது. அந்த சுகுமார் இப்போது சுவிசில் பனியிலும் குளிரிலும் இரவு பகலாக உழைத்துக் கொண்டிருக்கிறான்.

என்ன வேலை என்று தெரியாது. எதுவோ ஒரு வேலை.

கொழும்பு போய் அவனுடன் கதைக்கும் போது என்ன வேலை செய்யிறாய் என்று கேட்டால் பளிச்சென்று சிரிப்பான்.

"எதுவோ ஒரு வேலை அக்கா. வெளிநாட்டில இருக்கிறவை யிட்ட என்ன வேலை செய்யிறாய் எண்டு கேட்கக்கூடாது. அப்பிடிக் கேட்டால் கனபேர் பொய்தான் சொல்லுவினம்" என்பான்.

அவளுக்குச் சுகுமாரை நினைக்கும்போது மிகுந்த கவலை வரும். இவன் வளர்ந்து உழைத்துக் காசு அனுப்பித்தான் அவர்களின் கல்யாணம் நடக்க வேண்டும் என்றிருக்கிறது.

சுவிஸிற்கு அவன் போன ஆறு வருஷங்களில் தான் அவளது இரண்டு தங்கைகளுக்குக் கல்யாணம் நடந்தது.

யார் யாருக்குப் பொருத்தமாய் இடங்கள் வந்ததோ அவரவர்களுக்கு அவளே முன் நின்று கல்யாணம் செய்து வைத்தாள். உன்னை விட்டுச் செய்ய முடியாது என்று பிடிவாதம் பிடித்த தங்கைகளை அவள் அதட்டி விஷயத்தை ஒப்பேற்றினாள். காசு இருந்ததில் கல்யாணம் சிறிது சுலபமாக நிறைவேறியது. இந்தச் சுகுமார் எங்களுக்கு அண்ணையாய்ப் பிறந்திருக்கலாம் என்று இரண்டாவது தங்கை வினோதினி சொல்லுவாள்.

இப்போது இந்தக் கல்யாணத்தை அந்த தம்பியும் இந்த தங்கைகளும் நடத்தி வைக்கிறார்கள்.

இன்று முழுவதும் சுகுமார் அக்காவையே நினைத்துக் கொண்டிருப்பான். இலங்கை நேரப்படி இந்த நேரத்தில் என்னென்ன நடக்கும் என்று கற்பனை செய்து கொள்வான். முற்றத்தில் பந்தல் போட்டிருக்கும்... பின் பக்கம் சமையல் நடக்கும்... அக்கா அழகாய் அலங்கரித்துக் கொண்டு தயாராய் இருப்பாள்... பட்டும் பட்டாடையுமாய் கல்யாணம் பார்க்க ஆட்கள் வந்திருப்பார்கள்... சுகுமாருக்குச் சந்தோஷத்தில் கண்களில் நீர் தத்தளித்துக் கொண்டிருக்கும்.

ஆனால் இந்தக் கல்யாணத்தில் அவளுக்கு சந்தோஷம் இல்லை. இது அத்தனை பொருத்தமான கல்யாணம் இல்லை என்ற உணர்வு அடிமனதை அரித்துக் கொண்டிருக்கிறது. இந்த பொருத்தமற்ற கல்யாணத்துக்குத் தன்னைத் தயார்ப்படுத்துவது அநியாயமாய்ப்படுகிறது.

ஆரம்ப காலங்களில் காசைத் தராத கடவுள் அவளுக்கு அறிவையும் புத்திசாலித்தனத்தையும் நிறையவே கொடுத்திருந்தான்.

பட்டதாரியாக வெளிவந்து இலங்கை நிர்வாக சேவைப் பரீட்சையில் சித்தியடைந்து இன்றைக்கு இங்கே உதவி அரசாங்க அதிபர் பதவி, நீளத் தலைமயிரை அழுத்தமாய்ப் பின்னிவிட்டுச் சேலைத் தலைப்பை இடுப்பில் சொருகிக் கொண்டு 'சாளி'யில் அவள் வேலைக்குப் போவது அழகாக இருக்கும்.

அவளின் உத்தியோகத்திற்குக் கிடைத்த ஜீப் வசதியெல்லாம் எண்பத்தேழாம் ஆண்டுடன் நின்றுவிட்டது. 'சாளி'யில் போவது அவளுக்கு வசதியாகவும் இருந்தது.

மிடுக்கும் தைரியமும் இயல்பாகவே உள்ள அவளுக்கு பொருத்தமாக இந்த உத்தியோகமும் அமைந்துவிட்டது. ஆரம்ப காலங்களில் அவளது கல்யாணத்திற்குப் பணம் பிரச்சனையாய் இருந்தது. பிறகு இந்தப் படிப்பும் உத்தியோகமும்தான் மாப்பிள்ளை களை எட்டி நிற்க வைத்தது.

கிட்டத்தட்ட கல்யாண ஆசையே இல்லாமல் போன நேரத்தில்தான் இந்த இடம் சரிவந்திருக்கிறது.

இந்த உத்தியோக வாழ்க்கை அவளுக்குச் சமூகத்தில் உள்ள பல பிரச்சனைகளை ... அகதிகளின் அவலங்களைக் கண்முன் காட்டியிருக்கிறது.

விமானத்தின் குண்டு வீச்சுக்குப் பலியான கணவனை நினைத்து அழுது கொண்டே நட்ட ஈட்டுக்கு வரும் மனைவிக்காக ஒரு அதிகாரியாக இல்லாமல் இன்னொரு பெண் என்ற முறையில் கவலைப்பட்டிருக்கிறாள்.

அவள் பார்வைக்கு வந்த ஒரு கணக்கெடுப்பில் இங்கே இத்தனை விதவைகளா ... இத்தனை அனாதைகளா ... இத்தனை அகதிகளா ... என்று பதறியிருக்கிறாள்.

இந்த அவலங்களின் முன் என்ன வாழ்க்கை என்று பல தடவை மனம் வெறுத்துப் போயிருக்கிறது.

சுகுமாரின் வற்புறுத்தல் இல்லையென்றால் அவள் இப்படியே இருந்து விடவும் தயாராய் இருந்தாள்.

"அக்கா நீ கல்யாணம் செய்யாட்டி நானும் செய்யப் போறதில்லை."

குடும்பத்தின் சுமையைச் சுமந்து கஷ்டப்படுபவன் சொன்ன படி செய்யவும்கூடும் என்ற பதை பதைப்பில்தான் அவள் சம்மதித்தாள்.

மனதில் உள்ள வெறுப்பை மட்டும் மாற்றிக் கொள்ள முடியவில்லை. இந்த வெறுப்பு யார் மீது என்றும் புரியவில்லை. சமூகத்தின் மீதா ... ஆண்கள் மீதா ...

பதினெட்டு வயதில் கல்யாணம் ஆகியிருந்தால் இந்த வெறுப்பும் சலிப்பும் வந்திருக்காதோ? சராசரிப் பெண்ணாய் இந்த நாற்பது வயதுக்குரிய ஒரு முதிர்ச்சியுடன் வளைய வந்து கொண்டிருப்பாள். தான் பெற்ற பெண்ணுக்கு மாப்பிள்ளை பார்த்துக் கல்யாணம் செய்து கொடுத்திருப்பாள்.

எத்தனை காலங்கள் இடையே போய் விட்டது? கண்கள் லேசாய்க் கலங்கியதைக் கண்ணாடியில் பார்த்துத் திடுக்கிட்டாள்.

இப்படிக் கலங்குவது தனது இயல்பில்லையே என்பது நினைவுக்கு வர, துவாய் எடுத்துக் கண்களை ஒற்றிக் கொண்டாள்.

அறைக்கதவு திறந்து உள்ளே வந்த வினோதினி அக்காவை ஆசையோடும் சந்தோஷத்தோடும் பார்த்தாள். தலையிலிருந்து கால்வரை பார்த்துவிட்டு, கிட்ட வந்து பரிவுடன் முகம் நிமிர்த்தி நெற்றியில் முத்தமிட்டாள்.

"அப்பா... இண்டைக்குத்தான் சந்தோஷமாய் இருக்குதக்கா" என்றாள். என் கல்யாணம் இவ்வளவு பிரச்சனைக்குரியதா என்று மனதுக்குள் கேட்டுக் கொண்டாள்.

"மாப்பிள்ளையாட்கள் வந்திட்டினம் அக்கா" என்று சிரித்தாள் வினோதினி.

இதற்கு வெட்கப்படவோ மனம் சிலிர்க்கவோ அவளால் முடியாமல் இருந்தது. நாற்பது வயதில் கல்யாணம் என்றால் எந்தச் சிலிர்ப்பும் இருக்காது போலிருக்கிறது. வெட்கப்படவும் தெரியவில்லை.

கண்ணாடி பார்க்கும்போது இதென்ன வேஷம் என்றுதான் தோன்றுகிறது. எல்லா அலங்காரங்களையும் பிய்த்து எறிய வேண்டும் போலிருக்கிறது.

இன்றைக்கும் தன்னிலும்விடப் படிப்புக் குறைந்த, உத்தியோகம் குறைந்த... அழகு குறைந்த ஒரு ஆணைக் கல்யாணம் செய்வதில் சந்தோஷம் தோன்றவில்லை.

இந்தக் கல்யாணத்துக்காகச் சுகுமார் மொத்தம் ஐந்து லட்சம் அனுப்பியிருக்கிறான்.

இந்த ஐந்து லட்சத்தை உழைப்பதற்குக் கண்காணாத குளிர்தேசத்தில் இருந்துகொண்டு அவன் என்னென்ன கஷ்டங்களை அனுபவித்தானோ... வீடும் அவளுக்குத்தான்...

ஒரு குண்டு போட்டால்ச் சிதறிவிடுகிற கட்டடம்.

ஆனாலும் இவை இருந்தபடியால்தான் கல்யாணம் பேச முடிந்திருக்கிறது.

மின்சாரம் நின்றுபோய் வெகுகாலமாகிறது. அடுத்தடுத்துச் சண்டை நடந்ததில் வருவதும் நிற்பதுமாய் இருந்தது ஒரேயடியாக நின்று விட்டிருந்தது. இப்போதெல்லாம் மின்சாரத்தைப் பற்றி யாரும் அக்கறைப்படுவதில்லை.

நேற்று மாலையிலிருந்து வேலை செய்து கொண்டிருக்கும் ஜெனரேட்டரின் கிர்ரென்ற சத்தம் தலையை வலிக்கச் செய்தது. வீடியோ வெளிச்சத்தில் கண் கூசியது.

சிரிக்கச் சொன்னால் சிரிப்பு வரவில்லை. என்ன இது என்ற எரிச்சல்தான் மனதில் எழுந்தது. சுகுமார் வீடியோ பார்த்துவிட்டு அக்கா சந்தோஷமாய் இருக்கவில்லை என்று கவலைப்படுவானோ... என்ற பயத்தில் கஷ்டப்பட்டுச் சிரிக்க முயன்றாள்.

அந்த வீடியோ எடுப்பவனுக்கு அவளைப் பற்றியும் அவள் படிப்பு, பதவி பற்றியும் தெரிந்திருந்ததனால் நல்ல வேளையாக அவளை அப்படி நில் இப்படி நில்... கன்னத்தில் கை வைத்துத் தலை சரித்துப் பார் என்றெல்லாம் சொல்லவில்லை.

மெல்ல ஜன்னல் திறந்து பார்க்க முற்றத்தில் பந்தல் தெரிந்தது. அவளது அலுவலக ஆட்கள் உட்படப் பலர் அமர்ந்திருக்க அவர்கள் நடுவே மாப்பிள்ளை நடந்து வருவது தெரிந்தது.

நாற்பத்திநாலு வயதுக்குரிய மெல்லிய தளர்வு நடையில் இருந்தது.

இந்தக் கல்யாணம் பேச ஆரம்பித்த போதே இவ்வளவு நாளும் ஏன் கல்யாணம் செய்யாமல் இருந்தவராம் என்றுதான் கேட்டிருந்தாள்.

"அவருக்கு மூண்டு தங்கச்சியவையாம். இப்பதான் எல்லாருக்கும் கட்டிக் கொடுத்து முடிச்சவராம். அதுதான் இவ்வளவு நாளாய் இருந்தவராம். வினோதினி விளக்கம் சொல்லியிருந்தாள்.

ஆண் என்றாலும் அவர்களுக்கும் சுமையுண்டு என்று தோன்றியது. இன்னொரு சுகுமாராக இருந்திருக்கிறான் என்று மனம் அனுதாபப்பட்டது. அதனால் அரை மனதாக என்றாலும் சம்மதிக்க முடிந்தது.

இந்தக் கல்யாணத்தில் சீதனம் பற்றிப் பெரிதாய்ப் பேசப் படவில்லை. கேட்காமலேயே இவர்கள் தரக்கூடும் என்றே அவர்கள் நினைத்திருக்கலாம்.

சுகுமார் அவளுக்கு எந்தக் குறையும் இல்லாமல் திருமணம் செய்து வைக்கவே விரும்பிக் காசு அனுப்பியிருந்தான்.

கொடுக்கும் நாலு லட்சத்தையும் அவன் என்ன செய்வான்? தான் பட்டகடன் கொடுப்பானோ... அல்லது இவ்வளவு காலமும் கஷ்டப்பட்டு உழைத்து தங்கைகளைக் கரையேற்றியாகிவிட்டது. இனியாவது வசதியாக இருப்போம் என்று எமக்கென வைத்துக் கொள்வானோ ...

எதுவோ... இப்போது காசுப் பிரச்சனை இல்லை... மனம் தான் பிரச்சனை.

வினோதினியுடன் இரண்டு இளம் பெண்கள் உள்ளே வந்தார்கள் ...

முன்னால் வந்த பெண் மாப்பிள்ளையின் ஒரு தங்கை...

அவளை அழைத்துப்போகத் தோழியாய் வந்து நின்றாள். அந்தப் பெண்ணை ஏற்கனவே பார்த்திருக்கிறாள்.

பின்னால் வந்த மற்றப் பெண்ணைத் தங்கச்சி என்று அறிமுகப்படுத்தினாள். சற்றுக் காலை இழுத்து நடந்து வந்து கொண்டிருந்தாள், அவள். "இவளுக்கு முந்தி ஹெலி சுட்டுக் காலில சன்னம் பட்டுக் கால் எடுத்து மரக்கால் போட்டிருக்கு. அதால கலியாணமும் இழுபட்டுப் போச்சு. சரியாய்க் கஷ்டப்பட்டு மாப்பிள்ளை தேடிப் போன வருஷம்தான் கல்யாணம் நடந்தது. அதுக்குப் பிறகுதான் அண்ணை தன்ர கல்யாணத்துக்குச் சம்மதிச்சது."

அவள் கொஞ்சம் திகைப்புடன் அந்தப் பெண்ணைப் பார்த்தாள்.

இவர்கள் இழப்புக்களை அனுபவித்தவர்கள். அதனால் ஏற்படுகிற துயரங்களைப் பகிர்ந்து கொண்டவர்கள்.

தங்கையின் அவலம் பார்த்து அவளுக்கு ஒரு வாழ்க்கை தேடக் கஷ்டப்பட்டிருக்கிறான். அதற்காகத் தன் வாழ்வையும் கரைத்திருக்கிறான்.

மனதின் நெருடல்கள் இப்போது கொஞ்சம் தணிந்தது. தங்கைகளை நேசிக்கிறவன் தன்னையும் நேசிப்பான் என்ற நம்பிக்கை வந்தது.

மணவறையை நோக்கி நடக்கையில் மெல்லத் தலை நிமிர்த்தி அவனைப் பார்த்தாள்.

அவன் முகத்தில் அமைதியும் கண்களில் கனிவும் தெரிந்தது. அந்த முகத்தில் பதிந்திருந்த ஒவ்வொரு சுருக்கமும் சமூகம் பற்றிய அவனது கவலைகளின் வெளிப்பாடாகத் தெரிந்தது.

இப்போது அவனின் படிப்போ உத்தியோகமோ தோற்றமோ குறைவாய்த் தெரியவில்லை.

மணவறையில் அவன் கை பிடித்தபோது சின்னச் சிலிர்ப்பு மனதில் ஓடியது.

விரைவில் சுகுமாருக்குச் சந்தோஷமாய் ஒரு கடிதம் போட வேண்டும்.

வீரகேசரி – **27.02.1994**

பசி

சின்ராசு திண்ணையிலிருந்து இறங்கி வந்து குசினிக்குள் எட்டிப் பார்த்தான்.

அம்மாவைக் காணவில்லை.

காலையில் தேனீருக்காக மூட்டிய அடுப்பு இப்போது அணைந்து போயிருந்தது.

அம்மா சாப்பாடு எதுவும் செய்ததாகத் தெரியவில்லை.

ஆக இன்றைக்கும் காலையில் குடித்த தேனீருடன் பாடசாலை போக வேண்டியதுதான்.

வயிற்றுக்குள் கிர்ரென்ற இரைச்சல்...

ஏதாவது சாப்பிட முடியும் என்று காத்துக் கொண்டிருந்தவனுக்கு நிலைமை புரிந்து போகப் பேசாமல் போய் அரைச்சுவரில் வைத்திருந்த புத்தகப் பையை எடுத்துத் தோளில் போட்டுக்கொண்டான்.

இந்தப் பத்து வயதில் குடும்பத்தின் நிலைமையை நன்றாகத் தெரிந்து கொண்டவன் அவன். உழைத்துத் தர ஆண் துணை இல்லாத குடும்பம். மிகவும் சிறிய வயதில் தந்தையின் நேசத்தை அனுபவித்தது கனவு மாதிரி இருந்தது. மனதின் ஆழத்தில் அந்த அனுபவம் இப்போதும் இனிமையாய்ப் பரவியிருந்தது.

அந்த ஆசையான அப்பா ஆறு வருஷத்துக்கு முன்பு ஆனையிறவிலிருந்து ஏவப்பட்ட ஷெல்லுக்குப் பலியானபோது அழவும் தெரியாத பருவத்தில் அவன் இருந்தான். அம்மாதான் உழைத்து அவனை வளர்த்துக் கொண்டிருக்கிறாள்.

அநேகமான நேரங்களில் அம்மாவை அழுத முகத்துடன் அவன் பார்க்க நேரிடுகிறது. அம்மா எவ்வளவு பாவம் அதனாலேயே அவன் அம்மாவிடம் எதையும் கேட்பதில்லை.

சின்ராசு புத்தகப் பையுடன் முற்றத்தில் நின்று சுற்றும் முற்றும் பார்த்தான். மேலே வானத்தில் ஏதோ இரைச்சல் கேட்பது போலிருந்தது. மனம் திடுக்கிட்டுப் போக நிமிர்ந்து பார்த்தான்.

பொம்பர் ஏதும் பறக்கிறதா என்று கலவரமாய் இருந்தது. பொம்பர் என்றாலே மனம் பயத்தில் படபடவென்று அடித்துக் கொள்ளும். நல்ல வேளை ... பொம்பர் ஒன்றும் பறக்கவில்லை. தூர எங்கேயோ மோட்டார் சைக்கிள் இரைகிறது போலும்.

அவன் நிம்மதியுடன் அம்மாவைத் தேடினான்.

"அம்மா ... அம்மோய் ..."

கிணற்றடிப் பக்கத்திலிருந்து வந்த அம்மாவின் முகம் வாடிப் போயிருந்தது.

"நான் ஸ்கூலுக்குப் போட்டு வாறன் அம்மா ..."

"ஓமப்பு. கவனம். பொம்பர் ஏதும் வந்தால் பள்ளிக்கூடத்துக்க இருக்கிற பங்கருக்குள்ள ஓடிப் போய் இருக்க வேணும். என்னப்பன் ..."

"ஓமம்மா. நான் வாறன்."

"நான் பிள்ளைக்கு மத்தியானம் சோறு காய்ச்சி வைக்கிறன். வந்தவுடன் சாப்பிடலாம். என்ன ..." அவன் ஏமாற்றத்தை மறைத்துக் கொண்டு தலையாட்டினான்.

"பிள்ளைக்கு பசிக்குதே ..."

அம்மா ஆற்றாமையோடு கேட்டாள்.

"இல்லையம்மா ... நான் போயிட்டு வாறன்."

அவன் செருப்புப் போடாத கால்களுடன் தெருவில் இறங்கி நடந்தான்.

அவனுக்குத் தெரியும் அம்மா தன்னைப் போக விட்டுவிட்டு அழுவாள் என்று.

அதற்காகவே தனக்குப் பசி இல்லாதது போலவும் முகத்தில் வாட்டம் இல்லாதது போலவும் காட்டிக் கொண்டான்.

தெருவில் வேகமாக நடக்க அவனால் முடியவில்லை. வயிற்றுக்குள் எதுவோ புரண்டது.

வெறும் வயிறு இரைந்தது.

இப்போது இரண்டு நாட்களாகக் காலையில் எதுவும் சாப்பிடாமல்தான் பாடசாலைக்குப் போகிறான். புல் பிடுங்கிற வேலை, நாற்று நடவு வேலை முடிந்து விட்ட நேரம். இனி வயல்களில் அரிவு வெட்டு வரும் வரை அம்மா வேலைக்குப் போக இயலாது. வேலை கிடைக்காது.

இனி அரிவு வெட்டு வரும்வரை இப்படித்தான். அரை வயிறு கால் வயிறுமாக இருக்க வேண்டும்.

நேற்றாவது பாடசாலைவிட்டு வீட்டுக்கு வந்தபோது சோறும் சம்பலும் இருந்தது. இன்றைக்கு அதுவும் இருக்குமோ தெரியவில்லை. பாடசாலையிலிருந்து வீட்டுக்கு வந்து சேர மூன்று மணியாகிவிடும். அதுவரை இந்தப் பசியை எப்படிப் பொறுத்துக் கொள்வது என்று அவனுக்கு யோசனையாக இருந்தது.

வயிற்றில் இரைச்சலுடன் பாடங்களையும் கவனிக்க முடியாது. குறைந்தது இரண்டு ஆசிரியர்களிடமாவது இன்றைக்கு அடி வாங்கப் போவது நிச்சயம்.

முடிந்தவரை வேகமாக நடந்தான். பாம்புக் கமத்து கோவிலடி கடந்து நடக்கும்போது அவனுடன் படிக்கும் குகன் தன் தமயனின் சைக்கிளில் அவனைக் கடந்தான்.

“சின்ராசு! கெதியாய் வாடா. நேரமாயிடும்.”

குகன் சொல்லிவிட்டுப் போனான்.

எவ்வளவு வேகமாய் நடந்து வந்தும் பாடசாலை வாசலை அடைந்த நேரம் இரண்டாவது மணியும் அடித்து வாசல்க் கேற்றும் மூடப்பட்டுவிட்டது.

வெளியே நின்ற பத்துப் பதினைந்து மாணவர்களுடன் அவனும் பயத்துடன் நின்று கொண்டான்.

அதிபர் வந்து தாமதமாய் வந்ததுக்குக் காரணம் கேட்டு ஒவ்வொரு அடி அடித்து உள்ளே விட்டார்.

அவன் மௌனமாகத் தன் கையை நீட்டினான்.

“ஏன் பிந்தி வந்தனி?”

அதிபரின் அதட்டலில் கண் விளிம்பில் நீர் துளிர்த்தது.

“ஒரு கட்டை தூரம் நடந்து வாறன் சேர்.”

“அப்ப வெள்ளன வெளிக்கிட்டு வாறதுதானே ...”

அம்மா ஏதும் சமைக்கக்கூடுமோ என்று சாப்பிடுவதற்காகப் பார்த்துக் கொண்டிருந்த காரணத்தைச் சொல்ல முடியவில்லை. பேசாமல் நின்றான்.

"இனிமேல் கெதியாய் வர வேணும். ஓடு"

கையில் அடித்த அடி ஏனோ உறைக்கவில்லை.

"பிரின்சிப்பல் அடிச்சது நோகுதேடா" என்று குகன் கேட்டபோது இல்லை என்று சிரிக்க முயன்றான்.

வகுப்பில் பாடங்களைக் கவனிக்க முயற்சி செய்தும் முடியவில்லை. காதை அடைத்துக் கொண்டு வந்தது.

மத்தியானம் இடைவேளை மணி அடித்தது.

அந்த நேரம் அவனைப் பொறுத்தவரை மிகவும் தண்டனைக் குரிய நேரம். எல்லாப் பிள்ளைகளும் தாங்கள் கொண்டு வந்திருந்த சாப்பாட்டுப் பொதிகளை எடுத்துச் சாப்பிடும் நேரம்.

அவன் கடைசி வாங்கில் வேறுபக்கம் பார்த்துக் கொண்டு அமர்ந்திருப்பான். சாப்பாடுகளின் பலவகையான வாசனை வந்து மூக்கை நிறைத்து அவனது பசி இன்னும் கிளறப்படுகின்ற சோதனையான நேரம்.

இன்றும் அவன் கடைசி வாங்கில் வந்து அமர்ந்து கொண்டான். குகன் தனது சாப்பாட்டுப் பெட்டியுடன் அருகில் வந்து "வாவன் சின்ராசு… என்னோட சாப்பிடலாம்" என்றான்.

"வேண்டாமடா. எனக்குப் பசிக்கேலை."

குகன் மற்றவர்களுடன் சாப்பிட முன் வாங்கில் போய் அமர்ந்தான். விறாந்தையால் சென்று கொண்டிருந்த புவனா ரீச்சர் "ஏன் சின்ராசு… சாப்பாடு கொண்டு வரேலையே…" என்று கேட்டார்.

"இல்லை ரீச்சர்" என்ற போது உள்ளே அழுகை வந்தது.

ரீச்சர் போன திசையைப் பார்த்துக் கொண்டிருந்தவன் விறாந்தை ஓரம் ஓடி வந்த நாயின் மீது தன் பார்வையைத் திருப்பினான்.

எங்கே நின்றாலும் இந்த நேரத்துக்கு வகுப்புக்களின் வாசலுக்கு இந்த நாய் வந்து விடும். வயிறு ஒட்டிய மெலிந்த நாய். அதுவும் சாப்பிட்டு எத்தனை நாளாயிற்றோ என்று அவன் கவலையுடன் நினைத்துக் கொண்டான்.

அவன் காலுக்கு அருகில் வந்து நின்று சாப்பிடும் மாணவர் களை உற்றுப் பார்த்துக் கொண்டிருந்தது அது.

அப்போது திடீரென்று வானத்தில் ஒரு பேரிரைச்சல்... அடுத்தடுத்து இரண்டு விமானங்கள் வேகமாய்ச் சுற்றி வந்தன.

"அய்யோ . . . பிள்ளையள் . . . எல்லாரும் பங்கருக்குள்ள ஒடுங்கோ . . ." புவனா ரீச்சரின் குரல் சத்தமாய்க் கேட்டது.

அவ்வளவுதான். அடுத்த வினாடி சூழ்நிலை மாறிப் போனது. மாணவர்கள் பிரித்த சாப்பாடுகளை அப்படியே போட்டுவிட்டு ஓடத் தொடங்கினார்கள்

ஓவென்ற அலறலும் அம்மா என்ற கதறலுமாகச் சிதறி ஓடினார்கள்.

குண்டு வீச்சு விமானங்களின் ஓசையும் இவர்களின் ஓவென்ற கூப்பாடும் சின்ராசுவை ஒரு நிமிஷம் திகைக்க வைத்தன.

ஓடியவர்கள் கை தவறவிட்ட சாப்பாட்டுப் பொதிகள் சிதறி நிலத்தில் விழுந்ததைப் பார்த்ததும் அவன் மனம் பதறியது. அவன் காலடியில் விழுந்த பொதி விரிந்து கொள்ள இடியப்பமும் . . . பொரியலும் . . .

அந்த மெலிந்த நாய் வகுப்பறைக்குள் நுழைந்து கீழே விழுந்துகிடந்த உணவை அரசர அவசரமாகச் சாப்பிடத் தொடங்கிய நேரம் சின்ராசு தன் காலின் கீழே இருந்த உணவை ஒரு வினாடி தயக்கத்துடன் பார்த்தான்.

அடுத்த வினாடி கால் மடித்துக் குனிந்து அமர்ந்தபடி, அந்த இடியப்பத்தை எடுத்து வாய்க்குள் திணித்துக் கொண்டான்.

விமானத்தின் இரைச்சலோ . . . அது மிகவும் சமீபமாகக் குத்தி எழும்பிய ஓசையோ அவனுக்குக் கேட்கவே இல்லை.

***சிரித்திரன்* – மார்கழி – 1994**

விழிப்பு

ஜேர்மனி
9.8.86

அன்பின் குணாவுக்கு!

உன் அன்பான கடிதம் கிடைத்தது. நான் ஜேர்மனியில் வந்து ஒரு வருடமாகிய பிறகு இப்போதுதான் ஒரு வேலை கிடைத்திருக்கிறது. என்னதான் இங்கு வசதிகள் அதிகம் என்றாலும் சொந்த ஊரில் இருக்கும் நிம்மதியும் சந்தோஷமும் இங்கே வருவதில்லை. புன்னாலைக் கட்டுவனின் செம்மண் என்னை ஈர்த்துக் கொண்டுதான் இருக்கிறது.

அந்தப் பனைவெளி வெட்டையையும் மதகுப் பாலத்தையும் கிளித்தட்டு மறிக்கும் மேற்குக் கரைப்புட்டியையும் பிள்ளையார் கோயிலையும் என்னால் ஒரு போதும் மறக்க முடியாது. அந்தச் சந்தோஷமான நாட்களை நினைத்து ஏங்கிக் கொண் டிருக்கிறேன். பெடியள் ஆமியை முகாமுக்குள்ள அடக்கிச் சுற்றி வளைத்திருப்பதாக எழுதியிருந்தாய். மதி இந்தச் சண்டையில் இறந்து போனது பற்றிக் கவலையாக இருக்கிறது. சுதர்சனும் தேவாவும் பெடியளுடன் போய் விட்டதாக எழுதியிருந்தாய். இளங்கோ லண்டன் வந்திருப்பதாய் ஜெயம் போனில் சொன்னான். எங்கள் நண்பர்கள் எல்லோரும் இப்படித் திக்குத்திக்காய் போய் விட்டார்கள். மறுபடி எப்போது எல்லோரையும் பார்க்க முடியுமோ? மதியின் குடும்பத்தவரை நானும் விசாரித்ததாய்ச் சொல்லு. உன் அண்ணா ஞானமும் தம்பி விஜயனும் சுகமாய் இருக்கிறார்களா? கௌசி

இந்த வருடம் ஓ.எல். எடுப்பாள் என்று நினைக்கிறேன். இப்போது தோட்டம் எதுவும் செய்வதில்லையா? வேறு விசேடமில்லை. உவ்விடத்துப் புதினங்களை அடிக்கடி எழுது.

அன்புடன்

உன் நந்தகுமார்

* * *

தெருவைப் பார்த்த நீள விறாந்தைக் கதிரைகளில் எதிர் எதிராக அப்பாவும் தரகரும் அமர்ந்திருந்தார்கள். அப்பாவின் கதிரைக்குப் பின்னால் அம்மா நின்று தரகரிடம் சொல்லிக் கொண்டிருந்தாள்.

“அண்ணை தம்பியைப் பற்றி எல்லா விபரமும் சொல்லிப் போட்டன். என்ர சொல்லுத் தட்டமாட்டான். அவனுக்கு நல்ல இடத்தில பொம்பிளை பார்க்கவேணும். வெளிநாட்டுக்குத் தம்பி கூட்டிப்போற பிள்ளை நல்ல வடிவாயும் இருக்கவேணும்.”

“உரும்பிராயில ஒரு இடம் இருக்கு. கதைச்சு வைச்சிருக்கிறன். அதைப் பாப்பமே? நீங்கள் என்ன எதிர்பார்க்கிறியள் சொல்லுங்கோ”

“நாங்கள் இந்தப் பிரச்சனையளால சரியாய் கஷ்டப்பட்டு ஊர் விட்டு ஊர் வந்திருக்கிறம். பெடியனுக்குச் சீதனம் வாங்கிறபோது வீடும் வேணும்.”

“ஏன் பிள்ளை வீடு, வெளிநாட்டில உள்ளதுகள் இங்க இருக்க வரப்போகுதுகளே?”

“அதுகள் வருகுதுகளோ இல்லையோ சொத்து எண்டு வேணும்தானே?”

அதுவரை பேசாமல் இருந்த அப்பா இப்போது வாய் திறந்து மெதுவாய்ச் சொன்னார்.

“ஏனப்பா ஆட்கள் இல்லாமல் வீடு வாங்கி...”

“நீங்கள் சும்மா இருங்கோ. உங்களுக்கு ஒண்டும் தெரியாது. வீடு கட்டாயமாய்த் தரவேணும்.”

“சரி வேற...” தரகர் அம்மாவைப் பார்த்துக் கேட்டார்.

“நகை நட்டு வடிவாய்த் தரவேணும். வெளிநாட்டில் நடக்கிற கலியாணங்களில பொம்பிளையள் எல்லாம் நகை நட்டு நிறையப் போட்டிருப்பினம். வீடியோ கசற்றில பார்க்கிறனாங்கள்தானே?

காசு கனக்கத் தராட்டியும் பரவாயில்லை நகையள் நிறையப் போடவேணும்."

"சரி அவையிட்டச் சொல்லுறன்."

"அவையிட்ட வடிவாய்ச் சொல்லிப்போடுங்கோ. இப்ப அட்டியலைவிட நெக்லஸ்தான் பஷன். நாலு பவுணுக்குக் குறையாமல் நெக்லஸ் செய்யவேணும். நாலைஞ்சு சோடி காப்பு, தோடு, சிமிக்கி, கைச்செயின், மோதிரம் எல்லாம் ஒரு முப்பது பவுணுக்குக் குறையாமல் இருக்க வேணும்."

"அதெல்லாம் வடிவாய் அவை செய்து போடுவினம், வேற என்ன"

"தம்பி இங்க வந்து கலியாணம் செய்து கூட்டிப்போவான்."

"தம்பி தன்னோட ஜேர்மனிக்குப் பொம்பிளையைக் கூட்டிப் போகலாமோ எண்டு அவை கேட்கச் சொன்னவை. அவை கொஞ்சம் விஷயம் தெரிஞ்ச ஆட்கள் அதுதான்."

"அதுதான் சொல்லுறனே, தம்பி கூட்டிப் போவான் எண்டு. பொம்பிளை போற செலவு எல்லாம் எங்கட பொறுப்பு. ஆனா, கலியாண வீட்ட வடிவாய்ச் செய்திட வேணும்."

"அதெல்லாம் அவை செய்வினம். நாலு பெடியளுக்கு ஒரு தங்கச்சி. அவை நல்ல வசதியான ஆட்கள் அதைப் பற்றிப் பிரச்சனை இல்லை."

"தம்பியும் எண்பத்தைஞ்சில ஜேர்மனிக்குப் போயிட்டான். நல்ல வேலை செய்யிறான். அவைக்கும் இப்பிடி ஒரு இடம் லேசில கிடைக்காது." அம்மாவின் குரலில் கர்வமும் மிடுக்கும் கலந்து ஒலித்தது.

"அதெண்டா சரிதான்." தரகரும் ஒத்துக்கொண்டு சொன்னார். அம்மாவின் முகம் மலர்ச்சியானது. தரகர் விடைபெற்றுக் கொண்டு எழுந்ததும் அம்மா அப்பாவுக்கு கண் ஜாடை காட்டினாள். அப்பா உள்ளே எழுந்து போய் நூறு ரூபாய் கொண்டு வந்து தரகரிடம் கொடுத்தார்.

"புதிசாய் அரசாங்கம் மாறியிருக்கு. பாதை திறக்கப் போறன் எண்டு சொல்லுறா சீமாட்டி."

"ஓம் அண்ணை பாதை திறந்திட்டால் எவ்வளவு நல்லது. தம்பியும் வாற நேரம்."

“தம்பி எந்த மட்டில வரும்”

“வாற மாதம் வாறான். எல்லாம் பேசிச் சரி எண்டால் தம்பி வந்த உடன் கலியாணத்துக்கு நாளை வச்சிடலாம்.”

“ஓமோம் அப்ப சரி வரட்டே?” தரகர் முற்றம் கடந்து தெருவுக்குப் போவதை அப்பா அமைதியாய்ப் பார்த்துக் கொண்டிருந்தார்.

* * *

ஜேர்மனி

1.2.88

அன்பின் குணாவுக்கு!

உன் நீண்ட கடிதம் கிடைத்தது. அதை வாசித்ததனால் ஏற்பட்ட மனப்பாரம் இரண்டு நாளாகியும் இன்னும் தீரவில்லை. என்ன நினைத்தோம், ஆனால் என்னவெல்லாம் நடந்து விட்டது. எம்மைக் காப்பாற்ற வந்தவர்கள் என்றுதான் நினைத்தோமே தவிர இப்படி எங்களைக் காலில் போட்டு மிதிப்பார்கள் என்று கற்பனையும் செய்து பார்க்கவில்லை. ஞானம் அண்ணையை இந்திய ஆமி பிடித்துக்கொண்டு போய் விட்டார்கள் என்று எழுதியிருந்தாய். இப்போது விட்டு விட்டார்களா? உவ்விடம் எவ்வளவு கொடுமைகள், அழிவுகள் நடந்து கொண்டிருக்கு. அதை நினைக்க மனம் தாங்க ஏலாமல் இருக்கு. எங்கள் ஊர் இப்படி அழிந்து போனதை கற்பனை செய்தும் பார்க்க முடியாதிருக்கிறது. இலங்கை ஆமி மாறி இந்தியா ஆமி எண்டு எல்லாராலும் எங்களுக்கு அழிவுதான்.

வெறிச்சிட்டுப் போன மைதானத்தையும் எங்கள் கூட்டம் இருக்காத மதகுப் பாலத்தையும் புழுதி பறக்கச் சைக்கிள் ஓடும் செம்மண் தெருக்களின் அமைதியையும் என்னால் நினைத்துப் பார்க்க முடியாமல் இருக்கின்றது. சுதர்சனும் தேவாவும் இப்போது எங்கே இருக்கிறார்கள்.அவர்களைச் சந்திக்க முடிந்தால் அவர்களுக்காக நான் கடவுளிடம் பிரார்த்தித்துக் கொண்டிருக்கிறேன் என்று சொல்லு. இங்கே என் அறை நண்பர்களுடன் உவ்விடத்து விஷயங்களையே கதைத்துக் கொண்டிருக்கிறேன். இங்கே உடனுக்குடன் எல்லாச் செய்திகளும் வருகிறது. கேட்கும்போது மனம் வெகுவாய்க் கலங்கிப் போகிறது. எங்கள் வீட்டார் இப்போது மானிப்பாய்க்குப் போய் பெரியப்பா வீட்டில் இருக்கிறார்களாம். நீ எழுதியது

போல் கொக்குவில் விலாசத்துக்கு இக்கடிதத்தை அனுப்புகிறேன். விஜயனும் கௌசியும் எந்த ஸ்கூலில் படிக்கிறார்கள். உனக்கும் விரைவில் ஏதாவது வேலை கிடைக்கும் குணா கவலைப்படாதே.

அன்புடன்

உன் நந்தகுமார்

* * *

அன்று வெள்ளிக்கிழமை.

அம்மாவும் அப்பாவும் பெரியக்கா அத்தானும் உரும்பிராய்க்குப் பெண் பார்க்க போனார்கள். நல்ல வசதியான வீடு. ஹோலுக்குள் மெத்தென்ற குஷன் கதிரைகளில் அமர்ந்து கொண்டார்கள். பெண்ணின் தாய் தந்தையும் எதிரே அமர்ந்து கொண்டார்கள். பெண் வந்து அவர்களுக்குத் தேநீர் கொடுத்து விட்டுப் பக்கத்து இருக்கையில் அமர்ந்தாள். பெண்ணைப் பார்த்ததும் பெரியக்காவுக்குத் 'திக்'கென்றது. தம்பியின் அழகுக்கு இந்தப் பெண் சிறிதும் பொருத்தமாய் இருக்க மாட்டாள் என்றே தோன்றியது. அந்தப் பெண்ணின் கண்களிலும் உதட்டு விளிம்பிலும் ஒரு அலட்சியம் நிரந்தரமாய் இருப்பதை அவள் உணர்ந்து கொண்டாள். இந்த அம்மா இதை ஏன் கவனிக்காமல் போனாள் என்று கவலையாக இருந்தது. ஓரக் கண்ணால் அம்மாவைக் கவனித்தாள். அம்மாவின் பார்வை வீட்டின் உட்புறங்களிலும் அங்கிருந்த பொருட்களிலும் பதிந்திருந்தது. மின்சாரம் இல்லாத இந்த நேரத்தில் கூட முன்னைய வசதிக்குக் கொஞ்சமும் குறையாத மாதிரியான தோற்றத்தில் இருந்தது. சுவரில் மட்டும் இரண்டு இடத்தில் நீளமான வெடிப்பு இருந்தது.

"பக்கத்துக் காணிக்க ரெண்டு தரம் பொம்பர் குண்டு போட்டது. அந்த அதிர்ச்சியில வீடு வெடிச்சுப் போட்டுது. சீமெந்துத் தடையால் இங்க கிடைக்குதில்லை. கிடைச்சா, பூசி சரிப்படுத்திப் போடலாம்" அம்மாவின் பார்வையை உணர்ந்து அவர்களாகவே சொன்னார்கள்.

"இந்த வீடுதான் பிள்ளைக்குச் சீதனமாய் தரப்போறம்."

அம்மாவின் கண்கள் ஆர்வத்துடன் மலர்ந்தது. அம்மாவின் மலர்ச்சி பெரியக்காவின் மனதை நெருடியது. இந்த வீடு வசதியைப் பார்த்த உடனும் அம்மா பொம்பிளை வடிவு குறைவு என்பதைக்கூடப் பொருட்படுத்தவில்லை.

"காசு விஷயம், எவ்வளவு எதிர்பார்க்கிறீர்கள்"

பெரியக்காவும் அத்தானும் மௌனமாய் இருக்க அப்பா அம்மாவைப் பார்க்க அம்மா தொண்டையைச் செருமிக் கொண்டு சொன்னாள்.

"பொம்பிளையை ஜேர்மனிக்குக் கூட்டிப்போற செலவு எங்கட பொறுப்பு. ஒரு நாலு லட்சம் இனாமாய்த் தந்தால் போதும்."

அம்மா இப்படித் திடமாய்க் கேட்டதும் பெரியக்காவுக்குப் பயம் வந்து விட்டது. அவள் அத்தானைப் பார்க்க அவர் தனக்கு இதில் சம்பந்தமில்லாதது போல எங்கேயோ பார்த்துக் கொண்டிருந்தார்.

"சரி தாறம்"

அவர்கள் சட்டென்று ஒத்துக் கொண்டது இவர்களுக்கு மிகவும் ஆச்சரியத்தைத் தந்தது. இன்னும் கொஞ்சம் கூடக் கேட்டிருந்தால் கூட அவர்கள் ஒத்துக் கொண்டிருக்கக் கூடும். அம்மா தான் அவசரப்பட்டு நாலு லட்சம் கேட்டுவிட்ட மடத்தனத்தை நினைத்து மனதுக்குள் நொந்து கொண்டாள்.

"எங்கட தம்பி ஒரு கெட்ட பழக்கமும் இல்லாதவன். வெளிநாட்டில் இருந்தாலும் குடிவகை ஒண்டும் இல்லை. அவனுக்கு நீங்கள் நாலு லட்சமில்லை. எத்தனை லட்சம் எண்டாலும் தரலாம். அது உங்கட விருப்பம். நீங்கள் குடுக்கிற தெல்லாம் உங்கட பிள்ளைக்குத் தானே." அம்மா பேசும் சாதுரியத்தை அப்பா உள்ளூர வியந்தபடி பார்த்துக் கொண் டிருந்தார்.

"உங்களுக்கு எல்லாம் சரி எண்டால் தம்பி வந்த உடன நாள் வைக்கலாம். என்ன."

அம்மாவின் வார்த்தைக்கு அவர்கள் சந்தோஷமாகத் தலையாட்டினார்கள்.

* * *

ஜேர்மனி

10.12.90

அன்பின் குணாவுக்கு!

உனது கடிதம் எனக்கு மிகவும் அதிர்ச்சியைத் தந்திருக்கிறது. இவ்வளவு தூரம் நீ மனம் உடைந்து போய் விடுவாய் என்று

நான் நினைக்கவே இல்லை. ஞானம் அண்ணையைப் பூசாவிலிருந்து இன்னமும் விடவில்லை என்ற கவலையே ஆறாமல் இருக்கும்போது தம்பி விஜயன் விமானக்குண்டு வீச்சுக்குப் பலியான விஷயம் வாசித்துத் தாங்க முடியாத கவலையாக இருக்கிறது. இப்போது மானிப்பாயில் எங்கள் வீட்டார் இருக்கும் இடத்துக்குப் பக்கத்துத் தெருவில் வீடு எடுத்து இருப்பதாக எழுதியிருந்தாய். அடிமேல் அடியாக உங்கள் குடும்பத்துக்கு இத்தனை இழப்பு வரும் என்று நான் நினைத்தே பார்க்கவில்லை. குணா! உன் மனதைத் தேற்றிக்கொள். மறுபடி இப்படி ஒரு போர் தொடங்கும் என்று நான் எதிர்பார்க்கவே இல்லை. வெளிநாடு வர உனக்கு விருப்பமிருந்தால் நான் உதவி செய்கிறேன் என்றாலும் அதையும் நீ கேட்கமாட்டாய். உனக்கு என்ன உதவி வேண்டுமானாலும் செய்கிறேன். இத்தனை கொடுமைகளை அனுபவிக்க நாங்கள் என்ன தவறு செய்தோம் என்றே எனக்குப் புரியவில்லை. உன் அம்மா அப்பாவுக்கும் கௌசிக்கும் நீ தான் ஆறுதல் சொல்லவேணும். உடன் பதில் போடு. எங்கள் நண்பர்கள் பற்றியும் எழுது.

அன்புடன்

உன் நந்தகுமார்

* * *

அம்மாவை எதிர்த்து வீட்டில் யாரும் கதைக்க முடியாது கதைத்து வெல்லமுடியாது. எல்லோரும் தமது அபிப்பிராயத்தைச் சொன்னாலும் கடைசித்தீர்மானம் அம்மாவுடையதாகத்தான் இருக்கும்.

“கொஞ்சம் பெரிய இடமாய் இருக்குது. எங்களுக்கு ஒத்து வருமா” என்று அப்பா முணுமுணுத்தபோது “நெடுகவும் நாங்கள் கஷ்டப்பட்டுக்கொண்டிருக்க ஏலுமே? தம்பி எங்களுக்காகக் கஷ்டப்பட்டு உழைக்குது. வசதியான இடத்தில செய்து குடுத்தால்தானே அவனும் நல்லாய் இருப்பான். நாங்களும் நல்லாய் இருக்கலாம்” என்று அம்மா சொல்லிவிட்டாள். அதற்குப் பிறகு அப்பா எதுவும் பேசவில்லை. பெரியக்காவும் தனது கருத்தை லேசாகச் சொல்லிப் பார்த்தாள்.

“அந்தப்பிள்ளையைப் பார்க்கக் கொஞ்சம் வாய்க்காரப் பிள்ளை போலக் கிடக்கு. அண்டைக்கு என்ன அலட்சியமாய் இருந்தது. தம்பி பாவம் வாய் இல்லாதது. இது அவனை ஆட்டிப் படைக்கப் போகுது.”

“வசதியாய் இருந்தால் கொஞ்சம் அப்பிடி இப்படித்தான் இருக்கும். அதுகள் என்ன இங்க இருக்கப்போகுதுகளே? வெளி நாட்டிலதானே இருக்கப் போகுதுகள். அதுக்கு இந்தப்பிள்ளை இப்பிடித்தான் வல்லமையாய் ஸ்ரைலாய் இருக்கவேணும். தவிரவும் அந்தப்பிள்ளை ஐசிங் கிளாஸ் போகுதாம். நல்லாத் தைக்குமாம். ஹெயாஸ்ரைல், குக்கறி கிளாசுக்கும் போறதாம். இதெல்லாம் தெரிஞ்ச பிள்ளைதான் வெளிநாட்டில சமாளிக்கும்” அம்மா ஒரேயடியாய்ச் சொல்லி விட்டாள். பெரியக்காவுக்கு அந்தப் பெண் தன்னுடன் இயல்பாகக் கதைக்கவில்லையே என்று மனதுக்குள் நெருடிக்கொண்டிருந்தது. தம்பி தனக்குச் செய்யும் உதவிகளை இந்தப் பெண் வந்து நிறுத்திவிடக் கூடாதே என்றும் கவலையாய் இருந்தது.

“தம்பிக்கு ஒரு கடிதம் எழுதிவிடு பிள்ளை. இங்கை எல்லாம் பார்த்து ஒழுங்கு செய்து வைச்சிருக்கு எண்டும் வந்தவுடன் நாளை வைக்கலாம் எண்டும் எழுதி விடு.”

“பொம்பிளையின்ர படம் வாங்கி அனுப்பியிருக்கலாம்.”

“அதெல்லாம் வேண்டாம். வாறமாதம் வாறான் தானே? வந்து பார்க்கட்டும்” பெரியக்கா கடிதம் எழுத அமர்ந்தாள்.

* * *

ஜேர்மனி

18.08.92

அன்பின் குணாவுக்கு!

இந்தக் கடிதம் எழுதும்போது என் மனம் படும்பாட்டை என்னால் வார்த்தைகளில் வடிக்க முடியாது. இக்கடிதம் எழுதுகின்ற இந்த நேரம் நீ எந்தப் பாசறையில இருக்கிறாயோ... அல்லது எந்த எல்லையில் கண் விழித்து நிற்கிறாயோ? எவ்வளவு தூரம் மனம் நொந்து போயிருந்தால் இப்படி ஒரு முடிவை எடுத்திருப்பாய் என்று புரிந்து கொள்ள முடிகிறது. உன் அப்பா அம்மா சகோதரங்களை நீ எவ்வளவு தூரம் நேசித்தாய் என்று எனக்குத் தெரியும். அதை விட அதிகமாய் எங்கட மண்ணையும் நேசித்திருக்கிறாய் என்பது இப்போது புரிகிறது. என்னுடைய இந்தக் கடிதம் உன் பார்வைக்குக் கிடைக்குமோ தெரியவில்லை. ஆனாலும் உன் கைகளுக்குக் கிடைக்கும் என்ற நம்பிக்கையில் எழுதுகிறேன். என் இனிய குணா! நான் இங்கு பணம் தேடுவதும் வசதியாய் இருப்பதுவும் அர்த்தமில்லாத செய்கையாக

உணர்கிறேன். எனக்குச் சொந்தமில்லாத ஒரு மண்ணில் வாழ்கின்ற ஒரு அகதி வாழ்க்கைதான் என்னுடையது. இதில் சந்தோஷப்படவோ பெருமைப்படவோ இயலாது. பணம் தேடுவது என்ற ஒன்றில்தான் எங்கள் ஏக்கங்களையும் வேதனைகளையும் பொறுத்துக்கொண்டு வாழ்கிறோம். எல்லாவற்றையும் அறுத்துக் கொண்டு ஓடி வரவேண்டும்போல் இருக்கிறது. ஆனால் என்னால் முடியவில்லை என்பதை வெட்கத்தோடு ஒப்புக்கொள்கிறேன். ஆனாலும் இரண்டு வருடத்தின் பின் இலங்கைக்குக் கட்டாயம் வருவேன், அப்பொழுது நீ எங்கே இருந்தாலும் உன்னை நிச்சயம் சந்திப்பேன். அப்படி ஒரு சந்திப்பு நிகழவேண்டும் என்று கடவுளிடம் வேண்டிக் கொண்டிருக்கின்றேன்.

அன்புடன்

உன் நந்தகுமார்

* * *

*1994*ஆம் ஆண்டு ஐப்பசி மாத நடுப்பகுதியில் நந்தகுமார் யாழ்ப்பாணம் வந்தான். கொழும்பிலிருந்து ஒரு நாள் முழுவதும் பயணம் செய்து கிளிநொச்சியை அடைந்து கிளாலிக் கடலில் இரவு முழுக்கப் படகில் பயணித்து மானிப்பாயில் உள்ள தங்கள் வீட்டுக்கு அவன் வந்து சேர்ந்தபோது காலை பத்து மணியாகியிருந்தது. அப்பா அம்மா அக்காமார் அத்தான்மார் குழந்தைகள் ஆரவாரமாய் அவனைச் சூழ்ந்து வரவேற்றாலும் அவன் அவ்வளவு தூரம் உற்சாகமாக இருக்கவில்லை. அன்று மாலை அவனது திருமணம் நிச்சயம் செய்த விஷயம் பற்றி அம்மா சந்தோஷமாய்ச் சொன்னாள். அவன் மௌனமாய்க் கேட்டுக் கொண்டிருந்தான். "நான் வந்த பிறகு அவைக்கு முடிவு சொல்லியிருக்கலாமே. அதுக்குள்ள ஏன் முடிவு சொன்னனீங்கள்" சுள்ளென்று சொன்னான். அவனின் வார்த்தைகளில் அம்மா அடிபட்டவளாய் திகைத்துப்போய் அவனைப் பார்த்தாள். அவன் முகத்தில் இனம் புரியாத வேதனையும் கவலையும் இருந்தது. எழுந்து உள்ளே போய் சேர்ட் போட்டுக்கொண்டு வந்தான்.

"இப்ப எங்கே?" அம்மா கேட்டாள்.

"குணா வீட்ட போயிட்டு வாறன்."

"அங்க இப்ப என்னத்துக்கு குணாவும் இப்ப இல்லை."

"ம் ... தெரியும்."

அவன் மனம் நிலைகொள்ளாமல் தவித்தது. அவன் அன்று வந்தபோது ஊரின் தொடக்கத்தில் இருந்த மதில் சுவரில் குணாவின் படத்துடன் பெரிய போஸ்டர் ஒட்டப்பட்டிருந்ததைப் பார்த்தான். ஆறாம் மாத நினைவஞ்சலி. அவன் கண்களில் நீர் படர்ந்தது.

"இப்ப எங்க போறாய்? எங்களுக்கு ஒரு முடிவைச் சொல்லு. அம்மா பொறுமையில்லாமல் கத்தினாள். அவன் நின்று திரும்பினான்.

"என்ன முடிவு?"

"நீ கலியாணம் செய்யவேணும். ஓம் எண்டு சொல்லு."

"ஓம் செய்யிறன். அதுக்குத்தானே நான் வந்தனான்."

"அப்ப?" அம்மா சந்தோஷமாய் பார்த்தாள்.

"கட்டாயம் கலியாணம் செய்து கொண்டுதான். போவேன் அம்மா கவலைப்படாதேங்கோ."

ஒரு மாதத்தின் பின் ஒரு மாலை நேரத்தில் கிளாலிக்கரையில் படகுகளில் ஆட்கள் கொழும்பு போவதற்காய் வரிசையாய் ஏறினார்கள்.

நந்தகுமார் கௌசியின் கையைப்பிடித்து கவனமாய் படகில் ஏற்றி தன் அருகே அமர வைத்தான். கடற்காற்றுக்குப் பறந்த தலைமயிரை ஒதுக்கிக் கொண்டிருந்த அவளை பரிவோடும் காதலோடும் பார்த்தான்.

மேற்குக் கரையில் விழுந்த சூரியனின் ஒளி கௌசியின் முகத்தில் மஞ்சளாய் விழுந்தது.

***பரீஸ் ஈழமுரசு* – 22–28 பெப்ரவரி 1995**

ஊனம்

இரவு முழுவதும் நிர்மலா நித்திரை கொள்ள வில்லை.

கண் இரண்டும் நெருப்பாய் எரிந்தது.

இதென்ன குளிர் ...

தடித்த போர்வைக்குள்ளும் உடல் வெடவெட வென்று நடுங்கியது.

கடவுளே ... ஜேர்மனியில் இவ்வளவு குளிர் இருக்குமா ...

அந்நிய தேசத்திற்குத் தனியே வந்த படபடப் பிற்கும் வந்து இறங்கியதும் ஏற்பட்ட அதிர்ச்சிக்கும் முன்னால் இந்தக் குளிர் ஒன்றும் பெரிதாய் தெரிய வில்லைத்தான்.

அவள் மெதுவாக எழுந்து அமர்ந்தாள். இரவு முழுவதும் அழுது கொண்டிருந்ததில் கண் சிவந்து தலை பாரமாய்க் கனத்தது.

எதிரே இருந்த கட்டிலில் கிருஷ்ணவேணி குழந்தையுடன் படுத்து நித்திரையில் இருந்தாள்.

கண்ணாடி ஜன்னல்களைத் தடித்த திரைச் சீலைகள் மூடியிருந்தன. இந்த ஜன்னல்களுக்கு வெளியே ஜேர்மன் நகரம்.

எவ்வளவு ஆசை ஆசையாக இங்கே வந்தாள்.

அத்தனை கனவுகளும் நேற்று விமான நிலையத் தில் தன்னை வரவேற்க வந்த ரவீந்திரனைக் கண்டதும் அடியோடு நொறுங்கிவிட்டது. மெல்லிய

உயரமான கறுப்புநிறத் தோற்றத்தில் காலைக் கொஞ்சம் இழுத்துச் சாய்ந்து நடந்து வந்தவனைக் கண்டதும் அதிர்ந்த மனது இன்னமும் அப்படியேதான் இருக்கிறது.

கடவுளே ... இனி என்ன செய்வது ... என்ற திகைப்பு மனம் முழுவதும் பரவியது.

ஊரில் கல்யாணம் பேசும்போது தங்கள் மகனுக்கு இப்படி ஒரு குறைபாடு இருக்கிறது என்று அவர்கள் சொல்லவில்லையே...

அப்பாவுக்கும் நன்றாக விசாரிக்க அவகாசம் கிடைக்க வில்லை. அவசர அவசரமாக நிச்சயிக்கப்பட்ட கல்யாணம் இது.

அண்ணா குண்டு வீச்சுக்குப் பலியாகி இறந்த பிறகு இடிந்துபோய் இருந்த அம்மா இந்தக் கல்யாணப் பேச்சுக்களின் போதுதான் மனம்தேறி எழுந்து நின்றாள்.

அன்றைக்கு ஒரு மத்தியான நேரம். அப்பா களைத்து வேர்த்து வந்து அம்மாவிடம் சொன்னது இப்போதும் நினைவில் இருக்கிறது. "ஞானம்! இவை கிளிநொச்சி ஆட்கள். எங்கட சங்கரப்பிள்ளை அண்ணைக்குப் பழக்கமான ஆட்களாம். பெடியன் ஜேர்மனிக்குப் போய் ஏழெட்டு வருஷமாம். கொஞ்சம் வசதியான ஆட்கள். சகோதரம் எல்லாம் வெளிநாடுகளிலயாம். நாங்களும் நாலு பொம்பிளைப் பிள்ளையளை வைச்சிருக்கிறம். பொம்பர் குண்டு போட்டதில வீடும் இடிஞ்சு போயிட்டுது. மலை மாதிரி நம்பியிருந்த பெரியவனும் போயிட்டான்.

அண்ணாவின் கதை எப்போது எழுந்தாலும் வீட்டில் அழுகுரல்தான். அம்மா பொருமிக் கொண்டு அழத் தொடங்க –

"பொறப்பா... இப்ப அழாதை, நான் பிள்ளையின்ர கலியாண அலுவல் சொல்லுறனல்லே ..." அப்பா பரிவாய்ச் சொல்ல –

அம்மா ஈரமான கண்களோடு "சொல்லுங்கோ ... கேட்கிறன்" என்றாள்.

"ஏதோ இவளின்ர அதிஷ்டம் இந்த இடம் வந்தது. பெடியனின்ர படம் காட்டினவை, பரவாயில்லை. இந்த இடத்தை நிர்மலாவுக்குப் பார்ப்பமே ... அம்மா சொல்ல என்ன இருக்கிறது ...

அதற்குப் பிறகு விரைவாய்க் காரியங்கள் நடைபெற்றன. சாதகம் பார்த்துப் பொருத்தம் என்றதும் கிளிநொச்சியிலிருந்து ரவீந்திரனின் பெற்றோர் கிளாலியில் பயணம் செய்து சாவகச்சேரிக்கு இவர்கள் வீட்டுக்கு வந்தார்கள்.

ரவீந்திரனின் படத்தை அவளும் பார்த்தாள். மெல்லிய உயரத் தோற்றம்… தடித்த கோட் போட்டுக் கொண்டு உயர்ந்த கட்டடங்கள் மத்தியில் நின்றான். படத்தில் அவனது நிறம் தெரியவில்லை. சாதாரண அழகுகூட இல்லாமல் நீள முகமாக இருந்தது… மனதுக்குள் நெருடியது. ஆனால் வெளியே எதுவும் சொல்ல முடியவில்லை.

அதன் பின் சம்பிரதாயங்கள் எதுவும் இல்லாமல் ரவீந்திரனின் பெற்றோர் நிர்மலாவைக் கூட்டிப் போனார்கள். அப்பா அம்மா தங்கைகளைப் பிரிந்து புறப்பட்டபோது அழுகை வந்தது. அண்ணா போன பின்னர் இந்தக் குடும்பத்தைப் பராமரிக்கும் பொறுப்பு தன்னுடையதே என்று தீர்மானமாய் உணர்ந்தாள். வெளிநாடு போனால் இவர்களையும் கவனித்துக் கொள்ளலாம் என்றே நினைத்தாள்.

கிளிநொச்சியில் நான்கு நாட்கள் அவர்கள் வீட்டில் நின்றாள். ரவீந்திரனின் அக்கா அவளுடன் மிகவும் அன்பாகக் கதைத்தாள்.

"ரவி நல்ல பிள்ளை… உம்மை நல்லாய் வைச்சிருப்பான். நீங்கள் சந்தோஷமாய் நல்லாய் இருக்க வேணும்."

அவர்கள் ரவீந்திரனைப் பற்றி நல்ல மாதிரிச் சொல்லும் போது, சொல்லத் தெரியாத சந்தோஷத்தில் மனம் தத்தளித்தது. புகைப்படத்தில் பார்த்த முகம் மனதில் அடிக்கடி தோன்றியது.

அழகு குறைவு என்று நெருடிய மனதை அழகில்லாவிட்டாலும் நல்ல குணம் இருக்குத்தானே என்று தேற்றிக் கொண்டாள்.

ரவீந்திரனின் பெற்றோர்களே அவளைக் கொழும்புக்குக் கூட்டிவந்து ஏஜென்ஸி மூலம் அவளை ஜேர்மனிக்கு அனுப்பி வைத்தார்கள். அதற்கு முதல் கொழும்பில் நின்றபோது ரவீந்திரன் பெற்றோருடன் நாலைந்துதடவை தொலைபேசியில் கதைத்திருக்கிறான் ஒரு தடவை அவளையும் கதைக்கச் சொல்லிக் கேட்டதில் அவளும் கதைக்க நேர்ந்தது.

கொழும்பில் அவளது வசதி பற்றிக் கதைத்து விட்டுப் பயப்படாமல் வரும்படியும் தேவையானவற்றைத் தான் அனுப்பிய காசில் வாங்கும்படியும் சொன்னான். கடைசியில் என்னைக் கல்யாணம் செய்ய மனப்பூர்வமாக விரும்பித்தானே வாறீங்கள் என்றும் கேட்டான். அவள் அநேகமாய் எல்லாவற்றிற்கும் ம்… ம்… என்றே சொல்லிக் கொண்டிருந்தாள்.

வேறு என்ன கதைப்பது என்று தெரியவில்லை. ரவீந்திரனின் பெற்றோர் முன்னிலையில் வேறு கதைக்கவும் வாய் வரவில்லை.

அவன் எல்லா ஏற்பாடுகளையும் தந்தை மூலமே கதைத்து நிறைவேற்றினான்.

அவளின் அதிஷ்டம் இழுபடாமல் ஒரே மாதத்துக்குள் ஜேர்மனிக்கு வந்து விட்டாள். ஏஜென்ஸி கூட்டிவந்த குழுவில் மொத்தம் பன்னிரண்டு பேர் இருந்தார்கள். அவர்களுள் கிருஷ்ணவேணி இத்தனை நாட்களில் அவளுடன் ஒரு சகோதரி யாகப் பழகிவிட்டாள், தன் மூன்று வயதுக் குழந்தை அஞ்சுவுடன் ஜேர்மனிக்குத் தன் கணவரிடம் வருகிறாள்.

அவர்கள் விமான நிலையத்தில் வந்து இறங்கியதும் கூடவே வந்த ஏஜென்ஸி அவர்களை ஓரிடத்தில் நிற்க வைத்துவிட்டு தான்மட்டும் எங்கோ சென்று ஒரு ஜெர்மனிய மனிதருடன் திரும்பி வந்தான். அந்த ஆள் அவர்களை அருகிலிருந்த ஒரு விசாலமான கண்ணாடி ஜன்னல்கள் பொருத்தப்பட்ட பெரிய அறைக்குள் அழைத்துப் போனார்.

"நீங்கள் ஒருவரும் வாய் திறக்கக்கூடாது. இங்கிலீஷ் தெரியாதது மாதிரிப் பேசாமல் இருக்க வேணும்" என்று ஏஜென்ஸி ஏற்கனவே சொல்லியிருந்ததால் அவர்கள் எதுவும் பேசாமல் மெலிதான கலவரத்துடன் பார்த்துக் கொண்டிருந் தார்கள். கையுடன் கொண்டு வந்திருந்த பிரயாணப் பைகளைப் பளிங்காய்ப் பளபளத்த தரையில் வைத்துவிட்டு களைப்போடு நின்றுகொண்டிருந்தார்கள். சிலர் அங்கிருந்த பெரிய சோபாக் களில் அமர்ந்துவிட்டார்கள்.

அரைமணி நேரத்தில் மறுபடி அந்த ஏஜென்ஸி ஆள் அங்குவந்தான். ஒரு சின்னச்சிக்கல் இருக்கு. உங்களைக் கூட்டிப் போக வந்தவையை நீங்கள் சந்திக்கலாம். ஆனா கூடப் போக ஏலாது. ஒரு என்கொயரி இருக்குதாம். அதை முடிச்சுத்தான் வெளியால விடுவினம். வெளியில போறதுக்குமுந்தி இங்க தங்கிறதுக்காக ஒரு போம் நிரப்பிக் குடுக்கவேணும். இப்ப இங்க தங்கிறதுக்காக நீங்கள் பயப்படத் தேவையில்லை.

அடுத்த பெரிய மண்டபத்துக்குள் அவர்கள் வந்தார்கள். தங்கள் பொருட்களைத் தள்ளுவண்டியில் வைத்துத் தள்ளியபடி நிறைய வெள்ளைக்காரர்கள் ... கீச்சுக்குரலில் கத்தியபடியே குறுக்கே ஓடித்திரிந்த இரண்டு குண்டுக் குழந்தைகள் ... குளிரின் இதமான கதகதப்பு ...

கண்ணாடிக் கதவுகளின் வழியாக வெளியே நின்ற ஆட்கள் தெரிந்தார்கள். "அஞ்சு ... அங்க அப்பா நிற்கிறார் ..."

கிருஷ்ணவேணி உற்சாகத்துடன் கை அசைத்தாள். அஞ்சுவை உயரமாய்த் தூக்கிக் காட்டினாள்.

அவர்களுக்குள் ரவீந்திரனும் நிற்பானா... நிர்மலா மனம் படபடக்கச் சுற்றிலும் பார்த்தாள்.

ஒவ்வொருவரும் தங்கள் உறவினரைக் கண்டதும் கட்டி யணைப்பதும் கை கொடுப்பதுமாக இருந்தார்கள். முகங்களில் எத்தனை சந்தோஷங்கள்.

அப்போதுதான் நிர்மலா அவனைப் பார்த்தாள்.

படத்தில் பார்த்த அதே முகம்... ஆனால் காலை மெதுவாய் இழுத்து இழுத்து நடந்து வந்து கொண்டிருந்தான்.

இவனாய் இருக்காது.

இல்லை... இல்லை... இவன்தான். ரவீந்திரன்தான்.

அவளை அடையாளம் கண்டு 'நிர்மலா?' என்றான் மெல்லிய குரலில்.

அவ்வளவுதான், அவளுக்கு ஏற்பட்ட ஏமாற்றத்தில் முகம் சுருங்கிப்போகக் கண்கள் கலங்கிவிட்டன.

அதிர்ச்சியுடன் வெளிறிப்போன அவளது முகத்தைப் பார்த்ததும் அவனுக்கு முகம் மாறிவிட்டது.

"நீங்க... நீங்கள் நிர்மலாதானே... நான் ரவீந்திரன்."

அவள் விக்கித்துப்போய் ஒரு வினாடி நின்றுவிட்டு "உங்களுக்குக் கால்ல என்ன..?" என்றாள்.

அவன் புருவம் சுருங்க "ஏன் உங்களுக்கு விபரம் தெரியாதே..? வீட்டில சொல்லேலயா?" என்று கேட்டான்.

இல்லை... என்று தலையாட்டினாள் நிர்மலா.

கடவுளே...

அவன் அதிர்ச்சியடைந்தவன் போல அவளைப் பார்த்தான். அவள் தலைகுனிந்து மெதுவாய் அழத் தொடங்கினாள். ஏமாற்றத்தில் மனம் சிதறிக் குழைந்து கண்ணீராய் வெளிவந்தது. அவன் என்ன செய்வது என்று தெரியாமல் தவிப்புடன் நின்று கொண்டிருந்தான்.

நிர்மலாவுக்கு அவன் முகத்தை நிமிர்ந்து பார்க்கவே வெறுப்பாக இருந்தது. படத்தில் தெரிந்ததைவிட நேரில் இன்னும் கறுப்பாகவும் அழகற்றதாகவும் இருந்த அந்த முகத்தை நிமிர்ந்தும் பார்க்காமல் அழுதாள்.

அதற்குள் ஏஜென்ஸி ஆள் அவர்களைப் பார்க்க வந்தவர் களிடம் ஒரு விலாசம் எழுதிய அட்டையைக் கொடுத்து அந்தக்

கட்டடத்தில் வந்து சந்திக்கும்படி கூறிவிட்டு அவர்களை அருகே உள்ள கட்டடத்திற்குப் போகச் சொன்னார்கள்.

ரவீந்திரன் அவளைப் பார்த்து “ஏதோ பிழை நடந்திட்டுது. தயவு செய்து அழாதையுங்கோ. நீங்கள் போங்கோ. நான் நாளைக்குவந்து சந்திக்கிறன்” என்று மெல்லிய குரலில் சொன்னான்.

அவள் மௌனமாக மற்றவர்களுடன் பக்கத்துக் கட்டடத் துக்குப் போனாள். அங்கே ஒரு அறையில் இருவர் இருவராகத் தங்க வைக்கப்பட்டார்கள். இரவு முழுக்கக் கிருஷ்ணவேணிக்குச் சொல்லிச் சொல்லி அழுதாள். நெஞ்சு பதறித் துடித்தது. எத்தனை ஏமாற்றுக்காறர்கள் ...

இரவு ஆத்திரப்பட்டதிலும் அழுததிலும் இப்போதும் தலை பாரமாய்க் கனத்தது.

குளிரில் உடலும் மனதும் விறைத்துப் போனது. எதிரே கிருஷ்வேணி கட்டிலிலிருந்து எழுந்து அமர்ந்தாள்.

“வேணி அக்கா ... அந்த ஆளை எனக்குப் பிடிக்கேலை. உண்மையைச் சொல்லாமல் ஏமாத்திப் போட்டினம். கால் இல்லாத ஆளைக் கல்யாணம் செய்யவே நான் இவ்வளவு தூரம் வந்தனான். திரும்பவும் அழுகை வந்தது.

அவளைக் கவலையுடன் பார்த்த கிருஷ்ணவேணி ஆதரவாகச் சொன்னாள். “வெளிநாட்டில் இருக்கிற மாப்பிள்ளைமாரை வடிவாய் விசாரிக்க வேணும். இந்த நாட்டில் ரெண்டு குழந்தை உள்ளவன்கூட ஊரில சீதனம் வாங்கி இன்னொரு கல்யாணம் கூசாமல் செய்வான். தங்கட பொம்பிளைப் பிள்ளையளைக் கண்காணாத தேசத்துக்கு அனுப்பிற தாய், தகப்பன் எவ்வளவு கவனமாய் இருக்க வேணும். உம்மட அப்பா ஏன், விசாரிக்காமல் விட்டவர். நீர் இவ்வளவு தூரம் வந்த பிறகு இனி என்ன செய்யலாம்.”

“இல்லை வேணி அக்கா. நான் திரும்பி இலங்கைக்குப் போகப்போறன். இங்க தங்கிற போம் நிரப்பிக் குடுக்க மாட்டன். எனக்கு இந்த ஆளைக் கல்யாணம் செய்ய ஏலாது. நான் திரும்பிப் போறதுக்கு உதவி செய்யுங்கோ. அவள் மறுபடியும் அழுதாள்.

தலை கலைந்துபோக மூக்கை உறிஞ்சி அழும் அவளைக் கிருஷ்ணவேணி யோசனையுடன் பார்த்தாள்.

“நீர் கவலைப்படாதேயும் இண்டைக்கு இவர் வருவார். அவரோட கதைச்சு ஏதும் செய்யலாமோ பார்ப்பம்.

காலை பத்து மணிக்குத் தெரிந்தவர்கள் வந்து ஒவ்வொருவருடனும் கதைத்தார்கள். கிருஷ்ணவேணியின் கணவன் வந்து அவர்கள் சந்தோஷமாய்க் கதைத்துக் கொண்டிருப்பதைப் பார்க்க ஆற்றாமையில் மனம் தவித்தது.

பத்தரைக்கு ரவீந்திரன் வந்தான். அவன் கண்களும் சிவந்திருந்தது. நடையில் சோர்வு தெரிந்தது.

திரை ஒதுக்கிய கண்ணாடி ஜன்னல் அருகே மெத்தென்ற இருக்கையில் எதிர் எதிராக இருவரும் அமர்ந்து கொண்டார்கள்.

கண்ணாடி ஜன்னலுக்கு வெளியே பசுமை விரிந்த வெளிகளையும் தூர பொம்மைகளாய் வாகனங்கள் வழுக்கிக் கொண்டு ஓடுவதையும் அவள் வெறித்துப் பார்த்தாள். அவன் சிறிது நேரம் அவள் முகத்தையே பார்த்துக் கொண்டிருந்து விட்டுத் தயக்கத்துடன் சொன்னான்.

"நேற்று எனக்கும் பெரிய அதிர்ச்சிதான். என்னைப் பார்த்த உடனேயே உங்களுக்குப் பிடிக்காமல் போயிட்டுது எண்டு தெரியுது. வீட்டில எனக்குக் கல்யாணம் பேசிறபோது விஷயம் சொல்லித்தான் பேசுங்கோ எண்டு கடிதம் போட்டனான். அவை உங்களுக்கு விபரம் சொல்லேலை என்ன ..."

அவள் மௌனமாய் இருந்தாள்.

"எனக்கு இடது கால் முழங்காலுக்குக் கீழே இல்லை. மரக்கால்தான் பொருத்தியிருக்கு. லேசாய்ச் சாஞ்சுதான் நடப்பன். உங்கட படத்தைப் பார்த்தவுடன் எனக்கு ஆச்சிரியம். இந்த வடிவான பிள்ளை என்னை ... அதுதான் கால் இல்லாதவனைக் கல்யாணம் செய்ய எப்பிடிச் சம்மதிச்சது எண்டு. உங்களுக்கு விஷயமே தெரியாது எண்டு இப்ப விளங்குது. கொழும்பில உங்களோட ரெலிபோனில கதைச்சபோது என்னை மனமாய் விரும்பித்தானே சம்மதிச்சனீங்கள் எண்டு கேட்க நீங்கள் ம்... எண்டு சொன்னீங்களே ...

அப்போதும் அவள் பேசாமல் இருந்தாள்.

"நீங்கள் விஷயம் தெரிஞ்சுதான் சொல்லுறீங்கள் எண்டு பிழையாய் நினைச்சிட்டன்."

ஒரு வினாடி நிறுத்திவிட்டுத் தொடர்ந்து சொன்னான்.

"நேற்று என்னைப் பார்த்த உடன நீங்கள் ஏங்கிப் போய் நிண்டது. என்ர கண்ணில அப்பிடியே நிற்குது. அப்பவே என்னை உங்களுக்குப் பிடிக்கேலை எண்டு விளங்கியிட்டுது."

அவள் கண்களிலிருந்து கண்ணீர் வழிய விம்மல் ஒன்று எழுந்தது.

"தயவு செய்து அழாதேங்கோ. ஆராவது பார்த்தால் பிழையாய் நினைப்பினம்."

அவள் கைலேஞ்சியால் முகத்தைத் துடைத்துக் கொண்டாள். அவளின் முகம் சிவந்திருந்தது.

"நிர்மலா ..."

அவள் ம் ... என்று சொல்லவோ நிமிர்ந்து பார்க்கவோ இல்லை.

"ஆயிரக்கணக்கான மைல் என்னை நம்பி வந்திட்டீங்கள். அதுதான் இப்ப பிரச்சனை."

அவன் தன் தலைமயிரை இடது கையால் கோதி விட்டுக் கொண்டான். குரல் கரகரக்கச் சொன்னான்.

"இரவு முழுக்க நான் நித்திரையே கொள்ளேலை. எங்கட வீட்டார் உண்மையை ஏன் சொல்லேலை எண்டு ஒரே ஆத்திர மாய்க் கிடக்கு. உண்மையில கால் இல்லாதவனைக் கல்யாணம் செய்துகொள்ள எந்தப் பொம்பிளையும் முன்வரமாட்டுது எண்டுதான் வீட்ட நினைச்சிட்டினம் போல. இங்க வந்திட்டால் வேற வழியில்லாமல் கல்யாணம் செய்யத்தானே வேணும் எண்டு யோசிச்சிருப்பினம்."

அவள் கண்களைத் துடைத்துக் கொண்டு அவனைப் பயத்துடன் பார்த்தாள்.

"பயப்பிடாதேங்கோ. உங்களைக் கட்டாயப்படுத்த மாட்டன். நீங்களே என்ன செய்யிறது எண்டு முடிவு செய்யுங்கோ. இங்க ஜேர்மனியில ஆராவது சொந்தக்காரர் இருக்கினமோ ..."

அவள் இல்லை என்று தலையசைத்தாள்.

"நீங்கள் இங்க இருக்க விரும்பினாலும் சரி... அல்லது வேற நாட்டுக்கு உங்கட சொந்தக்காரரிட்ட போக விரும்பினாலும் சரி. நான் உதவி செய்யிறன் ..."

"இல்லை... எனக்கு இங்க இருக்க விருப்பமில்லை. நான்... நான் ... அம்மா அப்பாட்ட போறன் ..." குரல் தழுதழுத்தது.

அவன் அவளை இரக்கத்துடன் பார்த்தான்.

"வேண்டாம் ... நீங்கள் இலங்கைக்குத் திரும்பி போக வேண்டாம் கல்யாணம் எண்டு எல்லாருக்கும் சொல்லிப்

போட்டு வந்தனீங்கள். திரும்பிப் போனால் ஒவ்வொரு மாதிரி கதைப்பினம். உங்களுக்கும் மனவேதனை. வேறு ஏதாவது யோசியுங்கோ …

மீண்டும் கண்கள் பொங்கியது. கடவுளே அந்த விஷயத்தை யோசிக்கவில்லையே …

“தயவு செய்து என்மேல கோபிக்காதேங்கோ. நீங்க என்ன முடிவு எடுத்தாலும் எனக்குச் சம்மதம். இந்தாங்கோ என்ர விலாசம் போன் நம்பர். என்ன தேவையெண்டாலும் என்னோட தொடர்பு கொள்ளுங்கோ …”

அவன் முகத்தை நிமிர்ந்தும் பாராமல் அந்த அட்டையை வாங்கிக் கொண்டாள்.

“நான் … நான் போயிட்டு வாறன் …”

அவன் போவதற்காக எழ முற்பட்ட போது அவள் தயக்கத்துடன் கேட்டாள்.

“உங்களுக்குக் கால்ல என்ன நடந்தது.”

அவன் மறுபடி அமர்ந்து கொண்டு அவள் முகத்தையே ஒரு வினாடி பார்த்தான்.

“அதை அறிஞ்சு என்ன செய்யப் போறீங்கள்.”

அவள் பதில் சொல்லாமல் அவன் முகத்தைக் கலக்கத்துடன் பார்த்தாள். அவளின் அந்தப் பார்வை அவன் மனதில் ஆழத்தில் போய் தாக்கியது.

“எங்கட தேசத்தில நடக்கிற போராட்டத்திற்கு என்ர பங்களிப்பாய் இந்தக் காலை இழக்க வேண்டி வந்திட்டுது.”

அவள் அதிர்ச்சியுடன் அவனைப் பார்த்தாள்.

“கிளிநொச்சியில நான் வயல்தான் செய்து கொண்டிருந்தனான். அப்பதான் பொம்பர் குண்டு போட்டதில கால்ல காயம் வந்தது. காலைக் கழட்ட வேண்டி வந்திட்டுது. உயிரே போயிருக்க வேண்டியது, கால் போனதோட தப்பியிட்டன்.

ஒருவினாடி குண்டு வீச்சுக்குப் பலியாகிய அண்ணாவின் ஞாபகம் வந்தது. தலையும் உடலும் சிதறி… கடவுளே அந்த வலி… அந்த வேதனை… அதை அவள் குடும்பமே அனுபவித்திருக்கிறது.

“வேலூரில கால் பொருத்தி ஒரு வருஷம் இந்தியாவில இருந்து அப்பிடியே ஜேர்மனி வந்திட்டன். இப்ப இந்த மரக்கால் பழகியிட்டதாலயோ அல்லது இதிலும்விட அதிக இழப்புக்கள்

எங்கட மண்ணில நிகழ்றதாலயோ என்னவோ ... எனக்கு இது குறையாகவே தெரியேலை." ஒரு வினாடி நிறுத்தி "நான் போயிட்டு வரட்டுமா?" என்று எழுந்தான்.

வழுவழுத்த அந்த நீண்ட நடைபாதையில் அவன் நடந்து போவதை அவள் விக்கித்துப் போய்ப் பார்த்துக் கொண்டு நின்றாள்.

தோளில் கை தொட்டு கிருஷ்ணவேணி திருப்பியபோது உடைந்து போய் விக்கி விக்கி அழத் தொடங்கினாள்.

"ஏதாவது செய்யலாம் எண்டு இவர் சொல்லுறார் நிர்மலா. அழாதேயும். யோசிப்பம்." அன்று மாலை. நிர்மலா கிருஷ்ணவேணியிடம் "வேணி அக்கா ... இங்க தங்கிறவை போம் நிரப்பிக் குடுக்க வேணும் இல்லையா எனக்கும் ஒரு போம் வேணும்" என்றாள்.

முகம் தெளிவாய் குரல் அழுத்தமாய் இருந்தது. கண்களில் எந்தவிதக் கலக்கமும் இல்லை.

"இந்த போன் நம்பருக்குப் போன் பண்ணி அவரை இங்க ஒருக்கா வரச்சொல்லி விடுங்கோ அக்கா." ரவீந்திரன் தந்த அட்டையைக் கொடுத்தாள். இப்போது கிருஷ்ணவேணி அவளைச் சந்தோஷத்துடன் பார்த்தாள்.

***வீரகேசரி* – 08.01.95**

ரூனா

ஒஸ்லோவிலிருந்து வடக்கு நோர்வேக்குப் போகின்ற *E* ஆறாம் இலக்கப் பிரதான வீதியில் கிட்டத்தட்ட நூற்றி அறுபது கி.மீற்றர் தூரத்தில் இருந்த 'லில்லகாமர்' ஆஸ்பத்திரியில் நான் சேர்க்கப்பட்டு இன்றுடன் ஒரு மாதம் முடிகிறது.

ஒரு விபத்தில் இடுப்பிலும் காலிலும் அடிபட்டு ரத்தம் வழிந்த அந்த நேரம் அவசர சிகிச்சைக்காக ஐந்து நிமிஷத்தில் அம்புலன்ஸ் அழைக்கப்பட்டு உடனடியாக இங்கு அனுமதிக்கப்பட்டேன்.

இங்கே ஒரு விபத்து என்றதும் இவர்கள் நடவடிக்கை எடுக்கும் வேகம் ஆச்சரியம் தரும். அந்த ஆச்சரியம் எனக்கு இன்னமும் அடங்கவில்லை.

ஆஸ்பத்திரியின் மூன்றாம் மாடியில் கிழக்குப் பக்க அறையில் அனுமதிக்கப்பட்டிருந்தேன்.

இந்த ஒரு மாதமும் பட்ட வேதனை இன்றைக்கு இல்லை. இன்றோ நாளையோ வீட்டுக்குப் போகச் சொல்லிவிடுவார்கள்.

இது ஆஸ்பத்திரி என்று உணர முடியாத அளவு வசதியாக இருந்தது. மருந்துகளின் கலவையான வாசனை மட்டும் இல்லையென்றால் இதை ஒரு ஹோட்டல் என்றே வைத்துக்கொள்ளலாம்.

நான் கட்டிலில் அமர்ந்தபடியே திறந்திருந்த கண்ணாடி யன்னல் வழியே வெளியே பார்த்தேன்.

எதிரே விரிந்து கிடந்த பள்ளத்தாக்கும் தூரத்தில் உயர்ந்த மலைகளுமாய்ப் பச்சைப் பசேலென்று நோர்வேப் பிரதேசம் பரந்து கிடந்தது.

நான் நோர்வேக்கு வந்து ஐந்து வருஷங்களாகிறது. எனக்கு இங்கே மிகவும் பிடித்தது இந்தப் பசுமைதான்.

அதுவும் இந்த ஒரு மாதமாக இந்த யன்னல் வழியே பார்க்கும்போது என்ன அழகு என்று வியக்கத் தோன்றுகிறது.

தூர மலைகளின்மீது பச்சைக்கு நடுவே சிறிய மர வீடுகள் தெரிந்தன. நோர்வே படுகுளிர்ப் பிரதேசம். கோடை காலம் மிகவும் குறைவு. இந்த ஜூலை, ஓகஸ்ட் மாதங்களில்தான் இப்படிச் சுற்றுப்புறம் தெளிவாய்ப் பச்சையாய் அழகாய்த் தெரியும். மற்றைய காலங்களில் வெள்ளைவெளேரென்ற பனி தான் மூடிக்கிடக்கும்.

இப்போது மிகவும் மெல்லிய வெய்யில் வெப்பம் சிறிதும் இல்லாமல் இதமாக இருக்கும்.

இங்கே வந்த ஆரம்பத்தில் குளிரினால் சரியாகக் கஷ்டப் பட்டிருக்கிறேன். இந்தக் குறுகிய கோடை காலத்துக்காகத் தவித்திருக்கிறேன். இப்போது பழகிவிட்டது.

பல்கலைகழக அனுமதிக்கு ஒரு புள்ளி குறைந்ததால் தான் என்னால் பௌதீக விஞ்ஞானம் படிக்க முடியாமற் போனது. அந்த ஏமாற்றம் தந்த கவலையினாலும் வீட்டுக் கஷ்டத்தினாலும் நான் இங்கே வரநேர்ந்தது.

உலக வரைபடத்தில் எங்கோ ஒரு ஓரத்தில் அத்திலாந்திக் சமுத்திரத்தின் கரையில் வெறும் கோடுகளில் நான் பார்த் திருந்த நோர்வே நாட்டில் கால் வைத்தபோது எனக்குப் படபடப்பாகத்தான் இருந்தது.

ஆரம்பத்தில் ஒஸ்லோவின் நகரச் சந்தடி எனக்கு ஒத்து வரவில்லை. டொம்போஸில் இருக்கிற ஒரு மரத்தொழிற்சாலையில் மேற்பார்வையாளனாகக் காந்தன்தான் எனக்கு வேலைவாங்கித் தந்தான். இப்போது நாலு வருஷங்களாக டொம்போஸில் தொழிற்சாலைக்கு அருகே காந்தனுடன் அவன் அறையில் தங்கியிருக்கிறேன்.

ஒஸ்லோவிலிருந்து அதே E. ஆறாம் இலக்க வீதியில் டொம்போஸ் முன்னூற்றி அறுபது கி.மீற்றரில் இருக்கிறது. அமைதியான அழகான பிரதேசம். கதிர் ... என்று கூப்பிட்டுக் கொண்டே வந்தான் ஆனந்தன். நான் திரும்பினேன்.

ஆனந்தன் இந்த ஆஸ்பத்திரியில் சுத்திகரிப்பாளனாக வேலை செய்கிறான். சாவகச்சேரியைச் சேர்ந்தவன்.

காந்தனுக்கு நண்பன். அதனால் எனக்கும் நண்பன்தான். ஆனந்தனைப் பார்த்துச் சிரித்தேன்.

“இந்த ஆஸ்பத்திரியை விட்டுப்போக மனசே வராது ஆனந்தன்.”

அவன் புருவத்தைச் சுருக்கி “ஆஸ்பத்திரியை மட்டும்தானோ?” என்று கேட்டான்.

“வேற என்ன?”

“இல்லை ஒரு வேளை டொக்டரம்மாவை விட்டுப் போகவும் மனது வரேலையோ எண்டு கேட்டனான்.”

“ச்சீ... என்னடா கதைக்கிறாய்.”

“இந்த நோர்வேஜியப் பொம்பிளையளே நல்ல வடிவு. அதுவும் இந்த டொக்டர் இன்னும் வடிவு என்ன?”

“விசர்க்கதை கதைக்காதை”

“ஏனோ தெரியேலை. உன்னோட நல்ல வாரப்பாடு.”

“அப்படி இல்லை. எல்லா பேஷண்ட்ஸ்ஸோடயும் ரூனா அப்படித்தான்.”

“ஏதோ பேர் சொல்லிக் கூப்பிடுகிற அளவுக்கு ஒரு மாதத்தில பழக்கம் வந்திட்டுதே. அதைச் சொல்லு.”

“அப்படியெல்லாம் இல்லையடாப்பா.”

“அதைவிடு. இப்ப டொக்டர் வருவா. வீட்ட போகலாமோ எண்டு கேட்டு வை. காந்தனுக்குக் கார் கொண்டு வரச்சொல்லி போன் பண்ண வேணும். ஏதோ உனக்கு இங்கிலீஷ் தெரியறதால டொக்டரோட கதைச்சுக் கொள்ளுறாய். நாங்கள் அரைகுறையாய் இங்க உள்ள நொஸ்க் பாஷையில சமாளிக்க வேண்டிக்கிடக்கு.

ஆனந்தன் வெளியேபோன ஐந்தாவது நிமிடம் வெள்ளைக் கோட்டும் கழுத்தைச் சுற்றிய ஸ்தெடஸ்கோப்பும் முகத்தில் மெல்லிய முறுவலுமாய் ரூனா உள்ளே வந்தாள்.

கொஞ்சம் உயரமான மெல்லிய தோற்றம். வெள்ளை வெளேரென்ற நிறம். மெல்லிய உதடுகள். சின்ன நெற்றி. பொன் நிறத்தில் தோள்வரை இருந்த தலைமயிரைப் பின்பக்கம் சேர்த்து ஒரு கறுப்பு நெற்துணியால் கட்டியிருந்தாள். இருபத்தெட்டு அல்லது முப்பது வயது இருக்கக்கூடும்.

அதிகமாய்ச் சிரிப்பதில்லை. மெல்லிய புன்னகை... இதமான விசாரிப்பு... இதற்கு அப்பால் கண்ணிலும் முகத்திலும் ஒரு சோர்வு தெரியும்.

முதல்நாள் என் பெயரை டிக்கற்றில் படித்துவிட்டு “நீ இலங்கைத் தமிழ் இளைஞனா?” என்று கேட்ட போது அவள் கண்களில் மின்னல் போல ஏதோ ஒன்று பளிச்சிட்டது.

அந்த பழுப்பு நிறக் கண்கள் என்னையே ஊடுருவிப் பார்த்தன. அதன் பிறகு இந்த ஒரு மாதமும் என்னைப் பரிவோடு கவனித்திருக்கிறாள். ஆஸ்பத்திரி தவிர... மருந்து தவிர... வேறு விஷயங்களும் கதைப்பாள்.

தனது கடமை முடிந்த பிறகும் சிலவேளைகளில் வந்து கதைத்துக் கொண்டிருப்பாள்.

"டொக்டரம்மா இங்கு குவார்ட்டஸிலதான் இருக்கிறவ. அதுதான் உன்னோட இருந்து மணிக்கணக்கில கதைக்கிறா. கவனமாய் இரு" ஆனந்தன் சொல்லுவான்.

தேசம்விட்டுத் தேசம்வந்து அதுவும் மிகவும் அதிகமான குளிர்ப் பிரதேசத்தில் ஒரு மரத் தொழிற்சாலையில் மேற்பார்வை யாளராக இருக்கிற என்னுடன் ஒரு டொக்டராக இருக்கின்ற ரூனா கதைப்பதில் என்ன தீமை நிகழ்ந்துவிடும் என்று எனக்குத் தெரியவில்லை.

கவனமாக இருப்பதற்கு எந்தக் காரணமும் இல்லை என்றே தோன்றியது.

சொன்னால் ஆனந்தன் புரிந்து கொள்ள மாட்டான். நான் மெல்ல நிமிர்ந்து ரூனாவைப் பார்த்தேன்.

இந்த நாட்டு நொஸ்க் பாஷை ஓரளவு பேசத் தெரிந்தாலும் ரூனாவுடன் அதிகமாக ஆங்கிலத்தில் கதைப்பது வழக்கம். மெல்லிய குரலில் ஆங்கிலத்தில் கேட்டாள்.

"சுகமாய் இருக்கிறாயா கதிர்?"

நான் ஆம் என்று தலையசைத்தேன்.

"நன்றாக நடக்க முடிகிறதா?"

"ஆம்"

"நீ இன்று வீட்டுக்குப் போகலாம் கதிர்."

"நன்றி" நான் நன்றி சொன்னதை அவள் கவனிக்காமல்,

"உனது விலாசமும் தொலைபேசி இலக்கமும் தருவதாகச் சொன்னாயே கதிர்..." என்றாள்.

"இதோ தருகிறேன்" ரூனா நீட்டிய காகிதத்தில் என் அறை விலாசத்தையும் தொலைபேசி இலக்கத்தையும் எழுதிக் கொடுத்தேன்.

"நல்லது கதிர். பிறகு சந்திக்கலாம். இந்த நட்புத் தொடர்வதில் உனக்கு ஆட்சேபனை இல்லைத்தானே?"

“இல்லை ரூனா” என்றேன்.

என் கை பற்றிக் குலுக்கி வாழ்த்துச் சொல்லிவிட்டுப் போனாள். நான் கொஞ்சம் வியப்புடனும் கொஞ்சம் சங்கடத்துடனும் அமர்ந்திருந்தேன். ஒரு மணிநேரத்தின் பின் ஆனந்தன் வந்தான்.

“என்னவாம்?”

“போகச் சொல்லியாச்சு. காந்தனுக்கு வரச் சொல்லி போன் பண்ணிவிடு”

“சரி வேற..?”

“ரூனா என்ர விலாசம் கேட்டுக் குடுத்தனான்.”

“ஏன்?” வியப்புடன் கேட்டான்.

“ஒரு நட்புக்காக.”

“மண்ணாங்கட்டி” என்றான் சுள்ளென்று.

“ஏதோ கொஞ்ச நாள்தானே இங்க இருக்கப் போறாய் எண்டு நினைச்சு உனக்கு நான் சொல்லேலை. இப்ப சொல்லுறன். இது தொடர வேண்டாம். அது நல்லதில்லை.”

“ஏன்?” ஆனந்தன் ஒரு வினாடி தயங்கிவிட்டுச் சொன்னான்.

“ரூனா சரியில்லாத பொம்பிளை. படிச்சு டொக்டராய் வந்தால் போதுமே...”

“சரியில்லாத... எண்டால்...” நான் குழப்பத்துடன் கேட்டேன்.

“இங்க ரூனாவைப் பற்றி ஒவ்வொருவரும் ஒவ்வொண்டு சொல்லுகினம்.”

“என்ன சொல்லுகினம்.”

“முந்தி ஆரோ ஒரு ஆளோட சுத்தித் திரிஞ்சவளாம், அந்த ஆள் கல்யாணம் செய்யிறன் எண்டு சொல்லிட்டு பிறகு ஏமாத்திப் போட்டுப் பறந்திட்டானாம்.”

நான் சிறிது நேரம் பேசாமல் இருந்தேன்.

“ரூனாவின்ர சிநேகிதம் உனக்கு வேண்டாம் கதிர்” என்று சொல்லிவிட்டு ஆனந்தன் வேகமாய் வெளியே போனான். அன்று மாலை காந்தன் கார்கொண்டு வந்திருந்தான். ஆனந்தன் என் தோளை மெதுவாய் அணைத்துக்கொள்ள நான் ஆஸ்பத்திரிக் கட்டிடத்தை விட்டு வெளியே வந்தேன்.

காரில் ஏறப்போகும் நேரம் தூரத்தில் ஆஸ்பத்திரியின் பக்கப் புல்வெளியில் ரூனா நடந்து போய்க் கொண்டிருந்ததைத் தற்செயலாகப் பார்த்தேன்.

அவளும் எங்களைக் கண்டு கை அசைத்துவிட்டுப் போனாள். ஆனந்தனுக்குப் பிடிக்கவில்லை. முகத்தைத் திருப்பிக் கொண்டான்.

நான் காரில் ஏறியதும் "வாற ஞாயிற்றுக்கிழமை வாறன்" என்றான். இங்கே கிழமையில் முப்பத்தியேழரை மணி நேர வேலை கட்டாயம் செய்ய வேண்டும். கிழமையில் கிடைக்கும் லீவு நாளில் ஆனந்தன் எங்கள் அறைக்கு வருவான்.

அன்றைய தினம் எல்லோருமாய்க் கார்ட்ஸ் விளையாடு வோம். ஏதாவது விசேஷமாகச் சமைப்போம். வெள்ளிநிலா விளக்கேற்றும் நேரம்... பாட்டுக் கேட்போம். எங்கள் நாட்டில் நடக்கும் பிரச்சினைகள் பற்றிக் கவலைப்படுவோம். வீட்டி லிருந்து வந்திருந்த கடிதங்களைப் பத்துத்தரம் திருப்பித் திரும்பி வாசிப்போம். எங்கள் கிராமத்தின் செம்மண் தெருக்களையும், மதகுப் பாலங்களையும், வயல்வெளிகளையும், பனைவெட்டைகளையும், முருகன் கோவிலையும் நினைத்து நினைத்துக் கனத்துப்போன மனங்களைப் பகிர்ந்து கொள்வோம்.

அந்த ஒரு நாளில் இப்படி... மறுநாளிலிருந்து மறுபடி வேலைச்சுமை. அந்த அகன்ற தெருவில் கார் வழுக்கிக் கொண்டு சுகமாகப் பறந்தது.

இருநூறு கி.மீற்றரையும் ஒன்றரை மணி நேரத்தில் கடந்து வீட்டுமுன் நின்றது.

தெருவுக்குக் கொஞ்சம் தள்ளிச் சிறிது உயர இடத்தில் மரவீடு. அதில் ஒரு அறையில் நானும் காந்தனும். அடுத்த அறையில் கிளிநொச்சியிலிருந்து வந்த விஜயகுமாரும் சிவபாலனும்.

காரிலிருந்து இறங்கி மெதுவாய்ப் போய் அறையில் கட்டிலில் அமர்ந்தேன். என் பொருள்களை உள்ளே கொண்டுவந்து வைத்த காந்தன்

"என்ன சமைக்கட்டும் கதிர்?" என்றான்.

"எதுவோ செய். கொஞ்சம் உறைப்பாய்ச் சமை. நாக்குச் செத்துப் போச்சுது."

அவன் அடுத்த அறைக்குப் போனான். குளிர் தாங்கக் கூடியதாய்க் கட்டப்பட்ட இம்மாதிரி மரவீடுகள் தான் இங்கு அதிகம். ஆனாலும் நல்ல வசதியான வீடுகள்.

அறைக்குள் ஆளுக்கொரு கட்டில், தொலைக்காட்சிப் பெட்டி, மரத்தால் அமைக்கப்பட்ட அலுமாரி எல்லாம் வைத்தும் விசாலமாய் இருந்தது.

நாளையிலிருந்து வேலைக்குப் போவது என்று தீர்மானித்துக் கொண்டேன்.

தொழிற்சாலையில் எனக்கு அதிகம் கஷ்டமில்லாத வேலைதான். பிரமாண்டமான யந்திரங்கள் மரங்களைச் சர சரவென்று அறுத்து விழுத்தும், அளவாய் வெட்டும். ஒரு பக்கத்தில் வந்து அடுக்கடுக்காய் விழும்.

அந்த வேலைகளை மேற்பார்வை செய்து கணக்கெடுப்பும் பெரிய பதிவேடுகளில் பதித்து வைப்பதும் எனது வேலை. மரத்தூள் சில நேரங்களில் அடுக்கடுக்காய்த் தும்ம வைக்கும்.

இங்கு அதிகமாய் நோர்வே நாட்டவர்கள்தான் வேலை செய்கிறார்கள். அவர்களுடன் நாளும் பழகுவதால் நொஸ்க் பாஷை ஓரளவு கதைக்க வருகிறது. மாதம் பதினையாயிரம் குரோன்ஸ் சம்பளம் வருகிறது.

இந்த மரவீட்டுக்கு வாடகை மூவாயிரம் குரோன்ஸ். அதை நாலு பேரும் பகிர்ந்து கொள்கிறோம். இரண்டு மூன்று மாதத்துக்கொரு தடவை பத்தாயிரம் குரோன்ஸ் கொழும்பிலிருக்கும் சித்தப்பாவுக்கு அனுப்பி வைப்பேன்.

அவர் அதை யாழ்ப்பாணம் போகிறவர்களிடம் கொடுத்து எங்கள் வீட்டுக்கு அனுப்பி வைப்பார்.

வரி போக மிகுதியைச் சேமித்துக் கொண்டிருக்கிறேன். வீடு என்றதும் அம்மா, அப்பா, அண்ணன், தங்கை எல்லோருடைய நினைவும் வந்தது.

இந்த விபத்துப் பற்றியும் ஆஸ்பத்திரியில் இருந்தது பற்றியும் வீட்டுக்கு எழுதவில்லை. பயப்படுவார்கள். கவலைப்படுவார்கள்.

வீட்டை நினைத்தாலோ ஒரு ஏக்கம் வந்து விடுகிறது. இரண்டு கிழமைக்குக் கடிதம் வராவிட்டால் விசர் பிடித்ததுபோல் ஆகிவிடும்.

நாளைக்கு வீட்டுக்குக் கடிதம் எழுதவேண்டும் என்று நினைத்துக் கொண்டேன்.

ரூனாவைப் பற்றி ஆனந்தன் சொன்னது நினைவுக்கு வந்தது. ஆனந்தன் தவறாகச் சொல்கிறான் என்றே மனதுக்குப்பட்டது.

காலம் எவ்வளவு வேகமாக ஓடுகிறது. நினைத்துப் பார்க்க ஆச்சரியமாகத்தான் இருக்கிறது. நான் ஆஸ்பத்திரியிலிருந்து

திரும்பிவந்து ஒரு வருடமாகிவிட்டது. கடுமையான குளிர்காலம் முடிந்து குறுகிய கோடைகாலம் வந்துவிட்டது.

மறுபடி ஓகஸ்ட் மாதம். பனி இல்லாமல் பச்சையாய் மரங்கள் தெரியும் பசுமையான காலம்.

இந்த ஒரு வருஷத்துக்குள்ளும் நடந்தவை எத்தனையோ. கொக்குவிலில் எனக்கு ஒரு பெண் பார்த்து புகைப்படம் அனுப்பி யிருந்தார்கள். மிகவும் அழகாய் இருந்தாள். அடர்த்தியான மல்லிகைச் செடியின்முன் மஞ்சள் சேலையுடன் நின்று எடுத்த படம். பெயர் மேகலா.

எனக்குப் பிடித்திருக்கிறது என்றும் திருமணம் செய்வதற்காக டிசம்பர் மாதம் ஊருக்கு வருவதாகவும் கடிதம் எழுதிப் போட்டு விட்டேன். படத்தை மட்டும் என்னுடன் வைத்திருக்கிறேன்.

அதற்கு முதல் ரூனாவின் சந்திப்புக்கள் பற்றிச் சொல்ல வேண்டும். இந்த ஒரு வருஷத்துக்குள்ளும் பல தடவை தொலைபேசியில் பேசியிருக்கிறாள். நாலைந்து தடவை எங்கள் அறைக்கு வந்திருக்கிறாள்.

காந்தன் ஒன்றும் பேசாமல் தேநீர் கொண்டு வந்து கொடுத்து விட்டு ஒதுங்கி விடுவான்.

டொம்போஸ௴க்கும் லில்லகாமர் ஆஸ்பத்திரிக்கும் நடுவே ஓத்தா என்ற இடம் இருக்கிறது. அதில் கிட்டத்தட்ட ஒரு பூங்கா போல ஓரிடம்... அதிலேயோ அல்லது ரெஸ்ரோரண்ட்டிலேயோ சந்தித்துக் கதைத்துக் கொள்வோம்.

போன கிறிஸ்மஸ் அன்று எனக்கு ஒரு விலையுயர்ந்த மணிக்கூடு பரிசு தந்திருக்கிறாள்.

அந்தப் பரிவான நட்பில் எந்தத் தவறும் எனக்குத் தெரிய வில்லை. எங்கள் நாட்டுப் பிரச்சினைகள் பற்றிச் சொன்னால கவலையுடன் கேட்டுக் கொண்டிருப்பாள். எங்கள் துயரங்களில் பங்கு கொள்வதுபோல முகம் சோகத்துடன் இருக்கும்.

திடீரென்று அவள் கண்களிலும் ஒரு கலக்கம் வந்துவிடும். தூரத்தே வெறித்துப் பார்த்துக் கொண்டிருப்பாள்.

இதைப்பற்றி நான் சொன்னால் ஆனந்தனும் காந்தனும் ஏற்றுக்கொள்ளமாட்டார்கள்.

"போடா... உனக்கு எல்லா ஆட்களும் நல்லவைதான். எங்கட ஆஸ்பத்திரியில எத்தனை விதமாய்க் கதைக்கினம் தெரியுமே. கிராண்ட் ஹோட்டலில் போய் குடிக்கிறவளாம். நல்லாச் சிகரெட் பிடிப்பாளாம். போன நியூ இயரின்போது

விடிய விடிய கிராண்ட் ஹோட்டலில் இருந்து குடிச்சிட்டு மேசையில கிடந்து அழுது கொண்டிருந்தவளாம்."

இதைக் கேட்டதும் ஏனோ ரூனாவின் மீது எனக்கு அளவில்லாத இரக்கம் ஏற்பட்டது.

சமூகத்தில் உயர்ந்த படிப்பைப் படித்து ஒரு டொக்டராக இருக்கின்ற ஒரு பெண் ஹோட்டல் ஒன்றில் குடித்துவிட்டு அழுவது என்றால்... எங்கேயோ அவள் மனதில் ஆழமான காயம் ஒன்று ஏற்பட்டிருக்க வேண்டும்.

ஆனந்தன் போன மாதம் வேறொன்று சொன்னான்.

"அவளைக் கல்யாணம் செய்யிறது எண்டு சொல்லிப் பிறகு ஏமாத்திப் போட்டுப் போனது தமிழ்ப் பெடியனாம்."

"தமிழ்ப் பெடியனாமா?" நான் கொஞ்சம் கவலையோடு கேட்டேன்.

"ஓம். அதுவும் யாழ்ப்பாணத்துப் பெடியனாம்."

"கதிர்! நீ ரூனாவோட பழகிறது சரியில்லை. தமிழ்ப் பெடியன் ஏமாத்தினதுக்காக உன்னை வளைச்சிப் போடுவாள் போல கிடக்கு"

"ச்சீ... என்னடா கதை இது! ரூனா அப்படி இல்லை."

இந்த அறைக்கு ரூனா வந்தபோது மேகலாவின் படத்தைக் காட்டி என் திருமண விஷயத்தையும் சொல்லியிருந்தேன்.

அவள் ஒரு விநாடி என்னையும் படத்தையும் மாறி மாறிப் பார்த்துவிட்டு "அழகான பெண். வாழ்த்துக்கள் கதிர்" என்று சொன்னாள்.

அப்படி வாழ்த்துச் சொன்னவள் தவறான பெண்ணாக இருப்பாளா...

ரூனா ஒரு தமிழ் இளைஞனால் ஏமாற்றப்பட்டவள் என்ற விஷயம் வேதனையைத் தந்தது.

அந்த நினைவுக்கு ஆறுதலாகத்தான் என்னோடு நட்பாக இருக்கிறாளோ என்னவோ.

அவளின் கண்களுக்குள் இருக்கும் சோர்வுக்கும் சோகத் திற்கும் இதுதான் காரணமா?

உனக்குள் இருக்கும் சோகம் என்ன என்று கேட்கப் பல தடவை நாக்கு நுனிவரை கேள்விவரும்.

ஆனால் அவளாகச் சொல்லாதவரை நானாகக் கேட்பது நாகரிகம் இல்லை என்பதால் மௌனமாக இருந்துவிடுவேன்.

என்றேனும் ஒருநாள் தனது கவலையை எனக்குச் சொல்லக் கூடும். சொல்வாள்.

அன்று இரவு படுக்க ஆயத்தமானபோது தொலைபேசி அடித்தது. எடுத்துக் கேட்டேன்.

"ஹலோ ... கதிர்?" ரூனா கேட்டாள்.

"நான்தான்."

"கதிர்! நாளை காலை நான் ஒரு முக்கிய அலுவலாய் ஒஸ்லோ போய் மாலை திரும்புவேன். உன்னுடன் சில விஷயம் கதைக்க வேண்டும். எங்கே சந்திக்கலாம்."

"அறைக்கு வந்தால் ..."

"வேண்டாம். உன் அறையில் வேண்டாம். ஒத்தாவில் இருக்கிற ரெஸ்ரோரண்டுக்கு நாளை மாலை வருகிறாயா. நிறையப் பேச வேண்டும்."

"உனக்கு ஏதும் சிரமம் இருக்குமா?"

"இல்லை. நான் வருகிறேன்."

"நன்றி கதிர். அங்கே எனக்காகக் காத்திரு." நான் திரும்பி வந்து கட்டிலில் அமர

"ரூனாவா?" என்று கேட்டான் காந்தன்.

"ம்"

"என்னவாம்?"

"ஏதோ கதைக்க வேணுமாம். ரெஸ்ரோரண்ட்டுக்கு வரட்டுமாம்"

"அங்க ஊரில உனக்கு கல்யாணம் நிச்சயிக்க நீ இங்க இவளோட கதைச்சுக் கொண்டு திரியிறது நல்லதில்லை."

"நாங்கள் வித்தியாசமாய்ப் பழகேலை காந்தன். வெறும் நட்புத்தான்."

"என்னவோ செய்." அவன் தோளைக் குலுக்கிக் கொண்டான். அதற்கு மேல் பேசவில்லை. ரூனா என்ன கதைக்கக் கூப்பிடுகிறாள் என்று யோசனையாக இருந்தது.

மறுநாள் மாலை. சம்மர் ஜாக்கெட் போட்டுக்கொண்டு பஸ்ஸில் போய் அந்த ரெஸ்ரோரண்ட் வாசலில் இறங்கிக் கொண்டேன்.

பக்கத்தில் கார் நிறுத்துமிடத்தில் ரூனாவின் காரைக் காணவில்லை. இன்னும் வரவில்லைப் போலிருக்கிறது.

சிறிது நேரம் முன் வாசலில் நின்று பார்த்தேன். தெருவோரத்தில் வரிசையாய் உயர மரங்கள் சின்னச் சின்ன இலைகளுடன் கிளை பரப்பி நின்றன. எங்கள் ஊர் வேப்ப மரம் மாதிரி.

இதற்கு என்ன பெயர் என்று தெரியவில்லை. ரூனாவைக் கேட்க வேண்டும்.

எதிரே இரண்டு குழந்தைகள் தந்தையின் கை பிடித்துக் கொண்டு உள்ளே வந்தன. பொன் நிறத் தலைமயிரும் வெள்ளை நிறமுமான அழகான குழந்தைகள்.

நான் நிமிர்ந்து பார்த்தேன். வானம் மங்கலாய், பழுப்பு நிறத்தில் இருந்தது. எங்கள் ஊரில வானம் எவ்வளவு தெளிவான நீலத்தில் இருக்கும். இங்கே ஒருபோதும் அப்படி நல்ல நீலத்தில் இருப்பதில்லை.

காலடிச்சத்தம் கேட்டுத் திரும்பினேன். ரூனா வந்து "குக்கிவெல்" என்று மாலை வணக்கம் சொன்னாள். "கொஞ்சம் தாமதமாகிவிட்டது. மன்னித்துக் கொள்."

"பரவாயில்லை" என்றேன்.

"உள்ளே போகலாம் வா."

ரூனா முன்னே செல்ல நான் தொடர்ந்தேன். கண்ணாடித் தள்ளு கதவைத் திறந்து கொண்டு உள்ளே போனோம்.

அதிக ஆட்கள் இல்லை. இருந்தவர்களும் எதையோ சாப்பிட்டு எதையோ குடித்துக் கொண்டிருந்தார்கள்.

"ஜாஸ்" சங்கீதம் மெல்லிய சத்தத்தில் கேட்க இதமாய் இருந்தது.

ஒரு மூலையில் தனியாய் இருந்த மேஜையில் போய் அமர்ந்து கொண்டோம்.

"ஏதாவது சாப்பிடுகிறாயா?"

"வேண்டாம்."

"வேறு?"

"ஒன்றும் வேண்டாம். ஏதோ பேச வேண்டும் என்றாயே." ஒரு நிமிஷம் அவள் மௌனமாக இருந்தாள். பிறகு திடீரென்று கேட்டாள். "கதிர்! நீ யாரையாவது நேசித்திருக்கிறாயா?"

நான் கொஞ்சம் தயங்கி "இல்லை" என்றேன். மனதுக்குள் புகைப்பட மேகலாவை நேசிக்க ஆரம்பித்திருந்ததைச் சொல்ல வில்லை.

அவள் தன் கைப்பையைத் திறந்து நாலைந்து புகைப்படங்கள் எடுத்துத் தந்தாள்.

ரூனாவுடன் ஒரு இளைஞன் எல்லாப் படங்களிலும் இருந்தான். தமிழ் முகம்.

மலைச் சரிவுகளுக்கும், புல்வெளிகளுக்கும் வெண்மையான பனிக்கட்டிகளுக்கும் நடுவே ஜோடியாய் நின்று கொண்டிருந் தார்கள்.

ஒருபடம் திரும்பிப் பார்க்க அதில் அரவிந்தன் – ரூனா என்று தமிழிலும் நோஸ்க்கிலும் எழுதப்பட்டிருந்தது.

"இதில் இருப்பது அரவிந்த். யாழ்ப்பாணத்தைச் சேர்ந்தவர். நாங்கள் நான்கு வருஷங்கள் உயிருக்குயிராய் நேசித்தோம்" அவள் மேஜையின் பரப்பை வெறித்துப் பார்த்தாள்.

"நாங்கள் திருமணம் செய்து கொள்வதாகத் தீர்மானித்தோம். தன் வீட்டில் சம்மதம் கேட்டு வருவதாகத் தொண்ணூறு ஜூன் மாதம் இலங்கை போனார். மூன்று மாதத்தின் பின் ஒக்டோபரில் எனக்கு நீண்ட ஒரு கடிதம் எழுதியிருந்தார். என் அன்பு ரூனா... தாங்க முடியாத துயரத்துடன் மனதைக் கல்லாக்கிக் கொண்டு உன் மன்னிப்பு வேண்டி இக்கடிதத்தை எழுதுகிறேன் என்று ஆரம்பித்துத் தன் நாட்டில் நடக்கின்ற பிரச்சினைகளையும் மக்களின் அவலங்களையும் விபரித்து அந்த மக்களுக்காக வாழப் போவதாய் எழுதியிருந்தார்.

ஒரு விநாடி நிறுத்தினாள்.

நான் திகைப்புடன் அவளைப் பார்த்தேன்.

"கதிர்! அந்தக் கடிதம் பார்த்து எனக்கு அளவில்லாத வேதனைதான். ஆனாலும் அரவிந்தின் மனதைப் புரிந்து கொண்டு பதில் எழுதினேன். அதற்கு அவரின் தங்கையிடமிருந்து பதில் வந்தது. அரவிந்த் அதற்குப் பிறகு எனக்கும் கடிதம் எழுதுவதில்லை. அவரின் தங்கைதான் எழுதுகிறாள். இன்றுவரை நாங்கள் கடிதம் எழுதிக் கொள்கிறோம். அவள் யாழ்ப்பாணம் மருத்துவக் கல்லூரியில் இரண்டாம் வருட மாணவியாக இருக்கிறாள்.

போன வருஷம் பலாலி என்ற இடத்தில் நடந்த மோதலில் அரவிந்த்... என் அரவிந்த்... இறந்து போய்விட்டார்."

ரூனா தலைகுனிந்து கலங்கிய கண்களைக் கைக்குட்டையால் ஒற்றிக் கொண்டாள்.

நான் விக்கித்துப்போய் அவளைப் பார்த்தேன்.

எங்கோ என் தேசத்தில் நடக்கின்ற போராட்டத்தின் இழப்பு இங்கே இருக்கின்ற ஒரு நோர்வேப் பெண்ணின் மனதை இத்தனை பாதிக்கக்கூடுமா...

கடவுளே... இது எத்தனை கொடுமையான உணர்வு... வேதனை...

ரூனா முகத்தை அழுத்தமாகத் துடைத்துவிட்டு நிமிர்ந்தாள். "அரவிந்தின் இழப்பை என்னால் தாங்க முடியவில்லை. இந்த ஒரு வருஷமாய் நான்பட்ட வேதனை. என்னை உயிருக்கும் மேலாக நேசித்தவர்.

அப்படி நேசித்த என்னையும்விட அதிகமாகத் தனது மண்ணையும் மக்களையும் நேசித்திருக்கிறார். அப்படி அவரால் நேசிக்கப்பட்ட அந்த மண்ணையும் மக்களையும் எனக்கு ஒரு தடவை பார்க்க வேண்டும் என்று ஆசையாக இருந்தது. அதனால் ஓஸ்லோவிலுள்ள செஞ்சிலுவைச் சங்கத்தின் இலங்கை செல்லும் மருத்துவக் குழுவில் இடம்கேட்டு விண்ணப்பித்திருந்தேன். இன்றைக்கு அனுமதி கிடைத்து யாழ்ப்பாணம் செல்லும் மருத்துவக் குழுவில் நாலு வருஷ ஒப்பந்தத்தில் கையெழுத்துப்போட்டு வந்திருக்கிறேன். இன்னும் நாலுநாளில் நாங்கள் இலங்கை புறப்படுகிறோம். என் ஒரே நண்பன் நீதான் கதிர். அதனால் உன்னிடம் சொல்லிக் கொண்டுபோக ஆசைப்பட்டேன். நான் விடைபெறுகிறேன். நீ டிசம்பருக்கு யாழ்ப்பாணம் வந்தால் அங்கே சந்திப்போம். சரிதானே"

மேஜையில் இருந்த என் கைகளை வாஞ்சையுடன் பற்றிக் குலுக்கினாள்.

நான் வெலவெலத்துப் போய் அவளைப் பார்த்தேன். அந்தப் பளிங்குக் கண்களில் நீரின் பளபளப்பு...

என் மனதுக்குள் ஏதோ ஒரு உணர்வு பாரமாய் அழுத்த அந்த விநாடியில் என் கண்களும் கலங்கிப் போயின.

***வீரகேசரி* – 02.04.1995**

ஒரு மழைக்கால இரவு

மாலை நான்கு மணிக்கு அந்தப் பேரூந்து கிளிநொச்சியை அண்மித்துக் கொண்டிருந்தது. அதுவரை இருந்த பொறுமை அவனை விட்டு விலகத் தொடங்கியது.

நித்தியானந்தன் ஒருவித பரபரப்புடன் யன்னல் வழியாக வெளியே பார்த்தான்.

பல்கலைக்கழக விவசாயபீடப் பெயர்ப்பலகை விர்ரென்று தாண்டிப் பின்னே போனது.

தெருவின் இரு பக்கத்திலும் புதிதாய் முளைத்திருந்த குடிசைகள். சிறியதும் பெரியதுமான கடைகள்.

தெருவில் விலத்த முடியாத அளவுக்கு மக்கள்... அவன் முன்பு பார்த்ததிலும்விட மாற்றமடைந்திருந்த கிளிநொச்சித் தெரு நீளம் சனங்கள் ...

முகங்களில் கவலையுடன் ... ஏக்கத்துடன் ... எதிர்காலம் பற்றிய எதிர்பார்ப்புக்களுடன் ...

எப்படி இவர்கள் இரவு பகலாய் வலிகாமம் விட்டு நடந்து வந்து சேர்ந்தார்கள்.

மழைக்குள்ளும் எறிகணை வீச்சுக்கு நடுவிலும் இவர்கள் வந்ததில் எத்தனை கஷ்டம் நேர்ந்திருக்கும்...

நந்தினி குழந்தையையும் தூக்கிக் கொண்டு இவர்களில் ஒருத்தியாகத்தானே வந்திருப்பாள்.

நந்தினியை நினைத்ததும் நெஞ்செல்லாம் அடைப்பது போல இருந்தது. வயிற்றுக்குள் ஏதோ பிசைந்தது.

அவளுடைய கடிதம் பார்த்து இரண்டு மாதத்துக்கும் மேலாகிறது. நினைத்தும் பார்க்க முடியாத அந்த இடம் பெயர்வுச் செய்தியை அவனுக்கு முதலில் தொலைபேசி மூலம் சொன்னவன் விஜயகுமார்.

அன்று அவன் சவூதியின் ரியாட்டிலிருந்து நானூறு கிலோ மீற்றர் தூரத்தில் வெளிக்கள வேலை ஒன்றில் ஈடுபட்டுக் கொண்டிருந்தான். இரவு எட்டு மணிக்கு விஜயகுமார் தொலைபேசியில் சொன்னான்.

“நித்தி ... வலிகாமத்திலயிருந்து சனமெல்லாம் எழும்பி தென்மராட்சிக்கு வருகுதுகளாம். பிரச்சினை பெரிசாய் வரப்போகுது போலக் கிடக்கு” அவனுக்கு ‘பகீ’ரென்றது.

“இது என்னண்டு சாத்தியப்படும்?”

“இல்லையடா நித்தி. விஷயம் உண்மைதான். இப்ப எல்லா செய்தியளிலும் இதுதான் விஷயம். வீட்டாரை நினைக்கக் கவலையாய் இருக்குது.”

அந்த நிமிடத்திலிருந்து நந்தினியை, குழந்தையைப் பற்றிய கவலை மனதைப் பாரமாய் அழுத்தத் தொடங்கிவிட்டது.

கண்காணாத தேசத்திலிருந்து கொண்டு ஏற்கனவே இவர்களை நினைத்து நினைத்துப் பட்ட கலக்கம் ...

அங்கும் இங்குமாய் வாழ்வது எத்தனை பெரிய துன்பம் ...

விமானக் குண்டு வீச்சிலும் எறிகணை வீச்சிலும் எத்தனை கலவரப்பட்டிருப்பார்கள். குழந்தை எப்படிப் பயந்து போயிருப்பான்.

இங்கே நாங்கள் தனிய இருந்து கஷ்டப்படும்போது நீங்கள் சவூதியில் இருந்து உழைத்து என்ன பலன். வேலை வேண்டாம். நீங்கள் வந்தாலே போதும் என்று ஏக்கத்துடன் நந்தினி கடிதம் எழுதும் போதெல்லாம் மிகவும் வேதனையாக இருக்கும்.

நந்தினியை உயிராய் நேசித்து இரு பக்கப் பெற்றோரையும் எதிர்த்து திருமணம் செய்ததில் அவர்கள் எந்த உதவியுமின்றித் தனித்தே இருந்தார்கள்.

மற்றவர்களின் முன்பாக வசதியாக வாழ்ந்துகாட்ட வேண்டும் என்ற வெறியில்தான் அவன் இரண்டு வருஷம் முன்பு சவூதி போனான்.

குழந்தை சுதன் பிறந்திருந்த நேரம் அது.

நந்தினிக்கு அவன் தங்களைவிட்டுப் போவதில் அவ்வளவு விருப்பமில்லை.

"ரெண்டு மூண்டு வருஷம் இருந்து உழைச்சுக் கொண்டுவாறன் நந்தினி. பிறகு இங்க வந்து அந்தக் காசைக் கொண்டு ஏதும் தொழில் செய்யலாம்" என்று எவ்வளவோ சமாதானம் சொல்லி விட்டுத்தான் போனான்.

நன்கு பழகிய சிவபாலன் குடும்பத்தினரோடு கொக்குவிலில் அவளை இருக்கச் செய்துவிட்டுத்தான் போனான்.

ஆனால் இங்கு நடக்கின்ற பிரச்சினைகளினால் அங்கும் அவனால் நிம்மதியாக இருக்க முடியவில்லை.

எந்த நேரமும் நெஞ்சில் கலவரத்துடனேயே இருக்க நேர்ந்தது.

அதனால்தான் மூன்று மாதத்துக்கு முன்பாகவே தான் எல்லாக் கணக்கு வழக்கும் பார்த்துக் கொண்டு வேலையைவிட்டு நிரந்தரமாகவே திரும்பிவரப் போவதாகவும் வெளிக்கள வேலைகளுக்காகத் தூர இடங்களுக்குப் போவதால் கடிதம் போடவேண்டாம் என்று நந்தினிக்குக் கடிதம் போட்டுவிட்டான்.

அவள் அதைப் பார்த்து நிச்சயம் சந்தோஷப்பட்டிருப்பாள். அவன் நினைத்ததுக்கும் மாறாக அந்த வேலை இந்த வேலை என்று இத்தனை நாள் இழுபட்டுவிட்டது.

இந்த இடப்பெயர்வு நடந்தே இரண்டு மாதத்துக்கும் மேலாகிவிட்டது.

அவன் வருவான் என்று நினைத்ததில் நந்தினியும் கடிதம் போடவில்லை.

முழு அலுவல்களையும் முடித்துக் கொண்டு இரண்டு நாள்களுக்கு முன்புதான் கொழும்பு வந்திருந்தான்.

அதற்கு முதல் நந்தினியின் இருப்பிடம் தெரியாததால் வட்டக்கச்சியில் இருக்கும் சித்தப்பாவுக்கு நந்தினி, குழந்தையைப் பற்றி விசாரித்து வைக்கும்படி இரண்டு கடிதங்கள் போட்டு விட்டிருந்தான்.

இப்போது அலுத்துக் கொண்ட முகங்களோடு திரிகின்ற இந்தச் சனங்களைப் பார்க்கையில் நந்தினி பற்றிய கவலை அதிகமாக மனதை அழுத்தியது.

ஒரு மாதக் குழந்தையாகக்கண்ட சுதன் இப்போது குடுகுடுவென்று ஓடித்திரிவான். அப்பா அப்பா என்று செல்லம் கொஞ்சுவான். கடவுளே ... பிள்ளையுடன் கழிக்க வேண்டிய

இரண்டு வருஷ சந்தோஷங்களையெல்லாம் இழந்துவிட்டேனே என்று மனம் தவித்தது. இனிமேல் கஞ்சியோ கூழோ குடித்தாலும் ஒன்றாகவே இருந்து விட வேண்டும் என்ற தீர்மானம் வலுத்தது.

கிளிநொச்சிப் பேரூந்து நிலையத்திற்கு வந்து சேர மாலை நாலே கால் ஆகிவிட்டது.

அவன் தன் பிரயாணப் பையுடன் இறங்கிக் கொண்டான். அந்தப் பைக்குள் நந்தினிக்கும் சுதனுக்கும் ஆசை ஆசையாய் வாங்கிய பொருள்கள் ...

அங்கு நின்ற ஒரு மோட்டார் சைக்கிளை வாடகை பேசி அதில் வட்டக்கச்சிக்குப் புறப்பட்டான்.

சிலவேளை சித்தப்பா வீட்டுக்கே நந்தினி வந்திருக்கவும் கூடும் அல்லது அவர் அவளைப் பற்றி விசாரித்து தங்கள் வீட்டுக்குக் கூட்டி வந்திருக்கவும் கூடும்.

மனம் படபடத்தது.

இவ்வளவு நாள்களாக எத்தனையோ மணி நேரங்கள் பொறுத்துக் கொண்டிருந்தவனுக்கு இன்னும் ஒரே ஒரு மணி நேரம் பொறுக்க இயலவில்லை.

முன்பு இந்த வட்டக்கச்சிப் பாதை அவ்வளவு நடமாட்ட மின்றி அமைதியாக இருக்கும்.

இப்போது போவோரும் வருவோருமாக... புழுதி பறந்தது. தை மாத நாட்களாய் இருந்தாலும் காற்றில் வெம்மையும் தூசும் அதிகம் இருந்தன.

பெரிய பெரிய காணிகளில் புதிதாய் முளைத்திருந்த குடிசைகள் ஒவ்வொரு முற்றங்களிலும் கூட்டமாய்ச் சனம்.

சித்தப்பா வீட்டிற்குப்போய் இறங்கியதும் அவன் கண்கள் ஆவலோடு சுழன்றன.

“தம்பி ... வாரும் ... இப்பதான் வாறீரே ...”

சித்தப்பா வாசல் கேற் வரை ஓடி வந்தார்.

“இப்பதான் வாறன் நந்தினி”

“முதல்ல உள்ள வாரும். இஞ்சேரப்பா ... நித்தி வந்திருக்கு...”

“நந்தினியும் பிள்ளையும் ...”

“நானும் தெரிஞ்ச ஆட்கள் மூலம் விசாரிச்சனான். எங்க அவள் இருக்கிறாள் எண்டு தெரியேலை. இங்கால வன்னிக்கும்

வரேலை. கிளாலியால வாற சனத்தை நல்லூரில வச்சுப் பதிஞ்சவைதானே அந்த லிஸ்ற் பார்த்தனான். அதில நந்தினியின்ர பேர் இல்லை."

ஏமாற்றம் அவன் மனதை அழுத்தியது.

அதையும் மீறி ஒரு பயம்.

"அப்ப நந்தினி எங்க போயிருக்கும்."

"வன்னிக்கு வராட்டி, தென்மராட்சியிலோ இல்லை வடமராட்சிலோ தான் இருக்க வேணும்."

"அய்யோ... அவளுக்கு அங்க ஒருத்தரையும் தெரியாதே..."

அவன் அவசரமாய்ச் சொன்னான்.

"வெளிக்கிட்ட ஐந்தரை லட்சம் சனத்துக்கும் அங்க இங்க எண்டு ஆட்கள் இருக்கவே போகினம். ஏதோ ஒரு இடத்தில் இருக்க வேண்டியதுதான்!"

அதுவரை இருந்த நூலளவு நம்பிக்கையும் அறுபடப் புதிதாய்க் கவலை பிடித்துக்கொண்டது.

"யோசிக்காதயடாப்பா வந்து முகம் கழுவி உடுப்பு மாத்தி முதல்ல சாப்பிடு. நான் எனக்குத் தெரிஞ்ச ஆட்களிட்ட விசாரிக்கச் சொல்லிவிட்டனான். நேற்றுத்தான் அறிஞ்சனான். கொக்குவிலில நீங்கள் இருந்த வீட்டுக்காரர் வந்து உருத்திரபுரத்தில இருக்கினமாம்."

"ஆர் சிவபாலண்ணை குடும்பமோ?"

"ஓம். நான் அவையயிட்டப் போய் விசாரிப்பம் எண்டு நினைக்க நீ வந்து நிற்கிறாய்."

"சித்தப்பா எனக்குப் பசிக்கேலை. என்னால சாப்பிடவும் ஏலாது. நான் குளிச்சிட்டு வாறன். ஒருக்கா இப்பவே உங்கட மோட்டார் சைக்கிளில் உருத்திரபுரத்துக்குப் போய்ப் பார்த்திட்டு வருவம்."

அவனின் தவிப்பு அவருக்குப் புரிந்ததால் அவர் மறுப்புச் சொல்லவில்லை.

சூரியன் மறைகின்ற நேரம் இருவரும் மோட்டார் சைக்கிளில் உருத்திரபுரம் புறப்பட்டார்கள்.

வழியில் வயல் நிலமெல்லாம் வரண்டு போய்க் கிடந்தது. வாய்க்காலில் சிறிதளவு தண்ணீரே பாய்ந்து கொண்டிருந்தது.

“பசளை இல்லாமல் வயலும் அவ்வளவாய்ச் சனம் விதைக்கேலை. இந்த முறை மழையும் குறைவு. விதைச்சவைக்கும் விளைச்சல் குறைவு.”

அவர் பேச்சில் அவன் மனம் பதியவில்லை. பலவித யோசனைகளினால் மனம் குழம்பிப் போயிருந்தது.

“இந்த வீடுதான். வீட்டில ஒரு பக்கத்தில பத்தி இறக்கி இருக்கினமாம்.”

இருவரும் இறங்கி உள்ளே போனார்கள்.

முற்றத்தில் நின்று சிறுவர்கள் விளையாடிக் கொண்டிருந் தார்கள். ஒரு புறத்தே மாமர நிழலில் அடுப்பு மூட்டி மா வறுத்துக் கொண்டிருந்தார்கள்.

பக்கத்தில் நின்ற பெண் சிவபாலனின் மனைவி.

“வாங்கோ தம்பி விஜிதன் ஓடிப் போய் அப்பாட்ட நித்தி மாமா வந்திருக்கிறார் எண்டு சொல்லிக் கூட்டி வா” என்று விளையாடிய சிறுவனை விரட்டினாள்.

“இருங்கோ தம்பி. இவர் பின்னால வேலி கட்டுகிறார்” அதற்குள் சிவபாலன் வந்து விட்டான்.

“அன்ரி... உங்களோட நந்தினி வரேலையே...”

“எங்களோடதான் நந்தினியும் குழந்தையையும் தூக்கிக் கொண்டு வந்தது. நல்லூர் கடந்து வரேக்க சரியான மழை. அதால குழந்தை நனையப் போகுதே எண்டு அங்க ஒரு வீட்டு முற்றத்தில் நந்தினி நிண்டிட்டுது. எங்கட குகதாசண்ணையின்ர குடும்பமும் அங்க நிண்டது. தன்னால நடக்க ஏலாமக் கிடக்கு எண்டும், அவையளோட தான்வாறன் எண்டும் எங்களைப் போகச் சொல்லிச்சு. பின்ன நாங்கள் சனத்தோட நடந்து வந்திட்டம்.”

அவனுக்கு நெஞ்சுக்குள் வலித்தது. குழந்தையுடன் எவ்வளவு கஷ்டப்பட்டிருக்கிறாள்.

“நீ ஒண்டும் யோசிக்காத நித்தி. குகதாசண்ணை கொடிகாமத் தில் இருக்கினம் எண்டு கேள்விப்பட்டனான். அவையோடதான் நந்தினியும் இருக்கக்கூடும். அங்கே போனாத் தெரியும்” என்று இதமாகச் சிவபாலன் சொன்னான்.

இப்போது மனதில் கொஞ்சம் ஆறுதல் ஏற்பட்டது.

அடுத்த நாளே அவன் கொடிகாமம் புறப்பட்டான். நல்லூர் போனதும் படகில் ஏறிக் கடல் தாண்டியதும் அந்த இரவு நேரம்

எங்கு போவது என்று தெரியாமல் ஒரு கடை வாசலில் விடியும் வரை நின்றதும் கனவு மாதிரி இருந்தது அவனுக்கு.

இந்த நந்தினி நேராய் வட்டக்கச்சிக்குச் சித்தப்பா வீட்ட வந்திருக்கலாமே ... பெற்றவர்கள் தள்ளி வைச்சிருந்தாலும் ... சித்தப்பா அவர்களுடன் சுமுகமாகவே இருக்கிறார். நந்தினி இதை யோசிக்காமல் என்ன கஷ்டப்படுகிறாளோ.

கொடிகாமம் சந்தி விடிவதற்கு முன்பாகவே கலகலப்பாகி விட்டது.

கடைகள் வீதிகள் எல்லாம் நிறைந்து நிறைந்து வழிய மக்கள் ...

சன நெரிசலூடே அந்த விடிகாலைப் பொழுது தன் புதிய நாளை ஆரம்பித்தது.

அவன் வெறும் தேநீர் மட்டும் குடித்துவிட்டு சிவபாலன் சொன்ன அடையாளத்தை வைத்துக் கொண்டு குகதாசன் இருந்த வீட்டைத் தேடிப் போனான்.

அந்தச் சிறிய வீடும் நிறைந்து போன ஆட்களால் திணறிக் கொண்டிருந்தது.

கலைந்த தலையும் கசங்கிய உடையுமாய் வந்த அவனைக் கண்டு அவர்களுக்கு ஆச்சரியம்.

“வாரும் தம்பி... எப்ப வந்தனீர். நந்தினியைப் பிள்ளையைக் கண்டனீரே ... இப்ப எங்க இருக்கிறீங்கள்.”

அவனுக்குத் ‘திக்’கென்றது.

“நான் நந்தினியைத் தேடித்தான் வந்தனான் அண்ணை. நல்லூரில இருந்து உங்களோடதான் வந்தவளாம்.”

அவன் குரலில் பதட்டம் இருந்தது.

“ஓம் தம்பி நல்லூரில இருந்து யாழ் வளைவு வரைக்கும் எங்களோடதான் நடந்து வந்தவள். பிள்ளையைத் தூக்கிக் கொண்டு வந்ததால கனக்கச் சாமான் ஒண்டும் கொண்டு வரேல எண்டு கவலைப்பட்டுக் கொண்டு வந்தவள். நாவக்குழிக்கு கிட்ட வரச் சரியான சனம் தம்பி. நேரமும் சாமமாப் போச்சு. அங்கால பொம்பர் சுத்துது. ஷெல் அடி நடக்குது. அதுக்குள்ள மழை. சன நெரிசலுக்குள்ள ஆளையாள் தெரியேலை. அதுக்குப் பிறகு நந்தினி எங்களோட வரேலை. சனத்தோட சனமாய் இங்கால வந்திருக்கும். எங்கயாவது தெரிஞ்ச வீடுகளில இருக்கும்.”

முதல் தடவையாய் மனதுக்குள் மெல்லியதாய் கலவரம் எழுந்தது.

"உமக்குக் கடிதம் போடேல்லயே... இரண்டு மாதத்திற்கும் மேலாச்சுது."

"நான் வாறதாய் இருந்ததால கடிதம் போட வேண்டாம் எண்டு எழுதினான். இப்ப எங்கே எண்டு தேடுறது அண்ணை. கையில காசும் இருக்கோ தெரியேலை. என்ன கஷ்டப்படுறாளோ.

"நீர் கவலைப்படாதயும் தம்பி இப்பிடித்தான் ஆளை ஆள் தேடுற நிலைமை. இதுக்கு ஒரு வழி இருக்கு. என்ர வீட்டு விலாசம் குடுத்துப் பேப்பரில அறிவிப்புக் குடுப்பம். கண்டுபிடிக்கிறது சுகம்."

அன்று மாலையே மூன்று பத்திரிகை அலுவலகத்துக்கும் போனார்கள். மறுநாள் பத்திரிகைகளில் அந்த அறிவிப்பு வந்திருந்தது.

சவூதியில் இருந்து திரும்பியிருக்கும் நித்தியானந்தன் தன் மனைவி நந்தினியையும் மகன் சுதனையும் தேடுகிறார்.

கீழ்காணும் முகவரியுடன் தொடர்பு கொள்ளவும்.

பத்திரிகைகளில் அறிவிப்பு வெளிவந்தது மனதுக்குக் கொஞ்சம் தெம்பாக இருந்தது.

நந்தினி பார்த்துவிட்டுத் தகவல் கொடுப்பாள். அல்லது தேடி வருவாள்.

அந்த நம்பிக்கை இரண்டாம் நாள் மெல்லத் தகர்ந்து நான்காம் நாள் முற்றிலும் அழிந்தது.

நெஞ்சில் நெருப்புப் பிடித்துக் கொண்ட உணர்வு, "என்னண்ணை ஒரு தகவலும் தெரியேலை. ஆமியிட்ட அம்பிட்டிருப்பாளே..." மனதில் ஏற்பட்ட திகிலுடன் கேட்டான்.

"சீச்சி அப்படி இருக்க வாய்ப்பு இல்லை. எங்களோடதானே நடந்து வந்தவள். எப்படியும் இங்கால வந்திருப்பாள். கொஞ்ச நாள் பொறுத்து பாத்திட்டு இன்னொருக்காப் பேப்பரில போடுவம்.

பொறுத்துப் பார்த்தார்கள். மறுபடி பத்திரிகைகளில் போட்டார்கள்.

காத்திருந்தார்கள்.

அவனால் நிம்மதியாக இருக்க முடியவில்லை. தென்மராட்சி வடமராட்சித் தெருக்களில் திரிந்தான்.

சனக்கூட்டங்களின் நடுவில் தேடினான்.

இத்தனை பேர்களில் ஒருவருக்காவது நந்தினியைப் பற்றி தெரிந்திருக்காதா ... என்று மனம் ஏங்கியது.

பதினைந்து நாள்கள் போனதும் மனதில் நிரந்தரமாக ஒரு கலவரம் ஏற்பட்டது. மனமும் உடலும் பதறியது.

அவன் திகைப்பும் அழுகையுமாக,

"எனக்குப் பயமாயிருக்கு அண்ணை. என்ர நந்தினிக்கும் என்ர குஞ்சுக்கும் என்னவோ நடந்திட்டுது. நான் என்ன செய்ய நான் எங்கே போய்த் தேட ..." என்று தழுதழுத்தான்.

கண்களில் நீர் முட்டி நின்றது.

"ஒண்டும் நடந்திராது தம்பி. கவலைப்படாதையும் கொஞ்சம் பொறுத்துப் பார்ப்பம் ..."

அவனின் தோளைத்தட்டி ஆறுதலாய்ச் சொன்னார்.

"அய்யோ ... இல்லை அண்ணை ... என்ர மனம் பதறுது. அதுகளுக்கு என்னவோ நடந்திட்டுது ... கடவுளே ... என்ன நடந்திருக்கும் அண்ணை? என்ர குஞ்சுகளுக்கு என்ன நடந்தது? கண் விளிம்பில் திரண்ட நீர் உடைத்துக் கொண்டு கீழே இறங்கியது.

மழையும் குளிரும் திகிலும் நிறைந்த அன்றைய இரவு ... சனங்கள் அலையாய் அலைமோத நடுவில் நந்தினி குழந்தையைத் தோளில் இறுக்க அணைத்துக்கொண்டு நாவற்குழிப் பாலத்தை நெருங்கினாள். பாலம் திணறிக் கொண்டிருந்தது. அந்த மழை இருட்டில் அவள் சனத்தோடு சனமாய் பாலத்துக்கு பக்கத்தால இறங்கி தண்ணீரும் சேறுமாக இருந்த வெளியூடாக நடந்தாள்.

விடாத எறிகணை வீச்சும் தூர விமானத்தின் இரைச்சலும் தந்த பதட்டத்தில் சேற்றுக்குள் இருந்த விளிம்பில்லாத மண் கிணற்றுக்குள் அவள் குழந்தையுடன் விழுந்ததை யாரும் கவனிக்கவில்லை.

சேற்றுக்குள் அவர்கள் புதைந்த செய்தியை நித்தியானந்தனுக்கு சொல்வதற்கும் யாரும் இல்லை. அவனுடைய வாழ்நாள் முழுவதும் விடை அறிய முடியாத ஒரே ஒரு கேள்வியை அவன் கேட்டுக் கொண்டே இருக்கப்போகிறான்.

***வீரகேசரி* – 25.08.1996**

காணிக்கை

மேற்குப்பக்க அடிவானத்துக்குச் சூரியன் போய்விட்டது. புளிய மரத்தின் அடியில் மரக் குற்றியில் அமர்ந்து சுற்றுப்புறத்தைப் பார்த்துக் கொண்டிருந்தான் சிவரூபன்.

தோட்டவேலை இன்னமும் முடியவில்லை. கோபாலன் கத்தரிக்குப் பாத்தி கட்டிக் கொண் டிருக்க மனோன்மணி செழித்து வளர்ந்திருந்த கீரைப்பாத்திக்குள் தப்பி நின்ற புற்களைப் பிடுங்கிக் கொண்டிருந்தாள். அவர்களின் ஐந்து வயது மகன் தேவன் வரம்பு மீது சிறிய தடிகளை வைத்துத் தன்பாட்டில் விளையாடிக் கொண்டிருந்தான்.

மங்கி வந்த வெய்யிலில் தோட்டம் பச்சை பசேல் என்றிருந்தது. ஒரு பக்கம் கத்தரி, வெண்டி, பாகற்கொடிகள் ... மறுபக்கம் கீரை, வெங்காயம், மிளகாய்க்கன்றுகள் ... எல்லாம் இவர்கள் உழைப்பால் செழித்து வளர்ந்தவை.

தங்கள் தோட்டவேலைகளைத் தாங்களே செய்வார்கள். வெய்யில் மழை பாராமல் அவர்கள் வேலை செய்வதும் தாய் தகப்பனுக்கு எந்த இடைஞ்ச லும் இல்லாமல் பிள்ளை இருந்து விளையாடுவதும் சிவரூபனுக்கும் ரேவதிக்கும் ஆச்சரியமான விஷயங்கள்.

"இந்த மனோன்மணி எவ்வளவு தோட்ட வேலையளை ஆம்பிளைக்குச் சமமாய் நிண்டு செய்யுது." ரேவதிக்கு வியப்பாய் இருந்தது.

"ஓயாமல் வேலை செய்து பழக்கமாய்ப் போச்சு."

முந்தா நாள் கோபாலனிடம் மண்வெட்டி வாங்கிச் சிறிது மண்ணைக் கொத்துவதற்குள் நாரி பிடித்துக் கொண்டுவிட்டது. இவர்கள் அலுக்காமல் சலிக்காமல் எப்படித்தான் வேலை செய்கிறார்களோ?

சூரியக்கதிர் நடவடிக்கையில் யாழ்ப்பாணத்திலிருந்து இடம்பெயர்ந்து வன்னிக்கு வந்ததில் இந்த இரண்டு மாதமாய்ச் சிவரூபனும் மனைவி ரேவதியும் மகன் சுதனும் இவர்கள் வீட்டில்தான் தங்கியிருக்கிறார்கள். மண்வீடு என்றாலும் ஒரு அறையும் கொடுத்து பக்கத்தில் சமைப்பதற்கு ஒரு கொட்டிலும் போட்டுக் கொடுத்திருந்தான் கோபாலன்.

முற்றத்தில் வேலியோரம் வரிசையாக நாலைந்து இளம் செவ்விளனி மரங்கள். வீட்டின் இரு பக்கமும் மா, பலா மரங்கள். நல்ல குளிர்மையான முற்றம். தெருவின் அந்தப்பக்கமாய்ச் சலசலத்து ஓடும் சிறிய வாய்க்கால். முற்றத்தில் முதலாய் நிற்கும் செவ்விளனி மரத்தில் குலை குலையாய்க் காய்கள். பெரிய குலையில் சிவப்புத்துண்டு கட்டப்பட்டிருந்தது. எத்தனையோ பேர் செவ்விளனி கேட்டு வந்தும் கோபாலன் கொடுப்பதில்லை.

“இப்ப இளனி நல்ல விலைதானே. இளனியும் தட்டுப்பாடு குடுக்கலாமே?” என்று சிவரூபன் கேட்டதற்கு;

“இல்லையண்ணை அது முதல் முதல் போட்ட குலை. கோயிலுக்கு நேர்ந்து இருக்கு. அதால ஒருத்தருக்கும் குடுக்க ஏலாது” என்று கோபாலன் சொல்லியிருந்தான்.

“இதுகள் இன்னமும் எந்தக்காலத்தில இருக்குதுகள் எண்டு விளங்கேலை” தனியே இருக்கும்போது ரேவதி சொன்னதற்கு;

“ஒருதரின்ர நம்பிக்கையை நாங்கள் குறைவாய்க் கதைக்கக் கூடாது. அதுகளுக்கு நேர்த்தி வைக்கிறது பெரிய விஷயம்” என்று சிவரூபன் சொல்லவும் ரேவதி அதற்கு மேல் எதுவும் பேசவில்லை. முதல் குலை என்பதற்கு அடையாளமாய்க் கட்டப்பட்ட அந்தச் சிவப்புத் துண்டு, பார்வையில் படும்போது கொஞ்சம் சிரிப்பாகவும் இருக்கும் அவளுக்கு.

என்ன மாதிரியான சனங்கள்...

கோபாலனும் மனோன்மணியும் இருள் விலக முதல் எழுந்து தோட்டத்துக்குப் போவார்கள். காலையில் மரக்கறிவகைகளைச் சைக்கிளில் கட்டிக்கொண்டு போய் கிளிநொச்சிச் சந்தையில் கொடுத்துவிட்டு வருவான்.

தேவன் தாய் தகப்பனின் எந்த வேலைக்கும் இடைஞ்சல் செய்வதில்லை. அழுகை இல்லை ... பிடிவாதம் இல்லை ... சிணுங்கல் இல்லை. எந்நேரமும் மண் மீதுதான் விளையாட்டு.

ரேவதி சுதனைத் தேவனுடன் விளையாடவே விடுவதில்லை.

“நீ அங்க தோட்டப்பக்கம் போகக்கூடாது. இங்க அம்மா வோடயே இருக்கவேணும்” என்று சொல்லித் தன்னுடனேயே வைத்திருப்பாள்.

எப்போதும் சுதன் பளிச்சென்று இருப்பான். அங்கு போய் மண்மீது விளையாடிச் சட்டைகளில் அழுக்குப் பிடிக்க விட்டு விடுவான் என்ற பயம்.

இந்த இடம்கூட அவளுக்கு அவ்வளவாகப் பிடிக்கவில்லை.

“என்னப்பா ... இந்த மண்வீட்டுக்க என்னெண்டு இருக்கிறது” என்ற முணுமுணுப்பு.

“வலிகாமத்திலயிருந்து சனம் வன்னிக்கு வந்து குவியுதுகள். இங்க ஒரு வீடு எடுக்க எவ்வளவு கஷ்டம். இருக்க இடம் இல்லாமல் எத்தினை சனம் ரோட்டில அலையுதுகள். எங்களுக்குத் தண்ணி, ரொய்லற் வசதியோட இந்த மண்வீடு கிடைச்சது எவ்வளவு பெரிசு. இதுகளும் நல்லசனம்.”

“என்னத்த நல்லசனம்” அலுத்துக்கொண்டாள்.

“ஏனப்பா ...”

“இல்லை. இதுகளுக்குக் கத்திரி, மிளகாய், வெங்காயம் தவிர ஒரு நாசமும் தெரியாது. இதுகளோட என்ன விஷயத்தைப் பற்றிக் கதைக்கலாம் சொல்லுங்கோ.”

“நீ யாழ்ப்பாணத்தில் பிறந்து வளர்ந்தனி. உத்தியோககாரன்ர பெண்சாதி. நடப்பு நாகரீகமாய் இருந்தனி. எல்லாம் சரி. அதுக்காக இதுகளை இளக்காரமாய்க் கதைக்கிறதே? ஒவ்வொருவருக்கும் ஒவ்வொரு சூழல்.”

“எண்டாலும் எனக்கு இங்க இருக்க விருப்பமில்லை. இடமில்லாமல் இந்த கனகாம்பிகைக்குளத்தில் கொண்டு வந்து இருக்க விட்டிட்டீங்கள். கிளிநொச்சி ரவுண் பக்கமாய் எங்கயாவது ஒருவீடு எடுத்திருக்கலாம். இது ரவுணுக்குப் போறதெண்டால்கூட நாலு கட்டைபோக வேணும்.”

“பொம்பிளையளுக்கு ஒரு காலமும் போதும் எண்ட மனம் வாறேலை. எல்லாத்திலயும் ஒவ்வொரு குறைதான். கிளிநொச்சி ரவுணுக்க இருக்கிறதும் பயம்தானே. ஆனையிறவுக்

காம்பிலயிருந்து மெயின் ரோடு நீளத்துக்குத்தானே ஷெல் அடிக்கிறாங்கள். அண்டைக்கும் அடிச்ச ஷெல்பட்டு, கனிஸ்ரா ஸ்கூலுக்குப் பக்கத்தில் நாலு பேர் செத்தவையல்லே. பிறகு ரவுணுக்க இருக்க ஆசைப்படுறாய்."

"மனிசருக்கு எங்க போனாலும் நிம்மதி இல்லை."

"இது எல்லாருக்கும் ஒத்ததுதானே. அஞ்சு லட்சம் சனத்துக்கு மேல இப்படி இடம் பெயர்ந்து வந்ததுகள்தானே. நாங்கள் மட்டுமே."

"நீங்கள் என்னவும் சொல்லுங்கோ. இது எங்கட வீடு மாதிரி வருமே?"

"வராதுதான். அதுக்கு என்ன செய்யிறது. இருக்கிற இடத்தை எங்கட வீடாய் ஏற்றுக்கொள்ளவேண்டியதுதான். அந்த மனநிலையை நாங்கள் வளர்த்துக் கொள்ளவேணும்."

"கடவுளே ... வீட்டையும் வீட்டில எத்தினை பொருளுகளை யும் விட்டிட்டு வந்து இப்படி மண்வீட்டுக்க கிடக்க வேண்டியிருக்கு. எத்தினை சில்வர் சாமான் ... எத்தினை கிளாஸ் பெட்டியள் ... எத்தினை உடுப்புகள்."

அவளுக்கு வீட்டை நினைத்த உடனும் கண் கலங்கிவிடும். அவனுக்கும் ஒன்றும் சொல்ல முடியாமல் போய்விடும். பொழுது நன்றாகச் சாய்ந்துவிட்டது. கோபாலனும் மனோன்மணியும் வேலைகளை முடித்துக்கொண்டு வந்தார்கள்.

சிவரூபன் எழுந்து வீட்டுக்குள் வந்தபோது ரேவதி சுதனை மடியில் படுக்க வைத்துக் கொண்டிருந்தாள்.

"சுதன் சோர்ந்து போய் இருக்கிறான். காய்ச்சல் குணம் போல இருக்கு" என்றாள் ரேவதி.

"பத்து வயதுப் பெடியனை விளையாடவும் விடாமல் அமத்தி வைச்சுக் கொண்டிருந்தால் அது சோர்ந்து போய் இருக்கும்தானே. சுதன் எழும்பி இங்க வாங்கோ பார்ப்பம்."

"கட்டிலில படுத்துப் பழகின பிள்ளை. இங்க மண்திண்ணையில படுக்கிறதுதானே. குளிர் பிடிச்சுதோ தெரியேலை. பக்கத்தில இரணைமடுக் குளமல்லே? அதுதான் எந்தநேரமும் குளிர்காத்து அடிச்சபடி. பிள்ளைக்கு ஒத்து வரேலை."

சிவரூபன் சுதனைத் தொட்டுப் பார்க்கக் கொஞ்சம் கணகணவென்றுதான் இருந்தது.

"பொழுதுபட்ட நேரம் இப்ப என்ன செய்யிறது? ஒரு பனடோல் குடுத்துப் பாப்பம்."

"எங்களிட்ட இருந்தது முடிஞ்சிட்டுது. இவையிட்ட இருக்கோ தெரியலை, கேட்டுப்பாப்பம்."

அப்போது சேலைத் தலைப்பால் முகம் துடைத்துக் கொண்டு அங்கு வந்த மனோன்மணியிடம் ரேவதி கேட்டாள்.

"பனடோல் இருக்குதா."

"அதைக்கூடத் தடை செய்து போட்டாங்களே... சரியான தட்டுப்பாடு. எங்களிட்ட இல்லை ஏன் தம்பிக்குக் காய்ச்சலே."

"ஓம் மெல்லிசாய்ச் சுடுகுது."

"தூதுவளமிலை போட்டு மல்லித்தண்ணி அவிச்சுத்தாறன் குடுங்கோ. காய்ச்சல் போயிடும்."

"அய்யோ... நான் அப்பிடி ஒரு நாளும் குடுக்கிறேலை. பனடோல் குடுத்துத் தான் பழக்கம். இப்ப என்ன செய்வம்."

ரேவதி சுதனின் தலையைத் தடவிக் கொண்டிருப்பதைச் சிவரூபன் கவலையோடு பார்த்தான்.

மெலிதாய் இருள் சூழ்ந்து கொண்டிருந்தது. மனோன்மணி லாம்பைக் கொளுத்திக்கொண்டு வந்து வைத்தாள்.

"இப்ப டொக்டரிட்டக் கொண்டு போகலாமே?"

ரேவதி பயத்தோடும் கவலையோடும் கேட்டாள்.

"இங்க பக்கத்தில டொக்டர் இல்லை. அதுக்கும் ரவுணுக்குத் தான் போகவேணும். இப்ப போக ஏலாது."

சுதனைத் தொட்டுப் பார்த்த கோபாலன்;

"அவ்வளவு சுடேலை. பயப்பிடாதேங்கோ. நாளைக்குக் காலமை டொக்டரிட்டக் காட்டலாம்" என்றான்.

"சின்னப்பிள்ளையளுக்குப் பார்க்கிற ஸ்பெஷலிஸ்ட் ஆரும் இங்க இருக்கினமே" என்று கேட்டாள் ரேவதி.

"இங்க அப்பிடி ஒருவரும் இல்லை. எல்லாரும் ஆர்.எம்.பி.மார் தான். கிளிநொச்சி ஆஸ்பத்திரிக்குப் போனாலும் சரியான சனம். நாள் முழுக்க கியூவில நிற்கவேணும். பிறைவேற்றாய்த்தான் காட்ட வேணும்." சொல்லிவிட்டு கோபாலன் பின் பக்கம் மாடுகள் பிடித்துக் கட்டப்போக மனோன்மணி தங்கள் குசினிக்குள் நுழைந்தாள்.

“பக்கத்தில ஒரு டொக்டர் இல்லை என்ன ஊரப்பா இது.”

“எல்லா இடத்திலயும் எல்லாவசதியும் கிடைக்குமே. நீ இன்னும் யாழ்ப்பாணக் கனவில் இருக்கிறாய் இருக்கிற இடத்துக்குத் தக்கபடி சமாளிக்கத்தானே வேணும். இங்கயும் சனங்கள் சீவிக்குதுகள் தானே.”

“ஓ… இதுகள் மருந்தே குடுக்காமல் பிள்ளை வளர்க்குதுகள். மண்ணுக்கயும் தூசிக்கயும் பிள்ளை விளையாடுது. தோட்ட வேலையளைச் செய்து போட்டு வாய்க்காலில குளிச்சிட்டு வருகுதுகள். முதலில கறக்கிற பாலும் முதலில போடுற குலையும் கோயிலுக்கு எண்ட நம்பிக்கை வேற. ஒரு விதமான சனங்கள் இதுகள். உழைப்பையும் சாப்பாட்டையும் தவிர இதுகளுக்கு வேற என்ன தெரியும்.”

ரேவதி இப்படிச் சொன்னது சிவரூபனுக்குப் பிடிக்கவில்லை. ஏதாவது சொல்ல வேண்டும் போல இருந்தாலும் வார்த்தைகளை வளர்க்க விரும்பாததால் பேசாமல் இருந்தான்.

இரவு சுதனுக்கு மெலிதாய்க் காய்ச்சல் இருந்தது. வாடிப் போயிருந்த பிள்ளையின் முகத்தைப் பார்க்கக் கவலையாய் இருந்தது.

“இது மலேரியாவாய்த்தான் இருக்கும். கிளிநொச்சிப் பக்கம் மலேரியா வாறதெண்டு கதைக்கிறவைதானே.”

“என்ன விசர்க்கதை கதைக்கிறாய். யாழ்ப்பாணத்தில சனத்துக்கு மலேரியா வாறேலையே?”

“எண்டாலும் இங்க பெரிய நுளம்பு. இங்க உள்ள சனம் எப்பிடித்தான் சீவிக்குதுகளோ ..?”

இரவு முழுவதும் ரேவதி முணுமுணுத்துக் கொண்டே இருந்தாள்.

மறுநாள் காலையில் மோட்டார் சைக்கிளில் ரேவதியையும் சுதனையும் ஏற்றிக்கொண்டு கிளிநொச்சிக்குப் போனான்.

அவர்கள் போன பின்னர் கோபாலன் தோட்டவேலை செய்ய மனோன்மணி நனையப்போட்டிருந்த ஓலைகளைப் புளியமரத்தின் கீழிருந்து பின்னினாள். அவசரமாய்ச் சமைத்தாள். சுதனுக்காக இடியப்பம் அவித்துச் சொதியும் வைத்தாள். வாய்க்கால் தண்ணீரில் ஒரு மணி நேரமாய்க் குளித்துக் கொண்டிருந்த தேவனைக் கூப்பிட்டுச் சாப்பாடு கொடுத்தாள். மருந்து எடுக்கப் போனவர்களை இன்னமும் காணவில்லையே என்ற கவலையோடு தெரு நீளம் பார்த்தாள்.

வெய்யில் சுள்ளென்று கொளுத்திக் கொண்டிருந்தது. சிறிது நேரத்தில் இரைச்சலுடன் மோட்டார் சைக்கிள் வாசலில் வந்து நின்றது. சோர்ந்து போயிருந்த சுதனைக் கைத்தாங்கலில் இறக்கி ரேவதி உள்ளே கூட்டிவர சிவரூபன் மறுபடி புறப்பட ஆயத்தமானான்.

“சாப்பிடவும் இல்லை. திரும்ப எங்க அண்ணை போறீங்கள்?” கோபாலன் கேட்டான்.

“டொக்டர், சுதனுக்கு நிறையச் செவ்விளனி குடுக்கச் சொன்னவர். வரேக்க ரவுணிலை செவ்விளனி கிடைக்கேலை. அதுதான் திருவையாறுப் பக்கம் பாப்பம் எண்டு போறன்.”

கோபாலன் ஒரு வினாடி பொறுத்து;

“நீங்கள் ஓரிடமும் அலைய வேண்டாம் அண்ணை. இந்த முத்தத்து இளனிக்குலையை வெட்டித்தாறன்” என்றான்.

“அது நேர்த்திக்கு ...” சிவரூபன் தயக்கத்தோடு வார்த்தைகளை இழுத்தான்.

“பரவாயில்லை அண்ணை. மனோன்மணி அந்தக் கத்தியைத் தா.”

மனோன்மணி கொடுத்த கத்தியை வாங்கிக் கொண்டு அந்தக் குலையை எட்டி சரக்கென்று வெட்டினான் கோபாலன்.

ரேவதி சட்டென்று கோபாலனைத் திரும்பிப் பார்த்தாள். வெட்டப்பட்ட அந்த செவ்விளனிக் குலையின் மேற்பிடியில் சிவப்புத்துண்டு தொங்கிக்கொண்டிருந்தது.

வெளிச்சம் – தை 1996

நாளைய செய்தி

1966ஆம் ஆண்டு யூலை மாத நடுப்பகுதி. பொழுது சாய்ந்து கொண்டு வருகின்ற நேரம். காற்றுச் சிறிது வெப்பமாய் உடலை உரசிப்போனது.

மலைக்கு மேலே சரிவில் ஒரு பாறையில் ரிச்சிது வான் அமர்ந்திருந்தான். அந்தச் சரிவில் மூங்கில் கம்புகளை நட்டு வைக்கோலினால் வேய்ந்த பத்துக்கு மேற்பட்ட குடிசைகள் வரிசையாய் இருந்தன.

அவன் எட்டிப்பார்த்தபோது மலையின் அடிவாரம் தெரிந்தது. அவனது வியட்னாமின் நமிகோ பள்ளத்தாக்குப் பிரதேசம் . . . திட்டுத்திட்டாய்ப் பச்சைப்புதர்கள் . . . நீர்நிலைகள் . . . ஆற்றங்கரைகள் ... இவற்றின் நடுவே மிகவும் தூரத்தில் அமெரிக்க இராணுவத்தின் சாம்பல் நிறக் கூடாரங்கள்.

தூரத்தே வான் பரப்பில் அமெரிக்க ரோந்து விமானங்கள் பெரும் இரைச்சலுடன் பறந்து போயின. அவன் மிகுந்த கவலையுடன் அந்த அடிவாரத்தைப் பார்த்தான்.

ஒரு வருடம் முன்புவரை இந்த அடிவாரம் அவர்களது குடியிருப்புப் பகுதியாக இருந்தது. பெரும் ஆலமரங்களும் அத்திப்பழ மரங்களும் நிறைந்த கிராமம். நெல் விதைத்தும் சோளம் பயிர் செய்தும் காடுகளில் மூங்கில் வெட்டியும் சீவியம் நடத்தியிருந்தார்கள். நீர்நிலைகளில் தூண்டில் போட்டு மீன் பிடிப்பதும் எருமைகளோடு குளத்து நீரில் விளையாடுவதும் அவனுக்கு மிகவும் பிடித்தமான விடயங்கள்.

அந்த அழகான பிரதேசத்தை அமெரிக்க இராணுவம் ஒரு வருடத்திற்கு முன்னர் ஆக்கிரமித்துக் கொண்டது. கிராம மக்கள் அவர்களின் கொடுமை தாளாது வெளியேற நேரிட்டது.

அன்றைய துயரச் சம்பவங்களை அவனால் ஒரு போதும் மறக்க முடியாது. அவன் கண்ணெதிரே தந்தையின் கால்களை வெட்டி . . . தாயின் தலைமயிர் பிடித்து இழுத்து அடித்து . . . தம்பியின் கைகளை முறுக்கி விழுத்தி . . . எத்தனை அவலம்.

கிராமத்தில் அன்று பதினெட்டுப்பேர் இறந்து விட்டார்கள். கிராமமே பயத்தில் உறைந்து போனது. அதன் பின்னர் . . . பலபேர் வட வியட்னாமுக்கும் வேறு கிராமங்களுக்கும் போய் விட்டார்கள். வேறு சிலருடன் சேர்ந்து அவர்களும் இந்த மலைச் சரிவில்தான் வாழ்கிறார்கள்.

இங்கே பயிர் ஏதும் செய்ய முடியாது. சரிவில் சில வாழைக் கன்றுகள் போட்டுப் பூசணிக் கொடிகளும் வைத்தார்கள். மற்றும்படி காடுகளுக்குப்போய் மூங்கில் வெட்டித்தான் சீவியம் நடத்த வேண்டியிருக்கிறது.

அந்த அடிவாரத்தைப் பார்க்கும்போதெல்லாம் அவனின் மனதில் ஒருவித ஏக்கம் ததும்பும், பிறந்ததிலிருந்து தவழ்ந்து நடந்து வளர்ந்த பிரதேசம். இன்று எதிரியின் இருப்பிடமாகிவிட்டதே...

சொந்த மண்ணை இழப்பது என்பது எத்தனை பெரிய சோகம் என்று எமி ஜோ லான் சொல்லியிருக்கிறாள்.

“இந்த அடிவாரத்தில் மட்டும் அல்ல எங்கள் மண்ணின் நான்கு பக்கங்களிலும் அமெரிக்க இராணுவம் சுற்றி நிற்கிறது. இவர்களைக் காலூன்ற விடாமல் அடித்துத் துரத்த வேண்டும். இதுதான் எங்கள் லட்சியம்.”

எமி ஜோ லான் சொல்லுவது உண்மைதான்.

“ரிச்சி”

குடிசை வாசலில் நின்று அக்கா சாலி தராப் கூப்பிட்டாள்.

“என்ன சாலி?”

“மூங்கில் வெட்டிக்கட்டி வைத்துவிட்டு வந்தேன் ரிச்சி. வருகிறாயா, போய் எடுத்து வருவோம்.”

அவன் எழுந்து அவளுடன் நடந்தான்.

மலையைச் சுற்றிப் பின் பக்கச்சரிவில் இடறுப்படுகின்ற கற்களின் நடுவே ஒற்றையடிப்பாதை மூங்கில் காட்டை நோக்கி

இறங்கிப்போனது. அந்தப்பின்புறச் சரிவில் சிறிது தூரத்தில் நாலைந்து கூடாரங்கள் புதிதாய் முளைத்திருந்தன.

அமெரிக்க ரோந்து விமானங்களின் பார்வையிலிருந்து தப்புவதற்காக மேலே பச்சை நிறக் காட்டுக் கொடிகளைப் பரப்பிக் கூடாரங்கள் தெரியாதவாறு மறைக்கப்பட்டிருந்தன. சாலி தராப் அந்த கூடாரங்களை உற்றுப் பார்த்தாள்.

"இவர்கள் ..."

"எங்கள் நண்பர்கள் தான் வியட்னாமிய விடுதலைப் படையினர்."

ரிச்சி து வான் சந்தோசமாய் சொன்னான்.

"அது தெரியும். எதற்காக இங்கே வந்து கூடாரம் போட்டு இருக்கிறார்களாம்?" சாலி தராப் வியப்புடன் கேட்டாள்.

"மலையின் அடிவாரத்தில் எங்கள் பிரதேசங்களை ஆக்கிரமித்துக் கொண்டிருக்கும் அமெரிக்கச் சிப்பாய்களைத் துரத்துவதற்காக இருக்கக்கூடும்."

"அப்படித் துரத்த முடியுமா?" சந்தேகத்தோடு கேட்டாள்.

"முடியும் என்றுதான் சொல்கிறார்கள்."

"நிறையப் பேர் இருக்கிறார்களா?"

"ஆமாம், ஆண்களும் பெண்களுமாக ..."

சாலி தராப் சட்டென்று திரும்பி அவனைப் பார்த்தாள்.

"உண்மைதான் சாலி. ஆண்களுக்கு பப்புல் கங் பொறுப்பு. பெண்களுக்கு எமி ஜோ லான் பொறுப்பு."

"எப்படி உனக்கு இந்த விபரங்கள் தெரியும்?"

"நான்தான் ஒரு வாரமாகத் தினமும் கூடாரத்திற்குப் போகிறேனே... அவர்கள் போராட்டம் பற்றி எத்தனை பேசுகிறார்கள் தெரியுமா? ஹனாயின் நகர்ப்புறப்பகுதிகளிலெல்லாம் அமெரிக்க விமானங்கள் குண்டுகளை வீசுகிறதாம். சைகோன் நகரை ராணுவம் ஆக்கிரமித்துவிட்டதாம். நேற்று இரவும் கூடாரத்தில் பேட்டரி ரேடியோவில் ஹோ சி மின் அவர்களின் பேச்சைக் கேட்டேனே. சுதந்திரத்தையும் விடுதலையையும் காட்டிலும் அரிதான பொருள் வேறொன்றும் கிடையாது என்றார். எவ்வளவு உணர்ச்சியுடன் பேசினார் தெரியுமா? அவர் எழுதிய 'நமது நாட்டின் வரலாறு' என்ற புத்தகம் கூட எமி ஜோ லான் தந்து நான் வாசித்திருக்கிறேன்."

சிறிது நேர மௌனத்தின் பின் சாலி தராப் கேட்டாள்.

“எமி ஜோ லான் அழகானவளா?”

“ஆமாம். உன்னைப்போல்...”

சிறிது நேரம் மௌனமாக அவர்கள் நடந்தார்கள்.

காட்டுக்குப் போனதும் சாலி தராப் மூங்கில் கட்டுக்களைச் சரிபார்த்துக் கொண்டாள். வேறு ஆட்களும் மூங்கில் கட்டுக்களைச் சுமந்து நடந்து வந்து கொண்டிருந்தார்கள்.

சாலி தராப் தரையில் அமர்ந்து மூங்கில் கட்டுக்களைச் சரியாய் இழுத்துக் கட்டிய போதுதான் ரிச்சி து வான் அவளைக் கவனித்தான். அவளுடைய மேல்சட்டை தோள் வளைவில் பெரிதாய்க் கிழிந்து தொங்கியிருந்தது. அதனூடாகத் தோளின் வெண்மை பளீரென்று தெரிந்தது.

பாதையில் போனவர்கள் அவளைப்பார்த்து எதுவோ தமக்குள் சொல்லிச்சிரித்து விட்டுப் போனதில் ரிச்சி து வானுக்கு மனம் மிகவும் நொந்து போனது.

“சாலி! உனக்கு வேறு சட்டை இல்லையா?” கவலையுடன் கேட்டான். சாலி தராப் தலையைக் குனிந்துகொண்டே மெல்லிய குரலில் சொன்னாள்.

“வீட்டுக்குப் போனதும் தைத்துவிட்டுப் போட்டுக் கொள் கின்றேன்.”

“நீ தைக்க வேண்டாம். நான் புதிய சட்டை வாங்கித் தருகிறேன்.”

சாலி தராப் நிமிர்ந்து தம்பியைப் பார்த்து வாஞ்சையுடன் சிரித்தாள்.

“உண்மையாகத்தான் சாலி”

இருவரும் மூங்கில் சுமையுடன் திரும்பி நடந்தார்கள். இந்த மூங்கில்களை அவன் சீவிக் கொடுக்கக் கால்களை இழந்த அப்பாவும் தம்பியும் கூடைகளையும் நாற்காலிகளையும் பின்னிக்கொடுப்பார்கள். அவன் நகரத்திற்கும் வேறு கிராமங் களுக்கும் கொண்டுபோய் விற்று வருவான். அந்தச் சிறிதளவு வருமானத்தில் தான் அவர்கள் வாழ்ந்து கொண்டிருந்தார்கள்.

மூங்கில் கட்டுக்களை முற்றத்தில் இறக்கி வைத்துவிட்டு அவன் வீட்டுக்குப் பின் பக்கச்சரிவில் இறங்கி நடந்தான். கூடாரம் போட்டு வியட்கொங்படை தங்கியிருக்கும் இந்த ஒரு

வாரத்திலும் அவன் அடிக்கடி அங்கே போவான். அவர்களுக்கு எல்லா உதவிகளும் செய்து கொடுப்பான். அவர்களுக்குத் தேவையான பொருட்களை நகரத்திற்குள் போய் வாங்கி வந்து கொடுப்பான். தண்ணீர் சுமந்து கொண்டு வந்து கொடுப்பான். அந்த விடுதலைப் படையில் தன்னை இணைத்துக்கொண்டு போராட அவனுக்கு விருப்பம் இருந்தது. ஆனால் வீட்டில் யாரும் சம்மதிக்கவில்லை. அவனுடைய உழைப்பில்தான் அவர்கள் வாழ வேண்டியிருந்தது.

அவன் அந்தக் கூடாரங்களை நோக்கி நடந்தான். அங்கு போராளிகள் நடமாட்டம் அதிகமாய் இருந்தது. முன்புறம் எமி ஜோ லான் தரையில் அமர்ந்து துப்பாக்கி துடைத்துக் கொண் டிருந்தாள். சிறிது தூரத்தில் பப்புல் கங் நின்று மற்றவர்களுக்கு ஏதோ வேலை சொல்லிக்கொண்டிருந்தான். பப்புல் கங் அதிகம் உயரமில்லாத... சிறிது பருமனான உடம்பும் பரந்த முகமுமாக இருந்தான். கொஞ்சம் நிறம் மங்கிய தலைமயிர் நெற்றியில் விழுந்திருந்தது. எப்போதும் சிந்தனையும் தீவிரமுமாய் இருப்பான்.

ரிச்சி து வானைக் கண்டதும் எமி ஜோ லான் மகிழ்ச்சியோடு வரவேற்றாள். எமி ஜோ லான் அழகான பெண். மஞ்சள் நிறம். சிறிய பழுப்பு நிறக் கண்கள். குண்டு முகம், கொஞ்சம் வளைந்த மூக்கு. சதைப்பிடிப்பான உதடுகள். மேலே அங்கியும் கால்சாராயும் அணிந்து இடுப்பில் தடித்த துணியால் இறுக்கிக் கட்டியிருந்தாள். அவளின் சிறிய கண்களில் அன்பும் வாஞ்சையும் பொங்கி வழியும். ரிச்சி மீது அவளுக்கு மிகுந்த பிரியம்.

"வா ரிச்சி; உனக்கு எத்தனை வயது?"

"தெரியாது. ஏன் கேட்கிறாய் எமி ஜோ?"

"பதினேழு இருக்குமா?"

"ம் இருக்கும்."

"வியட்னாம் முழுவதும் சண்டை தீவிரமடைந்து வருகிறது தெரியுமா? மைலாய் கிராமத்தில் நடந்த கொடுமைகளை நினைக்க நெஞ்சு கொதிக்கிறது. எங்கள் தொழிற்கூடங்கள், நீர்த்தேக்கங்கள், மின்சார உற்பத்தி நிலையங்கள் எல்லாவற்றின்மீதும் குண்டுகளை வீசுகிறார்கள். எங்கள் பிரதேச வளங்களைச் சுரண்ட வந்தவர் களைத் துரத்த வேண்டும். மேகாங் ஆற்றுப்பள்ளத்தாக்கு நகரங் களில் பெரும் சண்டை நடக்கிறது. அங்கே எங்கள் போராளிகள் இருபது பேர் வரை இறந்துவிட்டார்கள்."

ரிச்சி து வான் கவலையுடன் கேட்டுக்கொண்டிருந்தான்.

“அவர்களின் ஆயுதங்களில் ஒன்றை நீ எடுத்துக் கொள்வாயா?” ரிச்சி து வான் சட்டென்று மௌனமானான். இயலாமையுடன் அவளைப் பார்த்தான். ஒரு வினாடி வெறுமையாய் உணர்ந்தான்.

எமி ஜோ லான் அவனை நிமிர்ந்து பார்த்து விட்டு –

“வருத்தப்படாதே ரிச்சி. உன் குடும்ப நிலைமை எனக்குத் தெரியும்” என்றாள்.

“நான் உழைக்காவிட்டால் வீட்டில் எல்லோரும் பட்டினியில் செத்து விடுவார்கள்” என்றான் அழுகையுடன்.

அப்போது அங்கே வந்த பப்புல் கங் தன் கைகளால் ரிச்சி து வானின் தோளை அணைத்துக் கொண்டு ...

“ரிச்சி! நாலைந்து நாட்களுக்கு நீ இங்கே வரக்கூடாது” என்றான்.

“ஏன் பப்புல்?” அவன் முகம் வாடக் கேட்டான்.

“நான் ஏதும் சொன்னால் அதற்குக் காரணம் இருக்கும் என்று உனக்குத் தெரியும் அல்லவா..?”

“ம்”

பப்புல் கங் அவனைப்பார்த்து தோழமையுடன் சிரித்து விட்டுப் போனான், “நான் போகிறேன் எமி ஜோ.”

அவள் தனது துப்பாக்கியைத் தோளில் தொங்க விட்டுக் கொண்டே அவனுடன் சிறிது தூரம் கூடவே நடந்து வந்தாள். பப்புல் கங், எமி ஜோ லான் இருவரையும் அவனுக்கு மிகவும் பிடிக்கும். எந்நேரமும் போராட்டம் தாக்குதல் என்றே பேசிக் கொண்டிருப்பார்கள். அந்தப் பேச்சுக்களின் நடுவே அவர்களின் கண்களில் எப்போதாவது மின்னல் போல ஒரு நேசம் பளிச்சிடுவதை அவன் பார்த்திருக்கிறான். அவன் நின்று எமி ஜோ லானைத் திரும்பிப் பார்த்தான்.

“எமி ஜோ! நீ பப்புல் கங்கை நேசிக்கிறாயா?” அவள் தலையைச் சாய்த்து ‘ம்’ என்றாள்.

“அவனைத்தான் திருமணம் செய்து கொள்வாயா?”

“ஆமாம்.”

“எப்போது..?”

“இந்த மண் மீட்கப்பட்ட பிறகு.”

“எங்கள் மண் மீட்கப்படும் என்று நம்புகிறாயா?”

“நிச்சயமாக, என்றாவது ஒரு நாள்.”

எமி ஜோ லாவின் சிறிய கண்களில் கனவு இருந்தது. நம்பிக்கை இருந்தது.

“ரிச்சி! ஒரு நாளைக்குத் தங்க நட்சத்திரம் பொறிக்கப்பட்ட செங்கொடி சைகோன் நகரில் வானளாவப் பறக்கும். அன்றைக்கு நாங்கள் திருமணம் செய்து கொள்வோம்.”

ஏனோ அவனுக்குத் துக்கமாய் இருந்தது. அந்த மங்கிய பொழுதில் எமி ஜோ லானைப் பார்க்க இன்னும் துக்கம் அதிகரித்தது. இந்த இனிய பெண்ணின் ஆசை நிறைவேற வேண்டும் என்று மனதார ஆசைப்பட்டான்.

“பப்புல் கங் ஏன் என்னை வரவேண்டாம் என்றான்.”

அவள் பேசாமல் நின்றாள்.

“ஒரு வாரத்தின் பின் வரலாமா?”

“வரலாம்” என்றாள் சந்தோசத்துடன்.

கொஞ்சம் தயங்கிவிட்டுக் கேட்டான்.

“மலை அடிவார முகாம் தாக்கப் போகிறீர்களா?”

“அதையெல்லாம் இப்போது கதைக்கக்கூடாது. பிறகு தெரிந்து கொள்வாய்.” அவளிடம் விடைபெற்றுக் கொண்டு பாரமான மனதுடன் வீட்டுக்கு நடந்தான்.

நான்கு நாட்கள் நகர்ந்தன. வான் பரப்பில் அமெரிக்க விமானங்கள் பெரும் இரைச்சலுடன் பறந்து திரிந்தன. நான்காம் நாள் இரவு அந்த மலைப்பிரதேசம் அமைதியாய் இருந்தது. காற்றுக்கூட வீசவில்லை.

நடுச்சாமத்தில் மலை அடிவாரத்தில் முதலாவது வெடிச் சத்தம் கேட்டது. அவனுக்குப் புரிந்து விட்டது. தாக்குதல் ஆரம்பமாகி விட்டது.

துப்பாக்கி வெடிகளினாலும் பீரங்கிச் சத்தங்களினாலும் அந்தப் பிரதேசமே அதிர்ந்தது. மலையில் மோதிப் பயங்கரமாய் எதிரொலித்தது.

மலைச்சரிவுகளில் வாழ்ந்த மக்கள் நடுங்கிப் போனார்கள். அத்தனை பேரும் காட்டுக்குள் ஓடிப்போனார்கள். இரவு முழுவதும் ரிச்சி து வான் கண்களில் நீர் வழிய விழித்திருந்தான்.

“இறைவனே! எங்கள் தோழர்களைக் காப்பாற்றும். அவர்களுக்கு வெற்றியைத் தாரும்” என்று திரும்பத் திரும்பப் பிரார்த்தனை செய்து கொண்டே இருந்தான்.

மறுநாளும் சண்டை தொடர்ந்தது. விமானங்கள் சுற்றுப் புறங்களில் குண்டுகளை மழையாய்க் கொட்டின, வெடி மருந்து களின் வாசனை காற்றில் மிதந்து பரவியது. மறுநாள் சத்தங்கள் ஓய்ந்து விட்டன. மனம் பதைபதைத்தது. என்ன நடந்திருக்கும்... நன்றாக விடிந்துவிட்ட பிறகு மக்கள் தங்கள் குடிசைகளுக்குத் திரும்பினார்கள்.

ரிச்சி து வான் ஓடிப்போய் பாறையில் நின்று அடிவாரத்தைப் பார்த்தான். மிகவும் தூரத்தில் எந்த மாற்றமும் இல்லாமல் அதே அமெரிக்க ராணுவ கூடாரங்கள், மனதுக்குள் திக்கென்றது.

கால்கள் சோர்ந்து தடுமாறப் பாறையில் அமர்ந்து விட்டான்.

“தோல்வியில் முடிந்ததா ரிச்சி?”

சாலி தராப் அழுகையுடன் கேட்டாள்.

“அப்படித்தான் தோன்றுகிறது.”

அவன் வெகு நேரம் அப்படியே அமர்ந்து விட்டான். மூங்கில் வெட்டப் போகவில்லை. சாப்பிடவில்லை. மனம் தவித்துக்கொண்டே இருந்தது. மத்தியானத்திற்குப் பிறகு அவனால் பொறுமையாக இருக்க முடியவில்லை. அவன் பின் பக்கம் சுற்றி வந்து சரிவில் நின்று பார்த்தான். கூடாரத்திற்கு வெளியே போராளிகளின் எந்த நடமாட்டமும் தெரியவில்லை. கீழே தூரத்தில் மலையைச் சுற்றி வரும் பாதையில் ஒரு பழைய டிரக் வண்டி ஆடி அசைந்து கொண்டு வந்தது. மூங்கிலும் வைக்கோலும் ஏற்றித் திரியும் மை லீ கிழவனின் வண்டி அது. போராளிகளின் கூடாரங்களை நோக்கித்தான் வருகிறதோ தெரியவில்லை. அவன் சரிவில் இறங்கி போராளிகளின் கூடாரங் களை நோக்கி நடந்தான்.

அங்கு எல்லோரும் களைத்துப்போன முகங்களுடன் தரையில் அமர்ந்திருந்தார்கள். மூங்கில் தட்டிகளில் சருகுகள் பரவிய படுக்கையில் காயப்பட்டவர்கள் முனகலுடன் படுத்

திருந்தார்கள். தூரத்தில் பப்புல் கங் கலைந்த தலையும் சிவந்த கண்களுமாக மரக்குற்றியில் அமர்ந்திருந்தான். எல்லோர் முகங் களிலும் இருந்த சோகம் அவனுக்கு மிகுந்த கவலையைத் தந்தது. அவன் தயங்கிய படி பப்புல் கங் அருகில் சென்றான்.

“பப்புல் ...”

அடிபட்ட பார்வையுடன் நிமிர்ந்தான்.

“ரிச்சி! தோல்வியில் முடிந்து விட்டது ரிச்சி. நம்மில் பலர் உள்ளே அகப்பட்டு இறந்து விட்டார்கள்.”

ரிச்சி து வானின் கண்கள் கூட்டத்தினுள்ளே எமி ஜோ லானைத் தேடின. அவளைக் காணவில்லை என்பதை வேதனை யுடன் உணர்ந்தான், நெஞ்சை அடைத்தது.

“எமி ஜோ லான் ..?”

“அவள் திரும்பவில்லை.

குபுக்கென்று ரிச்சி து வானின் கண்கள் நிறைந்தன.

மை லீ கிழவனின் வண்டி கூடார வாசலில் வந்து நின்றது. நரைத்த தலையும் நீண்ட வெண்தாடியுமாக முகத்தில் நிறைந்த சுருக்கங்களுடன் மை லீ கிழவன் இறங்கினான். அவனின் இடுங்கிய கண்களில் கண்ணீர் இருந்தது. பப்புல் கங்கிடம் வந்து சொன்னான்.

“உங்கள் ஆட்களின் இறந்த உடல்களை அவர்கள் என் வண்டியில் ஏற்றி அனுப்பியிருக்கிறார்கள்.”

பப்புல் கங் பாய்ந்து ஓடினான், வண்டியின் பின்பக்கக் கதவைத் திறந்தான். அவன் முகம் பேயறைந்தது போல மாறியது. ஓவென்று ஆத்திரத்துடன் கத்திக் கொண்டே காலைத் தரையில் ஓங்கி அறைந்தான். ரிச்சி து வானும் ஓடிப்போய்ப் பார்த்தான்.

அய்யோ ... இது என்ன கொடுமை ...

இருபதுக்கும் மேற்பட்ட போராளிகளின் உடல்கள் ... கை கால்கள் வெட்டப்பட்ட நிலையில் வண்டிக்குள் குவிக்கப் பட்டிருந்தன. அவனால் நேசிக்கப்பட்ட போராளிகள்.

முன்பக்க ஓரத்தில் எமி ஜோ லான் ...

சிறிய கண்கள் பாதி மூடியிருக்க உதடுகள் சற்றுத் திறந் திருக்க... அய்யோ ... இப்போதும் ஏதும் கனவு கண்டு கொண்

டிருக்கிறாளோ ..? அத்தனை பேரும் அதிர்ச்சியில் உறைந்து போயிருக்க ரிச்சி து வான் அவர்களை விலக்கிக் கொண்டு வேகமாய் வீட்டுக்கு வந்தான்.

பாறையில் அமர்ந்து கைகளால் முகம் பொத்தி விம்மி விம்மி அழுதான். வீட்டில் உள்ளவர்கள் அவனையே பார்த்துக் கொண்டிருந்தார்கள். ரிச்சி து வான் வெகு நேரத்தின் பின் எழுந்து வந்தான்.

"நான் போகிறேன்."

யாரும் பேசவில்லை.

"சாலி! உன் கிழிந்த சட்டையைத் தைத்துப் போட்டுக்கொள்."

குறிப்பு:

சரியாக ஒரு வருடத்தின் பின் 1967ஆம் ஆண்டு பருவமழை பெய்து கொண்டிருந்த ஒரு இரவில் அந்த அடிவார முகாம் பப்புல் கங் தலைமையில் வியட்கொங் போராளிகளினால் தாக்கி அழிக்கப்பட்டது. ரிச்சி து வானும் இந்த தாக்குதலில் பங்கு வகித்திருந்தான். ஐந்து நாட்கள் நடந்த போரில் ஆறாயிரம் அமெரிக்கச் சிப்பாய்களும் அந்த நமிகோ பிரதேசத்திலிருந்து முழுவதுமாக விரட்டியடிக்கப்பட்டனர்.

***ஈழநாடு* – 14.04.1996**

நியாயங்களும் மாறும்

வயிற்றுக்குள் நெருப்பு பிடித்துக் கொண்டது மாதிரி ஒரு உணர்வு...

சமீப காலமாகப் பழகிப் போய்விட்டதனால் அதைப் பொருட்படுத்தத் தோன்றவில்லை.

அது பசியினால் வருவது என்பதும் வெறும் சாயத் தண்ணி குடித்தால்கூட தற்காலிகமாய்த் தணியக் கூடியது என்பதும் அவனுக்குத் தெரிந்த ஒன்றுதான். "அய்யோ என்னாலையே இந்தப் பசியைப் பொறுக்க முடியேலை என்ர குஞ்சுகள் எப்படித் தாங்குங்கள்."

இந்த நினைவு பசியின் உணர்வு தரும் வேதனையை விட அதிக வேதனையைத் தரக்கூடியது.

அவன் சோர்வுடன், அந்தப் பூவரசு மர அடியில் புல் படர்ந்து கிடந்த நிலம் மீது அமர்ந்து கொண்டான். சற்றுத் தூரத்தில் வாய்க்கால்... அதில் சிறிதளவு தண்ணீர்.

அந்தச் சரிவில் விளையாடிக் கொண்டிருக்கும் தங்கனும், கணேசுவும் இன்னும் அரை மணிநேரத்தில் "பசிக்குதம்மா..." என்று மனோன்மணியிடம் வந்து அழப்போகிறார்கள்.

மனோன்மணி பூவரசு மரத்தடியில் கட்டப்பட்ட ஏணைக்குள் இருக்கும் இரண்டு வயதுக் குழந்தையை ஆட்டிக்கொண்டே கவலையோடு அவனைப் பார்க்கப் போகிறாள். அவன் என்ன செய்யப் போகிறான்.

ஐந்து நாள் தாடியைப் பரபரவென்று தேய்த்து விட்டுக் கொண்டான்.

சாப்பாட்டுக்கு ஏதும் வழி செய்தே தீரவேண்டும். மிகவும் தூரத்தில் கிளிநொச்சிப் பக்கமாகக் 'கிபிர்' சுற்றும் மெல்லிய இரைச்சல்... இடை இடையே எறிகணை வீச்சின் அதிர்வு...

இந்த எட்டு மைல் தூரம்கூடப் பாதுகாப்பானதா என்று புரியவில்லை.

தெருக்கரையில் வாய்க்கால் புட்டியில் வரிசையாய் நின்ற பூவரசு மரங்களுக்கு நடுவே அவர்களது குடியிருப்பு.

இரண்டு பூவரசுகளுக்கு நடுவே இழுத்துக் கட்டப்பட்டிருந்த மனோன்மணியின் பழைய சேலைதான் கூரை. அதற்குக் கீழே அவர்களது மிகக் கொஞ்சமான உடமைகள்.

வாய்க்காலின் அந்தப் பக்கம் சிவப்பு நிற மண் தெரு. அதில் படலமாய்ப் பரவும் புழுதி.

விடிந்தால் இருளும்வரை கவலையாய்... யோசனையாய்... அலைகின்ற மக்கள்.

இந்த இடத்திற்கு வந்து இருந்த நான்கு நாட்களாய் எத்தனை முகங்களைப் பார்த்து விட்டான்.

மலர்ச்சியாய்ச் சிரித்த முகத்துடன் யாருமே காணப்படுவதில்லை.

ஒவ்வொரு இடம்பெயர்வின்போதும் உடமைகளை இழந்து உயிர் மட்டுமே மிச்சமாய் உள்ளவர்களாக இருக்கும் அவனைப் போல...

முதல் தடவை இடம் பெயர்ந்து வந்ததை நினைக்க இப்போது மனம் அதிர்ந்து போகிறது.

அவன் அந்த நேரம் கொக்குவிலில் சிறு பெட்டிக்கடை வைத்து நடத்திக் கொண்டிருந்தான்.

ஒரு வருசத்துக்கு முதல் மனைவி, மூன்று பிள்ளைகளுடன் சைக்கிளில் கட்டக்கூடிய பொருட்களுடனும் தலைச்சுமையுடனும் நடந்து வந்ததை வாழும் காலம்வரை மறக்க இயலாது.

தென்மராட்சிக்கு வந்து ஒரு தென்னை மரக்காணியில் சிறு கொட்டில்போட்டு இருந்தார்கள். திரும்பப் பெட்டிக்கடை போட வசதி வரவில்லை.

அதனால் விடத்தல் பளைப் பக்கம் போய் விறகு வெட்டிச் சைக்கிளில் கட்டி வந்து விற்றுக் கொண்டிருந்தான். வயிற்றுக்கு

நிறையா விட்டாலும் ஏதோ சமாளிக்க முடிந்தது. குழந்தைகளுக்குக் கொடுத்து விட்டு அவனும் மனோன்மணியுமாகக் கால் வயிறு, அரை வயிறு நிரப்பிய நாட்கள் அவை.

பன்னிரண்டு வயது தங்கனுக்கும், எட்டு வயது கணேசுக்கும் இடம்பெயர்வின் தாக்கம் பற்றிப் புரியவில்லை.

விட்டு வந்த உடைமைகள் பற்றிய கவலை. மறந்து வாழலாம் என்ற நம்பிக்கை வந்த நேரம் மறுபடி அடுத்த இடம் பெயர்வு.

வன்னிக்கு ஓடிவந்தபோது சைக்கிளில் கட்டக்கூடிய பொருட்களே மிஞ்சியன.

கிளிநொச்சியில் உருத்திரபுரத்தில் ஒரு கொட்டில் போட்டு அதை அடைக்கக்கூட வசதி இல்லாமல் இருந்தார்கள். புது இடம்–புது மனிதர்கள் உதவி ஏதும் கிடைக்காமல்பட்ட கஷ்டம், என்ன தொழில் செய்வது என்று தெரியவில்லை.

இங்கு விறகு வெட்டி விற்றுக்கொள்ள முடியவில்லை. அப்போதுதான் பெட்டிக்கடையைப் போடும் யோசனையை மனோன்மணி சொன்னாள்.

அவளின் காதுத்தோடுகளையும் மூக்குத்தியையும் குழந்தை யின் காது வளையத்தையும் மூவாயிரம் ரூபாய்க்கு விற்றுவிட்டு உருத்திரபுரம் வீதியில் கடையைப் போட்டான். ஏதோ ஒரு வகையில் சீவிக்க முடிந்தது.

இப்படியாவது இருந்தால்போதும், என்று நினைத்துக் கொண்டிருக்க மறுபடி பிரச்சினை தொடங்கியது.

பரந்தன் பகுதிகளில் சண்டை நடந்தபோது வான் வெளியில், கிபிரும் புக்காராவும் சுற்றி வளைத்துக் குண்டுபோட்ட போதும் எறிகணை வீச்சில் கிளிநொச்சி நகரமே அதிர்ந்து கொண்டிருந்தபோதும் பதட்டம் இருந்தாலும் அவர்கள் உருத்திரபுரத்தில்தான் இருந்தார்கள்.

இனி எங்கே போவது என்ற ஏக்கம். யுத்தம் பரந்தனைச் சுற்றிய பகுதிகளில் நடந்ததால் இந்தப் பத்து மைல் தூரத்தில் இருப்பது பாதுகாப்பு என்று நினைத்திருந்தான்.

கடைசியில் குஞ்சுப் பரந்தன் பகுதிகளினால் இராணுவம் முன்னேறி வந்தபோது மழையாய் வந்து விழுந்த எறிகணைகளின் வேகத்தால் அப்படியே ஓடி வரவேண்டி வந்துவிட்டது.

நின்று யோசிக்கவும் பொருட்களை எடுக்கவும் அவகாசம் இல்லாமல் போய்விட்டது.

கடையிலுள்ள பொருட்களை எடுத்து வராததுதான் மிகுந்த கவலையைத் தந்தது.

கொக்குவிலிருந்து கொடிகாமம் அதன் பிறகு உருத்திரபுரம் கடைசியாய் ஸ்கந்தபுரம் என்று எத்தனை தரம் ஓடியாகிவிட்டது. ஒவ்வொரு தடவை ஓடும் போதும் கொஞ்சம் கொஞ்சமாய்ப் பொருட்களை இழந்து இப்போது முற்றிலும் இழந்தாகிவிட்டது.

இப்போது இங்கே இருந்து கொண்டு என்ன தொழில் செய்வது என்று ஒரே திகைப்பாக இருந்தது.

இந்த வாய்க்கால்க் கரையில்கூட இன்னும் எத்தனை நாளைக்கு வசிக்க முடியும். மழைக்காலம் வரப்போகிறது. அதை நினைக்க மனதுக்குள் இப்போதே குளிர் பிடித்துக் கொண்டது.

கவலையோடு சுற்றிலும் பார்த்தான்.

சூரியன் உச்சிக்கு வந்து கொண்டிருந்தது.

இந்தத் தடவை ஐப்பசி பிறந்த பின்னும் மழை கடுமையாய்ப் பெய்யவில்லை. கோடை காலம் மாதிரி வெய்யில் எறிக்கிறது.

மனோன்மணி மரத்தின் கீழ் நசுங்கிய சிறு சருவத்தை வைத்து ஒரு பிடி அரிசி போட்டுக் கஞ்சி காய்ச்சிக் கொண்டிருந்தாள்.

"அரிசி எங்காலயப்பா?"

"ஒரு பையில் போட்டு வந்த அரிசியைத்தான் மிச்சம் பிடிச்சு இண்டைக்கும் கஞ்சி காய்ச்சிறன் இதோட இதுவும் முடிஞ்சுது."

"நாளைக்கு?" என்ற கேள்வி நெஞ்சுவரை வந்து நின்றது.

"போற போக்கைப் பார்த்தால் சண்டை பெரிசாய் வரும் போல கிடக்குது."

குரலில் கவலையும், சலிப்பும் பிரதிபலித்தன.

"ஓமப்பா தொடர்ந்து 'ஷெல்' அடித்துக் கொண்டிருக்கிறாங்கள், ஒரு இடைவெளிவிட்டாங்கள் எண்டால் உருத்திரபுரத்துக்குப் போய் எல்லாச் சாமான்களையும் கட்டிக் கொண்டு வந்திடலாம். கடைச் சாமான்களைக் கொண்டு வந்திட்டால் இந்த றோட்டுக் கரையிலேயே கடைபோட்டு நடத்தலாம். எத்தினை நாளைக்கு இப்பிடியே சும்மா இருக்கிறது."

"ஆனா, போகப் பயமாயிருக்கப்பா, வீட்டுச்சாமானை எடுக்கப் போய்த்தானே ஆக்கள் அம்பிடுறது அல்லது 'ஷெல்'லில

ஒரு காயம் வந்தா என்ன செய்யிறது. நீங்கள் போக வேண்டாம். ஏதோ பாப்பம்.”

“நாங்கள் போகாட்டி கள்ளர் வந்து எல்லாத்தையும் கொண்டு போகப் போறான்கள். அதுதான் யோசனையாக் கிடக்கு.”

அவள் ஒன்றும் பேசாமல் தடிச்சுள்ளிகளைத் தள்ளி அடுப்பை எரியவிட்டாள்.

ஓடிவந்த தங்கன் எரிகின்ற அடுப்பைப் பார்த்துவிட்டு “இண்டைக்கும் கஞ்சியோ . . . அய்யோ எனக்குக் கஞ்சி வேண்டாம்,” என்று சிணுங்கத் தொடங்கினான்.

“என்ர அப்பனல்லே, பிள்ளை சொன்னது கேட்கும்.”

அவள் சமாதானப்படுத்த முயன்றாள்.

“எனக்குத் தெரியாது. எனக்குக் கஞ்சி வேண்டாம். சோறுதான் வேணும். எவ்வளவு பசிக்குது தெரியுமே . . .”

“நாளைக்குப் பிள்ளையளுக்குச் சோறு காய்ச்சித் தாறன் . . . என்ன”

“நேற்றும் உப்பிடித்தான் சொன்னனீங்கள், பிறகு இண்டைக்கும் கஞ்சி காய்ச்சுறீங்கள்.”

கண்களில் நீர் தழும்ப முறைத்து நிற்கும் பிள்ளையைப் பார்க்க அவனுக்குத் தாங்க முடியாமற் போனது.

“இங்க வாடி குஞ்சு, கட்டாயம் நாளைக்குச் சோறு காய்ச்சித் தாறன்” அவள் கை நீட்டிக் கூப்பிடத் தங்கன் கிட்ட வராமல் பூவரசு மரத்துடன் ஒட்டிக் கொண்டு நின்றான்.

மெலிந்த முகத்தில் அழுகை வருவதற்கான அறிகுறி . . .

“கணேசு காலமைய பாண் திண்டவன். நான் அதுவும் தின்னேலை.”

“அது பக்கத்தில அந்த ஆச்சி தந்தவ” என்றான் கணேசு.

“எனக்குச் சரியாய்ப் பசிக்குதப்பா. நாங்கள் எங்கட வீட்ட போவம். வாங்கோ அங்க போனாச் சமைச்சுச் சாப்பிடலாம்.”

அவன் கவலையுடன் மனோன்மணியைப் பார்த்தான்.

“மெய்யப்பா . . . இப்ப பதினொரு மணிதானே ஆகுது மத்தியான நேரம் கொஞ்சம் ‘ஷெல்’ அடியும் குறைவாய் இருக்குது. பொம்மருகளையும் காணேல்லை. ஒருக்கா வீட்ட போய்ப்பாத்திட்டு வரட்டே”

அடுப்பை ஊதியவள் சட்டென்று நிமிர்ந்தாள்.

"என்னவோ பயமாயிருக்கப்பா. அங்க சனம் ஒண்டும் இல்லையாம். குஞ்சுப் பரந்தன் ஏழாம் வாய்க்கால் எல்லாம் ஆமி வந்திட்டுதாம். மாணிக்கப்பிள்ளையார், கோயிலடியிலயும் ஆமியாம்."

"நான் முறிப்புவரைக்கும் போய்ப்பார்த்து அங்கால போகலாம் எண்டால், அதுவும் ஆக்கள் போனால்தான் போவன், இல்லாட்டித் திரும்பி வாறன். இங்க இருந்தால் அங்கத்த நிலமை விளங்காது. போய்ப் பாத்து ஏலுமெண்டால் கடைச் சாமான்களையும் வீட்டில இருக்கிற அரிசி மா சீனியையாவது எடுத்து வரலாம். பிள்ளையள் பசி பசி எண்டு சொல்ல வயிறு எரியுது."

அவள் எதுவும் பேசவில்லை.

"என்ன போயிட்டு வரட்டேயப்பா."

"என்னவோ கவனமாய்ப் போட்டு வாங்கோ"

அவன் எழுந்து பூவரசு மரத்தில் சாத்தி வைத்திருந்த சைக்கிளை எடுத்தான்.

"அப்பா... நானும் உங்களோட வரட்டே" தங்கன் கேட்டான்.

"வேண்டாம் ராசா நீ இங்கயே நில்லு."

"இல்லையப்பா. நீங்கள் சாமான்களைச் சைக்கிளில் கட்டி வர நான் பசளைப் பையில கட்டித் தலையில வைச்சுக் கொண்டு வருவன். ரெண்டு பேரும் போனால் கனக்கச் சாமான் கொண்டு வரலாமல்லே."

அவன் ஒரு வினாடி யோசித்து மனோன்மணியிடம் திரும்பினான்.

"என்னப்பா செய்வம். பிள்ளையையும் கூட்டிப் போகட்டே"

"கவனமப்பா ஷெல் அடிச்சாப் பிள்ளை பயந்திடும்."

"பின்னச் சரி. வா."

தங்கனையும் சைக்கிளில் ஏற்றிக் கொண்டு அவன் புறப்பட்ட போது பன்னிரண்டு மணியாகிக் கொண்டிருந்தது.

அரைமணியில் கோணாவில் சந்திக்கு வந்தார்கள். செம்மண் வீதி அந்த வெய்யிலில் புழுதி பறக்க நீண்டிருந்தது. அதில் விலத்திப் போக ஏலாத அளவுக்கு ஆட்கள்...

தெருவோர மர நிழல்களில் தூசு படிந்து களைத்துப் போன முகங்களுடன், மூட்டை முடிச்சுக்களுடன் இருக்கின்றவர்களைப் பார்க்கப் பரிதாபமாய் இருந்தது.

கிளிநொச்சிப் பக்கமாய்க் கிபிரின் இரைச்சல் கேட்டது. ஐந்து நிமிடம் நின்று பார்த்து விட்டுத் தொடர்ந்து போனார்கள். ஊற்றுப்புலம் தாண்டி முறிப்பை அடைந்தபோது அங்கிருந்து கூட்டம் கூட்டமாகச் சனம் வந்து கொண்டிருந்தது. வந்து கொண்டிருந்தவர்களிடம் அங்கு நின்றவர்கள் "கூழாவடிப் பக்கம் போகலாமே... எட்டாம் வாய்க்கால் போகலாமே" என்று விசாரித்துக் கொண்டிருந்தார்கள்.

அங்கே அரை மணிநேரம் தயங்கி நின்றுவிட்டுக் குளக்கட்டை நெருங்கினார்கள். பக்கத்தில் இறங்கிப் போகும் ஒற்றையடிப் பாதையில் சிறிது தூரம்போகப் பிள்ளையார் கோவிலடி வந்தது. அங்கே சிறு கூட்டமாய் ஆட்கள், அடுத்தடுத்து இரண்டு 'ஷெல்' சற்றுத் தூரத்தில் விழுந்து வெடித்தது.

சைக்கிளிலிருந்து இறங்காமல் ஒரு காலை ஊன்றிக் கொண்டு அவர்களிடம் கேட்டான்.

"உருத்திரப்புரப் பக்கம் போக ஏலுமே..?"

"அந்தப் பக்கம் சனங்கள் போய் வருகுதுதான். சிவன் கோவிலடியில் 'ஷெல்' விழுகுது. ஷெல் விழுகிற நேரம் ஏன் அங்க போறியள்"

"வீட்டுச்சமான் ஒண்டும் எடுக்காமல் ஓடி வந்திட்டம். சாப்பிடக்கூட வழியில்லை."

"ஏதோ கவனமாய்ப் போய்ப் பாருங்கோ"

தடதடக்கும் நெஞ்சோடு சைக்கிளை மிதித்தான். ஒரு மைல் போனதும் எதிரே நீள இருந்த வீதியில் எந்த ஆட்களையும் காணவில்லை. நாய்கள் ஊளையிடும் ஒலியையும் தூர ஷெல் விழுந்து வெடிக்கும் ஓசையையும் தவிர வேறு எந்தச் சத்தமும் இல்லை.

பய உணர்வு மனதுக்குள் நிரம்பியது. அந்த அமைதியைத் தாங்க இயலாமல் இருந்தது.

சமீபத்தில் 'ஷெல்' விழுந்து அதிர்ந்தது, திரும்பிப் போவோமா என்று ஒரு கணம் நினைத்தான். 'வாங்கோப்பா! டக்கெண்டு வீட்ட போயிட்டு வரலாம்" தங்கன் அவசரப்படுத்தினான்.

அடுத்த ஷெல் இன்னமும் சமீபமாய் வெடிக்கச் சைக்கிளுடன் சரிந்து விழுந்தார்கள்.

“கடவுளே ... கிட்டக்கிட்ட விழுகுது.”

“வா ராசா திரும்பிப் போவம். ஏலாது போல கிடக்கு”

“இல்லையப்பா அவங்கள் அடுத்த ஷெல் அடிக்கிறதுக் கிடையில வீட்ட போயிட்டு வருவம்”

மெல்லியதாய்க் கேட்ட கிபிரின் இரைச்சல் இப்போது சமீபத்தில் கேட்டது. துப்பாக்கி வேட்டுச் சத்தங்கள் தூரத்தில் அதிர்ந்தன.

“சாமான்களை எடுக்கப் போய் ஏதும் நடந்தால் பிள்ளையை யும் கூட்டி வந்திட்டன்”

அவன் மனம் பதைபதைத்தது.

“திரும்பிப் போவம் ராசா பிறகு வந்து எடுப்பம்”

தங்கனின் முகத்தில் ஏக்கமும் ஏமாற்றமும் கலவையாய்ப் பரவின.

“சாமான் எடுத்துக் கொண்டு போனால்தானே அம்மா சமைச்சுத் தருவா.”

தங்கனைத் தன்னோடு ஆதரவாய் அணைத்துக் கொண்டு “முன்னால ஆட்கள் ஒருத்தரையும் காணேலை. அங்க ஆமி நிண்டாலும் தெரியாது. போய் நாளைக்கு வருவம்” என்றான்.

விருட்டென்று அவனின் கையை விலக்கிக் கொண்டு திரும்பிய தங்கன்; “அங்க அப்பா அந்த காணிக்கு வெளியில ஆரோ மரவள்ளிக் கிழங்கு புடுங்கிப் போட்டிருக்கினம்” என்றான்.

அவன் திரும்பிப் பார்த்தான்.

பக்கத்துக் காணிக்குள் வரிசையாய் மரவள்ளி மரங்கள். இந்தப் பக்க வரிசையில் கிழங்குகள் பிடுங்கப்பட்டு வெளியே வேலி மரஅடியில் சிறு குவியலாய்க் குவிக்கப்பட்டிருந்தது.

“காணிக்காரர் கிழங்கு பிடுங்கின குறையில ஷெல் அடிச்சாப்போல விட்டுட்டு ஓடிட்டினமாக்கும்“

“அப்பா ...”

தயக்கத்துடன் கேட்டான்.

“இதில நாலைஞ்சு கிழங்கு எடுத்துக் கொண்டு போவமே...”

அவன் திடுக்கிட்டுத் தங்கனைப் பார்த்தான்.

தங்கனின் கண்களில் தெரிந்த பசியின் சோர்வு அவன் மனதைச் சுருக்கென்று குத்தியது.

"வேண்டாம் ராசா. ஆற்றயேன் பொருள். நாங்கள் எடுக்கக் கூடாது."

"சும்மாதானே கிடக்கு. அவையள் வந்து எடுக்காட்டிப் பழுதாய்த்தானே போகும். நாலு கிழங்கு எடுத்து கொண்டு போனா அம்மா அவிச்சுத் தருவா. சரியாய்ப் பசிக்குதப்பா."

கண்களில் பளபளப்பு. உதடு துடிக்கக் கெஞ்சினான். அவன் சுற்றும் முற்றும் பார்த்தான். யாரையும் காணவில்லை. தங்கன் வேலிக்கரைக்கு ஓடினான்.

கிழங்குக் குவியலுக்குள் இரு கைகளாலும் அள்ளிக் கொண்டு "அஞ்சு கிழங்கு எடுப்பமே அப்பா" என்று அங்கிருந்தே கேட்டான்.

"நாலு காணும். கெதியாய் ஓடி வா."

குனிந்து கிழங்கு எடுத்துக் கொண்டிருந்த தங்கனைப் பார்த்துக் கொண்டு நின்ற அவன் சத்தம் கேட்டுத் திரும்பிப் பார்த்தான். நாலைந்து பேர் சைக்கிளில் வருவது தெரிந்தது.

"டேய் ஆரடாவன் கிழங்கு எடுக்கிறது"

அந்த உறுமல் வார்த்தைகளில் அவன் வெல வெலத்துப் போய்த் தங்கனைப் பார்த்தான்.

அதற்குள் வந்தவர்களில் இருவர் அவனைப் பிடித்துக் கொள்ள மற்றவர்கள் தங்கனை ஒரு கொத்தாய் பிடித்தார்கள்.

"அப்பா அப்போய்"

தங்கனின் அலறலில் அவன் துடித்துப் போனான்.

"அய்யோ என்ர பிள்ளை ... அவனை விடுங்கோ" அவன் திமிறிக் கொண்டு அங்கே போக முயன்றான்.

"பிள்ளையைக் களவெடுக்க விட்டுடிட்டு நீ காவல் இருக்கிறியே" அவனுக்கு மாறி மாறி அடித்தார்கள்.

தங்கனை அழுத்திவைத்து மிதித்தார்கள்.

அவர்களின் அடி தாங்காமல் தங்கன் "அம்மா, அம்மா" என்று அலறினான். நைந்து போயிருந்த சட்டை சர்ரென்று கிழிந்தது.

"நாலு நாளாய்க் கிழங்கு களவு போகுது. ஆரடா எடுக்கிறது எண்டு பார்த்தம். இண்டைக்குப் பிடிபட்டீங்கள்."

"அய்யோ ... இல்லை ... இல்லை ... இண்டைக்குத்தான் பசிக்குது... அதுதான் நாலு கிழங்குதான்" தங்கனின் மெல்லிய குரல் அழுகையில் நனைந்து விம்மலுடன் வெளிவந்தது.

"ஆரிட்ட சொல்லுறாய் களவெடுக்கிற கையை முறிச்சு விடுறன்"

தொம் தொம் என்று மிதித்தார்கள். கண் முன்னால் பிள்ளை அடிபடுவதைப் பார்க்க அவன் உடலெல்லாம் பதறியது.

"அய்யோ என்ர பிள்ளை பசியில எடுத்திட்டுது. பாவம்... அடிக்காதையுங்கோ குழந்தைப் பிள்ளை" அவன் குரல் பொருட் படுத்தப்படவில்லை.

அவர்கள் உதைத்ததில் வேலியோரம் விழுந்தான். துவண்டு போன தங்கனைத் தூக்கிப் போட்டார்கள்.

வந்து விழுந்தவனை அவன் வாரி எடுத்துக் கொண்டான். "உங்களுக்கு அடிச்சது காணாதுதான், இனி இந்தப் பக்கம் உங்களைக் காணக் கூடாது ஓடுங்கோ" அவர்கள் உள்ளே போக அவன் நெஞ்சு பதறத் தங்கனைப் பார்த்தான்.

சட்டை கிழிந்து முகம் வீங்கி உதடு வெடித்து ரத்தம் வரத் தங்கன் கண்கள் சொருக அப்பா அப்பா என்று முனகினான்.

"அப்பா! அவங்கள் அடிச்சது நோகுதப்பா. இனிப் பசிக்குது எண்டு சொல்ல மாட்டேனப்பா. ஒரு நாளும் சொல்லமாட்டன்."

***வெளிச்சம்* – கார்த்திகை 1996**

பகிர்வு

எட்டு வருஷத்திற்குப் பிறகு கனடாவிலிருந்து கலைஜீவன் கொழும்புக்கு வந்திருந்தான்.

இன்று காலை ஒன்பது மணிக்கு அவன் வெள்ளவத்தைக்குப் போய் மலர்விழியை அவளின் மாமா வீட்டில் பெண் பார்ப்பதற்கு ஏற்பாடு செய்யப்பட்டிருந்தது.

கலைஜீவன் வந்து இறங்கிய நாலு நாளும் வீடு ஒரே கலகலப்பாக இருந்தது.

வெளிநாட்டு உழைப்பு மூலம் எத்தனையோ வசதிகளைப் பெருக்கிக்கொள்ள முடிந்தது. கொழும்பில் கொள்ளுப்பிட்டியில் எல்லாத் தளபாடங்களுடன் சொந்தமாய் வீடு வாங்கித் தங்கை சுகந்திக்குச் சீதனம் கொடுக்க முடிந்தது.

மாப்பிள்ளை எஞ்சினியர். ஜயவர்த்தனபுரவில் பெரிய கொம்பனியில் வேலை. போய்வர ஹொண்டா மோட்டார் சைக்கிள். தங்கை வசதியாய் இருப்பது சந்தோஷமாய் இருந்தது.

யாழ்ப்பாணப் பிரச்சினைகள் காரணமாய் அம்மாவும் வந்து சுகந்தியுடன் நாலு வருஷமாய் இருக்கிறாள். இரண்டு தம்பிகள் சுவிஸிலும் நோர்வே யிலும் இருந்து நிறைய உழைக்கிறார்கள்.

சின்ன வயதில் யாழ்ப்பாணத்தில் இருந்து பட்ட கஷ்டம் எல்லாம் கனவு மாதிரி இருக்கிறது. அப்பா இல்லாமல் சின்ன வயதுக்காலமெல்லாம் கஷ்டத்திலேயே கடந்து போயிருந்தது.

இப்போது நினைத்தும் பார்க்க முடியாத வசதி. இப்போது அம்மா கைநிறையக் காசு வைத்துச் செலவழிக்கிறாள். ரஞ்சனாஸில் போய் நினைத்தமாதிரி ஒரே சமயத்தில் நாலு காஞ்சிபுரம் வாங்கிக் கொள்கிறாள். அம்மாவும் சுகந்தியுமாய்ச் செட்டியார் தெரு அலசி, விதம் விதமான தோடுகள், சங்கிலிகள் என்று வாங்கிப் போட்டுக் கொள்கிறார்கள்.

அம்மா பிரஷர் என்றாலும் டெல்மன் போய்த்தான் 'செக்' பண்ணிக் கொள்கிறாள். அம்மாவிடம் செல்வச் செழிப்பும் மிடுக்கும் தானாய் வந்து சேர்ந்துவிட்டது. யாழ்ப்பாணத்தில் தொண்ணூறாம் ஆண்டுக்குப் பிறகு இரண்டரை வருஷம் கரண்ட் இல்லாமலும் வேறு வசதிகள் இல்லாமலும் குண்டு வீச்சுக்கள் ஷெல் அடிகள் நடுவே கஷ்டப்பட்டதை இன்னமும் சொல்லி முடிக்கவில்லை.

இப்போது அம்மாவைப் பார்த்தால் அம்மாவின் கதைகளைக் கேட்டால் கொழும்பிலேயே பிறந்து வளர்ந்தவளோ என்று நினைக்கத் தோன்றும்.

கலைஜீவனுக்கு இரண்டு வருடங்களாக அம்மா நல்ல குணமான வடிவான பெண்ணைத் தேடிக் கொண்டிருக்கிறாள். போனவருடம் புரட்டாதி மாதம் மலர்விழியின் ஜாதகம் அவளின் மாமா மூலம் அவர்களிடம் வந்தது. மலர்விழியின் மாமா பல வருடங்களாக வெள்ளவத்தையில் வசிப்பவர். வசதியானவர் ஜாதகம் நல்ல பொருத்தம்.

ஆனால் யாழ்ப்பாணத்தில் பெண் என்றதும் முதலில் அம்மா தயங்கினாள். யாழ்ப்பாணத்திலிருந்து கொழும்புக்கு அந்தப் பெண் வருவதில் இருக்கும் சிரமம் அம்மாவுக்குத் தெரியும். முதலில் கிளாலிக் கடல் கடக்க வேண்டும். பிறகு தாண்டிக்குளம் தாண்ட வேண்டும்.

என்றாலும் மலர்விழியின் படம் பார்த்ததில் அம்மாவுக்கும் சுகந்திக்கும் பிடித்துக் கொண்டுவிட்டது.

மலர்விழி அழகான பெண். மெல்லிய உயரமான தோற்றம். நல்ல அகலக் கண்களும் குழந்தை முகமுமாய் மெல்லிய சிரிப்புடன் யாழ்ப்பாணத்தில் நாவலர் வீதியில் உள்ள தங்கள் வீட்டு முன்னால் குரோட்டன்ஸ் செடிகளின் நடுவே நின்று அவள் எடுத்துக் கொண்ட புகைப்படம் கனடாவுக்குக் கலைஜீவனுக்கும் அனுப்பப்பட்டது.

படம் பார்த்துவிட்டுச் சம்மதம் என்று எழுதுவோம் என்று அவன் யோசித்துக் கொண்டிருந்தபோது வலிகாமம் இடம்பெயர்வு

போன ஐப்பசியில் நடந்தது. ஒரு இனத்தையே வேரோடு புரட்டிப் போட்டது போன்ற அந்த இடப்பெயர்வின்பின் அந்தப் பேச்சுக்கால் மீண்டும் தொடராமல் அப்படியே நின்றுவிட்டது.

அம்மா அதை அப்படியே விட்டுவிட்டு வேறு இடங்களில் பெண் தேடினாள்.

தூரத்துச் சொந்தத்தில் ஒரு பெண்ணைப் பேசி அதுவும் பிடிக்காமல் போயிருந்தபோது மலர்விழியின் மாமா இரண்டு மாதத்திற்குமுன் மறுபடியும் வந்தார்.

மலர்விழியைக் கூட்டிக்கொண்டு அவளின் அப்பா கப்பல் மூலம் கொழும்புக்கு வந்திருப்பதாகச் சொன்னார்.

வேறு பார்த்து ஒன்றும் சரிவராததால் அம்மா இதையே ஒழுங்கு செய்யத் தீர்மானித்தாள்.

மாமா வீட்டிற்குப் போய் மலர்விழியை நேரிற் பார்த்தபோது அவளின் அழகும் அமைதியான தோற்றமும் பிடித்துக் கொண்டு விட்டது.

வேறு விஷயங்களிலும் ஒரு பிரச்சினையும் வரவில்லை. மலர்விழியின் அண்ணாவும் ஜேர்மனியில் இருந்ததால் தங்கைக்குக் குறை வைக்கமாட்டான் என்று புரிந்தது.

எல்லா விதத்திலும் அம்மாவுக்குச் சரி என்று படவே கலைஜீவனை வரச்சொல்லி அறிவித்தாள்.

கொழும்பில் பெரிதாகத் திருமணம் செய்ய வேண்டும் என்பது அம்மாவின் விருப்பம். யாழ்ப்பாணத்தில் இருந்த அவர்களது சொந்தக்காரர் நிறையப் பேர் இப்போது கொழும்பில் இருக்கிறார்கள்.

அத்தனை பேரையும் கூப்பிட்டு ஓபரோய் ஹோட்டலில் வைத்து, வடிவாய்ச் செலவழித்துத் திருமணத்தை நடத்த வேண்டும். தங்களின் வசதி பார்த்து அத்தனை பேரும் ஆ... என்று அதிசயிக்க வேண்டும். அதுதான் அம்மாவின் ஆசை.

அம்மாவின் ஆசைக்குக் கலைஜீவனும் மறுப்புச் சொல்ல வில்லை. ஆரவாரப்பட்டுக் கொண்டிருந்த அம்மாவை ஒரு சிரிப்புடன் பார்த்துக் கொண்டிருந்தான்.

வெளிநாட்டு வாசம் கலைஜீவனின் உடம்பில் குளிர்மை யையும் பளபளவென்ற நிறத்தையும் தந்திருந்தது.

அம்மாவுக்கு, சுகந்திக்கு, அவள் கணவனுக்கு... குழந்தை களுக்கென்று நிறையப் பொருள்கள் வாங்கி வந்திருந்தான்.

அவற்றுடன் மலர்விழிக்கென்று தனியாய்ச் சில பொருள்கள் கொண்டு வந்திருந்தான்.

மலர்விழியை நிச்சயம் செய்திருப்பதாக அம்மா சொன்ன பிறகு அவள் மாமாவுடன் தொலைபேசியில் தொடர்புகொண்டு மலர்விழியுடன் கதைக்க விரும்புவதாகச் சொன்னான்.

ஒரு சனிக்கிழமை இரவு அவர் வீட்டில் மலர்விழியுடன் தொலைபேசியில் கதைக்க முடிந்தது.

ஹலோ என்ற போது அவள் திருப்பி ஹலோ சொன்னாளா என்று தெரியவில்லை. அவள் குரலே கேட்கவில்லை.

அவனுக்கும் முதலில் என்ன கதைப்பது என்று தெரியவில்லை.

"யாழ்ப்பாணத்திலிருந்து கப்பலில் வந்தனீங்களாம்" என்றான்.

"ம்"

மெல்லிய குரல் வினாடியில் ஒலித்து மறைந்தது.

"யாழ்ப்பாணத்திலயும் பிரச்சினைதான் என்ன ..."

"ம்"

"இந்தக் கல்யாணத்தில உங்களுக்கு விருப்பம்தானே?"

"ம்"

"என்ன சொல்லுங்கோ ..."

"ஓம்"

"இல்லை ஏதும் இருந்தால் மனம் விட்டுக் கதைக்கலாம்."

அவள் குரல் வரவில்லை.

"என்ன ... ஏதாவது கதையுங்கோவன்"

ஒரு வினாடி பொறுத்து

"இங்கயிருந்து வாறபோது உங்களுக்கு ஏதும் கொண்டு வாறன். என்ன வேணும் சொல்லுங்கோ ..."

"ஊஹூம் ..."

"சரி இனி நேரில் கதைப்பம் வேற என்ன ...

"ம் ..."

அவன் கடைசியாய்

“உங்கட குரலில் ‘ம்’, ‘ம்ஹூம்’ எண்ட இரண்டையும் கேட்கிறதுக்காக இப்ப டெலிபோன் காசு நாலாயிரம் ரூபா கட்டப்போறன்” என்று சிரித்தான்.

அதற்கு அவள் அந்தப் பக்கத்தில் சிரித்தாளா தெரியவில்லை. அந்த ‘ம்’ என்ற குரலின் மென்மையும் நளினமும் அவனுக்கு மிகவும் பிடித்து விட்டது.

நேரில் போய்க் கதைக்கும்போது என்ன செய்வாள் பார்க்கலாம் என்று மனதோடு சிரித்துக் கொண்டான்.

அவன் கொழும்புக்கு வந்த மறுநாளே மலர்விழியின் அப்பாவும் மாமாவும் அவர்கள் வீட்டுக்கு வந்தார்கள்.

அவர்களின் கதையும் இயல்பும் பண்பும் அவனுக்குப் பிடித்துக் கொண்டது. யாழ்ப்பாணத்து நிலைமை பற்றி ஆர்வத்தோடு கேட்டான்.

மலர்விழியின் அப்பாவுக்கு இடம்பெயர்வு பற்றிய பேச்சு வந்ததும் கண்கலங்கிவிட்டது.

“கடவுளே … அந்த நேரத்தை இப்ப நினைச்சாலும் மனம் ஏங்கிப் போகுது. நீர்வேலிக்கு ஆமி வந்திட்டுது. எண்ட உடன் நாங்கள் வெளிக்கிட்டிட்டம். ஊரைவிட்டு வீட்டவிட்டு வெளிக்கிட்டு நாவற்குழியில் வந்தம். அந்தப் பக்கம் பொம்பர் சுத்துது. இந்தப் பக்கம் ஷெல் விழுகுது. அதுக்குள்ள மழை கொட்டுது. கடவுளே எத்தனை வயது போனதுகள் … எத்தனை குழந்தையள் …

“நாங்களும் செய்தியள்மூலம் இதைக் கேள்விப்பட்டு ஏங்கிப் போனம். சனம் எல்லாம் ஒட்டுமொத்தமாய் என்னெண்டு வெளியேறிச்சுதுகள் எப்படி இது சாத்தியப்பட்டது எண்டு எங்களுக்கும் ஒரே பதட்டமாயும் கவலையாயும் இருந்தது.”

“அங்கிருந்து நடந்துதான் வந்தனாங்கள். சாவகச்சேரியில் என்னோட கச்சேரியில முந்தி வேலை செய்த ஒரு சிநேகிதர் வீட்டிலதான் இருந்தனாங்கள். பிறகு போன சித்திரைச் சண்டையோடு திரும்பி வீட்டபோக வேண்டியதாச்சு. அங்க போய் இருந்துதான் பிள்ளையின்ர அலுவலுக்காகத் தாயை என்ர அக்காவையளோட விட்டிட்டுப் பிள்ளையைக் கப்பலில கூட்டிக்கொண்டு வந்தனான். அதுவும் கப்பலில் இடம் எடுக்கப்பட்டபாடு. இவ்வளவு நாளாச்சுது …”

“சரியாய்க் கஷ்டப்பட்டிருப்பீங்கள்”

அவன் அனுதாபத்துடன் சொன்னான்.

நாவலர் வீதியில் தன்னோடு சிறுவயது முதல் பழகி வளர்ந்த நண்பனின் குடும்பத்தவர் பற்றி விசாரித்தான். அந்த நண்பன் இப்போது இந்த உலகில் இல்லாவிட்டாலும் அவன் குடும்பத்தவர் பற்றிய கவலை அவன் குரலில் இருந்தது.

அவர்கள் கிளாலிக்கடல் வழியாக வன்னிக்குப் போய் விட்டதாகச் சொன்னார்.

கலைஜீவன் யாழ்ப்பாணத்துக் கதைகள் அவர்களுடன் கதைப்பது அம்மாவுக்கு அவ்வளவாக பிடிக்கவில்லை. ‘அந்தப் பழைய கதையள் எல்லாம் இப்போது ஏன் கதைக்க வேண்டும்...’ என்று மனதுக்குள் அலுத்துக் கொண்டாள்.

அப்போதுதான் இன்று காலை ஒன்பது மணிக்கு மாமா வீட்டில் பெண் பார்க்கப் போவதாக முடிவு செய்திருந்தார்கள்.

அம்மாவும் சுகந்தியும் கலைஜீவனும் புறப்பட ஆயத்த மானார்கள். அவர்கள் ஓட்டோவில் ஏறிப் புறப்பட்டபோது நேரம் எட்டு ஐம்பதாகிக் கொண்டிருந்தது. மலர்விழிக்குரிய பார்சல் கையில் இருந்தது.

வரிசையான வாகன ஓட்டத்தால் காலி வீதி மூச்சுத் திணறிக் கொண்டிருந்தது.

* * *

கண்ணாடியில் முகம் பார்த்து நெற்றியில் பொட்டு வைத்துக் கொண்டாள் மலர்விழி. மயில் நீலத்தில் மஜந்தா நிறக் கரை போட்ட மைசூர் சில்க் சேலையில் மிகவும் அழகாய் இருந்தாள். எளிமையான அலங்காரம்.

கடைசியாய்க் கண்ணாடியில் பார்த்துக் கொண்டாள். கண்களில் லேசான கவலையும் கலவரமும் இருப்பதை மறைக்க முடியவில்லை.

அறைக்குள் மாமி வந்து அவளைச் சந்தோஷத்துடன் பார்த்தாள்.

“எனக்குப் பயமாயிருக்கு மாமி.”

“ச்சீ... உனக்கு விசர் என்ன பயம்...”

“அப்பிடி ஒரு சம்பவம் நடக்காமலே விட்டிருக்கலாம். எவ்வளவு நிம்மதியாய் இருக்கும்.”

“சரி... நடக்காமல் விட்டிருந்தால் நல்லது தான். இப்ப உது எல்லாம் எவ்வளவு சாதாரணம். விசாரணைக்கெண்டு

எல்லாரையும்தான் பிடிக்கிறாங்கள். கொண்டுபோய் விசாரிச்சிட்டு விடுகினம். இதெல்லாம் பெரிய விஷயமில்லை.

"அதுக்கில்லை மாமி நாங்கள் ஒரு சாதாரணம் எண்டு சொல்லுறம். ஆனா இந்தச் சனங்கள் தேவையில்லாமல் எவ்வளவு கதைக்குங்கள் அதை நினைச்சாத்தான் கவலை."

"சனத்தின்ர கதைக்குப் பயப்பிட முடியுமே... நீ ஒண்டும் யோசிக்காதை..." மாமி வேறு அலுவல் கவனிக்கப் போய்விட்டாள்.

மலர்விழிக்கு மனதுக்குள் குழப்பமாக இருந்தது. என்ன கஷ்டகாலத்துக்கு அப்படி நடந்தது என்று மனம் தவித்தது.

அன்று எவ்வளவோ கஷ்டப்பட்டு யாழ்ப்பாணத்திலிருந்து கப்பலில் திருகோணமலை வந்து அங்கிருந்து கொழும்பிற்கு மாமா வீட்டுக்கு வந்து சேர்ந்த அன்றிரவு வெள்ளைவத்தைப் பகுதி சுற்றி வளைக்கப்பட்டுத் தேடுதல் நடந்தது. அடையாள அட்டையில் யாழ்ப்பாண விலாசம் உள்ள இளம் வயதுக்காரர் அனைவரையும் கைது செய்து கூட்டிப் போனார்கள். மலர்விழியும் அந்த ஐம்பது பேர்களில் ஒருத்தியாக இருந்தாள். மாமா எவ்வளவோ வாதாடியும் அவர்கள் காதில் போட்டுக் கொள்ளவில்லை.

அவளை விடுவிக்க மாமாவும் அப்பாவும் பத்து நாளாக அலைந்து திரிந்தார்கள், பத்து நாள் விசாரணைக்குப் பிறகு அவளுடன் சேர்த்து முப்பது பேரை விடுவித்தார்கள்.

அதன் பிறகுதான் மாமா கலைஜீவனின் அம்மாவுடன் கல்யாணப் பேச்சுக்களைத் தொடர்ந்தார். அவளைக் கைது செய்துகொண்டு போன விஷயத்தை அவர்களிடம் சொல்லத் தேவையில்லை என்று தீர்மானித்தார்கள்.

"ஆராவது அவைக்குச் சொன்னால் எங்களை வேணுமெண்டு மறைச்சு வைச்சிட்டம் எண்டு குறை சொல்லுவினம் சந்தேகப் படுவினம்" என்று அவள் சொன்னாள்.

"இது ஒரு பெரிய விஷயமே இல்லை. பேசாமலிரு..." அவர்கள் அப்படிச் சொல்லி விட்டாலும் அவளுக்கு மனதுக்குள் சமாதானமாகவில்லை. பயம் இருந்தது.

அவர்கள் வந்து வரவேற்பறைக்குள் இருந்த பத்து நிமிடங்களின்பின் மாமி வந்து அவளைக் கூட்டிப் போனாள். அங்கு ஒரு பக்கமாய் இருந்த இருக்கையில் மலர்விழி அமர்ந்து கொண்டாள். மாமி கேக்கும் தேநீரும் கொண்டுவந்து எல்லோருக்கும் கொடுத்தாள். வழமையான பேச்சு வார்த்தைகள்...

அந்தப் பேச்சு வார்த்தைகளின் இடையே ஒரு சந்தர்ப்பத்தில் அவள் ஒரு தடவை நிமிர்ந்தபோது கலைஜீவனின் பார்வையைச் சந்தித்தாள். படத்தில் பார்த்ததைவிட நிறமாக மிடுக்காக இருந்தான். மெதுவாய்ப் பார்வையைத் திரும்பிக் கொண்டாள்.

மலர்விழியுடன் கதைக்கப் போவதாய்க் கலைஜீவன் கேட்டதால் பக்கத்து அறைக்குள் போனார்கள்.

அவன் எதிரே படபடப்பாக இருந்தது மலர்விழிக்கு. அவன் சிறிதுநேரம் எதுவும் பேசவில்லை. தன் முகத்தை லேஞ்சியால் லேசாய்த் துடைத்துக் கொண்டான். தலையைக் கோதிக்கொண்டான். பிறகு அவளைப் பார்த்து இதமாகப் புன்முறுவல் செய்தான்.

எல்லா யோசனைகளும் விலகிப்போக இயல்பாய் ஒரு வெட்கம்வந்து ஒட்டிக் கொண்டது.

அவளது படிப்பைப் பற்றி... அவள் விருப்பங்கள் பற்றிக் கேட்டான். கனடாவில் தன் வேலை பற்றிச் சொன்னான். மூன்று நாலு மாதத்துக்குள் கனடாவுக்குக் கூப்பிடலாம் என்றான்.

“நான்தான் கதைச்சுக் கொண்டிருக்கிறன். நீங்களும் கொஞ்சம் கதையுங்கோவன்” என்று சிரித்தான்.

“சரி... திகதி குறிச்சுப் போட்டு பின்னேரம் நாலு மணி போல சொல்லவாறன் என்ன... போய் வரட்டா...” என்று விடைபெற்றுக் கொண்டான்.

அவர்கள் போன பிறகும் அந்தக் கலகலப்புத் தொடர்ந்து இருந்தது. இப்போது மனதுக்குள் கொஞ்சம் உற்சாகமாக இருந்தது.

எல்லாவற்றையும் அலட்சியமாய் நினைக்கத் தோன்றியது.

“எனக்கு மத்தியானம் கொள்ளுப்பிட்டியில் அலுவல் இருக்கு. அதை முடிச்சுப்போட்டு அவை வீட்டயும் ஒருக்காப் போயிட்டு வாறன்” என்று சொல்லி மாமா வெளியே புறப்பட்டுப் போனார்.

மலர்விழி உடைகளை மாற்றிக் கொண்டு வாசற்பக்கம் வந்து நின்றாள்.

எதிர்வீட்டில் தபால்காரன் வந்து கடிதம் கொடுத்துவிட்டுப் போனான். இளநீர் வண்டியைத் தள்ளிக் கொண்டு ஒரு வயதான கிழவன் தெருவைக் கடந்து போனான். சுள்ளென்ற வெய்யில்...

கலைஜீவனின் பளிச்சென்ற முகமும் சிரிக்கும் கண்களும் மனதில் தோன்றின.

நல்லவன் போலத் தெரிகிறது. கைது செய்து கூட்டிப் போன விஷயத்தைச் சொன்னாலும் புரிந்து கொள்ளக் கூடியவனாய் இருக்கக்கூடும்.

ஆனால்... வெளிநாடுகளில் சொகுசாக வாழ்கின்றவர்களில் எத்தனை பேருக்கு எங்கள் பிரச்சினைகள் விளங்கியிருக்கப் போகின்றன... தினமும் மரணபயத்துடன் வாழ்கின்ற வாழ்க்கை பற்றி எத்தனை பேரால் உணர்ந்துகொள்ள முடிகிறது.

அவள் வாசல் கதவைச் சாத்திவிட்டு உள்ளே வந்தாள். சமையலறையில் மாமிக்கு உதவி செய்தாள்.

மத்தியானம் இரண்டு மணிக்கு மாமா பேயறைந்த முகத்துடன் வந்தார்.

காரணம் புரியாமலே நெஞ்சு தவித்தது.

“நான் இப்ப அங்கயிருந்துதான் வாறன். கொஞ்சம் சிக்கலாய்ப் போச்சுது. பிள்ளையைப் பிடிச்சுக்கொண்டு போய்ப் பத்து நாள் அவங்கள் வைச்சிருந்தது பற்றி ஆரோ எரிச்சல் பிடித்த சனம் அவைக்குச் சொல்லிப் போட்டினம். அந்த மனிசி ஒரேயடியாய்ப் பேசிக் கொண்டிருக்குது.”

“என்னவாம்..? என்ன பேசுறா..?” அப்பா பதறிப் போய்க் கேட்டார்.

“அவங்கள் மலர்விழியை விசாரிக்கக் கொண்டு போன தெண்டு தங்கட சொந்தக்காரர் அறிஞ்சா ஒரு மாதிரி நினைப்பின மாம். எங்கட வீட்டில செய்யிறதுக்குத் தங்களுக்கு இனி விருப்ப மில்லையாம். தாங்கள் வேற இடத்தில பொம்பிளை தேடப் போகினமாம்.”

“தாய் இவ்வளவு சொல்ல மகன் என்ன செய்யுது?” மாமி ஆத்திரத்துடன் கேட்டாள்.

“பெடியன் தலை குனிஞ்சு கொண்டு பேசாமல் இருக்குது. பிறகு என்ன நடந்தது எண்டு கேட்டார். நான் நடந்ததைச் சொன்னனான். பிள்ளையின்ர ஐடெண்ட்ரிக்காட்டில் யாழ்ப்பாண விலாசம் இருந்ததாலதான் கூட்டிப் போய் விசாரிச்சவங்கள் எண்டு விபரமாய்ச் சொன்னனான். பெடியன் அதுக்கு ஒண்டும் சொல்லேலை. தாய்தான் நாங்கள் வேணுமெண்டு சொல்லாமல் மறைச்சுப் போட்டம் எண்டு பேசிக் கொண்டிருக்கிறா. நான் விட்டிட்டு வந்திட்டன். இந்த இடம் போனாப் போகுது. வேற இடம் பார்க்கலாம். இப்ப என்ன வந்தது...”

மலர்விழி விக்கித்துப் போய் நின்றாள்.

எதை நினைத்துப் பயந்தாளோ அது நடந்தே விட்டது. ஏதோ ஒரு சுழல் மனதை அழுத்துவது போலிருந்தது.

கனடா வாழ்வின் ஆசை பட்டென்று அறுந்தது. கலைஜீவ னின் மலர்ச்சியான முகமும் இதமான பார்வையும் ஒரு வினாடி யில் கலைந்து போனது.

ஒரு ஐந்து நிமிடம் செயலற்று நின்றாள். பிறகு இயல்பாக... பாதிப்பு இல்லாதவள் போலப் புத்தகம் புரட்டிக் கொண்டு அமர்ந்து விட்டாள்.

மாலை நாலு மணியும் கடந்து போனது. ஒரு கனமான மௌனம் வீட்டுக்குள் நிலவியது.

நாள் குறிக்கப்பட்டிருந்தால் கலைஜீவன் சொல்ல வந்திருப்பான்.

ஐந்து மணிக்கு மேல் மனம் சோர்ந்தது.

என்ன மனிதர்கள் ... என்ற சலிப்பு வந்தது.

ஆறே கால் மணிக்கு அழைப்பு மணி ஒலித்தது. மாமி கதவைத் திறக்க கலைஜீவன் உள்ளே வந்தான். ஒரு அந்நியனின் வருகை போல் உணர்ந்தாள்.

ஒரு வினாடி அவர்களைப் பார்த்து விட்டு “வாற மாதம் பத்தாம் திகதி நாள் குறிச்சிருக்கு உங்களுக்கும் வசதிதானே” என்றான்.

மலர்விழி சட்டென்று நிமிர்ந்து பார்த்தாள்.

அவள் பார்வையைச் சந்தித்த அவன் மெல்லிய புன்னகையுடன் இருக்கையில் அமர்ந்து கொண்டான். அன்றிரவு கலைஜீவன் தன் நாட்குறிப்பில் இப்படி எழுதினான்.

“யுத்தம் நடக்கின்ற ஒரு மண்ணில் ... அந்த யுத்தத்தின் விளைவால் சுற்றி வளைப்பும் தேடுதலும் கைதுகளும் ஏதும் அசம்பாவிதங்களும் தவிர்க்க முடியாமல் நடந்து விடுகின்றன. எனது மண்ணில் நடக்கும் பிரச்சினைகளின் விளைவுகளுக்கு நானும் பங்காளியாகவே இருக்க விரும்புகிறேன்.

***வீரகேசரி* – 12.01.1997**

இடைவெளி

சில நாட்களாக அவரின் மனநிலை அவ்வளவு சரியில்லாமல் தான் இருந்தது. இந்த எழுபத்திரண்டு வயதில் நிம்மதியில்லாத வாழ்க்கையை அனுபவிக்க வேண்டியிருக்கிறது.

விடிந்திராத அந்த அதிகாலை இருட்டுக்குள் படுக்கையிலிருந்து எழுந்து அமர்ந்து கொண்டார். இந்த வயோதிப காலத்தில் இத்தனை அல்லற்பட நேரிடும் என்று அவர் நினைத்துக்கூடப் பார்த்ததில்லை.

இந்த விடிகாலைப் பொழுதுகள் இப்போதெல்லாம் விரக்தியையும், சலிப்பையுமே தருகின்றன.

இந்த இடப்பெயர்வுக்கு முன்பு குமரபுரத்தில் இருந்த நினைவுகள் தான் குமுறிக்கொண்டு எழுகின்றன. முருகன் கோவிலில் விடிகாலை ஐந்து மணிக்கு அடிக்கப்படும் மணியோசைக்காக மனம் ஏங்குகிறது. அந்த நேரத்துக் காலைப் பொழுதுகள் எத்தனை இனிமையானவை. இந்த ஸ்கந்தபுரத்துக்கு வந்த பிறகு அந்த இனிமை காணாமலே போய் விட்டது. இப்போது மிஞ்சிநிற்பது இருப்புப் பற்றிய நெருக்குதல்களும் எதிர்காலம் பற்றிய பயமும்தான்.

சிறிது நேரம் இருட்டை வெறித்துக் கொண்டிருந்தார். அகலம் குறைந்த அந்த விறாந்தையில் வரிசையாய்ப் படுத்திருந்தவர்கள் இருளில் வரி வடிவமாய்த் தெரிந்தார்கள். காலை நீட்டி அமர்ந்து தன் மெலிந்த முகத்தைக் கைகளால் பரபரவென்று தேய்த்துக் கொண்டார்.

காற்றில் சிறிது வெம்மை இருந்தது. மனதுக்குள்ளும் புழுக்கம் இருந்தது. படுக்கையின் தலைமாட்டுப் பக்கமாய் கையால் தடவி எடுத்த கண்ணாடிப் பை வெறுமையாய்க் கிடந்தது. புகையிலை நேற்றுடன் முடிந்துவிட்டது. மகனிடம் காசு கேட்க முடியாது.

"பொயிலையைச் சாப்பாடு மாதிரிச் சாப்பிடுறியே" என்று பரமு சலிப்போடு முணுமுணுப்பான். மனதுக்கு வேதனையாய் இருக்கும்.

முள்ளு முள்ளாய் வெள்ளை நிறத்தில் தாடி வளர்ந்து முகம் சகித்துக் கொள்ள முடியாதநிலை வந்த பிறகுதான்,

"இந்தா ஐயா காசு, போய் ஷேவ் எடுத்துக் கொள்" என்று காசு தருவான்.

வயதான காலத்தில் ஒவ்வொன்றுக்கும் பிள்ளையிடம் கையேந்தி நிற்பது மிகவும் கொடுமையான விஷயமாகவேபட்டது அவருக்கு.

ஊரில் இருந்தவரை இந்த நிலமை இல்லை. வீட்டுக் காணி முழுக்க நிற்கும் தென்னை, வாழை, மா மரங்களின் வருமானம். கிராமத்தின் மேற்குப் பக்கத்து வயலிலிருந்து வரும் குத்தகை. எல்லாமாகச் சாப்பாட்டுக்கு ஒரு குறையும் இல்லை. என்ன மாதிரியான ராச வாழ்வு.

ஊருக்குள் மதிப்பும் மரியாதையுமாக வாழ்ந்த வாழ்வு. பின்நேரப் பூஜை முடிய முருகன் கோவில் மண்டபத்தில் தனது வயதையொத்தவர்களுடன் இருந்து கதைத்துவிட்டு ஆறுதலாய் வீட்டுக்கு வந்து பாக்கியம் இதமான சூட்டில் தரும் தேத்தண்ணியைக் குடிப்பதில் ஒரு சுகம்.

சிறு கல்வீடும் மண்தலை வாசலுமாய்த் தனது உழைப்பில் உருவாக்கிய இருப்பிடத்தில் வாழ்ந்த வாழ்க்கை எத்தனை இதம்.

பாக்கியம் இறந்த பின்புதானே சமைத்துச் சாப்பிட்டுக் கொண்டிருந்தபோது இவ்வளவு தூரம் மனம் நொந்ததில்லை.

ஒரே மகனான பரமு, மனைவி, மூன்று பிள்ளைகளுடன் கிளிநொச்சியில் கடை நடத்திக்கொண்டு அங்கேயே இருந்து விட்டான். அந்த நேரங்களில் அவருக்குத் தேவையான காசு அவரிடமே இருந்ததால் பரமு அவரைப் பார்க்க வேண்டும் என்ற நிலை இருந்ததில்லை.

போன வருஷம் ஜூலை இருபத்தாறில் ஒரு வெள்ளிக்கிழமை விடிகாலையில் குமரபுரம்விட்டு ஓடிவந்தபோதுகூட அவர் பைக்குள் மூவாயிரம் ரூபாய் காசு இருந்தது.

ஷெல் வந்து விழுகின்ற வேகத்திற்குக் கிளிநொச்சிப் பக்கம் போகமுடியவில்லை. அகப்பட்டதை எடுத்துக் கொண்டு மேற்குப் பக்கமாய்க் குஞ்சுப் பரந்தன்வரை ஓடினார். பிறகு அங்கிருந்து ஸ்கந்தபுரம்வரை நடந்து வந்து சேர்ந்த போதுதான் பரமு அவரைத் தன்னுடன் இருக்கச் செய்தான்.

பரமுவுக்குத் தெரிந்த ஒருவர் மூலம் இந்த இடம் கிடைத்தது. சின்னதாய் கொட்டில் ஒன்று போடும்போது தன்னிடம் இருந்த பணத்தையும் கொடுத்தார். ஒரு அறை... பக்கத்தில் பத்தி இறக்கி சமையல் அறை... முன் பக்கம் விறாந்தை போட்டு மேலே பிளாஸ்டிக் படங்கு போடப்பட்டிருந்தது.

இந்த விறாந்தையின் இடது ஓரம் அவரது இருப்பிடம். இங்கு அவர்களைத் தவிர மருமகளின் தாயும் மூன்று தம்பிமாரும் அக்கா குடும்பத்தவரும் இருந்தார்கள். இந்தச் சின்ன வீட்டுக்குள் எல்லோரும் நெருக்கியடித்துக் கொண்டுதான் இருக்க வேண்டியிருக்கிறது.

இங்கு வந்தும்கூட ஒரு வருடமாகப் போகிறது. இந்த நெருக்கடியான வாழ்வுக்கு மனம் இசைய மறுத்தது. இந்த இடப் பெயர்வு வாழ்வில் எத்தனையோ கஷ்டங்கள்.

ஊரில் சொந்த வீட்டுத் தலைவாசலில் கால்நீட்டிப் படுத்த சுகம் இப்போது இல்லை.

இந்த விறாந்தை ஓரம் விட்டுச் சிறிதும் விலகமுடியாது. வரிசையாய் மருமகளின் தம்பிமார்... அக்காவின் கணவர்... படுத்துக் கொள்வார்கள். மழை பெய்தாலும் துவானத்தில் நனைந்து கொண்டேதான் படுத்துக் கொள்ளவேண்டும்.

பின் காணிக்குள் ஒரு கிணறு இருக்கிறது. அது சமையலுக்கும் குளிப்பதற்கும் பாவிப்பது. அந்தச் சுற்றாடலில் உள்ள சனம் எலலாம் பாவிக்கும் கிணறு. குடி தண்ணீருக்கு ஒரு மைல் போகவேண்டும். இரண்டு பிளாஸ்டிக் கான்களில் தண்ணீர் நிரப்பிச் சைக்கிளின் இருபுறமும் கயிறு கட்டித் தொங்கவிட்டுச் சைக்கிளை உருட்டிக்கொண்டு அவர்தான் தண்ணீர் எடுத்து வருவார்.

வீட்டில் சமையல் முடிந்து சாப்பிட வெகுநேரமாகும். இரவில் அவருக்குச் சோறு சாப்பிட்டால் நெஞ்செரிக்கும். இங்கு இரவிலும் சோற்றுக் குழையல்தான். அதுவும் இரவுச்சமையல் முடிந்து குழந்தைகள் சாப்பிட்டு அவருக்குச் சாப்பாடு வருவதற் கிடையில் வயிற்றுக்குள் பசி கிளம்பி அடங்கிப் போயிருக்கும். வீட்டில் நிறைய ஆட்கள் என்பதால் மருமகளைக் குறை சொல்ல வும் மனம் வருவதில்லை.

ஸ்கந்தபுரம் வந்த பிறகு இரண்டு தரம் மலேரியாக் காய்ச்சல் வந்து படுத்து எழும்பினார். அந்த வாய்க்கசப்பு இப்போதும் முற்றாய் மாறவில்லை. உடம்பு பலவீனத்துடன் இப்போது மனமும் பலவீனமடைந்து கொண்டு வருகிறது.

அதுவும் சமீப நாட்களாய் இந்த வீட்டுக்குத் தான் தேவைப் படாத மனிதனாக ஆகிவிட்டோமோ என்ற சந்தேகம் அவர் மனதில் அடிக்கடி எழுகிறது.

பரமு ஸ்கந்தபுரம் சந்தியில் சிறிய அளவில் கடை போட்டு நடத்திக் கொண்டிருக்கிறான். கடைக்கு ஆட்கள் வராத கோபத்தை யெல்லாம் வீட்டில் வந்து காட்டிக் கொண்டிருப்பான். எல்லாம் இயலாமையில் வருகிற சீறலும் சினப்பும்தான் என்பது அவருக்குத் தெரிகிறது. அவருக்கும் வெறும் கையாய்ப்போன நிலைமை.

ஒவ்வொன்றுக்கும் பரமுவை எதிர்பார்க்க வேண்டியிருக்கிறது. அவன் சலித்துக் கொள்வதைத் தாங்கிக் கொண்டு பேசாமல் நிற்க வேண்டியிருக்கிறது.

பெற்ற பிள்ளை இப்படியென்றால் மருமகள் எப்படி இருக்கக்கூடும்... விடிந்தால் பொழுது இருளும் வரை அவர் தன்னால் இயன்றதை இந்த வீட்டுக்குச் செய்கிறார். சாப்பாடுக்கு தான் பாரமாய் இருப்பதாக இவர்கள் நினைத்துவிடக்கூடாதே என்ற பயம் அவர் மனதின் அடிப்பரப்பில் எந்நேரமும் இருந்து கொண்டேயிருக்கும்.

கடைக்குப் போவது, சந்தைக்குப் போவது, நெல், புளுங்கல் குற்ற மில்லுக்குப் போவது, நல்ல தண்ணீருக்குப் போவது என்று அத்தனையையும் செய்வார். இத்தனை செய்தும் மருமகள் நல்லதாய் இரண்டு வார்த்தை இதமாய்ச் சொன்னதில்லை.

எத்தனையோ பேர் வீட்டில் இருந்தும் அந்த இடத்தில் தான் மட்டும் தனிமைப்படுத்தப்பட்டது போன்ற உணர்வு. மத்தியான நேரம் முற்றத்து வேம்பின் நிழலில் எல்லோரும் கூடிக்கதைக்கும்போது அதில் அவரால் பங்கு கொள்ளமுடியாது.

தன்பாட்டில் தன் அலுவலைப் பார்த்துக் கொண்டிருப்போம் என்று நினைத்தாலும் அதற்கும்கூட சில நேரங்களில் தடங்கல் வந்து விடும்.

ஒவ்வொரு வெள்ளிக்கிழமையும் அவரைப் பாதிக்கும் நாளாய் இருந்தது. குமரபுரத்தில் இருந்த நாள்வரை வெள்ளிக்கிழமை மதியம் பூஜைக்கு முருகன் கோவிலுக்கு அவர் போவது வழக்கம்.

இங்கு வந்தும் பத்து நிமிஷ நடை தூரத்தில் இருக்கும் ஸ்கந்தபுரம் முருகன் கோவிலுக்குப் போய் வருவார், பின் காணிக்குள் இருக்கும் கிணற்றில் வெள்ளிக்கிழமைகளில் தோய்வது என்றால், பெரும்பாடுபட வேண்டியிருக்கும்.

தோய்ந்துவிட்டு விரதத்துக்குச் சமைக்க வேண்டும் என்று காலையிலிருந்தே கிணற்றடி பெண்களால் நிரம்பிவிடும். அவர் துவாயுடன் பதினொரு மணிவரை காவல்நிற்கவேண்டும், "பொம்பிளையள் குளிச்சு முடிஞ்சு போனபிறகு, குளிக்கப் போகலாம் எண்டு அப்புவிட்ட சொல்லு ரமணன்."

மருமகள் பேரனிடம் சொல்லிவிடும் போது சுர்ரென்று மனதுக்குள் கோபம் எழும்.

"குளிக்க வாற பொம்பிளையள் குறுக்குக் கட்டோட இண்டு முழுக்கக் கிணத்தடியில் நிண்டு கதைப்பினம். அதுவரை நான் காவல் நிற்க ஏலுமே.

மனம் சீறும்.

வார்த்தைகளை விழுங்கிக் கொண்டு நிற்பார்.

பொறுக்க முடியாமல், போன வெள்ளிக்கிழமை அவர் விறு விறென்று போய், தன்பாட்டில் குளித்து விட்டு வந்துவிட்டார். செய்யக் கூடாத குற்றம் செய்து விட்டதுபோல அது ஆயிற்று. "பொம்பிளையள் குளிக்கிற நேரம் நீ ஏன் ஐயா அங்க போனனி. கொஞ்சம் பொறுத்துப் போய்க் குளிக்க ஏலாதே."

பரமுவின் குரலில் கோபம் இருந்தது.

"ஏன் உந்த வாய்க்கால் வழிய எல்லாரும் சேர்ந்து குளிக்கேலையே. அதுவும் போக அவை கொஞ்சம் பிந்தியும் போய்ச் சமைக்கலாம். இது பூசை நேரம் பிந்துமே" திருப்பிக் கேட்க நினைத்துக் கேட்காமலே விட்டுவிட்டார்;

அநேகமாய்ச் சந்தைக்கோ கடைக்கோ அவர்தான் போவது வழக்கம். தேங்காய் வாங்கி வந்தால்;

'அய்யோ இந்த முட்டுக்காய்த் தேங்காய் இருபத்தி நாலு ரூபாவே' என்று மருமகள் பதறிப் போவாள்.

சந்தை முழுக்க இப்ப முட்டுக்காய்தான் இருக்கு. செத்தல் தேங்காய் இப்ப சந்தைக்கு வாறேலை... என்று சொன்னாலும் அது ஏற்றுக் கொள்ளப்படமாட்டாது.

சந்தையில் சாமான்கள் வாங்கிக் கொண்டு பதினோரு மணி வெய்யிலுக்குள் நடந்து வந்து, கொடுத்தால், உடனும்

"பழப்புளி வீட்டில இல்லை. போய் வாங்கிக் கொண்டு வாறீங்களே..." என்று மருமகள் கேட்கும்போது சட்டென்று கோபம் வரும். அதை அடக்கிக் கொண்டு "ஏன் மோனை தேவையான சாமான்களை ஒரே தரத்தில் சொல்லி விட்டிருக்கலாமே..." என்றால் மருமகளுக்கும் முகம் மாறி விடும். இரவு பரமு வந்ததும் அது பெரிய பிரச்சனையாகிவிடும்.

"உனக்கு இங்க வேற என்ன வேலை. உதில் இருக்கிற சந்தைக்குப் போய் வாறது கஷ்டமே. சொன்னாச் சொன்ன வேலையைச் செய்யிறதுக்குக் கதை என்ன கதை" என்று பரமு சொல்லும்வரை அந்த முகம் அப்படியே தான் இருக்கும்.

மருமகளின் மறதிக்குணத்தால் ஒரு நாளைக்கு இரண்டு மூன்று தரம்கூடச் சந்தைக்கு நடக்க வேண்டியிருக்கும். ஆனால் கோபித்துக்கொள்ள முடியாது.

பரமுவின் மூத்தவன் பார்த்திபனுக்கு பதினெட்டு வயது, ஏ/எல் படிக்க அக்கராயன் பாடசாலைக்கு போய் வருகிறான். சிநேகிதம் அதிகம். பொழுதுபடும் நேரத்தில் வேலியோர மா மரத்தின் கீழ் நின்று எல்லோருமாய்ச் சிரித்துக் கதைத்துக் கொண்டிருப்பார்கள். அப்படி என்னதான் கதைப்பார்களோ... ரம்பா, மீனா, ரோஜா என்று அவர்கள் வாயில் அடிபடும் பெயர்கள் அவருக்கு அறிமுகமில்லாதவை.

ஒரு நாள் அந்தச் சிநேகிதர்களில் ஒருவனை எங்கேயோ பார்த்த ஞாபகமாய் இருக்கவே "தம்பி எவடம்" என்று கேட்டு விட்டார்.

"முந்தி வட்டக்கச்சி, இப்ப மணியங்குளத்தில இருக்கிறம்." அவன் தயங்கித் தயங்கிச் சொன்னான்.

"வட்டக்கச்சியில எவடம் தம்பி? உம்மட அப்பாக்கு என்ன பேர்? என்ன செய்யிறார்?"

அவர் தொடர்ந்து கேட்க, அவனுக்கு முகம் ஒரு மாதிரி மாறிவிட்டது. அவன் பட்டென்று முகத்தைத் திருப்பிக் கொள்ளப் பார்த்திபன் அவரை முறைத்துப் பார்த்தான்.

அவர்கள் போன பிறகு பார்த்திபன் அவர் மீது பாய்ந்தான். "அப்பு... உனக்கு என்னத்துக்குத் தேவையில்லாத கதை, வாயை மூடிக் கொண்டிருக்கிறதுக்கென்ன"

"நான் என்ன மோனை அப்பிடிக் கேட்டனான். தகப்பனைப் பற்றிக் கேட்டால் பிழையே..." அவருக்கு ஒன்றும் புரியவில்லை.

"அதை நேரகாலமில்லாமல் கேட்கிறதே. அவன்ர தகப்பன் இவையளை விட்டுட்டு வேற ஒரு பொம்பிளையைக் கூட்டிக் கொண்டு மல்லாவியில போய் இருக்கிறார். நீ கேட்டால் அவனுக்கு எப்படி இருக்கும்? தெரிஞ்சு கொண்டு வேணுமெண்டு கேட்டதாய்த்தானே நினைப்பான்.

அவர் திகைப்புடன் "எனக்கு தெரியுமேடாப்பா, நான் சும்மாதான் கேட்டனான்" என்ற போது குரல் கம்மிப் போய் விட்டது.

பரமு வந்து தன் பங்குக்கு "அவன்ர சிநேகிதப் பெடியளிட்ட என்ன விசாரிப்பு உனக்கு. ஊர்க்கதையெல்லாம் உனக் கென்னத்துக்கு ஐயா. வயது போன நேரத்தில் வாயை மூடிக் கொண்டிருக்கிறதுக்கு..." என்ற போது அவருக்குள் மளுக்கென்று என்னவோ உடைந்தது போலிருந்தது.

"வயது போனால் வாயை மூடிக்கொண்டிருக்க வேண்டுமாமே... இது என்ன அநியாயம்..." மனம் ஆறவில்லை.

இன்னும் ஒருநாள் தெரிந்த ஒருவரைப் பார்க்கப் போன இடத்தில் 'மினிதியேட்டர்' வாசலில் பார்த்திபன் சிநேகிதரோடு நிற்பதைப் பார்த்துவிட்டு, அவர் வீட்டில் வந்து சொல்ல இரவு ஒன்பதரைக்கு வீட்டுக்கு வந்தவனைப் பரமு ஒரு பிடி பிடித்து விட்டான்.

"ரீயூசனுக்குக் காசு கட்டிப் படி எண்டு விட அருணாச்சலம் பார்க்கிறியேடா, காசு என்ன மரத்திலயே காய்க்குது..." என்று நல்ல அடி.

அன்றிலிருந்து பார்த்திபன் அவரை விரோதியாகவே பார்க்கத் தொடங்கிவிட்டான்.

"பழசு கோள் மூட்டிக் கொடுக்குது..." என்று அவர் காது கேட்கவே முணுமுணுப்பான்.

அவனுக்கு அடுத்தவள் பதினைந்து வயது – நந்தினி. பின் காணிக்குள் இருக்கிற கிணற்றடியில் குளிப்பதை விட்டு அவள் தன் சிநேகிதிகளுடன் வாய்க்காலில் போய்க் குளிப்பது அவருக்குப் பிடிக்காத ஒன்று.

"ஏன் மோனை கிணத்திலை குளிக்கிறதுக்கு ஏன் வாய்க்கா லுக்குப் போறனி' என்று... அவர் சொன்னது நந்தினிக்குப்

பிடிக்கவில்லை. முகத்தைத் தூக்கி வைத்துக் கொண்டிருப்பாள். தேத்தண்ணி கொண்டு வந்து பக்கத்தில் ‘ணங்’ என்று வைத்து விட்டுப் போவாள்.

சின்னவன் ரமணனுக்கு எட்டு வயது. அவன் மட்டும் அவருடன் சண்டை பிடித்தாலும் சட்டென்று ஒட்டிக் கொள்ளவும் செய்வான்.

அவர் குளிக்கப் போகும் போதெல்லாம் “ஓடு ஓடு அப்புவோட போய் குளிச்சிட்டு வா” என்று தாய் அவனை விரட்டுவாள். அவர்தான் அவனுக்கு அதிகமாய்க் குளிக்க வார்ப்பார். அதிக நேரம் அவருடன் தன் நேரத்தைச் செலவழிப்பவன் அவன்தான். முந்தா நாளுடன் அவனும் அவரை முறைத்துக் கொண்டிருக்கிறான்.

முந்தாநாள் அதிகாலை நிலம் விடியாத இருட்டு நேரம். அவர் எழுந்து முற்றத்து வேம்பின் கீழே மரக்குற்றியில் அமர்ந்து சுருட்டு பிடித்துக் கொண்டிருந்தார். உள்ளே ரமணன் சிணுங்கும் குரல் கேட்டது.

“அம்மா சிச்சி செய்யப் போறன்”

“போய் இருந்திட்டு வாவன்”

“பயமாயிருக்கு நீங்களும் வாங்கோ”

“சரி நட வாறன்”

கதவைத் திறந்து கொண்டு நித்திரைக் கலக்கத்துடன் வெளியே வந்த ரமணன் முற்றத்து இருட்டுக்குள் சுருட்டு நுனியில் சிவப்பு நெருப்புடன் இருந்த அவரைப் பார்த்து பயந்து “ஐயோ அம்மா பேய்...” என்று அலறி அடித்துக் கொண்டு ஓட, ஐந்து நிமிடத்துக்கு வீடு அல்லோல கல்லோலப்பட்டது.

“இருட்டுக்க இருந்து கொண்டு என்னத்துக்கு பிள்ளையைப் பயப்படுத்திறீங்கள்?”

மருமகளின் குற்றச்சாட்டு அவரைச் சுரீலெனத் தாக்கியது.

“பிள்ளை சரியாய்ப் பயந்து போச்சு. காச்சல் வரப்போகுது” பரமுவின் பதறல் மனதை நோக வைத்தது.

தன் பாட்டில் இருந்து சுருட்டுக் குடித்தது எந்தவிதத்தில் பிழையாய்ப் போனது என்று அவருக்குப் புரியவில்லை.

அதற்குப் பிறகு தன்னைப் பயப்படுத்தவே அப்பு மரத்தடியில் இருந்தவர் என்ற நினைப்பில் ரமணன் சிறிது எட்டி நிற்பது போலவே அவர் மனதுக்குப்பட்டது.

தன்னுடைய இயல்புப்படி தான் இருப்பது ஏன் இவர்களுக்கு இசைவாக இல்லாமல் போனது?

யோசித்துப் பார்க்கும்போது இந்த முரண்பாடுகள் மனதுக்குள் ஒரு பயத்தைத் தோற்றுவித்தன.

இவர்களைவிட்டால் வேறு போக்கிடம் இல்லாத தன் அனாதரவான நிலமை அவரது கண்களைக் கலங்க வைத்தது.

இந்த விடிகாலையில் இருந்து கொண்டு தன் நிலைமை பற்றி ஆராய வேண்டிய அவலம் எவ்வளவு துரதிஷ்டமானது என்று நினைக்கையில் 'மனம் தாளமாட்டாமல்' தவித்தது.

எதிரே இருட்டை வெறித்துப் பார்த்தார். வீடு அமைதியாய் இருந்தது. தெருவில் ஓரிருவர் நடந்து போனார்கள். தூரத்தில் ஒரு மோட்டார் சைக்கிள் உறுமும் ஓசை தெளிவாய்க் கேட்டது.

வாய் ஒரு பிடி புகையிலைக்காக ஏங்கியது. கசந்தவாயில் ஊறிய எச்சிலை எழுந்துபோய்த் துப்பி விட்டு மறுபடி வந்து அமர்ந்தார்.

தன்னுடைய இயலாத்தனம், ஆற்றமை எல்லாம் சேர்ந்து அவருக்குள் ஒரு ஆவேசத்தைக் கிளப்பின. அந்த ஆவேசத்தை எந்த வகையில் இவர்களுக்குக் காட்டலாம் என்று ஆராய்ந்தது மனம்.

"காலை பாண் வாங்குவதில் இருந்து எல்லோரும் படுத்த பிறகு படலை கட்டுவதுவரை எத்தனை வேலை இந்த வீட்டுக்குச் செய்கிறேன். இனிமேல் இதில் ஒன்றையுமே நான் செய்யப் போவதில்லை. இந்தத் தீர்மானம் மனதில் விழுந்து இறுகியது; அலைபாய்ந்து கொண்டிருந்த மனம் இந்த முடிவால் சிறிது சமாதானமாகியது.

பெற்று, தூக்கி வளர்த்து எத்தனையோ வருஷங்கள் கண்ணுக்குள் வைத்து வளர்த்த பிள்ளைக்குத் தன்னை வைத்துச் சோறுபோடும் கடமை இல்லையா என்று வீம்பாக நினைத்தது மனம். பிள்ளையிடம் வேலை வாங்கிக் கொண்டுதான் அவனை வளர்த்தேனா என்று புலம்பியது அது.

மெல்ல விடிந்து கொண்டிருந்த நேரம் தன் அலுவல்களைக் கவனித்தார். முகம் கழுவி வந்து விறாந்தை ஓரம் இருந்த தட்டில் திருநீறு அள்ளிப் பூசிக் கொண்டார்.

இன்றைக்குச் சிறிது தூரம் நடந்து கரும்புத்தோட்டம் பிள்ளையார் கோவில்வரை போய் வரலாம் என்ற நினைவு திடுமென மனதில் எழுந்தது.

பத்தியில் உள்ள கயிற்றுக் கொடியில் தொங்கிய நாலு முழ வேட்டியை எடுத்து உதறிக் கட்டிக் கொண்டு தோளில் துவாயையும் போட்டுக் கொண்டு புறப்பட்டார்.

முற்றத்தில் இறங்கி வேப்ப மரத்திற்கு போனபோது பின்னால் ரமணன் ஓடிவந்தான்.

"அப்பு ... அப்பு ..."

"என்ன ..?" நின்று திரும்பினார். "அப்பு ... அம்மா உங்களை நாலு றாத்தல் பாண் வாங்கிக் கொண்டு வரட்டாம். இந்தாங்கோ காசும் பையும்."

"என்னால ஏலாது போ. இவ்வளவு நாளும் நான் வாங்கியது காணாதே. இனி நீங்கள் ஆரும் வாங்கிப் பாருங்கோ. அப்பத்தான் என்ர அருமை தெரியும் ..." சொல்ல நினைத்தார். வாய் சொல்லவில்லை. ஒருகணம் தயங்கி விட்டு காசையும் பையையும் வாங்கிக் கொண்டு சந்திக்கடைக்கு நடந்தார்.

***வெளிச்சம்* – ஆடி 1997**

முற்றுகை

ஐம்பத்திநாலு வயதுக் கிழவனுக்கும் இருபத்தி நாலு வயது இளைஞனுக்கும் நடுவே என்ன சிநேகிதம் இருக்கப்போகிறது ... இப்படித்தான் யாராவது நினைக்கக்கூடும். ஆனால் எனக்கும் இருபத்திநாலு வயது பூவண்ணனுக்கும் இடையே ஆழ்ந்த சிநேகிதம் இருக்கிறது.

கொழும்பில் சனநெரிசலுள்ள காஸ்வேக் வீதியில், ஒரு வீட்டு மேல் மாடியில் முன்பக்க அறை யில் இருவரும் இரண்டு வருடமாகக் குடியிருப்பத னால்தான் இந்த நட்பு ஏற்பட்டது என்றும் சொல்லி விட முடியாது.

ஒரே அறையில் இருந்தாலும் மூன்றே மாதங் களில் சண்டை பிடிக்கத் தொடங்கிய பலபேரை எனக்குத் தெரியும். சண்டை என்று பிடிக்காவிட்டா லும் அன்பு அனுசரணை இல்லாமல் யந்திரம் போல ஒரே அறையில் இருப்பவர்கள் பற்றியும் தெரியும். நினைத்துப் பார்க்கும்போது எனக்கே ஆச்சரியமாகத்தான் இருக்கிறது.

இந்த மெல்லிய உயரமான மென்மையான இயல்புள்ள தயங்கித் தயங்கிக் கதைக்கின்ற பூவண்ணனை இத்தனை தூரம் பிடித்துப் போக என்ன காரணம் ... எனக்கே புரியவில்லை.

கொழும்பில் பத்தடிக்குப் பத்தடியில் ஒரு அறை வாடகைக்கு எடுப்பதில் இருக்கிற சிரமம் எனக்குத் தெரியும், அதுவும் யாழ்ப்பாணத்தில் பிரச்சினைகள் அதிகரிக்க தொடங்கியபின் கொழும்பு தமிழ்ச்சனத்தாலும் நெரிபடுகிறது. வீடுகளுக்கும்

அறைகளுக்கும் இப்போது நினைத்தும் பார்க்க இயலாத அளவுக்கு வாடகைகள் ... முற்பணங்கள். கீழே கடையும் மேலே இரண்டு அறைகளுடனான சிறிய மாடி வீடு இது. கீழே கடையை நடத்திக்கொண்டு மேலே தன் மனைவி இரண்டு குழந்தைகளுடன் ஒரு அறையில் வீட்டுக்காரர் இருந்து கொண்டு, தெருப்பக்க அறையை எனக்கு வாடகைக்குத் தந்திருந்தார்கள்.

நான் நான்கு வருடங்களாக இதில் இருக்கிறேன்.

இரண்டு வருடத்துக்கு முன்பு ஒரு வெள்ளிக்கிழமை. நான் வேலையால் திரும்பி வந்து முகம் கழுவித் தேனீர் போட்டுக் குடித்து விட்டு ஆறுதலாய் இருந்த நேரம்தான் பூவண்ணன் இந்த அறைக்குக் குடிவந்தான்.

வாடகை பகிர்ந்து கொள்ளலாம் என்ற நினைவில் அவனை என்னுடன் இருக்கச் சம்மதித்தேன். முதல் பார்வையிலேயே அவனை எனக்குப் பிடித்துப் போய்விட்டது.

அவனுடைய உடைமைகள் என்று அதிகம் இல்லை, ஒரே ஒரு கருஞ்சிவப்பு நிற சூட்கேஸ் மட்டுமே வைத்திருந்தான். வெள்ளவத்தையில் ஒரு புத்தகக்கடையில் வேலை செய்வதாகச் சொன்னான்.

அவனின் குழந்தைத்தனமான முகத்தையும் மெல்லிய சிரிப்பையும் பார்க்க எனக்கு என் சின்னவனின் ஞாபகம் வந்தது. அந்த வினாடியில் தான் எங்கள் நட்பு துளிர்விட்டது. இந்த இரண்டு வருடத்திலும் ஆழ வேரூன்றியது.

என் மனைவி பிள்ளைகள் முன்பு யாழ்ப்பாணத்தில் இருந்தபோதும் இப்போது வன்னியில் இருக்கிற போதும் அவர்களை நினைத்து ஏங்கிக்கொண்டும் கவலைப்பட்டுக்கொண்டும் இருக்கும் நடுத்தர வயதுக்காரன் நான். வீட்டு நினைவு தரும் கவலைக்கு ஒத்தடம் தடவுவது மாதிரி இருந்தது பூவண்ணனின் நட்பு.

பூவண்ணன் மிக இனிமையான இயல்புள்ளவன் என்பது அவன் முகத்தைப் பார்த்தாலே தெரிந்தது. அவன் இருபத்தி நாலு வயதுக்குரிய துடிதுடிப்புடனும் சுறுசுறுப்புடனும் இருக்க வேண்டியவன். ஆனால் அவன் அப்படி இல்லாதது ஆச்சரியமான விடயம். இந்தக்கால இளைஞர்களின் குணாதிசயங்கள் எதுவும் அவனிடம் இல்லை.

கொழும்பில் பொழுது போக்க எத்தனை இடங்கள் ... எத்தனை விடயங்கள் இருக்கின்றன. அவனுக்கு எதிலும் ஆர்வம் இருந்ததில்லை. குறைந்த பட்சம் காலிமுகக் கடற்கரைக்குக்கூடப்

போனதில்லை. அவன் கடையிலிருந்து திரும்பி வர எட்டு, ஒன்பது மணியாகி விடும். வரும்போதே கடையில் சாப்பிட்டு வந்து விடுவான். குளித்துவிட்டு முன்பக்கம் அரைச்சுவர் வைத்த சிறிய விறாந்தையில் கதிரை போட்டு அமர்ந்து விடுவான்.

முகத்தை அந்த அரைச்சுவரில் பதித்துக் கொண்டு தெருவைப் பார்த்துக் கொண்டிருப்பான். மின் விளக்குகளின் ஒளியில் தெருவே பளிச்சிட்டுக் கொண்டிருக்கும். காஸ் வேக் வீதி பகல் இரவு என்று எல்லா நேரமும் சத்தம் சந்தடி உள்ள தெரு. நெரிசலாய் நடக்கும் மனிதர்களையும் சர் சர்ரென்ற இரைச்சலுடன் தொடராய் நகர்ந்து போகும் வாகனங்களையும் அலுக்காமல் பார்த்துக் கொண்டிருப்பான். முதலாவது மாடியில் இருந்து பார்க்கும்போது ஐந்து லாம்படிச்சந்தி வரை தெரு நீளம் பார்வையில் பதியும். கீழே சாப்பாட்டுக்கடையில் கொத்து ரொட்டி அடிக்கும் சத்தம் இடைவிடாது கேட்கும். நேர் கீழே தெரு ஓரம் தள்ளுவண்டியில் அப்பிள்பழமும் அன்னாசிப்பழமும் விற்கும் பியசேன கிழவன்.

பழங்களின் கலவையான வாசனை மூக்கை நெருடும். அந்த முன்னிரவிலும் சத்தம் சந்தடி அடங்கி விடாத சூழல், உள் அறையில் வீட்டுக்காரரின் தொலைக்காட்சி எந்நேரமும் போட்டபடி இருக்கும். செய்திகளை மட்டுமே அவன் பார்ப்பான். சினிமா பார்ப்பதிலும் அவ்வளவு ஆர்வமில்லை. புத்தகங்கள் மட்டும் தேடித்தேடிப் படிப்பான். அவன் வாசிப்பிலும் தரம் இருக்கும். இருபத்திநாலு வயதில் டாக்டர் எம்.எஸ். உதயமூர்த்தியின் எழுத்துக்களை வாசிக்கும் ஒருவரையும் என் வாழ்வில் இதுவரை நான் சந்தித்ததில்லை. என் மூத்தவன் இந்த இருபத்திநாலு வயதில் கமலஹாசனையும், ரஜினிகாந்தையும் பற்றியே கதைத்துக் கொண்டிருந்திருக்கிறான். பூவண்ணன் என் அறைக்கு வந்த ஒரு மாதத்திலேயே அவன் குணங்கள் பற்றிப் புரிந்துகொள்ள முடிந்தது.

இந்த விறாந்தையில் இருந்து என்னுடன் கதைக்கும் நேரங்களில் தன் சொந்த விடயங்கள் பற்றிச் சொல்லியிருக்கிறான். தன் அப்பா எண்பத்தி மூன்று இனக்கலவரத்தில் அனுராதபுரத்தில் சிங்களக் காடையர்களினால் கொல்லப்பட்டது பற்றி... அம்மா தன்னையும் இரண்டு அண்ணாமாரையும் இரண்டு தங்கைகளையும் வளர்க்கப் பட்டகஷ்டம் பற்றி... தொண்ணூரில் விமானக் குண்டு வீச்சினால் வீடு தரைமட்டமானது பற்றி... உறவினர் வீட்டில் கொக்குவிலில் வாழ்ந்தது பற்றி... சின்னண்ணா மாவீரனாய் ஆனது பற்றி... என்று ஒரு மனித வரலாற்றுக் காலங்களின் சில பகுதிகளை என்னுடன் பகிர்ந்து கொண்டிருக்கிறான்.

எண்பத்தியெட்டில் அண்ணாவை இந்திய ராணுவம் பிடித்துக் கொண்டுபோய் பலாலியில் விட, அங்கிருந்து இலங்கை ராணுவம் பூஸாவுக்குக் கொண்டுபோய் நாலு வருட சிறை வாசம், விதம் விதமான சித்திரவதைகளின் பின் அரைகுறை உயிரில் புத்திபேதலித்த நிலையில் விடுதலை செய்தது பற்றிச் சொன்னபோது அழுதுவிட்டான்.

இவ்வளவுடன் அவனது துயரம் முடியவில்லை. வலிகாம இடப்பெயர்வில் எனது குடும்பம் போலவே அவனது குடும்பமும் கிளிநொச்சிக்கு வர முயற்சித்தது. கிளாலிக் கரையில் நின்றபோது விமானம் குண்டு போட்டதில் அதே இடத்தில் தங்கை உடல் சிதறிப் பலியானாள். கண்முன்னே சிதறியவளை அங்கேயே மண்மூடி அடக்கம் செய்துவிட்டுத் தாய் அழுது கொண்டே மற்ற இரு பிள்ளைகளுடனும் கிளிநொச்சி வந்து உறவினருடன் இருக்கிறாள். இதைக் கடிதம் மூலமே பூவண்ணன் அறிந்து கொண்டான். நாள் கணக்கில் அழுது கொண்டே இருந்தவனை நான் தான் ஒருவாறு தேற்றி எழ வைத்தேன்.

ஒரே மனதுக்கு இத்தனை துன்பங்கள், துயரங்கள் நேரக் கூடும் என்று சத்தியமாய் நான் இதுவரை நினைத்தும் பார்த்ததில்லை. அவனுடைய வீடு மூன்று செத்த வீடுகளைத் தாங்கியிருக்கிறது. இந்தச் சின்னவயதில் இவ்வளவு கவலைகளைச் சுமந்து கொண்டிருக்கிறானே என்ற நினைவு அவன் மீது இன்னும் அன்பு செலுத்தக் காரணமாகியது. இந்த அளவுக்கு நொந்து போயிருப்பவனை என் பிள்ளை மாதிரி நேசித்தேன். பின்னர் ‘சத்ஜய’ இராணுவ நடவடிக்கைகளில் அடுத்த இடப்பெயர்வு. எனது குடும்பம் ஸ்கந்தபுரத்தில் தெரிந்தவர்களின் வீட்டுக் காணியில் கொட்டில் போட்டுக் குடியிருக்க பூவண்ணனின் அம்மாவும் அண்ணாவும் தங்கையும் ஓமந்தையில் ஒரு உறவினர் வீட்டில் இருந்தார்கள்.

பூவண்ணன் தன் செலவுகளைச் சுருக்கிக் கொண்டு அனுப்பும் காசில்தான் அவர்களுடைய சீவியம் நடக்கிறது.

பூவண்ணனுக்கு வாழ்க்கை பற்றிய நல்ல கனவு இருக்கிறது. வறுமையே வாழ்க்கையாய்க் கொண்ட தன் குடும்பத்தை நல்ல நிலைக்குக் கொண்டு வருவது அவனுடைய தீராத ஆசை. அதற்காகவே வெளிநாடு போகும் உத்தேசத்துடன் கொழும்புக்கு வந்திருந்தான். உறவினர்கள் சந்தர்ப்பம் கிடைக்கும்போது தம்முடன் கூப்பிடுவதாகச் சொல்லியிருக்கிறார்கள். அதனால் அதுவரை கொழும்பில் வேலை செய்து கொண்டிருக்கிறான். இந்தப் பிள்ளை எங்காவது போய் உழைத்து நன்றாய் இருக்க வேண்டும் என்று மனதார நான் நினைத்துக் கொள்வேன்.

வன்னிக்குப் போய் வரும் செலவுகளைக் கணக்குப் பார்த்து அவன் தாய் சகோதரர்களைப் போய் பார்க்கவில்லை.

நான் தான் போனமாதம் பொங்கலுடன் வன்னிக்குப் போய் வந்தேன். நான் போகும்போதே ஓமந்தையில் இருக்கும் பூவண்ணனின் தாய் வீட்டுக்குப் போயிருந்தேன். என்னிடம் அவர்களுக்கு கொடுப்பதற்காக இரண்டாயிரம் ரூபா தந்து விட்டிருந்தான். அவர்கள் அந்தச் சிறு கொட்டிலில் இருந்த கோலம் இன்றைக்கும் என் நெஞ்சை அழுத்திக் கொண்டுதான் இருக்கிறது. முப்பது வயதில் வாட்ட சாட்டமாய் ஆனால் புத்தி பேதலித்த நிலையில் முடங்கிப்போய் மண்சுவரைச் சுரண்டியபடி படுத்திருக்கும் அவன் அண்ணாவைப் பார்க்க மனம் கலங்கிப் போனது. ஒரு காலத்தில் எவ்வளவு ஆரோக்கியமாய் இவன் இருந்திருப்பான். இப்போது இந்தக் கோலத்தில்...

கண்ணெதிரே அந்தப் பிள்ளையைப் பார்த்துப் பார்த்து அந்தத் தாய் மனம் என்ன பாடுபடும் என்று நினைத்ததும் என் கண்கள் கசிந்தன. எப்பேர்ப்பட்ட அவலம் அது.

இவர்களைப் பார்த்ததில் பாரமாகிப் போன மனத்துடன் ஸ்கந்தபுரம் போன எனக்கு என் குடும்பத்தவரின் நிலை இன்னும் மனப் பாரத்தைத் தந்தது.

ஒரு சிறு கொட்டிலில் அவர்களின் வாழ்க்கை. நல்ல தண்ணீருக்கு ஒரு மைல் போக வேணும். மூச்சுத் திணறும் அளவுக்கு சன நெருக்கம். மீண்டும் மீண்டும் வரும் காய்ச்சல் மருந்துகள் போதிய அளவு இல்லாத நிலை. பல நெருக்கடிகளுக்கு நடுவே அவர்களின் வாழ்க்கை.

அங்கு நீளம் நீளமாய்ப் போடப்பட்ட கொட்டில்களில் நெருக்கமாய் இருந்து பிள்ளைகள் படிப்பதைப் பார்த்த போது மனம் பகீரென்றது. இந்த மாதிரி இடத்தில் இருந்து எப்படிப் படிப்பது? அந்த வினாடியில்தான் என் குடும்பத்தையும் கொழும்புக்குக் கூட்டிவரும் யோசனை தோன்றியது.

வயது வந்த பிள்ளைகள் வவுனியா தாண்டி வருவதில் இருக்கின்ற சிக்கல்கள் பற்றி யோசித்தேன். எல்லாவற்றையும் சமாளித்து இங்கே வந்து விட்டால் மூத்தவனை வெளிநாட்டுக்கு அனுப்பி விடலாம். மற்றவர்களைக் கொழும்பில் படிக்க வைக்க லாம். சின்னவன் இம்முறை ஏ.எல் எடுக்க வேணும். இங்கு நல்ல டியூசனுக்கு ஒழுங்கு செய்யலாம். யாழ்ப்பாணத்தில் அவனுக்கு முன்பு படிப்பித்த பிரபலமான ஆசிரியர்கள் இப்போது கொழும்பில்தான் இருக்கிறார்கள். எதுக்குமே வவுனியா தாண்டி

வரவேணும். இங்கு எடுக்கும் ஒழுங்குகளைச் செய்து விட்டு, அவர்களைப் புறப்பட்டு வரும்படி கடிதம் எழுதவேணும்.

இதற்கு யாரைப் பிடித்து அலுவல் செய்வது என்று தெரிய வில்லை. கந்தோரில் கணக்காளராய் இருக்கும் குகதாசன் ஏதும் உதவி செய்யக்கூடும். நாளை வெள்ளி அவருடன் கதைத்துப் பார்க்க வேணும்.

இந்த நினைவில் ஒழுங்காய்ச் சாப்பிட முடிவதில்லை. என்ன சமைத்தார்களோ ... என்ன சாப்பிட்டார்களோ ... என்ற யோசனை. இரவுகளில் நித்திரை கொள்ள முடிவதில்லை. வன்னி மீதான படையெடுப்பு என்ற செய்திகள் கேட்டு மனம் கலங்கிக் கொண்டிருந்தது.

ஒரு தடவை புரண்டு படுத்தேன். இரவு பதினொரு மணிக்கு மேலாய் இருக்கும் என்று தோன்றியது. தெருவில் இன்னமும் சந்தடி அடங்கவில்லை. தொம் தொம் என்று பின்னணி அதிர்வுடன் பெரிய சத்தத்தில் பாட்டுக் கேட்டுக் கொண்டிருந்தது.

பூவண்ணன் மேசை விளக்கைப் போட்டுக் கொண்டு ஏதோ எழுதிக்கொண்டிருந்தான். சமீப நாட்களாய் அவனின் வெளிநாடு செல்லும் ஆசை பலவீனமடைந்து வருவதுபோல் தோன்றியது. நாலைந்து லட்சம் அவனுக்காகச் செலவழிக்க யாரும் முன்வரவில்லையோ என்னவோ ... இந்த இரண்டு வருடத்திலும் நாலைந்து இடத்தால் நாலாயிரம் ஐயாயிரம் என்றுதான் அவனுக்கு நாலு தடவைகள் காசு வந்திருக்கிறது. அவ்வளவுடன் அந்த உறவினர்கள் கைவிட்டு விட்டார்களோ தெரியவில்லை. ஆனாலும் பூவண்ணன் ஏதோ ஒரு நம்பிக்கையுடன் காத்திருப்பதாகத்தான் தோன்றுகிறது.

இப்போது இவன் அந்த வெளிநாட்டு உறவினருக்குத் தான் கடிதம் எழுதுகிறானோ அல்லது தன் அம்மாவுக்குத் தான் கடிதம் எழுதுகிறானோ ... அவன் முகத்திலிருந்து எதையும் கண்டு கொள்ள முடியவில்லை. ஆனாலும் ஏதோ படுதீவிரமாக யோசித்துக் கொண்டு எழுதுகிறான். ஏதாவது பத்திரிகைக்குக் கவிதை எழுதுகிறானோ ... கவிதை எழுதுகிறவன் முகத்தில் இத்தனை இறுக்கமும் யோசனையும் இருக்குமா ... சொல்ல முடியாது. யோசனையும் கவலையும் உள்ளவன் தான் கவிதை எழுதுவான். இவன் கவிதைகள் எழுதியும் இருக்கிறான்.

“தம்பி ...” என் குரல் கேட்டுப் பூவண்ணன் திரும்பினான்.

“பதினொரு மணிக்கு மேலாகுது. அப்பிடி என்ன எழுதிறாய் படுக்காமல்”

"இல்லை அண்ணை ஜேர்மனியில் இருக்கிற எங்கட சொந்தக்கார அண்ணைக்கு எப்பிடியும் என்னைக் கெதியாய்க் கூப்பிடச் சொல்லிக் கேட்டு எழுதுறன். நான் வந்து உழைச்சு முழுக்காசும் வட்டியோட தாறன், எப்பிடியும் கூப்பிடுங்கோ எண்டு எழுதிறன்."

எனக்கு அவனைப் பார்க்கப் பாவமாய் இருந்தது.

"எழுதி முடிச்சிட்டன் அண்ணை இந்தா வாறன்."

எழுதிய காகிதத்தை மடித்தான். திடீரென்று வெளியே தட தடவென்று சத்தம் கேட்டது. கதவு இடிபட்டது. அழைப்பு மணி விடாது ஒலித்தது. வெல வெலத்துப் போய் எழுந்தோம்.

"செக் பண்ண வாறாங்கள் போல கிடக்கு."

வீட்டுக்காரரின் குரல் கிசு கிசுப்பாய்க் கேட்டது. இப்படி இரண்டு மூன்று மாதங்களுக்கு ஒரு தடவை வந்து பார்த்து விசாரித்துவிட்டுப் போவது வழக்கம் தான். ஆனால் இன்றைக்கு ஒரு அவசரம் தெரிந்தது.

வீட்டுக்காரர் ஓடிப்போய்க் கதவைத் திறந்தார். பொலீசாரும் ராணுவத்தினருமாய்ப் பத்துப் பேர்வரை உள்ளே வந்தார்கள். அவர்களின் முகங்களில் இறுக்கம். பளிச்சிட்ட மின் விளக்கின் ஒளியில் அவர்களின் முகங்களைப் பார்க்க ஒருவித பயம் மனதில் எழுந்தது.

முன்னால் வந்தவன் நேராகப் பூவண்ணனிடம் வந்து என்ன ஏது என்று எதுவும் கேட்காமல் பளாரென்று அறைந்தான். அந்தச் செய்கையில் அவர்களின் ஆத்திரம் அப்பட்டமாய் தெரிந்தது. தடுமாறி விழப்போன பூவண்ணனை நான் ஓடிப்போய்ப் பிடித்துக் கொண்டேன்.

பூவண்ணனைப் பார்த்து மிக மோசமான வார்த்தைகளில் திட்டினார்கள். ஒவ்வொரு அறைக்கும் போய்ப் பார்த்தார்கள். பூவண்ணனைச் சுவரோரம் தள்ளி நிறுத்தி ஏதோ கேட்டார்கள். கண்கள் தழும்பி நின்ற அவன் பயத்துடன் ஏதோ சொல்வது எனக்குத் தெரிந்தது.

எங்கோ ஒரு தாக்குதலில் இவர்களின் இழப்புப் பெரிதாய் இருந்திருக்க வேண்டும். அதன் பிரதிபலிப்புத்தான் இவர்களின் இந்த ஆவேசம் என்பது புரிந்தது. அறைக்குள் இருந்த எங்கள் உடைமைகளை ஆராய்ந்தார்கள். பூவண்ணனின் சூட்கேஸைக் கவிழ்த்துக் கொட்டினார்கள். அவனை விரோதத்துடன் பார்த்து

"உன்னை விசாரிக்க வேணும் வா" என்றார்கள்.

புத்தகக்கடையில் வேலை செய்யும் ஒரு அப்பாவி அவன் என்று எவ்வளவோ, நான் சொல்லியும் அவர்கள் கேட்டுக் கொள்ளவில்லை. பூவண்ணனைத் தள்ளிக் கொண்டு போனார்கள்.

கீழே நின்ற வானில் அவனைப் போலவே அந்த தெருவில் இருந்த பல இளைஞர்களையும் ஏற்றினார்கள். பின்னால் தாய்மாரின் அழுகை இருளைக் கிழித்துக் கொண்டு அவலமாய்க் கேட்டது. என்ன செய்வது என்று திகைப்பாக இருந்தது. பூவண்ணன் என்னைப் பயத்துடன் பார்த்தான். அதற்குள் வான் கதவு மூடிக்கொள்ள வான் புறப்பட்டுப் போனது. விடிந்ததும் தான் எதையாவது செய்யலாம். மிகுதி இரவு நித்திரையின்றியே கழிந்து போனது.

மிகவும் அதிகாலையில் பக்கத்துக்கடை பொன்னம்பலத்துடன் அருகே இருந்த பொலிஸ் நிலையத்திற்குப் போனேன். மேலும் சிலர் நின்றிருந்தார்கள். யாரையும் உள்ளே அனுமதிக்கவில்லை. விசாரித்து விட்டு அனுப்பி வைப்போம் என்றார்கள். ஏழரை மணிவரை நின்று பார்த்துவிட்டுத் திரும்பினோம். எப்பிடியும் விசாரித்துவிட்டுக் குற்றமில்லை எனக் கண்டால் வீட்டுக்கு அனுப்பி விடுவார்கள் என்று மனதுக்குள் சமாதானம் சொல்லிக் கொண்டேன்.

அறைக்குள் வந்து குளித்து உடைமாற்றி அலுவலகம் போகப் புறப்பட்டேன். கதவைப் பூட்டிக் கொண்டு கீழே இறங்கினேன். பக்கத்து ஒழுங்கை முகப்பில் ஒரு நடுத்தர வயதுப் பெண் தரையில் அமர்ந்து

"நம்ம பிள்ளையை பிடிச்சிட்டு போயிட்டாங்க பாவிங்க..." என்று ஓலமிட்டு அழுது கொண்டிருந்தாள்.

கவலை நெஞ்சை அழுத்தியது. வீதியில் நடந்தேன். தள்ளு வண்டியில் பழங்கள் விற்கும் பியசேன கிழவன் என்னைப் பார்த்துச் சிநேகிதமாய்ச் சிரித்தான்.

இந்தக் கிழவனுக்கு அரசியல் தெரியாது. இவன் மனதில் இன்னமும் இனவாதம் விதைக்கப்படவில்லை. பாவம். அதனால் தான் இப்படிச் சிரிக்கின்றான் என்று நினைக்கத் தோன்றியது.

காலை எட்டே கால் மணிக்கு வீதி விலத்த முடியாத அளவுக்கு நெரிசலாய் இருந்தது. ஆட்களை உரசும் அளவுக்கு நெருக்கமாய் வாகனங்கள் கடந்து போயின. நான் ஐந்து லாம்படிச் சந்தி கடந்து இடப்பக்கமாய்ப் பிரதான வீதியில் நடந்தேன்.

எப்படியும் அலுவலகம் போய்க் கையெழுத்து வைத்து விட்டோ அல்லது லீவு எடுத்துக்கொண்டோ பூவண்ணன் பற்றி

விசாரிக்கப்போக வேணும். அவர்கள் விடுவார்கள் என்றும் நம்பியிருக்க முடியாது.

குகதாசனுக்குத் தெரிந்தவர்கள் யார் மூலமாவது பூவண்ணனை எடுத்துத் தரச் சொல்லிக் கேட்டுப்பார்க்கலாம். அவர் ஏதும் உதவி செய்யக் கூடும். இதே குகதாசன் முன்பு என்றால் ஒரு வித மிடுக்குடன்தான் நடந்து கொள்வார். தன்னிலும் பதவி குறைந்தவர்களுடன் அதிகாரத் தோரணையில்தான் கதைப்பார்.

இப்போது அவரிலும் நிறைய மாற்றம். அவரின் உயர் மட்டப் பதவிகளில் இருக்கும் சிங்களவர்களுடன் இப்போது இயல்பாகப் பழக முடியாத நிலையில் தமிழர்களுடன் பதவி வேறுபாடு காட்டாமல் கதைத்துக் கொள்கிறார். இதுவும் ஒரு வகையில் காலமாற்றம்தான்.

பிரதான வீதியின் அத்தனை புடவைக் கடைகளையும் கடந்து மணிக்கூட்டுச் சந்தி வந்து திரும்பி என் அலுவலகம் அடைந்தேன்.

மனதுக்குள் என் வீடு பற்றிய யோசனைகளையும் மீறிக் கொண்டு பூவண்ணனின் பிரச்சினை ...

அலுவலகத்தில் என்னைச் சுற்றிலும் கலகலப்பும் சிரிப்புமாகத் திரிபவர்களைப் பார்க்க இவர்கள் வேறு ஏதோ உலகத்தில் இருப்பதாகப் பட்டது. சிறிது எரிச்சலாகக்கூட இருந்தது. என்னை மாதிரி கவலை இங்கு எத்தனை பேருக்கு இருக்கிறது? என் அலுவலகத்திலேயே யாருடனும் மனம்விட்டுக்கதைக்க முடியவில்லை. ஒரு அந்நியத் தன்மை இயல்பாய் வந்துவிட்டது.

குகதாசனைத் தேடியபோது இன்று லீவு என்றார்கள். இனித் திங்கள்தான் அவரைப் பார்க்க முடியும்.

எனக்கு இருப்புக் கொள்ளவில்லை. லீவு போட்டு விட்டு மறுபடி வீடு வந்தேன். ஏதும் தகவல் தெரியக் கூடுமோ என்ற எதிர்பார்ப்பு. பூவண்ணனுக்கு அடித்துக் கிடித்து விடுவார்களோ என்ற தவிப்பு. வீட்டுக்காரர் சொன்னார்

“கடைப்பொன்னம்பலம் திரும்பவும் போயிட்டு வந்தவர். பார்க்க ஒருத்தரையும் விடேலையாம். ஆனா பூவண்ணனோட சேர்ந்து அவற்றை பெடியனையும் வேற கொஞ்சப் பெடியளையும் வானில ஏற்றிக் கிருலப்பனைக்குக் கொண்டு போறாங்களாம். இங்க வந்து சொல்லிவிட்டுப் போறார்.”

ஐந்து லாம்படிச் சந்தியில் பிடித்தவனை கிருலப்பனைவரை ஏன் கொண்டு போனார்கள் என்று புரியவில்லை. கிருலப்பனை

போவதானால் இரண்டு பஸ் எடுக்கவேணும். கிருலப்பனைச் சந்தியில் பெரிய சோதனைச்சாவடி. அது கடந்து போக வேணும். அலைச்சல்தான். அந்த அலைச்சலை என் உடம்பு தாங்குமா என்று நான் கவலைப்படவில்லை. உடனும் பஸ் எடுத்து வெள்ளவத்தைக்குப் போனேன். வெள்ளவத்தையில் பூவண்ணன் வேலை செய்த புத்தகக்கடை முதலாளியிடம் அவன் இரண்டு வருடமாய் அங்கு வேலை செய்வதாய்க் கடிதம் வாங்கிக் கொண்டு கிருலப்பனைக்குப் போனேன். சந்தியில் சோதனைச் சாவடியில் அடையாள அட்டை காட்டிப் போக வரிசையாய் நிற்க நேரிட்டது.

சுள்ளென்ற வெயிலில் வேர்வைப் பிசுபிசுப்புடன் நின்றவர்களின் முகத்தில் அலுப்பும் சினமும் தெரிந்தது. ஏதோ ஒரு வகையில் அந்தக் கால யாழ்ப்பாணத்தை எனக்கு நினைவூட்டியது. இவர்களின் அலுப்பும் சினமும் ஒருவகையில் சந்தோசத்தைத் தந்தது. சோதனை முடிந்து வீதியில் சிறிது தூரம் நடந்து அந்தக் கட்டடத்தை நெருங்கினேன்.

வாசலில் விட மறுத்தார்கள். மிகவும் தோரணையுடன் வந்த அதிகாரியிடம் ஆங்கிலத்தில் கதைத்துப் பார்த்தேன், சிங்களத்தில் கதைத்துப் பார்த்தேன். அவன் இளகுவதாய் இல்லை.

"விசாரித்து விட்டு விடுகிறோம். நீ போ" என்று ஆங்கிலத்தில் உறுமினான்.

ஒரு தடவை பூவண்ணனைப் பார்க்க அனுமதிக்கும்படி கெஞ்சினேன். முடியாது என்று மறுத்தான். இன்னொரு பச்சை உடைக்காரன் என் தோள் பிடித்து வெளியே லேசாய்த் தள்ளி விட்டான்.

என் ஐம்பத்திநாலு வயதுக் காலத்தில் இப்படி ஒரு அவமதிப்பை நான் அனுபவித்ததில்லை. என்னால் இனிச் செய்யக்கூடியது எதுவும் இல்லை. மிகுந்த வேதனையுடன் அறைக்குத் திரும்பினேன். இனி பூவண்ணனின் தலைவிதி, இனி அவன் நிலை என்ன ஆகுமோ ... மனதுக்குள் ஒரே கலக்கம்.

சனி, ஞாயிறு முழுவதும் இந்தக் கலக்கத்துடனேயே கழிந்தது. திங்கள் காலை அலுவலகம் புறப்பட்டு, கதவு பூட்டி கீழே இறங்க, கடைப் பொன்னம்பலம் எதிரே வந்தார்.

"அண்ணை என்ர பெடியனை ஓடு எண்டு விட்டிட்டாங்களாம். அவன்தான் வந்து சொன்னான். பூவண்ணனுக்கு ஒரே அடியும் உதையுமாம். இரவு முழுக்க மயக்கத்தில கிடந்தவனாம். சுவரோட மோதி பின் மண்டை உடைஞ்சிட்டுதாம். ரத்தம்

வழியுதெண்டு மருந்துகூடக் கட்டேலையாம். பூவண்ணன் அழுது கொண்டிருக்கிறானாம். தன்னை எப்பிடியும் வெளியில எடுக்கச் சொல்லி உங்களிடம் சொல்லிவிடச் சொன்னவனாம்.”

கடவுளே... என்று பதறிப்போனேன்.

“பூவண்ணனை விசாரிக்க எண்டு வேற எங்காவது கொண்டு போனால் பிறகு எடுக்கிறது கஷ்டம். ஆரையாவது பிடிச்சு அலுவல் பாருங்கோ அண்ணை. ஏதோ என்ர நல்லகாலம் நாலு அடியோட என்ர பிள்ளையை விட்டிட்டாங்கள்.”

அவனின் தலைவிதி என்று இரண்டு நாளாக அந்தப் பிள்ளையை எப்படி விட்டிட்டு இருந்தேன் என்று என் மீதே கோபம் வந்தது. அடிவயிறு காந்தியது, ஏதாவது செய்ய வேணும். உடனே... உடனேயே.

அவசரமாய்ப் படியேறி மறுபடி அறைக்கு வந்து ‘எக்காரணம் கொண்டும் கொழும்புக்கு வரவேண்டாம். ஸ்கந்தபுரத்திலேயே இருக்கவும்’ என்று வீட்டுக்கு கடிதம் எழுதி எடுத்துக் கொண்டு கீழே இறங்கினேன்.

“பூவண்ணனுக்கு சரியான அடியாம். பாவம்” என்று பொன்னம்பலம் நடைபாதையில் நின்று யாருக்கோ சொல்லிக் கொண்டிருந்தார்.

கடவுளே ... அந்தப் பிள்ளைக்குத்தான் எத்தனை சுமை எத்தனை எத்தனை கவலை ...

இப்போது புதிதாய் இந்த அழுத்தமும். இதை உடைத்து எப்பிடியும் என்ன பாடுபட்டும் அந்தப் பிள்ளையை மீட்டு விடவேணும்.

அந்த தாய்க்குப் புத்தி பேதலித்த ஒரு பிள்ளையே இந்த ஜென்மத்துப் போதும்.

நான் குகதாசனைத் தேடி அவசரமாய் ஓடினேன்.

வெளிச்சம் – பங்குனி 1997

அழுவதற்கு நேரமில்லை

சனிக்கிழமை மாலை ஆறுமணி ஐம்பத்தி ரண்டு நிமிடத்துக்கு வேணி என்கின்ற கிருஷ்ண வேணி இறந்து போனாள். நான்கு நாட்களாக அரைகுறை நினைவுடன் இருந்தவள் கொஞ்சம் கொஞ்சமாய் அடங்கிப்போனபோது அவன் பக்கத்தில்தான் இருந்தான். அவனால் ஒன்றுமே செய்யமுடியவில்லை. கடைசி நேரம் கிழிந்த பாயில் படுத்தபடி அவளின் காய்ந்து போன மெலிந்த முகம் மூச்சுக்காகத் தவித்துத் தவித்து அடங்கிக் கொண்டதை அவன் கண்கலங்கப் பார்த்துக்கொண்டேயிருந்தான்.

ஒரு துளி பால் கடைசியாய் அவள் வாயில் விடக்கூட வழி இருக்கவில்லை. எட்டு வருடங்கள் அவனுடன் வாழ்ந்தவளின் மனம் அவன் வேணி... வேணி... என்று கூப்பிட்டதை உணர்ந்து கொள்ள வில்லை. கறுப்பு நிறமென்றாலும் என்ன அழகாய் களையான முகத்துடன் இருப்பாள். ஐந்து தடவை வந்த காய்ச்சல் அவளின் தோற்றத்தையே மாற்றி விட்டது. பக்கத்துக் கொட்டிலில் இருக்கின்ற துரையண்ணைதான் அவள் இறந்துவிட்டதாகச் சொல்லிவிட்டு அவனை இரக்கத்தோடு பார்த்துக் கொண்டு நின்றார்.

ஏனோ தெரியவில்லை ... இது ஒரு எதிர் பார்க்கப்பட்ட மரணம் போலவே அவன் மனது உணர்ந்தது. இப்போது என்ன செய்வது என்ற நினைவு இயல்பாய் எழுந்தது.

பாதி திறந்திருந்த வேணியின் கண்களை மெல்ல மூடிவிட்டு ஒரு பழைய சேலையை அவள் மீது போர்த்தி

விட்டான். துரையண்ணை வேணியின் இரு பாதங்களினது பெரு விரல் களையும் சேர்த்து வெள்ளைத்துணியால் கட்டினார்.

சாகிற வயதா இவளுக்கு ... இருபத்தாறு வயதில் இந்த விதமாய் செத்துப்போக நேர்ந்ததே ... கடவுளே ... கடவுளே என்று உள் மனது அலறியது. வேணிக்குப் பக்கத்தில் ஆறுமாதம் நிரம்பிய கடைசிக் குழந்தை கிழிந்த சேலையில் கைவிரலை வாயில் வைத்துக்கொண்டு நித்திரையாய்க் கிடந்தது. ஆறு வயது ராசு காய்ச்சலுடன் இன்னொருபுறம் படுத்திருந்தான்.

இடி விழுந்தது போல ஏங்கிப்போயிருந்தாள் அம்மா. குடிசைக் கப்புடன் இருந்த அம்மாவின் மடியில் சாய்ந்து கொண்டு நாலு வயது வாணியும் இரண்டு வயது தேவியும் ...

கைவிளக்கின் மெலிந்த வெளிச்சத்தில் அந்தக் குடிசையின் சூழலைப் பார்க்க வயிற்றுக்குள் பிசைந்தது. அம்மாகூடக் குரல் எடுத்து அழவில்லை. அதிக வேதனையில் மனம்கூட இறுகிப்போய் விட்டது.

சத்ஜய நடவடிக்கையில் இடம்பெயர்ந்து வந்த இந்த ஏழெட்டு மாதங்களாக வேணியுடனும் இந்தப் பிள்ளைகளுடனும் படாதபாடு பட்டுவிட்டான். இந்த இடப்பெயர்வால் ஏற்பட்ட அத்தனை பிரச்சனைகளுக்கும் முகம் கொடுக்க வேண்டியிருந்தது.

முன்பு பரந்தனில் இருந்தபோது இத்தனை துன்பம் இருந்ததில்லை. சொந்தமாய் ஒரு குடிசை இருந்தது. முற்றத்தில் ஐந்தாறு தென்னைமரங்கள் நின்றன. வயல் வேலைகளுக்கோ தோட்ட வேலைகளுக்கோ போய் உழைக்க முடிந்தது. இந்த வேலை இல்லாத நாட்களில் திருவையாறு, கனகாம்பிகைக்குளம் என்று தோட்டங்களில்போய் மரக்கறிகள் கட்டி வந்து கிளிநொச்சிச் சந்தையில் விற்கமுடிந்தது.

அன்றைய தினம் ஆனையிறவிலிருந்து பரந்தன் பகுதிகளை நோக்கி வந்து விழுந்து வெடித்த எறிகணைகளின் அதிர்வு தாங்க இயலாமல் வீடு வாசல் விட்டு ஓடி வரும் கூட்டத்தோடு அள்ளுப்பட்டு இந்த ஸ்கந்தபுரத்திற்கு ஓடி வந்தார்கள். இங்கு வந்து இந்த வாய்க்கால் கரையில் சின்னக் கொட்டில் போட்டு இருந்தார்கள். மழைக்காலக் குளிரையும் தாங்கிக் கொண்டு இங்கு தான் குழந்தையும் பிறந்தது. குழந்தை பெற்றவளுக்கு நல்ல சாப்பாடுகூடக் கொடுக்க முடியவில்லை. இந்த இடம் ஒத்துக்கொள்ளவில்லையோ என்னவோ மாறிமாறி வருத்தம்தான்.

அக்கராயன் ஆஸ்பத்திரி வாசலில் நீண்டு கிடந்த வரிசையில் ஒரு நாள் முழுவதும் நின்று வேணி ரத்தம் சோதித்ததில் இரண்டு தடவை மலேரியா என்றார்கள். ஒரு தடவை நெருப்புக்காய்ச்சல்

என்றார்கள். கடைசியாய் ஒரு மாதத்துக்கு முன்னர் மூளை மலேரியா என்றார்கள். ஒரு பனடோல் பத்து ரூபாவுக்கும் வாங்க இயலாத நிலமையில் நோய் மட்டும் தொடர்ந்து வந்து கொண்டேயிருந்தது.

இரண்டு கிழமையாய் வேணி அக்கராயன் ஆஸ்பத்திரியில் கிடந்தாள். கட்டில்கள் எல்லாம் நிரம்பியதால் விறாந்தை ஓரம் பாய் போட்டுப் படுக்க வைத்தார்கள். இளநீயும் குளுக்கோசும் நிறையக் கொடுக்கச்சொன்னார்கள். ஒரு இளநீ முப்பத்தி ஐந்து ரூபா. விலை கேட்டதுமே மனம் சுருண்டு கொண்டது. ஆசையாய் வைத்திருந்த மணிக்கூடு பாதிவிலைக்குப் போனது. நாலு இளநீ வாங்கிக் கொடுத்தான். இருபது ரூபா பெறுமதியான குளுக்கோஸ் பெட்டியை நூற்றி இருபது ரூபா கொடுத்து வாங்க வேண்டியதாயிற்று.

தொடர்ந்து இவைகளைக் கொடுக்க முடியவில்லை. வேணியின் உடல் சருகாய்ப்போனது.

அவனுக்குத்தான் நாய் அலைச்சல். ஆஸ்பத்திரியில் படுத் திருக்கும் வேணியைப் பார்ப்பதா... வீட்டைக் கவனிப்பதா... உழைப்புக்குப் போவதா...

எந்தத் தொழிலையும் ஒழுங்காகச் செய்ய முடியவில்லை, குமரன்தாழ்வுக் காட்டுக்குப் போய் விறகு வெட்டிக் கொத்திப் பிளந்து சைக்கிளில் அடுக்கிக் கொண்டு, வேகாத வெய்யிலுக்குள் வந்தால் நாற்பது ரூபா கேட்பார்கள். முகத்தைத் திருப்பிக் கொள்ள முடியாது. ஐந்து ரூபா அதிகம் போட்டுத் தரச் சொன்னாலும் அதிகம் பேர் தருவதில்லை.

எத்தனையோ நாள் வெள்ளைப்பச்சை அரிசிச்சோறும் முருங்கை இலை வரையுமே சாப்பாடாய் ஆனது. இந்த நிலையில் பிள்ளை பெற்ற உடம்பு காய்ச்சல் வந்த உடம்பு என்று வேணியை எப்படிக் கவனிக்க இயலும்... எதுவுமே செய்ய இயலாத நிலையில் அவள் கொஞ்சம் கொஞ்சமாய்ச் செத்துக் கொண்டு வந்ததை வெறுமனே பார்த்துக் கொண்டிருக்கத்தான் முடிந்தது.

இரண்டு கிழமைக்கு முன்னர் வீட்டுக்குக் கொண்டு போகச் சொல்லி ஆஸ்பத்திரியில் சொல்லி விட்டார்கள். அரைகுறை உணர்வில் இருந்த வேணியை மாட்டுவண்டியில் கிடத்தி வீட்டுக்குக் கொண்டு வந்தார்கள்.

கதைப்பது நின்றுவிட்டது. உடம்போடு தோல் ஒட்டிக் கொண்டது. கன்னத்தின் செழுமை வற்றிவிட்டது. தேசிக்காய் கரைத்து வாயில் விட்டால் கொஞ்சம் குடிப்பாள்.

குழந்தைகளைப் பாக்கும்போது கண்களில் இருந்து கண்ணீர் வழியும், வாய் அசைக்க முயல்வாள். எந்தச் சத்தமும் வராது. மேற் பற்கள் உதட்டை அழுத்திக் கொள்ளும். முகத்தில் சொல்ல முடியாத வேதனை பரவும். அந்தப் பாவனை... அந்தத் தவிப்பு... அவனுக்குள் தாங்க முடியாத இரக்கத்தைத் தோற்றுவிக்கும்.

வேணிக்கு விட்டு விட்டுக் காய்ச்சல் வரும். இது என்ன வருத்தமோ என்று மனம் அலை பாயும். கடவுளே ... என்று பதறும். எந்த நிமிடமும் அவள் உயிர் அடங்கிவிடக்கூடும் என்று அடிக்கடி தோன்றும்.

அம்மாவின் நிலைதான் பரிதாபமாய் மாறியது. வேணியையும் குழந்தைகளையும் பார்த்து கொண்டு ... எங்கேனும் வேலை வேலை என்று அலைகின்ற அவனையும் பார்த்துக் கொண்டு... முழுப் பொறுப்பும் அம்மாவின் தலையில் தான்.

ஏற்கனவே அம்மாவுக்கு ஏராளம் கவலைகள் இருக்கின்றன. வாழ்வில் பல இன்னல்களையும் இழப்புகளையும் சந்தித்தவள்... பாவம்... அவனது குடும்பச் சுமையும் அம்மாவையே அழுத்தியது.

அவள் இப்போது அடங்கிப் போய் விட்டிருந்த வேணியின் முகத்தைப் பார்த்தான். வவுனியா ஆஸ்பத்திரிவரை கொண்டு போயிருந்தால் ஒரு வேளை இவள் பிழைத்திருக்கக் கூடுமோ என்று மனம் தத்தளித்தது.

கண்களில் நீர் திரையிட அவன் முகத்தைத் திருப்பி அம்மாவைப் பார்த்தான். அம்மாவின் கண்களில் இருந்து தன்னிச்சையாய்க் கண்ணீர் வழிந்தது. சேலைத் தலைப்பால் துடைத்துக் கொண்டு எழுந்து அவனிடம் வந்தாள்.

"வேணியின்ர தாய் தகப்பன் வன்னேரிக்குளத்திலயல்லே இருக்கினம். என்னெண்டு அவைக்குச் சொல்லி விடுறது ..."

"வேணியின்ர தமயன் ஆட்கள் அக்கராயன் சந்தியில இருக்கினம் தானே. அவையிட்டச் சொன்னால் போதும். அவர் அங்கால சொல்லி அனுப்புவார்."

"இப்ப ஆர் போய் இவைக்குச் சொல்லுறது."

அம்மா திகைப்புடன் கேட்டாள். அவன் ஒரு வினாடி யோசித்துவிட்டு – "நான்தான் போகவேணும்" என்றான்.

அம்மா எதுவும் பேசவில்லை. ஊரில் என்றால் இந்த நேரம் எத்தனை சனம் வந்திருக்கும். இங்கு சுற்றாடல் எல்லாம் அவ்வளவு பழக்கமில்லாத ஆட்கள். இங்கு வந்த பிறகுதான் துரையண்ணை குடும்பமும் பழக்கமானது. சிலநாட்கள் முன்வரை

இந்த வாய்க்கால்க் கரை நீளத்துக்கு நிறையக் குடிசைகள் இருந்தன. ஷெல் அடி காரணமாகப் பலர் இந்த இடம் விட்டு இன்னும் தூரமாய்ப் போய்விட்டார்கள்.

அவன் குடிசை வாசலில் சாத்தியிருந்த சைக்கிளை எடுத்தான். திடீரென இருளின் அமைதியைக் கிழித்துக் கொண்டு ஷெல் விழுந்து வெடிக்கும் ஓசை... அவன் திடுக்கிட்டு வடக்குப் பக்கம் பார்த்தான்.

ஷெல் விழுந்து வெடித்த சத்தத்தை வைத்துப் பார்க்கும்போது கோணாவிலில் அல்லது முறிப்பில் விழுந்திருக்கக்கூடும் என்று தோன்றியது. சமீப நாட்களாய் இரவு நேரங்களில் ஷெல் அடி அதிகமாய் இருக்கிறது. ஒருதடவை அவர்களையும் கடந்து கூவிக்கொண்டு போய் அக்கராயன் ஆஸ்பத்திரியில் விழுந்து வெடித்திருக்கிறது. அந்தச் சம்பவத்தில் நான்கு பேர் இறந்து போயிருந்தார்கள். எந்த இடம் இலக்கு என்றில்லாமல் எல்லா இடங்களிலும் விழுந்து வெடிக்கும் எறிகணைகள் ...

அவன் சைக்கிளை மிதித்தான். நல்ல நிலவு வெளிச்சம். தெரு செம்மண்ணாய் நீண்டிருந்தது. ஒற்றையடிப் பாதையால் வந்து பிரதான வீதியில் ஏறிய போது வீதி கலகலப்பாய் இருந்தது. கடைகளில் பெட்ரோமாக்ஸ் வெளிச்சம்... புடவைக்கடைகள், கதவுகள் சாத்தப்பட்டுக் கொண்டிருக்கச் சாப்பாட்டுக்கடைகள் சத்தமாய் இருந்தன. நேரம் எட்டரை இருக்கக்கூடும். தெருவில் சனங்களின் நடமாட்டம் அடங்கவில்லை. இவன் முருகன் கோவில் தாண்டியதும் சைக்கிளை வேகமாக மிதித்தான். காற்றின் வெம்மை முகத்தில் மோதியது.

அக்கராயன் சந்திவரை வந்து பாலத்தில் பிரியும் பாதையில் திரும்பி இரண்டாவது காணி வாசலில் போய் நின்றான். சைக்கிள் மணி அடிக்க முற்றத்தில் நின்ற வேணியின் அண்ணா வாசலுக்கு வந்தார்.

நிலவு வெளிச்சத்தில் அவனது கலைந்த கோலம் தெரியக் கலவரத்தோடு பார்த்தார்.

“வேணி ...”

மேலே தொடர்ந்து அவனால் சொல்ல முடியவில்லை. வேணி செத்துப் போனாள் என்ற வார்த்தையை உச்சரிக்க மனம் வரவில்லை. அவருக்கு வினாடியில் விஷயம் புரிந்து விட்டது.

“என்ன ... முடிஞ்சுதோ ...”

அவன் தலையசைத்தான். அங்கு வந்த அவரின் மனைவி அய்யோ என்று கத்தினாள்.

“நீ வீட்ட போ. நான் இரவே போய் ஐயா அம்மாவுக்கு சொல்லிக் காலமை கூட்டி வாறன். வேற ஆருக்குச் சொல்லுறது...”

“மல்லாவியில அக்காவையள் இருக்கினம். புதுக்குடியிருப்பில தம்பி குடும்பம். அவைக்குச் சொல்லி அனுப்பவும் ஏலாது. சொன்னாலும் வரஏலுமோ தெரியாது.”

“சரி. நீ போ. நான் சொல்ல முடிஞ்ச ஆட்களுக்கு சொல்லிப் போட்டு காலமை வாறன்.”

அவன் திரும்பி வரும்போதுதான் திடுமென ஒரு நினைவு மனதில் உறைத்தது. கையில ஒரு சதம் காசும் இல்லை. என்ன செய்வது... நாளைய தேவையை எப்படிச் சமாளிப்பது . . .

ஏனோ அந்த நேரம் இந்திரனின் ஞாபகம் வந்தது. அவனிடம் கடனாகக் கேட்டுப் பார்க்கலாம். அண்ணா சிலையடி வீதியில் திரும்பி இந்திரனின் வீட்டுக்குப் போனபோது நல்ல வேளையாக வாசலில் நின்றான்.

“என்னடா இந்த நேரத்தில . . .”

“வேணி . . .” தயங்கி வார்த்தைகளை விழுங்கினான்.

“என்ன கடுமையே . . .”

“இல்லை. நாளைக்கு எல்லா அலுவலும் பார்க்க வேணும். அதுக்கு ஒரு சதமும் என்னட்ட இல்லை.”

இந்திரன் ஒரு வினாடி விக்கித்துப் போய் நின்று விட்டு அவனைக் கவலையுடன் பார்த்தான்.

“கன காசு வேணுமெல்லே. என்னட்டை அவ்வளவு இல்லை. ஆயிரம் ரூபா தாறன். காலமை அம்பலப்பெருமாள் குளத்துக்கு போய் வாழைக்குலை கட்ட வைச்சிருக்கிற காசு. இந்தா பிடி. நான் காலமை வாறன்.”

காசை வாங்கிக் கொண்டு திரும்பும்போது ஒரே யோசனை. இந்த ஆயிரம் ரூபாவோடு எப்படிச் சமாளிப்பது? வேறு எங்கு போவது? யாரிடம் கேட்பது? கேள்விகள் தலைக்குள் மின்னலாய் வெடித்தன.

வீட்டுக்கு வந்து சேர்ந்தபோது மெலிதான அழுகுரல்களுடன் ஒரு விதமான பரபரப்புத் தெரிந்தது. பத்துப் பேர் வரை நின்றார்கள்.

அம்மா அவனைக் கண்டதும் தலையில் அடித்துக் கொண்டு அழுதாள். அவள் மடியில் ராசு துவண்டு போய்க் கிடந்தான். கையும் காலும் இழுத்து இழுத்துத் துடித்தது.

"என்னம்மா ..." அவன் பதறிப் போய்க் கேட்டான்.

"சரியான காய்ச்சல் காயுது. பிள்ளைக்கு வலிக்குது. உடன் எங்கயாவது கொண்டு போகவேணும்."

அம்மா உரத்த குரலில் அழுதாள். கண் மூடிக்கிடந்த பிள்ளையைப் பார்க்க மனம் பதறியது. அப்படியே வாரி எடுத்துத் தோளில் போட்டு ஒரு கையால் ராசுவை அணைத்துக் கொண்டு சைக்கிளை எடுத்தான்.

"கரும்புத் தோட்டத்துக்குப் பக்கத்தில இருக்கிற டொக்டரிட்ட முதலில காட்டிப் போட்டு வாறன்." காற்றைக் கிழித்துக் கொண்டு வேகமான ஓட்டம். தோளில் முகம் பதித்துக் கிடந்த ராசுவின் அம்மா... அம்மா... என்ற முனகல் நெஞ்சை அறுத்தது.

ஒரு சிறு கூடாரம் போட்டு லாம்பு வெளிச்சத்தில் நோயாளிகளைப் பார்த்துக் கொண்டிருந்த வைத்தியரிடம் பிள்ளையைக் காட்டினான். ஒன்பதரை மணிக்கு மேலானபோதும் இன்னமும் ஆட்கள் இருந்தார்கள். அவனது பதைபதைப்பையும் பிள்ளையின் மயங்கிய நிலையையும் பார்த்து வழிவிட்டார்கள்.

வாங்கில் ராசுவைக் கிடத்தச் சொல்லி வைத்தியர் பார்த்தார்.

"இப்பிடிக் காய்ச்சல் காயுது. ஏன் வைச்சுக் கொண்டு இருந்தனீங்கள்." அவரின் குரலில் சிறிது எரிச்சல் தென்பட்டது.

அவன் பேசாமல் நின்றான்.

"எத்தினை நாளாய்க் காய்ச்சல்?"

"நாலு நாளாய்"

"ரத்தம் சோதிச்சனீங்களே ..."

"இல்லை." தயங்கிச் சொன்னான்.

"என்ன சாப்பாடு குடுத்தனீங்கள்?"

"ஒண்டும் அவன் சாப்பிடுறேலை."

"இளநீ ஏதும்?"

அவன் முகம் வாடப் பேசாமல் நின்றான்.

"நீங்களே பிள்ளையைக் கவனிக்காட்டி என்ன செய்யிறது." அந்த வார்த்தைகள் ஆழமான வலியைத் தந்தன.

"உடனடியாய்க் குளுக்கோஸ் ஏத்தவேணும். ஒரு ரிப் ஏத்த ஐந்நூறு ரூபா ஆகும். என்ன செய்வம் ..."

'திக்'கென்றது. தலை சரிந்து மயக்கத்தில் கிடந்த பிள்ளையைப் பார்க்க நெஞ்சு கலங்கியது.

சட்டைப் பைக்குள் ஆயிரம் ரூபா...

"சரி ஏத்துங்கோ. காசு தாரன்."

உடனே குளுக்கோஸ் ஏற்ற ஏற்பாடு செய்யப்பட்டது. ராசுவின் கையைப் பிடித்துக் கொண்டு அவன் பக்கத்தில் இருந்தான்.

"பிள்ளைக்கு வலிக்குணம் இருக்கு. இரவு இங்க தங்கி நிற்கிறது நல்லது. பிள்ளையின்ர தாயைக் கூட்டி வந்து விடுங்கோ."

அவன் தலைகுனிந்து அமர்ந்திருந்தான். மளுக்கென்று கண்களில் நீர் முட்டியது.

திக்கித்திணறி நடந்ததைச் சொன்னதும் அவரின் முகத்தில் அதிர்ச்சி தெரிந்தது. இப்படியும் ஒரு மனிதனுக்குத் துயரம் நேருமா என்பது போல அவனை மிகுந்த அனுதாபத்துடன் பார்த்தார். ராசுவின் அம்மா அம்மா என்ற முனகல் அவர் மனதையும் நெகிழ வைத்திருக்கக்கூடும்.

பன்னிரண்டு மணிக்கு திரும்பவும் காய்ச்சல் வந்தது. அவர் நித்திரை முகத்துடன் வந்து குளிசை கரைத்துக்கொடுத்தார். மூன்று மணிக்குக் காய்ச்சல் தணிய ராசு நித்திரையாகிப் போனான். மெல்ல விடிகிற நேரம்.

"பிள்ளையை வீட்ட கூட்டிப் போகட்டா?" என்று கேட்டான்.

"ஓம் கொண்டு போங்கோ. இந்த மருந்தைப் பார்த்துக் குடுங்கோ."

அவன் ஆயிரம் ரூபாயை நீட்ட அவர் ஐநூறு மட்டும் எடுத்துக் கொண்டார்.

"குளுக்கோஸ் காசு மட்டும் போதும்."

அவன் ராசுவுடன் வீட்டுக்கு வந்தபோது நன்றாய் விடிந்து விட்டது. நாலைந்து பெண்களுடன் முற்றத்திலிருந்து அம்மா அழுது கொண்டிருந்தாள். வேணி அதே இடத்தில் அசைவில்லாமல் கிடந்தாள். ராசுவை உள்ளே பாயில் கிடத்திவிட்டு வெளியே வந்தான். நிறைய வேலை இருக்கிறது.

முற்றத்தில் சின்னதாய் என்றாலும் ஒரு பந்தல் போட வேண்டும். அதற்குக் கொஞ்சம் தடிகள் எங்காவது எடுக்கவேணும் அவன்தான் எங்காவது போய்த் தேடி வரவேணும்.

துரையண்ணையின் மகனும் அவனுமாய் நாலைந்து இடங்களில் அலைந்து கொஞ்சம் தடிகள் எடுத்து வந்தார்கள். தடிகள் நட்டுக்கொண்டிருந்தபோதே இந்திரனும் வேணியின் தமயனும் வந்து விட்டார்கள். மேலே படங்கு போட்டு நிலத்திலும் படங்கு

விரித்து ஒழுங்கு செய்யக் கொஞ்சம் கொஞ்சமாய் ஆட்கள் சேரத் தொடங்கினார்கள்.

சொந்த ஊரின் ஆட்கள் விஷயம் கேள்விப்பட்டு வந்தார்கள். அவர்களைக் கண்டதும் துக்கம் அதிகரித்தது. அவனின் வீட்டுநிலை பார்த்துத் தமக்குள் காசு சேர்த்தார்கள். வெற்றிலை, பாக்கு, சுருட்டு, கற்பூரம் என்று வாங்கிவந்தார்கள். அவன் தன்னிடமிருந்த ஐநூறு ரூபாவையும் கொடுத்தான். வேணிக்கு மலிந்த விலையில் சேலை வாங்கி வரப்பட்டது.

தேவாரம் பாடி, 'கற்பூரம் கொழுத்தி, வேணியைச் சுடலைக் குக் கொண்டு போவது என்று முடிவு செய்யப்பட்டது. சுடலை யில் எரிப்பதற்கு விறகு ஒழுங்கு செய்ய முடியவில்லை. எல்லா வற்றிற்கும் காசு வேணும். எரிக்காமல் புதைக்கலாம். அதை நினைக்கையில் மனதுக்கு மிகவும் வருத்தமாக இருந்தது. அவன் வருத்தம் பார்த்துவிட்டு இந்திரனும் வேணியின் தமயனும் விறகு வெட்டிச் சுடலையில் போடுவதாய் சொல்லி தம்முடன் நாலு பேரைக் கூட்டிக் கொண்டு போனார்கள்.

பெட்டி வாங்கக் காசு இல்லை. பெட்டியின் விலை பற்றியும் தெரியவில்லை. யாருடன் கதைக்கமுடியும்.

அங்கு வந்தவர்களும் ஒருவித பதட்டத்தில் இருந்தார்கள். இந்த இடத்துக்குச் சமீபமாய் ஒவ்வொரு நாளும் ஷெல் விழுந்து அவர்களைப் பயமுறுத்திக் கொண்டிருந்தது. இங்கும் இருக்க முடியாமல் இன்னொரு இடப்பெயர்வோ ... என்ற ஏக்கம், ஆமி இங்கும் வந்து விடுமோ என்ற கலக்கம். பலபேர் மூட்டை முடிச்சுக்களுடன் ஓடுவதற்கு ஆயத்த நிலையில்தான் இருந்தார்கள். இனியும் கிட்டவாய் ஷெல் விழுந்தால் இன்னும் தூரமாய்ப்போக வேண்டியதுதான். ஒவ்வொருவரும் யோசனையுடனும் கவலை யுடனும் ஒருவித அமைதியின்மையுடனுமே அங்கு நின்றிருந் தார்கள்.

மத்தியானம் தூரத்தில் கிபிர் விமானங்களின் இரைச்சல் கேட்டது. கிளிநொச்சி நகரை அண்டிய பகுதிகளில் குண்டுபோடும் சத்தங்களும் தேய்வாகக் கேட்டன.

அவனுக்கு இன்றைய அலுவல் எந்தப் பிரச்சனையும் இல்லாமல் நடைபெற்று விட வேண்டுமே என்ற கவலை ஏற்பட்டது. கடன் பட்டாவது எட்டுச் செலவும் செய்து விட வேண்டும். அதற்குள் எந்தக்குழப்பமும் வந்துவிடக் கூடாதே என்று மனம் தவித்தது.

குழந்தைகள் அங்கு அழுபவர்களைக் கண்களை விரித்து பார்த்துக் கொண்டிருந்தன.

இழப்பை உணர இயலாத வயது.

மூன்று மணிக்குமேல் பாடை கட்டிப் பச்சைத் தென்னோலையில் வேணியைக் கிடத்திச் சேலையில் சுற்றித் தூக்கிக் கொண்டார்கள். அவன் கொள்ளிக் குடத்துடன் முன்னே நடந்தான். முற்றம் கடந்து வாய்க்கால் சரிவில் இறங்கத் திடீரெனக் கிபிரின் இரைச்சல் மிகச் சமீபமாகக் கேட்டது. பதட்டத்துடன் நிமிர்ந்து பார்த்தார்கள். வெய்யில் பட்டு மின்னியபடி வட்டம் போடும் ராட்சத விமானங்கள் ...

தூக்கிக் கொண்ட பாடையைக் கீழே வைப்பதா ... அப்படியே தோளில் வைத்திருப்பதா ... என்று தடுமாறினார்கள். ஐந்து நிமிடத்தில் விமானங்கள் வடக்குப் பக்கமாய்ப் போய் மறைந்தன.

அவர்கள் வாய்க்கால் கடந்து தெருவில் ஏறிச் சுடலை நோக்கி அவசரமாய் நடந்தார்கள். பத்துப் பதினைந்து பேர் கூடவந்தார்கள். சுடலையில் வேணியை எரித்துவிட்டு வீடு திரும்பித் தலைக்குத் தண்ணீர் ஊற்றிக் கொண்டு முற்றத்துக்கு இவன் வந்த போது இரவு ஏழு மணியாகிவிட்டது. துரையண்ணை வீட்டிலிருந்து வெள்ளை அரிசிச் சோறும் பருப்பும் தக்காளிப்பழக் குழம்பும் வந்திருந்தது. அம்மா இலையில் போட்டுத்தர கொஞ்சம் சாப்பிட்டான்.

ராசுவின் முகம் இப்போது கொஞ்சம் தெளிந்திருந்தது. தேவியும் வாணியும் குழந்தையுடன் குடிசையின் வாயில் பக்கம் இருந்தார்கள். வாசலோடு சிறு கைவிளக்கு மெலிதாய் எரிந்து கொண்டிருந்தது. வேணியைக் கிடத்தியிருந்த இடம்.

அவன் வெளியே வந்து முற்றத்தில் நின்ற பூவரசு மர அடிவேரில் அமர்ந்தான். நல்ல நிலவு. தூரத்துக் குடிசைகளில் மினுக் மினுக்கென்று மங்கலான வெளிச்சம்.

குடிசை வாசலில் குழந்தைகளுக்குப் பக்கத்தில் வந்து அம்மா அமர்ந்தாள். முகம் வீங்கித் தலை கலைந்து கண் சிவந்து கிடந்தது. கை விளக்கின் தீபம் காற்றில் அப்படியும் இப்படியும் அசைந்தது. அவன் நிலவு வெளிச்சத்தில் தெரிந்த மரங்களையும் வாய்க்கால் சரிவையும் வெறித்துப் பார்த்தான். அவ்வளவு நேரமும் அடக்கி வைத்திருந்த துயரம் நெஞ்சுக்குள் புரண்டு கொண்டு எழுந்தது.

அவன் கலியாணம் செய்து கூட்டி வந்த பதினெட்டு வயது வேணி ... அவன் உழைத்துக் கொண்டு வந்து கொடுக்கும் காசில் சிக்கனமாய்க் குடும்பம் நடத்தின வேணி ...

அவனையும் குழந்தைகளையும் அன்பாய்ப் பாசமாய்ப் பார்த்துக் கொண்ட வேணி…

கடைசி நேரத்தில் வருத்தத்தோடும் பசி பட்டினியோடும் போய்விட்ட வேணி… அய்யோ… வேணி… வேணி… என்ர வேணிக் குஞ்சு…

அடிவயிற்றிலிருந்து விம்மல் வெடித்துக் கொண்டு கிளம்பிக் கண்களில் நீராய்த் திரண்டது. அந்தக் கண்ணீர் கன்னத்தில் வழிந்த வினாடி காதை அதிர வைத்த ஷெல் வீச்சு…

மிகச் சமீபத்தில் வந்து விழுந்து வெடிக்கக் குழந்தைகள் திடுக்கிட்டு வீலென்று அலற… அவன் எழுந்து குழந்தைகளிடம் ஓடினான்.

அடுத்தடுத்து ஷெல் வந்து விழ…

இது அண்ணா சிலையடியில…

இது ஆஸ்பத்திரியடியில…

இது மணியங்குளத்தில…

கடவுளே… ஏன் அடிக்கிறாங்களாக்கும்…

ஒவ்வொரு அதிர்வுக்கும் பிள்ளைகள் அலறியடித்துக் கொண்டு அழுதன. தங்கள் தாய் இறந்துகிடந்தபோது கூட அழத் தெரியாத பிள்ளைகள்.

"அப்பா! ஆமிக்காரன் இங்கயும் வரப்போறானாமா?" ராசு திகிலுடன் கேட்க அடுத்த அதிர்வு…

துரையண்ணை ஓடிவந்தார்.

"கிட்டக்கிட்ட அடிக்கிறாங்கள். இங்க இனி இருக்க ஏலாது. வாங்கோ தூரவாய் வன்னேரிக்குளத்துக்குப் போவம். பிள்ளையள் பயந்து அழுதுகள்."

அடுத்த ஒரு மணிநேரத்தில் அம்மாவுடன், குழந்தைகளுடன், உடமைகளுடன் வாய்க்கால் கடந்து தெருவில் போய்க் கொண்டிருந்த ஆட்களுடன் அவனும் சேர்ந்து கொண்டான்.

அணைக்க மனம் வராமல் அவன் விட்டுப் போயிருந்த கைவிளக்கு மட்டும் மெலிந்த சுடருடன் அழுது வடிந்து கொண்டிருந்தது.

***தினக்குரல்* – 24.08.1997**

உறவு

அலுவலகம் விட்டு அவன் வெளியே வந்த போது ஐந்து மணியாகிக் கொண்டிருந்தது. வெய்யில் நன்றாகக் குறைந்திருந்தது. மெலிதாய்க் காற்றுக்கூட வீசியது.

கிளிநொச்சியிலிருந்து இடம்பெயர்ந்து வந்த பிறகு இந்தக் காணிக்குள் நீளம் நீளமாய்க் கொட்டில்கள் போடடப்பட்டு அலுவலகம் இயங்கிக் கொண்டிருந்தது. அரச அலுவலகங்களுக்கும் அவல நிலைதான். இப்போது இன்னொரு கிளிநொச்சியாக ஸ்கந்தபுரம் உருமாறியிருக்கிறது. கிளிநொச்சியிலிருந்து பத்துமைல் உட்புறமாக உள்ள இந்த இடம்கூடப் பாதுகாப்பானதா என்று தெரியவில்லை.

இப்போது இரண்டு நாளாக உளவு விமானம் அடிக்கடி வந்து போகிறது. இன்று காலையிலிருந்தே கிபிர் விமானங்கள் இரண்டு மூன்று தடவைகள் வந்து கிளிநொச்சியைச் சுற்றிக் குண்டுகளைப் போட்டுவிட்டுப் போய்விட்டன. போரின் தீவிரம் மனதை நெருடியது.

அவன் பக்கத்துக் கொட்டிலில் குவிந்திருந்த சைக்கிள்களுக்குள் தனது சைக்கிளை எடுத்துக் கொண்டு வெளியே வந்தான். அலுவலகம் முடிந்த உடனேயே பாதிப்பேர் வீடுகளுக்குப் போய் விட்டார்கள். மீதிப்பேர் கூட்டம் கூட்டமாய் நின்று கதைத்துக் கொண்டிருந்தார்கள். அவனைப் போலவே வீட்டுக்குப் போக அவசரம் காட்டாதவர்கள்.

அவன் சைக்கிளை உருட்டிக்கொண்டு ஒழுங்கையில் இறங்கினான். மணலுக்குள் சைக்கிளை உருட்டிச் செல்வதில் சிரமம் இருந்தது. பகல் முழுவதும் குனிந்து அமர்ந்த நிலையில் வேலை பார்த்ததில் முதுகில் வலித்தது. ஒரே அலுப்பாக இருந்தது. வீட்டுக்குப் போகும் ஆர்வம் கூட இல்லை. முப்பத்திநாலு வயதில் இந்தச் சலிப்பு வந்தது எத்தனை துரதிஸ்டமானது என்று நினைத்துப் பார்த்தான். வீட்டுக்குப் போய் என்னதான் செய்வது . . .

போனதும் முகம் கை கால் கழுவி விட்டு வர அம்மாவோ அக்காவோ அல்லது வாணியோ கொண்டு வந்து தேனீர் தருவார்கள். அதைக்குடித்து விட்டு முற்றத்து மரக்குற்றியில் அமர்ந்து தெருவை வேடிக்கை பார்க்க வேண்டியதுதான். அக்காவின் ஆறுவயது கீதனின் விளையாட்டும் கதையும் சிரிப்பும்தான் ஒரே ஆறுதல், அப்பாவை இழந்த துயரம் புரியாத வயது. விமானக் குண்டு வீச்சில் சிதறிய அப்பாவின் சாவின் கொடூரம் விளங்காத மனது.

மடியில் வந்து அமர்ந்து கொண்டு அவன் முகம் திருப்பி "மாமா . . . வாணிச்சித்தி எனக்குப் பந்து தரமாட்டாவாம், அம்மா எனக்கு இண்டைக்கு அடிச்சவ . . . மாமா நீங்கள் அம்மாவுக்குப் பேசிவிடுங்கோ" என்று வரிசையாய்க் கீதன் தரும் முறைப்பாடுகள் . . .

இவனால்தான் எத்தனையோ கவலைகளை மறக்க முடிகிறது. அவனைவிட்டால் வேறு என்ன சந்தோசம் மிச்சமாய் இருக்கிறது. பொழுது சரிய இந்தியச்செய்தி, வெரித்தாஸ் தமிழ்ப்பணி, பி.பி.சி. தமிழோசை என்று தொடர்ந்து செய்திகளைக் கேட்டுவிட்டு... இடம்பெயர்ந்து ஓடிவந்து அவசரமாய்ப் போட்ட அந்த சிறு வீட்டின் ஒடுக்கமான விறாந்தையில் பாய் விரித்துப் படுக்க வேண்டியதுதான். படுத்தாலும் நித்திரை வராது. நந்தினியின் நினைவு தான் வரும்.

மூன்று வருட மணவாழ்க்கை இவ்வளவு தூரம் கசந்து போய்விட்டதே என்ற ஆற்றாமையினால் மனம் கலங்கும், பொருத்தமற்ற கல்யாணத்தை நடத்தி வைத்த கடவுள் மீது கோபம் வரும். ஆரம்ப நாட்களில் அலுவலகம் முடிந்து வீடு திரும்பும் இந்த நிமிடத்திற்காக எவ்வளவு தூரம் காத்திருப்பான். கிளிநொச்சியில் வேலை விட்டபின் சைக்கிளில் ஒரு மிதி மிதித்தால் பத்து நிமிடத்தில் கனகபுரம் போய் விடலாம். முற்றத்தில் குரோட்டன்ஸ் செடிகள் சூழ்ந்த வீடு. நந்தினி எவ்வளவு சந்தோசமாய் வாசலில் நிற்பாள். இன்றைக்கு எப்படி அவள்

இத்தனை தூரம் மாறிப்போனாள்... பார்க்கப் போனால் அவனது குடும்பத்தைத்தான் அவளுக்குப் பிடிக்காமல் போய்விட்டது எனலாம்.

அநியாயமாய்க் குண்டு வீச்சிற்கு அத்தானை இழந்து விட்ட அக்கா ... கல்யாணத்துக்காகக் காத்து நிற்கும் தங்கை வாணி ... அம்மா ... இவர்களை வைத்துக் கவனிக்கின்ற அவனுடைய கடமை ... இவை அவளுக்குப் பிடிக்கவில்லை. கொஞ்சம் வசதியாய்ச் செல்லமாய் வளர்ந்தவள். தர்மபுரத்தில் வீடு வாசல் வயல் என்று வசதியாய் இருந்தவளால் அவனது சுமைகளை ஏற்றுக்கொள்ள முடியாமற் போய்விட்டது. இதுதான் அவர்களுக்குள் அடிப்படையான பிரச்சினையாக முளைவிட்டது.

நந்தினி அவனுடன் வாழ்ந்த மூன்று வருடங்களிலும் இவர்களை அவள் வருத்தியதே அதிகம். குத்தலும் இளக்காரமுமாய் என்ன வாய் அவளுக்கு... நினைத்தாலே வெறுத்துப் போகிறது. சுயநலமும் அலட்சியமும் அடுத்தவரைத் தூக்கியெறிந்து பேசும் குணமும் அவளுக்கு இயல்பாகவே இருந்தது. அந்தப் பிடிவாதம்... தான் நினைத்ததைச் சாதிக்கும் வீம்பு ... அவர்களிடையே சின்னச்சின்ன விடயங்களிலும் விரிசலையே ஏற்படுத்தியது.

தனியாய்ப் போய் இருக்கவேண்டும் என்று பிடிவாதம் பிடித்தாள். தந்தை இல்லாத நிலையில் அவனையே ஆதாரமாய்ப் பற்றியிருக்கும் குடும்பம். அவனால் இவர்களை விட்டு விலக முடியாது. இங்கே வந்த பிறகு... இந்தக் கரும்புத்தோட்டத்தில் வீடு போட்டு இருந்த பிறகுதான் அவளது பிடிவாதமும் அதிகரித்தது.

ஒவ்வொன்றுக்கும் குற்றம் சொல்லி அம்மாவுடன் சண்டை போட்டாள். அம்மாவின் மனம் நோக அவள் கதைப்பது மனதுக்கு மிகவும் வருத்தமாக இருந்தது. அவளின் வார்த்தைகளுக்கும் அம்மாவின் கண்ணீருக்கும் இடையே அவன்தான் படாதபாடு படவேண்டியதாயிற்று.

இந்த நெருக்கடி வாழ்க்கையை இயல்பாய் அவளால் ஏற்றுக்கொள்ளமுடியவில்லை, நொந்து போன மனங்களின் உணர்வுகளை அவளால் புரிந்து கொள்ள முடியவில்லை.

இந்த வசதியின்மைகளைச் சொல்லிச்சொல்லி ஒவ்வொன்றையும் பெரிதுபடுத்திக்கொண்டு ...

அவனுக்கு கோபமும் எரிச்சலும் திமிறிக்கொண்டு எழுந்தன. கடைசியாய் ஆறு மாதத்திற்கு முன்னால் ஒரு பிரிவு நிரந்தரமாக ஏற்பட்டு விட்டது. அந்தப் பிரிவுக்கு முதல் இரண்டு நாளாய் ஒரே அழுகையும் ஆர்ப்பாட்டமும் ...

"இப்படி என்னால் இருக்க முடியாது. முருகன் கோயிலடிப்பக்கம் ஒரு வீடு இருக்காம். வாங்கோ நாங்கள் அங்க போய் இருப்பம்."

"எண்ணெண்டு நந்தினி அப்பிடிப்போய் இருக்கிறது. இதுகளுக்கு ஆற்ற உதவி ..."

"அப்ப இவைக்கே உழைச்சுக் கொண்டு இருந்திருக்கலாமே. என்னை ஏன் கல்யாணம் செய்தனீங்கள் ..."

அவளின் கோப முகத்தை உறுத்துப் பார்த்தான்.

வருகிற கோபத்திற்கு கையை நீட்டி விடுவோமா என்று கூடப் பயந்தான். இவள் இப்படிக் கதைப்பது அவர்கள் காதில் விழுந்து விடுமோ என்று கவலைப்பட்டான். இவளின் இந்தக் கோபக்குரலை அடக்கிக்கொள்ளும் சக்தி இந்த நான்கு மண் சுவர்களுக்கும் கிடையாது என்பது அவனுக்குத் தெரியும்.

"ஏன் சத்தம் போடுறாய் நந்தினி. மெள்ளக் கதையன். உனக்கு இங்க என்ன பிரச்சினை."

"என்னால் இப்படி இருக்க ஏலாது."

"அதுதான் ஏன் எண்டு கேக்கிறேன்."

"எனக்கு மூச்சடைக்கிற மாதிரி இருக்கு."

"உனக்கு மட்டுமில்லை. இங்க எல்லாற்ற வாழ்க்கையும் இப்பிடித்தான் இருக்கு."

"அதெல்லாம் எனக்குத் தெரியாது. எங்காவது வீடு எடுத்துத் தனியப் போய் இருப்பம். இல்லாட்டி நான் தர்மபுரம் போறன்."

"பின்ன போ" என்று சுள்ளென்று சொன்னான். மறுநாள் நந்தினி அழுத அழுகையில் அம்மாவும் அக்காவும் பதறிப் போனார்கள்.

"அவளைத் தர்மபுரத்திற்கு போ எண்டு சொன்னாயாம்..."

"பின்ன என்ன செய்யிறது."

"பேசாமல் இரடா. நீயே எல்லாத்தையும் பெரிசாக்கிப் போடுவாய்" என்று அதட்டினார்கள்.

அன்று முழுவதும் நந்தினி சாப்பிடவில்லை. முகத்தைத் தூக்கி வைத்துக்கொண்டிருந்தாள். அம்மாவும் அக்காவும் எவ்வளவு கெஞ்சிக்கேட்டும் அவள் சாப்பிடவில்லை.

மறுநாள் அதிகாலை தன் உடுப்புக்களை எடுத்துக்கொண்டு கரும்புத்தோட்டத்திலிருந்து ஸ்கந்தபுரம் பஸ் நிலையம்வரை நடந்தே போனாள். காலையில் ஏழரை மணிக்கு ஒரு பஸ் புதுக்குடியிருப்புக்குப் போகும். அதில் போனால் தர்மபுரத்தில் அவள் வீட்டுக்கு அருகிலேயே இறங்கிக் கொள்ளலாம்.

நந்தினி புறப்படும்போது அம்மா எத்தனை கெஞ்சினாள். அவனுக்கு வந்த கோபத்தில் அவளுக்கு நாலு அறை கொடுக்க லாமா என்றிருந்தது. அவன் பேசாமலே இருந்து விட்டான். ஒரு நல்ல பெண்ணை தெரிவு செய்ய முடியாமற் போய்விட்டதே என்று மனம் மிகவும் நொந்து போய்விட்டது.

அம்மாவும் அக்காவும் எத்தனை தூரம் அழுதார்கள். அவனது நிலையைப் பார்க்க அவர்களுக்குத் தாங்கவில்லை.

"நீ போய் நந்தினியைக் கூட்டி வா தம்பி. தனியாய் ஒரு வீடு பார்த்து ரெண்டு பேரும் இருங்கோ. நாங்கள் எப்படியோ சமாளிச்சுக் கொள்ளுவம். நாலு பேருக்குத் தெரிஞ்சா மரியாதை இல்ல தம்பி. உன்ர வாழ்வு வீணாய்ப்போகக்கூடாது. போய்க் கூட்டி வா."

அம்மா அவனிடம் எத்தனையோ தடவைகள் கெஞ்சி அழுதாள். அவன் போகவில்லை. அவளின் செய்கையை நினைத்து அத்தனை கோபமும் எரிச்சலும்...

"ஏதோ நடக்கிறபடி நடக்கட்டும். அதுக்காக அவளைப் போய்க் கெஞ்சிக் கொண்டிருக்க முடியாது." என்று சொல்லி விட்டான். அவளோடு வாழ்ந்தவரை போதும் என்றாகி விட்டது.

மனம் வெறுத்துப் போயிற்று. ஆறுமாதமாய் அத்தனை பிடிவாதமாய் அவள் இருந்தது அவன் மனதை இன்னமும் இறுக்கி விட்டது. இந்த வேதனையும் வெறுமையும் அவனுக்குக் கிடைத்த பலன் என்ற அளவில் மனதைத் தேற்ற முயன்றான. அவளின் வார்த்தைகளில் வதைபட அவன் இனியும் தயாராக இல்லை. போனால் போகட்டும். தேடிப் போகப் போவதில்லை. மணல் ஒழுங்கை முடியும்வரை சைக்கிளை உருட்டிக் கொண்டுபோய் அப்பால் செம்மண் பாதையில் சைக்கிளில் ஏறி மிதித்தான். மாலை நேரத்தெரு பரபரப்பாய் நெரிசலாய் இருந்தது. வேர்த்து வடிகின்ற... களைப்பான... கவலையான முகங்கள். அவனைப் போலவே.

கலைந்த தலையும் புழுதி படிந்த முகமுமாய் வீட்டுக்கு வந்து முகம் கழுவித் தேனீர் குடித்து முற்றத்து மரக்குற்றியில் அமர்ந்து கொண்டான். கீதனின் விளையாட்டும் சிரிப்பும்

மனதைச் சிறிது லேசாக்கியது. தெருவில் சனங்களின் நடமாட்டம் அதிகமாயிருந்தது. தெருவின் எதிர்பக்கப் பெட்டிக்கடை வாசலில் சிறுகூட்டம் . . .

“ரெண்டு நாளாய் பொம்மர் பறக்குதல்லே. ஷெல் அடிப்பாங்கள் எண்ட பயத்தில முறிப்பு சனங்கள் எல்லாம் வெளிக்கிட்டு வருகுதுகளாம். இண்டைக்கும் வந்து எங்க கொட்டி னாங்களோ தெரியேலை. பெரிய சண்டை தொடங்கப்போகுது போல கிடக்கு.”

அம்மா வடதிசை பார்த்துச் சொல்லிப் பெருமூச்சு விட்டாள். அப்போதுதான் சர்ரென்ற இரைச்சலுடன் அவர்கள் காணி வாசலில் ஒரு மோட்டார் சைக்கிள் வந்து நின்றது.

அதிலிருந்து இறங்கி வந்தவன் காந்தன்.

நந்தினியின் ஒன்று விட்ட தம்பி. அவனைக் கண்டதும் விருட்டென்று எழுந்து வாசலுக்குப் போனான்.

“என்ன காந்தன் இந்த நேரத்தில . . .”

“அத்தான் . . .”

“என்ன காந்தன் . . .”

நெஞ்சுக்குள் லேசான கலவரம் . . .

“கிபீர் வந்து சித்தப்பா வீட்டுக்கு மேலே குண்டு போட்டிட்டுது. நந்தினி அக்காவுக்குக் காயம்.”

கடவுளே என்று அம்மா பதறினாள்.

“புதுக்குடியிருப்பு ஆஸ்பத்திரிக்கு நந்தினி அக்காவை கொண்டு போயிட்டினம். தோளிலயும் கையிலயும் காயம். நான் உங்களுக்கு சொல்ல ஓடியாறன்.”

அந்தச் செய்தியில் மனம் அதிரத்தான் செய்தது.

“நாலு பேர் செத்திட்டினம். சுத்தி எல்லா இடமும் கருகிப் போய்க் கிடக்கு. சித்தப்பாக்கும் சின்னக்காயம். போகிற போக்கில குண்டைப் போட்டிட்டுப் போயிட்டாங்கள்.”

அம்மா அக்காவிடம் திரும்பி –

“தம்பியின்ர உடுப்புக்களை எடுத்து பையில குடுத்து விடு பிள்ளை. தம்பி கெதியாய் வெளிக்கிடு” என்று அவரசப்பட்டாள்.

“ஓம் அத்தான் கெதியாய் வாங்கோ, பொழுது படக்கு முதல் இரணைமடு குளக்கட்டைக் கடந்திட வேண்டும்.”

அடுத்த ஐந்தாவது நிமிடம் அவனையும் சுமந்து கொண்டு மோட்டார் சைக்கிள் விரைந்தது.

இரவு பத்து மணிக்குப் புதுக்குடியிருப்பு ஆஸ்பத்திரியை அடையும் வரை அவன் நெஞ்சு தவித்துக் கொண்டிருந்தது.

முதலில் ஆஸ்பத்திரிக்கு உள்ளே அனுமதிக்க மறுத்துப் பின் அவன் நிலைமையைப் பார்த்து இரக்கத்தோடு அனுமதித்தார்கள். விறாந்தை நிலத்தில் பாய் போட்டு நெருக்கமாய்ப் படுத்திருந்தவர் களைக் கடந்து உள்ளே போனான். இரவின் அமைதியைக் கலைத்தபடி முனகலும் சிணுங்கலும் ...

மூலைக்கட்டிலில் தோள், கை, கால்களில் வெள்ளை நிறக் கட்டுக்களுடன் நந்தினி படுத்திருந்தாள். பக்கத்தில் நின்ற அவள் அம்மா அவனைக்கண்டதும் அழத்தொடங்கினாள்.

நெஞ்சில் சில்லிட்ட உணர்வுடன் நந்தினியின் கையைப் பிடித்து “நந்தினி ...” என்றான்.

வேதனை படிந்திருந்த அவள் முகத்தை கலவரத்துடன் பார்த்து மீண்டும் “நந்தினி ...” என்றான்.

லேசான தலைவலி கூடத் தாங்க மாட்டாளே ... அவனுக்கு நெஞ்சை அடைத்துக்கொண்டு வந்தது.

மெல்லிய முனகலோடு கண்விழித்த நந்தினி அவனை உணர்ந்ததும் கண்களில் நீர் பொங்க எழ முயற்சித்தாள். அவனால் தாங்க முடியவில்லை.

“பயப்பிடாத நந்தினி, உனக்கு சுகம் வந்திடும், நான் உனக்கு பக்கத்திலேயே இருக்கிறன். நீ ஒண்டுக்கும் பயப்பிடாத ...”

அவள் கையை பரிவோடு ஆதரவுடன் அழுத்தினான்.

***ஈழநாடு* – 22.05.1998**

பாதை

திட்டம் போட்டபடி எல்லா ஒழுங்கும் செய்தாகி விட்டது.

மணவறை தகரப்பந்தலுக்கு முற்பணம் கொடுத்து விட்டாள். நூறு நாற்காலிகளுக்கு ஏற்பாடு செய்தாயிற்று. சமையலுக்கும் இரண்டு பேருக்குச் சொல்லி வைத்தாயிற்று. பொன்னுத்துரை கிழவனிடம் ஒரு வண்டில் விறகு ஏற்பாடு செய் தாயிற்று. இன்னும் ஏதாவது மிச்சமாய் இருக்கிறதா என்று யோசித்துப் பார்த்தாள்.

பலகாரத்துக்கும் சமையலுக்கும்தான் இனிச் சாமான்கள் வாங்க வேண்டும். அதற்கும் பட்டியல் போட்டு வைத்திருக்கிறாள். ஏதாவது நாலுவகைப் பலகாரம் போதும். ஒரு நூறுபேர் வரைதான் கல்யாணத்திற்கு வரக்கூடும். சங்க ஆட்கள் ஐம்பது பேர்வரை வருவார்கள். மற்றும்படி சொந்தக்காரர்கள் எல்லோரும் ஆளுக்கொரு திசையில் சிதறிப்போய் விட்டார்கள். அவர்களை எல்லாம் தேடிப் போய்ச் சொல்ல அவகாசம் இல்லை.

இந்த நெருக்கடியான நேரத்தில் ஆடம்பரமாகக் கல்யாணம் செய்வது அநியாயமாய்த் தோன்றியது.

மேளம் தேவையில்லை. வீடியோ தேவையில்லை. புகைப்படம் எடுக்கக் கவிதன் வருவதாகச் சொல்லி யிருக்கிறான். இனி மணவறைக்குக் கட்ட ஒரு காஞ்சிபுரம் சேலைதான் வாங்க வேண்டும். அதைக்கூடக் குறைந்த விலையில் எளிமையாய் வாங்கிக் கொள்ளலாம்.

பவானி கையில் உள்ள பணத்தை எண்ணிப் பார்த்தாள். ஆரம்பச் செலவுகளுக்குப் போதும், மற்றப்பணம் ஒழுங்காகக் குறிப்பிட்ட நாளுக்குள் வந்து சேர வேண்டுமே என்று கவலையாக இருந்தது.

இருபத்திநாலு வயதில் கல்யாணம் என்றால் மனதில் உற்சாகமோ துள்ளலோ இருக்கக்கூடும். முப்பத்திநாலு வயதில் கல்யாணத்தை எதிர்கொள்வதில் எந்த உற்சாகமும் கொள்ள முடியவில்லை. எந்நேரமும் மனதில் யோசனையும் கவலையும் தான்... மாப்பிள்ளையின் முகத்தைக்கூட நினைவுக்குக் கொண்டு வரமுடியாத அளவுக்கு அலைச்சலும் வேலைகளின் சுமைகளும் அவளை அழுத்திக் கொண்டிருந்தன.

எல்லாவற்றுக்கும் அவள்தான் அலைய வேண்டியிருந்தது. மணவறைப்பந்தலுக்குக் கல்யாணப் பெண்ணே வந்து ஒப்பந்தம் செய்து போனதை அவன் முன்பு அறிந்திருக்கமாட்டான். அதுதான் அன்று அதிசயமாய்ப் பார்த்தானோ தெரியவில்லை.

வீட்டுத்தேவைகளுக்கு மட்டுமல்ல புறத் தேவைகளுக்கும் அவளே முகம் கொடுக்க வேண்டியிருக்கிறது. அப்பாவினால் எதுவும் செய்ய முடியாதநிலை. ஏழெட்டு வருடங்களாக ஒரு பக்கக் கையும் காலும் இழுத்துப் போய், படுக்கையில் படுத்திருக்கிறார். இந்த இடப்பெயர்வுக்கு முன்பு பரந்தனில் இருந்தவர்கள். சண்டையின்போது அப்பாவைக் கூட்டிவரத்தான் சரியாய்ப் சிரமப்பட்டுவிட்டார்கள். அம்மாவும் அவளுமாய் அவரை இரு பக்கமும் தாங்கிச் சுமந்து கொண்டுதான் கூட்டிவந்தார்கள். பூநகரி வீதியில் ஏறி ஒரு மாட்டுவண்டியை மறித்து அவரை ஏற்றி உருத்திரபுரம்வரை கொண்டு வந்து சேர்ந்தார்கள். அங்கு தெரிந்தவர்கள் வீட்டில் அப்பாவையும் அம்மாவையும் விட்டு விட்டுப் பக்கத்து வீட்டு ஆட்களுடன் மறுநாள் திரும்பவும் வீட்டுப்பக்கம் போனாள். அதிர்ந்த சத்தங்களுக்கிடையே அவசியமான பொருட்களைச் சைக்கிளில் கட்டிக்கொண்டு வந்தாள். மறுபடி ஊருக்குள் போக முடியவில்லை.

ஒரு வாரத்தின் பின் உருத்திரபுரத்திலும் இருக்க முடியாத நிலையில் ஸ்கந்தபுரம் வந்தார்கள். இங்கே தெரிந்த ஆட்களின் காணிக்குள் ஒரு சிறு வீடு போட்டு இருக்கிறார்கள். இந்த வீடு போடத் தடிகளிலிருந்து கிடுகு வரை வாங்க அவள் தான் ஓடித்திரிய வேண்டியதாயிற்று. கடைசி மகளாய்ப் பிறந்தும் அவள் என்றைக்குமே சுகமாய் இருந்ததில்லை. கஷ்டத்திற்குள்ளும் ஒரு அதிர்ஷ்டம். அவளுக்கு ஒரு வேலை கிடைத்ததுதான்.

இருபத்தொரு வயதில் கூட்டுறவுச்சங்க அலுவலகத்தில் வேலைக்குச் சேர்ந்தாள். பதின்மூன்று வருடங்களாய் அதிலேயே வேலை செய்கிறாள். சங்கத்து வேலையில் சிரமம் அதிகம். ஞாயிறு மட்டுமே லீவு கிடைக்கும் அந்த ஒரு நாளில் எத்தனையோ வேலைகள் காத்திருக்கும். கடைக்குப் போவதிலிருந்து ஆஸ்பத்திரிக் குப் போய் மருந்து எடுப்பது வரை எத்தனை அலுவல்கள் ...

அக்காவும் கிளிநொச்சியிலிருந்து இப்போது இடம்பெயர்ந்து போய்ப் புதுக்குடியிருப்பில் இருக்கிறாள். அத்தான் அவ்வளவு சுமுகமாக இல்லை. எப்போதாவது அக்கா கடைசிக் குழந்தை யையும் தூக்கிக் கொண்டு இங்கே வருவாள். தனது கஷ்டம் சொல்லி ஒரு மூச்சு அழுவாள். அவள் அழுகையில் மனம் கரைந்து போகும். அத்தான் மீது எழுகின்ற கோபத்தை அடக்கிக் கொண்டு அக்காவுக்கு ஆறுதல் சொல்லி, கையில் இருக்கும் காசைக் கொடுத்து அனுப்பி வைப்பாள்.

அத்தானின் பொறுப்பற்ற குணத்தால் எல்லாத் துயரங்களை யும் இவளே சுமந்து கொள்ள வேண்டியிருக்கிறது. அத்தனை சுமைகளிலிருந்தும் அக்காவால் விடுபடவே முடியாது. பாவம் படிப்பு இல்லை. தன் காலில் நின்றுவாழ எந்தத் தொழிலையும் செய்ய அவளால் இயலாது. அதனால்தான் ஒருவரைச் சார்ந்து வாழ வேண்டிய நிலை அதை அத்தான் நன்றாகப் பயன்படுத்திக் கொண்டு அக்காவை அழ வைத்துக் கொண்டிருக்கிறார்.

அண்ணா இன்னொரு விதம், அவன் எப்போதும் சுயநல வாதியாகத்தான் இருந்திருக்கிறான். இவர்களைப் பற்றிய அக்கறை அவனுக்கு எப்போதுமே இருந்ததில்லை. இருபத்திநாலு வயதிலேயே தன் எண்ணப்படி கல்யாணம் செய்து தனியாகப் போய் விட்டான். இப்போதும் இரண்டு மைல் தூரத்தில் கோணாவிலில்தான் இருக்கிறான். அவள் சம்பளம் எடுக்கின்ற நாளாகப் பார்த்து எப்போதாவது வந்து நிற்பான். அம்மாவின் இரக்கக் குணத்தைப் பயன்படுத்திக் காசாகவோ பொருளாகவோ வாங்கிக் கொண்டு போய் விடுவான்.

இவர்களுடைய குடும்ப அமைப்பைப் பார்த்ததிலேயே அவளுக்கு எல்லாம் வெறுத்துப் போய் விட்டது. இயல்பாய் அமைய வேண்டிய வாழ்க்கையைத் தங்கள் நடவடிக்கைகளாலேயே இன்னும் சிக்கலாகிக் கொள்கிற இவர்களைத் திருத்த முடியும் என்றும் தோன்றவில்லை.

இப்போது இந்தக் கல்யாணப் பேச்சுக்கள் ஆரம்பமானதி லிருந்து அண்ணா இந்தப்பக்மே வருவதில்லை. ஏதும் தரவேண்டி வந்து விடுமோ என்று அண்ணிக்குப் பயம். அண்ணா சரியாய்

இருந்தால் அவளுக்கு இத்தனை அலைச்சல் இருக்காது. அவனுடைய பொறுப்புக்களையும் சேர்த்து அவளே சுமக்க வேண்டியதாயிற்று.

அவளிடம் என்றைக்குமே மேலதிகமாய்க் காசு இருந்த தில்லை. சம்பளம் எடுத்தால் வரிசையாய்த் தேவைகள் காத் திருக்கும். தன் சம்பளத்தைச் சேமிக்க வேண்டும் என்றோ தனக்கு ஏதும் நகை நட்டுச் செய்ய வேண்டும் என்றோ அவள் ஒரு போதும் நினைத்ததில்லை.

கல்யாணம்கூட அவளைப் பொறுத்தவரை ஒரு கனவாகவே இருந்தது. அத்தான் போல ஒருவன் வந்தால் அக்கா மாதிரித் தன்னால் வாய் மூடி இருக்க முடியாது என்பது அவளுக்கு நன்றாகத் தெரியும். அப்படி ஒரு சீரழிந்த வாழ்வு அமைவதைவிட இப்படியே இருந்து விடலாமோ என்றும் அடிக்கடி நினைத்துக் கொள்வாள். மனதிலிருந்து கல்யாண ஆசை கிட்டதட்ட அழிந்து போய்விட்ட நிலையில்தான் நாகேந்திரம் மாமா இந்தக் கல்யாணத்தை ஒழுங்கு செய்தார்.

மாப்பிள்ளை கொழும்பில் கடைகளுக்குக் கணக்கு எழுது கிறார் என்றதும் அவள் தயங்கினாள்.

“அப்பா அம்மாவை விட்டிட்டு என்னால கொழும்புக்குப் போக ஏலாது, மாமா இந்த இடம் சரிவராது. விடுங்கோ” என்று சொல்லி விட்டாள்.

“இல்லைப் பிள்ளை. பெடியனுக்கு இங்க வந்து இருக்கிற யோசனை இருக்கு அவையளும் கிளிநொச்சி ஆட்கள்தான். தமக்கை இங்க அக்கராயனில இருக்கு. இங்க வந்து ஏதும் தொழில் செய்யலாம் எண்டு நினைக்கினம்.”

வேலை என்று எதுவும் இல்லாத மாப்பிள்ளை என்றது↑ மனம் ஒரு தடவை சுருண்டு கொண்டது.

“இந்தக் காலத்தில உன்ர வயதுக்குப் பொருத்தமான மாப்பிள்ளை தேடுறது கஷ்டம் பிள்ளை. இந்தப் பெடியன் உங்கட வீட்டையே வந்து இருந்து உன்ர தாய் தகப்பனையும் பார்த்துக் கொள்ளுவான். நீயும் எத்தினை நாளைக்குத் தனிய இருந்து இவையளோட அலையப் போறாய்?”

இந்த வார்த்தைகள்தான் அவளைக் கல்யாணத்திற்குச் சம்மதிக்க வைத்தன. இத்தனை பொறுப்புக்களையும் தன் பொறுப்பாக ஏற்றுக்கொள்ளக்கூடிய ஒரு ஆண் வருவதானால் சம்மதிக்கலாம் என்று தோன்றியது.

இரண்டு வாரத்திற்கு முன்புதான் பெண் பார்க்க வந்திருந் தார்கள். வீட்டின் முன்புற நீளமான தாழ்வாரத்தில் பாய்விரித்து அமர்ந்தார்கள். மாப்பிள்ளைக்கு நாற்பத்தியொரு வயது.

அன்றைக்கு ஒரு ஆள்மூலம் சொல்லி அனுப்பியும் அண்ணா வரவில்லை. அதனால் அவளே ஒவ்வொன்றையும் கதைக்க வேண்டியதாயிற்று. ஒரு லட்சம் காசாகத் தருமாறு கேட்டார்கள்.

"இந்தக் காலத்தில இதுகூட இல்லாமல் ஆர் வருவினம் பிள்ளை. உங்கட சொந்தக்காரர் ஆரும் உதவி செய்ய மாட்டினமே ..."

நாகேந்திரம் மாமாவுக்கு எப்படியாவது இந்த இடத்தை ஒழுங்கு செய்துவிட வேண்டும் என்ற தவிப்பு ...

அவளுக்கும் தெரியும் ஒரு லட்சம் என்பது குறைந்த சீதனம்தான்... ஆனால் இல்லாதவர்களுக்கு என்னமோ பெரிய தொகைதானே... காசாக ஒரு லட்சம்... நகைக்கும் கல்யாணச் செலவுக்குமாக இன்னொரு லட்சம்... ஆக இறுக்கிப் பிடித்தாலும் இரண்டு லட்சம் இப்போது தேவை.

இந்தத் திகைப்பில் மாப்பிள்ளையைப் பார்க்க வேண்டும் என்ற ஆவலே அவளுக்கு எழவில்லை. மாமியின் பிள்ளைகள், பெரியம்மாவின் பிள்ளைகள் வெளிநாடுகளில் இருக்கிறார்கள் தான். அவர்கள் எவ்வளவு தூரம் உதவக் கூடும் என்று தெரிய வில்லை. ஆனால் அப்பா கைகால் இழந்து படுத்த படுக்கையாகி விட்ட நேரத்தில் ...

பவானிக்குக் கல்யாணம் சரிவந்தால் நாங்கள் ஏதும் உதவி செய்கிறோம் என்று கடிதம் போட்டிருந்தார்கள். அவர் களிடமிருந்து உதவி கிடைத்தால் ஒப்பேற்றி விடலாம். அந்த நம்பிக்கையில் அவர்கள் கேட்ட ஒரு லட்சத்துக்குச் சம்மதித்தாள்.

நான்கு நாளில் பக்கத்து வீட்டுக்காரர்களிடம் அம்மா அப்பாவைப் பார்த்துக்கொள்ளச் சொல்லிவிட்டு வவுனியாவுக்குப் போனாள். காசு விடயத்தில் அண்ணாவை நம்பமுடியாது. அவர்கள் அனுப்புகிற காசில் பாதியை எடுத்துவிட்டு மீதியைத்தான் கொண்டு வந்து தருவான். இவ்வளவுதான் அனுப்பினார்கள் என்று பொய் வேறு சொல்வான். அதனால்தான் அவளே போக வேண்டியதாயிற்று.

இந்தப் பிரயாணம் இத்தனை கடினமானதாய் இருக்கும் என்று அதுவரை அவள் ஊகித்தும் பார்த்ததில்லை. அத்தனை அலைச்சலையும் தாண்டி வவுனியா போய் எல்லோருடனும்

கதைத்தாள். கல்யாணத்திற்கென்று காசு உதவி கேட்க வெட்கமாயும் வேதனையாயும் இருந்தது.

முப்பத்திநாலு வயது வரைக்கும் இருக்கிறாளே என்று அனுதாபப்பட்டுக் காசு அனுப்புவதாகச் சொன்னார்கள். முதலில் வந்த நாற்பதினாயிரம் காசைக் கையில் எடுத்துக்கொண்டு மிகுதிக்காசை ஒரு கடைக்கு அனுப்ப ஒழுங்கு செய்தாள். அவர்கள் மூலம் அந்தக் காசை ஸ்கந்தபுரத்தில் ஒரு கடையில் வாங்கிக் கொள்ள ஏற்பாடு செய்துவிட்டு ஒரு வாரத்துக்குள் திரும்பி வந்தாள். வவுனியாவிலும் கெடுபிடிகள் அதிகம். தேவையில்லாமல் ஒருநாள் நிற்பதைக்கூடத் தவிர்த்துக் கொண்டாள்.

அவள் வந்ததும் நாள் வைக்கப்பட்டது. அன்றிலிருந்து கல்யாண வீட்டு அலுவல்களை ஒவ்வொன்றாக அவள்தான் கவனித்துக் கொண்டு வருகிறாள். மணவறை தகரப்பந்தலுக்கு ஒழுங்கு செய்ய மணியங்குளம் ஓடவேண்டியிருந்தது. சமையல்காரருக்குச் சொல்ல அக்கராயன் சந்திக்குப் போக வேண்டியிருந்தது. நாலு நாளுக்கு முன்பிருந்தே லீவு எடுத்துக்கொண்டு இதே வேலைகளாய் அலைந்தாள்.

இன்றைக்கும் அதிகாலையிலேயே புறப்பட்டவள் வீட்டுக்கு வந்து சேரப் பன்னிரண்டு மணிக்கு மேலாகி விட்டது. சைக்கிளை வீட்டுத்தாழ்வாரத்தில் நிறுத்தி விட்டு வெய்யிலுக்குள்ளிருந்து வந்த களைப்புக்கு விறாந்தையின் மரக்கப்புடன் சாய்ந்து அமர்ந்தாள். அம்மா தேசிக்காய் கரைத்துக் கொண்டு வந்து கொடுத்தாள்.

மடமடவென்று குடிக்க வயிற்றுக்குள் குளிர்மையாய் இறங்கியது.

"பிள்ளை! இன்னும் சீலை எடுக்கேலை..."

"ஓமம்மா, பின்னேரம் போய் எடுப்பம்..."

அம்மா சிறிது தயங்கியபடியே சொன்னாள்.

"புதுக்குடியிருப்புக்குப் போற ஆட்களிட்ட அக்காவுக்கு விசயம் சொல்லிவிட்டனான். இன்னும் அவையளைக் காணேலை."

பவானி பேசாமல் இருந்தாள். அவளுக்குத் தெரியும் ஏதும் குற்றம் குறை சொல்லி அக்காவை மறித்து வைத்திருந்துவிட்டு முதல்நாள்தான் கூட்டி வந்து சேருவார் என்று.

"ஏதோ வாற நேரம் வருவினம்தானே. நீங்கள் ஏன் யோசிக்கிறீங்கள்."

"அதில்லை பிள்ளை. ஊரில எண்டால் கை உதவிக்கு எத்தனை பேர் வருவினம். இங்க என்ன செய்யிறது. அவள் வந்தால் உதவியாய் இருக்குமெல்லே ..."

அக்காவின் வருகையில் உதவியைவிட உபத்திரவமே அதிகம் என்பதை அம்மாவுக்குச் சொல்லி புரிய வைக்க முடியாது.

"இங்க அயலில உள்ள சனம் வந்து உதவி செய்வினம் அம்மா நீங்கள் கவலைப்படாதேங்கோ."

அவளுக்கும் யோசனையாகத்தான் இருந்தது. எல்லாம் எப்படி ஒப்பேறப்போகிறதோ என்று எந்நேரமும் மனதுக்குள் குடைந்து கொண்டே இருந்தது.

இன்றைக்குப் புதன் ... வருகிற புதன் கல்யாணம். இந்த எட்டு நாட்களுக்குள்ளும் மூச்சுவிட நேரமிருக்காது.

மூன்று மணிக்கு மேல் சைக்கிளை எடுத்துக்கொண்டு பிரதான வீதிக்கு வந்தாள். சுள்ளென்று வெயில் முதுகை எரித்தது. ஸ்கந்தபுரத்தின் அத்தனை புடவைக்கடைகளையும் அலசிக் கடைசியில் சேரன் புடவையகத்தில் இரண்டாயிரத்தி ஐநூறு ரூபாய்க்கு ஒரு காஞ்சிபுரம் சேலை வாங்கிக் கொண்டாள். மஞ்சள் நிறத்தில் சிவப்புச் சரிகைக்கரை போடப்பட்ட எளிமை யான சேலை. திரும்பி வரும்போது காசு அனுப்ப ஒழுங்கு செய்திருந்த கடைக்குப் போய்க் காசு வந்துவிட்டதா என்று விசாரித்தாள். இரண்டு நாளில் வந்து விடும் என்றார்கள்.

கடைசி நேரத்தில் வந்து சேராவிட்டால் என்ன செய்வது என்ற திகைப்பு மனமெல்லாம் பரவியது. பயமாக இருந்தது.

வெய்யிலுக்குள் வேர்த்து விறுவிறுக்கக் கவலையோடு நிற்பவளைப் பார்க்க அவர்களுக்கு இரக்கமாக இருந்திருக்க வேண்டும்.

"யோசிக்காதேங்கோ தங்கச்சி. எப்பிடியும் இரண்டு மூன்று நாளில காசு வந்திடும். அப்பிடி வராட்டிலும் முன்தேவைக்கு நாங்கள் கொஞ்சம் காசு மாறித்தாறம், நல்ல காரியம் அல்லே."

அவர்களின் வார்த்தைகளில் மனம் சிறிது தெளிந்தது. அலுப்போடு வீடு திரும்பினாள். வெய்யில் மறைந்து விட்ட நேரம் தெரு நீளம் சனங்களின் நெருக்கம், இந்தச் சனக்கூட்டத்தின் நடுவே எங்காவது அந்த மாப்பிள்ளையும் நிற்கக்கூடும். இத்தனை முகங்களிலும் அவனின் முகத்தைத் தன்னால் அடையாளம் காண முடியாது என்றே தோன்றியது. நினைத்துப் பார்த்தும்

ஞாபகத்துக்கு வரவில்லை. சில வினாடிகள் மட்டுமே பார்த்த முகம் . . .

இப்போது தன்னுடைய முகம் எப்படி இருக்கும் என்று யோசித்துப் பார்த்தாள். ஏற்கனவே கறுப்பு முகம்தான். வெய்யிலுக்குள் அலைவதனால் இன்னும் கறுத்துப் போயிருக்கக் கூடும். வயதுக்கு மீறிய முதிர்வு . . . இன்னும் இரண்டு வயதை அதிகமாக்கிக் காட்டக்கூடும். ஏதோ இந்த ஒரு கல்யாணத்துக்காக என்ன பாடெல்லாம் படவேண்டியிருக்கிறது என்று நினைக்கையில் சிரிப்பாகவும் இருந்தது.

வீட்டு வாசலில் சைக்கிளை நிறுத்தி இறங்கினாள். முற்றத்தில் நாகேந்திரம் மாமா அம்மாவுடன் நின்று கதைத்துக் கொண்டிருந்தார். அவள் சேலையை உள்ளே வைத்துவிட்டு வெளியே வந்தாள். அப்போதுதான் கவனித்தாள் அம்மா சேலைத் தலைப்பால் கண்களைத் துடைத்துக் கொண்டிருந்ததை. மாமாவின் முகமும் அவ்வளவு நன்றாய் இல்லை.

அவளை நேராகப் பார்ப்பதைத் தவிர்த்தார்.

"இங்க வா பிள்ளை . . ."

முற்றத்தில் போய் நின்றாள். நெஞ்சுக்குள் எதுவோ நெருடியது.

"என்ன மாமா . . . ஏதும் பிரச்சினையா . . ."

"ஓம் பிள்ளை, இந்தக் கல்யாணம் சரிவராது. மாப்பிள்ளைக்கு இதில அவ்வளவு விருப்பமில்லை. மத்தியானம் வந்து என்னோட கதைச்சவர் . . ."

நெஞ்சு பகீரென்றது . . .

"திடீரென்று என்னவாம் . . ."

மாமா கொஞ்சநேரம் தவிப்போடும் சங்கடத்தோடும் நின்றார்.

"என்ன விசயம் மாமா, சொல்லுங்கோவன்"

"மாப்பிள்ளைக்குத் தெரிஞ்ச எங்கட ஊர் ஆட்கள் உன்னைப் பற்றி ஏதோ சொல்லிப் போட்டினம்."

"என்னைப் பற்றிச் சொல்ல என்ன இருக்கு" அவள் வியப்புடன் கேட்டாள்.

மாமா மீண்டும் தயங்கிக்கொண்டே கவலையோடு சொன்னார். "நீ ஆம்பிள்ளை மாதிரி திரியிறனியாம். விட்டில

இருக்கிறேலையாம். இப்பிடித் திரியிற பொம்பிளை தனக்கு ஒத்து வராது எண்டு பெடியன் சொல்லிப்போட்டுது. இந்த இடம் போகட்டும், வேற இடம் பாப்பம். நீ கவலைப்படாத பிள்ளை ...”

கைகளால் வாய் பொத்தி ஒரு வினாடி திகைத்துப் போய் நின்றாள்.

கடவுளே ... கல்யாணம் என்று சொல்லிக் காசு வாங்கியாகி விட்டதே ... இனி அவர்களுக்கு என்ன பதிலைச் சொல்வது ... எல்லாவற்றுக்கும் மேலாக ... அவள் பதறியடித்துக் கொண்டு ஓடிப்போய்ச் சைக்கிளை எடுத்தாள்.

மணியங்குளத்திற்கு போய் மணவறை பந்தல்காரரிடம் ஒப்பந்தம் செய்ததை ரத்து செய்யவேணும், சமையல்காரரை மறிக்க வேணும். குடுத்த முற்பணக்காசுகளைத் திரும்பி வாங்க வேணும். கவிதனிட்ட போட்டோ எடுக்க வரத்தேரையில்லை என்று சொல்ல வேணும். சரி, எல்லாம் தான் செய்யலாம். அட ... எடுத்த சேலையை என்ன செய்வது? திரும்ப எடுத்துக் கொள்வார்களா என்று கடையில் கேட்கவும் வேணும்.

எல்லாவற்றிற்கும் அவள்தான் ஓடவேணும்.

வெளிச்சம் – ஆனி – 1998

சுயம்

மயக்கத்திற்கும் விழிப்புக்குமாக மனம் ஊசலாடிக் கொண்டிருக்கிறது. பகலா இரவா என்று கூடச் சிலவேளைகளில் தெரிவதில்லை. தனக்கு என்ன நேர்ந்தது என்றே அவருக்குச் சரியாகப் புரியவில்லை.

ஒடுங்கிப் போன உருவம்... குச்சி குச்சியாய் மெலிந்து போன கை கால்கள்... வெளுத்துப் போன முகத்தின் தோல் எலும்போடு ஒட்டியிருக்கக் கண்கள் குழிக்குள் புதைந்திருந்தது. ஒரு மிரட்சியோடு உருளும் கண்மணிகள்...

படுக்கையில் படுத்திருப்பது ஒன்றும் அவ்வளவு சுகமானதாகத் தெரியவில்லை. பின் கழுத்தில் ஒருவித வலி நிரந்தரமாய்ப் படிந்துவிட்டிருந்தது. இப்போது இரண்டு வாரமாய் இதே படுக்கைதான். இதே வேதனை தான்.

அக்கராயன் ஆஸ்பத்திரியில் படுத்திருந்தபோது வைத்தியர் சொன்ன வார்த்தைகள் லேசாய் நினைவில் வந்து வந்து போனது.

"அடுத்தடுத்துக் காய்ச்சல் வந்ததால உடம்பு தளர்ந்திட்டுது. எழுபத்தெட்டு வயதாச்சல்லே... உடம்புக்கு நோயை எதிர்க்கின்ற சக்தி இல்லாமல் போயிட்டுது. இனி ஏலாது. வீட்ட கொண்டு போய் வைச்சுப் பாருங்கோ... இனிக் கடைசி நேரம்... என்று சாடை மாடையாகச் சொன்னார்.

அந்த வார்த்தைகள் மூளையில் பதிந்த வேளையில் மனதில் ஏற்பட்ட பதறல்... இந்தப் படுக்கை நிரந்தரமாகி விடுமோ என்ற திகில்... எல்லாமாக மனதைச் சூழ்ந்து கொண்டதே... அந்த வினாடி

கூட லேசாய் நினைவில் நிற்கிறது. இனி இயலாது என்றதும் கார் பிடித்து வன்னேரிக்குளத்துக்குக் கூட்டிவந்துவிட்டார்கள்.

அய்யோ... என்னை வவுனியாவுக்குக் கொண்டு போங்கோ... கொழும்புக்குக் கொண்டு போங்கோ... என்று அவர் உள்மனம் அலறியது. வெளியே ஒருவருக்கும் கேட்கவில்லை.

முடிவு விரைவிலேயே வரப்போகிறது என்று வீட்டாட்கள் தீர்மானித்திருக்க வேண்டும், வீட்டில் கொண்டு வந்து படுக்க வைத்துவிட்டார்கள்.

முதுகுக்குக் கீழே கட்டில் பலகை அழுத்தாமல் இருக்கப் பவழத்தின் பழைய சேலை பரவியிருந்தது. கண்விழித்துப் பார்க்கும் நேரம் எதிரே கானல் பறக்கப் பரந்திருந்த வெளிகள்... தெருவின் செம்மண்ணின் புழுதியைக் கிளப்பிக் கொண்டு வாகனங்கள் போகும்போது காற்றில் படரும் தூசு... அதன் நெடி வெம்மையுடன் வந்து முகத்தைத் தாக்கும். வீடு வாசல் விட்டு ஓடி வந்து அவசர அவசரமாகப் போட்ட கொட்டில் வீடு, சிறு விறாந்தை, அந்த விறாந்தை ஓரம் அவரது படுக்கை..!

வீடா இது..? அவருடைய வீடு இப்படியா இருக்கும்..? நான்கு அறைகளுடன் முன் விறாந்தை, பின் விறாந்தை போட்டுக் கட்டிய அவரின் வீடு பரந்தனில் இருக்கிறது. சந்திக்குப் பக்கத்தில், கண்டிவீதியில் தென்னஞ்சோலை நடுவே இருக்கும் வீடு. ஆனையிறவில் இருந்து அடிக்கும் 'ஷெல்', நாலு மைல் தள்ளி இருந்த அவர் ஊர் மீது எத்தனை தடவைகள் வந்து விழுந்திருக்கிறது.

கடைசியாய்த் தாங்க முடியாமல் தானே அத்தனையும் விட்டு இந்த வன்னேரிக்குளம்வரை ஓடிவர நேர்ந்தது. போதாததற்கு இடம் பெயர்ந்து வந்த சனங்களின் நெரிசல் வேறு. இது காடுகள் சூழ்ந்த இடம், இயல்பாகவே காற்றில் வெம்மை இருந்தது. அவருக்கு ஒன்றுமே ஒத்துவரவில்லை.

ஊரில் வயல் செய்ததால் நன்றாய் வசதியுடன் இருக்க முடிந்தது. ஆனால் எல்லா வசதிகளும் எண்பத்தி ஐந்தாம் ஆண்டு வரைதான். அதற்குப் பிறகு மாறி மாறிப் பிரச்சினைகள். ஷெல் அடி... பொம்பர்களின் குண்டு வீச்சு... ராணுவ நகர்வு... என்று மாறி மாறி ஊர்மக்களை அலைக்கழிக்க வைத்தது. அதுவும் தொண்ணூறுக்குப் பிறகு வயல் விதைக்க முடியாமல் போய்விட்டது. பொருளாதாரத் தடையால் பசளை மருந்து வரவில்லை. அப்போதிருந்தே கையில் காசு வரளத் தொடங்கிவிட்டது.

ஆனாலும் அவருக்கு அந்த நாட்களில் இருந்த திமிரும் ஆணவமும் மட்டும் இப்போதும் குறையாமல் தான் இருந்தது.

படுத்த படுக்கையாய்க் கிடக்கின்ற இந்த நாட்களில் விட்டு விட்டு நினைவு வரும் வேளைகளில் மனம் எதை எதையோ நினைத்துக் கொள்கிறது. முந்தாநாளிலிருந்து விசேடமாய் வைத்தியர் வந்து ஊசி போடுகிறார். அதனால் இரண்டு நாளாய்ச் சுயநினைவு அதிகமாய் வருகிறது.

நினைவு வரும் வேளைகளில் கண்களை உருட்டிச் சுற்றிலும் பார்த்துக் கொண்டிருப்பார்.

விறாந்தையின் மறுபக்கம் அமைக்கப்பட்டிருந்த குசினிக்குள் பவழம் இருந்து ஏதாவது செய்து கொண்டிருப்பாள். அவளைப் பார்த்ததும் மனதின் மூலையில் சுருக்கென்று வலிக்கும்.

இன்று நரைமயிர் நிறைந்திருக்க... முகத்தில் சுருக்கங்களுடன் மெலிந்து சருகாகிப் போய் இருக்கும் இவளை அந்த நாட்களில் என்ன பாடுபடுத்தியிருக்கிறார். ஏய்... என்ற அதட்டலில் அவள் நடுங்கிப் போய் அவரைப் பார்க்கும் பார்வை...

அதை ஒரு திருப்தியோடு பார்க்கும் மனவக்கிரம் அவருக்கு இருந்திருக்கிறது. திமிரும் ஆங்காரமும் அவருக்கு இயல்பாய் அமைந்துவிட்ட குணங்கள். இந்தக் குணத்தால் இவளை மட்டுமல்ல எல்லோரையும் தான் வதைத்திருக்கிறார். பெற்ற பிள்ளைகளிடம்கூட ஆதரவாய் நடந்ததில்லை.

இன்றைக்கு அவருக்காக வைத்தியரை வீட்டுக்கே கூட்டி வந்து பார்க்கச் செய்கின்ற மூத்தமகனை எத்தனை நாட்கள் வருத்தியிருப்பார். இருபது வயது வரைகூட அவனுக்கு அடித் திருக்கிறார். வார்த்தைகளினால் எரித்திருக்கிறார். உழைப்பு இருந்த தெம்பு... கையில் நாலு காசு இருந்த திமிர். யாரையும் மதித்ததில்லை...

பேரப்பிள்ளைகளுடன்கூட ஒருநாள் இருந்து அன்பாய்ப் பழகியதில்லை.

அவர்கள் அவரைப் பார்க்கும் பார்வையில் நிரந்தரப் பயம் குடியிருக்கும். யாரும் எதிர்வார்த்தை சொல்லாத நிலை. இதுதான் அவருக்குச் சந்தோசமான விசயமாய் இருந்திருக்கிறது. சுகமாய் இருந்த காலத்தில் எல்லாம் எல்லாரையும் அதட்டி உருட்டி அதிகாரம் செய்து கொண்டிருந்தவருக்கு இப்போது தன் பலம் எல்லாம் இழந்த நிலை... நோயோடு போராடிக் கடைசியில் மரணவிளிம்புவரை வந்துவிட்ட உணர்வு... இந்த அந்திம வயதில், படுத்த படுக்கையில், இருக்கும்போது தான் தன்னைப் புரட்டிப்பார்க்க அவரால் முடிகிறது.

நான் ஏன் அப்படி இருந்தேன்..?

வீட்டாருக்கு மட்டும் அல்ல ஊராருக்கும் கூட நல்லவனாய் இருக்காமல் ஏன் அந்த மாதிரி வாழ்ந்தேன்...

“அந்தாள் ஒரு போக்கு. ஒருத்தரோடையும் ஒத்துப் போகாத சுடுதண்ணி மனிசன் ...” என்று ஏன் எல்லோரையும் சொல்ல வைத்தேன்.

அடிமனது இப்போதுதான் தத்தளிக்கிறது... இந்தத் தவிப்புக்குச் சொந்த வீடு வாசல் விட்டு வந்த கையறு நிலை காரணமா? அல்லது உடம்பு முழுக்கச் சுண்டியிழுக்கும் வலி, வாழ்வின் கடைசி நாட்களை நினைவுபடுத்துவதுதான் காரணமா?

அவருக்கு ஒன்றும் விளங்கவில்லை. எதையும் தொடராய் யோசிக்க முடியவில்லை.

இந்த மாதிரிப் படுக்கையில் வைத்து இவர்கள் ஆதரவாய்ப் பார்க்கும்போது மனச்சாட்சி உறுத்தியது.

மூத்தமகன் அவரை மெதுவாய்த் தூக்கிச் சாய்த்து வைத் திருக்கப் பவழம் ஹோர்லிக்ஸை வாயில் வைத்துக் குடிக்கச் செய்யும்போது தன்னிச்சையாய்க் கண்கள் பொங்கும்.

அந்தப் பாடுபடுத்தியும் இவர்கள் தன்னை இந்தமாதிரிப் பார்த்துக் கொள்கிறார்களே என்ற இரக்கத்தில் ஏதாவது நாலு வார்த்தை சொல்ல வேண்டும் போல் இருக்கும். வார்த்தைகள் வராது. சொல்ல நா ஒத்துழைக்காது. தொண்டை நரம்பு எங்கேயோ இழுத்துக் கொண்டு விடும். விண் விண் என்று உடம்பு முழுக்க வலிக்கும்.

அய்யோ ... என்று மனம் பதை பதைப்பதைப் பகிர்ந்து கொள்ள முடியவில்லை. குடியுங்கோப்பா ... இன்னும் கொஞ்சம் தான் ... இன்னும் கொஞ்சம் தான் ... என்று குழந்தைக்குச் சொல்வது போலச் சொல்லிச் சொல்லிக் குடிக்க வைப்பாள்.

அவர் பார்வை நெருக்கமாய்த் தெரியும் அவள் முகத்தி லேயே பதிந்திருக்கும். இப்போதெல்லாம் அவளின் கண்களில் பரிதாபமும் பரிவும் மட்டுமே பிரதிபலிக்கிறது. பயம் மறைந்து விட்டது.

சுடுசோற்றைத் தந்துவிட்டாள் என்று கோப்பையோடு அவள் தலையில் கொட்டியிருந்த சம்பவங்கள் நினைவுக்கு வந்தன. திமிறி வந்த கோபத்தை அடக்க முடியாமல் அவளது தலைமயிரைப் பிடித்திழுத்து சுவரில் மோதிய நேரங்கள் நினைவுக்கு வந்தன.

இனிமேல் இந்த நோயிலிருந்து மீண்டு எழமுடியாது என்ற நினைப்பு மனம் முழுவதையும் ஆக்கிரமித்துக் கொண்டதால்தான் மனம் இப்படித் தத்தளிக்கிறதோ ... மரண பயம் தந்த கலவரம்தான் சுய இயல்புகளை இப்படி ஆராய வைக்கிறதோ ...

நினைவின் ஆழத்திலிருந்து வலுக்கட்டாயமாக இழுத்துப் பிடித்துப் பார்க்க எத்தனை சம்பவங்கள்... எத்தனை நிகழ்வுகள்...

காலை எழுந்த உடனேயே அவருக்குத் தேனீர் குடிக்க வேண்டும். நிலம் விடிகிற நேரம் நாவரண்டு தொண்டை காய்ந்து விடும். சுடச்சுடத் தேனீர் குடிக்க வேண்டும் என்ற உணர்வு... அது பழகி விட்டது.

அவரின் குணம் அறிந்து விடியற்காலையிலேயே தேனீர் போட்டுக் கொடுத்து விடுவாள். எப்போதாவது சில வேலைகளில் தேனீர் கொடுக்கப் பிந்தினால்... "விடிஞ்சு இவ்வளவு நேரமாச்சு... ஒரு தேத்தண்ணி போட்டுத் தராமல் எங்கையடி துலைஞ்சு போனனி..?" என்று சுள்ளென்று பாய்வார்.

அத்தனை ஏச்சுப் பேச்சுக்களையும் இப்போது அவள் உண்மையிலேயே மறந்துதான் போனாளா?

பிள்ளைகளும் பேரப்பிள்ளைகளும்கூட எல்லாவற்றையும் மறந்துதான்விட்டார்களா? இவர்களுக்கெல்லாம் எத்தனை அநியாயங்கள் செய்திருக்கிறேன். அப்படியிருந்தும் அந்தப்பாடு படுத்திய கிழவன் படுக்கையிலேயே கிடந்து நல்லாய் அனுபவிக்கட்டும், கிழடுக்கு இது காணாது என்று ஏன் யாருமே நினைக்கவில்லை... என்று மனம் கிடந்து குமைகிறது. அப்படிப் பேசினாலாவது நிம்மதியாய் இருக்கும் போலும்.

இடம் பெயர்ந்து வந்த பிறகு இந்த ஒன்றரை வருடங்களில் வீடு படும் கஷ்டங்களை அவரும் பார்த்துக் கொண்டுதான் வருகிறார். உழைப்பு இல்லை. வருமானம் இல்லை, மூத்தவனும் இளையவனுமாய்த் தெருக்கரையில் போட்ட சிறுகடை மூலம் வரும் வருமானத்தையே முழுக் குடும்பமும் பகிர்ந்து கொள்ள வேண்டியிருக்கிறது.

இப்போது பவழத்தின் கழுத்திலிருந்த மூன்று பவுண் சங்கிலியையும் மூத்தவனின் கைமோதிரத்தையும் காணவில்லை. எல்லா விதத்திலும் சிக்கனமாகக் குடும்பம் நடத்த வேண்டிய நெருக்கடியான நிலை. இதை எப்படிப் பவழம் சமாளிக்கிறாள் என்று அவர் ஒருபோதும் நினைத்துப் பார்த்ததில்லை.

அவர் முற்றத்து வேப்பமரத்தின் கீழ் அமர்ந்துகொண்டு வழக்கம்போல எல்லோரையும் அதிகாரம் செய்து கொண்டுதான் இருந்தார். இரண்டு காணி தள்ளிப்போய்த் தண்ணீர் அள்ளி வந்து பரலுக்குள் நிரப்பி வைத்தால்தான் அவர் குளித்துக் கொள்வார்.

தன்னுடைய வசதிகள் எதுவும் குறையாமல் தான் கூடியவரை பார்த்துக் கொள்வார். ஆனாலும் இந்த ஒன்றரை வருடங்களிலும்

அடிக்கடி காய்ச்சல் வரத் தொடங்கியது. மனிதர்களை மிரட்டுவது போல நோயை மிரட்ட முடிவதில்லையே?

மலேரியா, மூளைமலேரியா, நெருப்புக்காய்ச்சல், குளிர் காய்ச்சல், சளிக்காய்ச்சல் என்று ஒவ்வொரு தடவையும் ரத்தம் சோதிக்கின்ற போது விதம் விதமாய் பெயர் சொன்னார்கள். காய்ச்சலில் இத்தனை விதம் இருக்கும் என்று சத்தியமாய் அவருக்கு இதுவரை தெரியாது.

எல்லாக் காய்ச்சலும் மாறி மாறி வந்து அவரை ஒரு உலுப்பு உலுப்பி விட்டது. இப்போது படுக்கையிலும் கிடத்திவிட்டது.

வீட்டில் என்ன கஷ்டம் இருந்தாலும் அவருக்குத் தேவை யான மருந்து எடுத்து நன்றாய்த்தான் பார்த்துக் கொண்டார்கள். படுக்கையில் படுத்த இந்த இரண்டு வாரத்தில் நாலு நாளைக்கு ஒரு தடவை ஒரு வைத்தியரை வீட்டுக்கே கூட்டிவந்து காட்டினார்கள். நாலு நாளுக்கு முதல் வந்து பார்த்த வைத்தியர் மூத்தவனிடம் சொன்னார்.

“ஒரு ஊசி மருந்து இருக்கு தம்பி, நாலு நாளுக்கு தொடர்ந்து போட்டால் சுகம் தெரியும். ஓரளவு தெம்பாய் எழும்புவார். கொஞ்சம் விலை கூடத்தான். நீங்கள் வாங்கித் தந்தால் நான் போட்டு விடுறன்.”

வைத்தியரின் வார்த்தைகள் அவருக்கும் மெலிதாய் கேட்டது.

“பேரை எழுதித்தாங்கோ. வாங்கி வந்து தாறன். போட்டு விடுங்கோ” மூத்தவன் ஜெயபுரம்... ஸ்கந்தபுரம் என்று ஓடித்திரிந்து அங்கு இல்லாமல் பிறகு மல்லாவிக்குப் போய் ஊசி மருந்தை வாங்கி வந்தான். காசுக்கு எங்கே அலைந்தானோ தெரியவில்லை. காசைப் பற்றி யாரும் கதைக்கவில்லை.

வைத்தியர் மூன்று நாளாய் வந்து ஒவ்வொரு ஊசியாய்ப் போட்டுவிட்டார். இன்றைக்குக் கடைசி ஊசி போட வருவார். மூன்று ஊசி போட்டதிலேயே சிறிது தெளிவு இருக்கிறது. தொடராய் யோசிக்க முடிகிறது. ஞாபக சக்தி திரும்பியிருக்கிறது. பின் கழுத்து வலி நன்றாய்க் குறைந்திருக்கிறது.

இப்படி எதற்கும் இயலாமல் படுத்திருப்பது பெரிய கொடுமையாக இருக்கிறது. மத்தியான வெய்யில் நேரத்தில் உடம்பு நெருப்பாய் எரிகிறது.

“வாணி அப்புக்கு வேர்க்குது... விசிறி விடுங்கோம்மா...” என்று மூத்த மருமகள் சொல்ல அவரின் பேத்தி எட்டு வயது வாணி சிறிது நெருங்கி வந்து ஓலை விசிறியால் விசிறி விடுகிறாள்.

அந்தக் குழந்தையின் முகத்தில் அவர் பற்றிய பரிதாபம் இருக்கும். அந்த முகபாவமே அவர் மனதை தீயாய் சுடும். சுருங்கிய கண்களை நிரப்பிக் கொண்டு கண்ணீர் தழும்பும்.

இது வேதனை ...

இது தான் வேதனை ...

இப்போது இந்த ஊசி மருந்து போடுவதினால் தான் உணர்வு ஓரளவேனும் தொடராய் இருக்கிறது. நாளைக்குக் கதைக்கக்கூட முடியலாம்.

இவர்களைப் படுத்தியபாட்டிற்கு மனம் வருந்துவதை இவர்களுக்குச் சொல்ல வேண்டும். இவர்களோடு நாலு வார்த்தை அன்பாகக் கதைக்க வேண்டும். பவழத்தின் தலையை ஆதரவாய்த் தடவி விட என் கைகளுக்குச் சக்தி வரவேண்டும். எழுபத்தெட்டு வயதிலாவது நல்லவனாய் மற்றவர்களால் நினைக்கப்பட வேண்டும். அதற்குள் நான் செத்துப்போய்விடக்கூடாது. ஒரு பொல்லாதவனாய் வாழ்ந்த வாழ்க்கை மிஞ்சிவிடக்கூடாது.

மரணத்தின் வாசலில் ஆங்காரமெல்லாம் அடிபட்டுப் போக மனம் நொந்து திருந்தியதை இவர்கள் புரிந்து கொள்ள வேண்டும். நான் செத்த பிறகு என்னைப் பற்றிய நல்ல நினைவுகளை இவர்கள் சுமக்க வேண்டும். அதற்கு ஒரு சந்தர்ப்பத்தை மனம் இரங்கிக் கடவுள் தரவேண்டும். இல்லாவிட்டால் நெஞ்சு வேகாது ... ஆவி நிம்மதி அடையாது. கடவுளே ... கடவுளே ...

கண்களிலிருந்து நீர் வழிவதை அவரால் உணரமுடிந்தது. மாலையில் வெய்யில் நன்றாய்த் தாழ்ந்த நேரத்தில் வைத்தியர் வந்தார். ஊசி போட்டார். நாடி பிடித்துப் பார்த்தார்.

“முன்னேற்றம் தெரியுது. குளிசை விழுங்க மாட்டார் தானே. இந்தக் குளிசையளைக் கரைச்சுக் குடுங்கோ. ரெண்டு நாளில வந்து பார்க்கிறன்.”

அவர் போனபிறகு இளையவனும் பேரனுமாய் ஈரத் துணியால் முகம் உடம்பு எல்லாம் துடைத்து விட்டார்கள். லேசாய்ப் பவுடர் போட்டு உடுப்பு மாற்றி விட்டார்கள்.

இரவு மனமும் உடம்பும் லேசாய் இருந்தது. மெலிதாய்க் காற்றுக்கூட வீசியது. மூச்சுச் சீராய் வந்தது. நரம்புவலி இருக்கவில்லை. நீண்ட நாட்களுக்குப் பிறகு இந்த சுகம் தெரிந்தது. ஏதோ காற்றில் மிதப்பது போல ... ஆழ்ந்த நித்திரையா ... அல்லது மயக்கமா ... திடீரென்று மனதில் ஒரு வித பயம் எழுந்தது. எங்கேயோ ஆழமாய் இழுபட்டுக் கொண்டு போவது போலிருந்தது ... கண்களைத் திறந்த போதெல்லாம் இருட்டாய் இருப்பது போலத் தோன்றியது.

ஒரு வேளை செத்து கித்துப் போய்விட்டேனோ என்ற எண்ணம் திடுக்கென்று எழுந்தது. அணைவதற்கு முன் தீபம் சுடர்விடுவது போல சாவதற்காகத்தான் ரெண்டு நாளாய்

மெல்லிய சுகம் தெரிந்ததா? உள்ளே நெஞ்சின் ஆழம் வரை நடுங்கியது.

உண்மையிலேயே செத்துத்தான் போய்விட்டேனோ... இல்லை இல்லை... லேசாய் விழிப்பு இருக்கிறது. கண்களை மெதுவாய்த் திறக்க முடிகிறது. சேவல் கூவுவது மெலிதாய்க் கேட்கிறது... குருவிகளின் சத்தம்... தூரத்தில் கோவில் மணியின் மெல்லிய ஓசை... ஐயனார் கோவில் மணி...

மூச்சு எடுத்துவிட உடம்பில் வலி குறைந்திருக்கிறது. கையை லேசாய் அசைக்க முடிகிறது. அம்மாடி... இனிச் சுகமாகி விடும்... நாலு நாளில் எழும்பி நடக்கலாம். நினைத்த இடம் போய் வரலாம். ஊசி மருந்து வேலை செய்திருக்கிறது. தலையை அசைத்துக் கண்களை மெல்லத் திறந்த போது எதிரே பரந்த வானம் தெரிந்தது.

மெல்லிய விடியலில் இருளும் ஒளியுமாய்க் கலந்திருந்த வானம்... ஒரு புதிய விடிகாலைப் பொழுது... அய்யோ நான் சாகவில்லை...

மனதுக்குள் பரபரப்பு... கண்களை வெட்டிப் பார்த்தார். உயிர் இருக்கிறது... உணர்வு இருக்கிறது...

இடது கையைக் கொஞ்சம் ஊன்றி எழும்ப முயற்சித்தார்.

உடம்பு காற்றுப் போல ஒத்துழைத்தது. மெதுவாய்ச் சரிந்து எழும்பிச் சுற்றிலும் பார்த்தார்.

விறாந்தையில் மூத்தவனும் பேரப்பிள்ளைகளும் படுத் திருந்தார்கள். வீடே அமைதியாக இருந்தது. சுகம் வந்திட்டுது...

அதிகாலைக் காற்றுச் சிறிது குளிர்மையுடன் முகத்தை வந்து தடவியது. பவழத்தைப் பார்வையில் தேடினார்.

குசினிக்குள் தண்ணீர் வாளியுடன் பவழம் நுழைவது தெரிந்தது. நா வரண்டு தொண்டை காய்ந்த உணர்வு. ஆழமாய்க் கிடந்த ஏதோ ஒன்று திமிறிக் கொண்டு எழுந்தது.

"விடிஞ்சு இவ்வளவு நேரமாச்சு. ஒரு தேத்தண்ணி போட்டுத்தராமல் எங்கையடி துலைஞ்சு போனனி..."

அவரது கீச்சென்ற கத்தலில் பவழம் பதறியடித்துக் கொண்டு ஓடிவந்தாள். அவள் கண்களில் பயம் அப்பிக் கிடந்ததைப் பார்த்தபடியே

"கொண்டு வாவனடி கெதியாய்..." என்றார்.

வீரகேசரி – **30.08.1998**

பாதணி

ஒன்றன் பின் ஒன்றாக பல சைக்கிள்கள் தெருவில் போயின. சைக்கிள் மிதிக்கும் செருப்பு அணிந்த கால்கள் ...

ஒரே தாள லயத்துடன் ... விதம் விதமான செருப்புகள் ... அவன் பார்வையைக் கூர்மையாக்கி னான். கனவில்கூட வருகின்ற செருப்புக்கள் ...

மத்தியானம் ஒரு மணிக்கு வெய்யில் நெருப்பாக எரித்துக் கொண்டிருந்தது. புரட்டாதி வெய்யில்.

மழைக்கான எவ்வித அறிகுறியும் இல்லை. வெய்யிலைப் பற்றி யாரும் கவலைப்பட்டதாய்த் தெரியவில்லை. இந்த வெய்யில் நேரத்தில்கூட தெருவில் செருப்பு இல்லாமல் வெறும் கால்களுடன் எத்தனைபேர் நடந்து போகிறார்கள். உள்ளங்கால் களில் சுடுவதில்லையா ... அவன் யோசித்துப் பார்ப்பான்.

விரிந்து கிளைபரப்பியிருந்த அந்த மரத்தின்கீழ் அவன் அமர்ந்திருந்தான். நாலைந்து பசளைப் பைகளை நிலத்தில் பரவி விரித்து அதன் மீது ஒரு புறம் பழைய செருப்புகளை அடுக்கி வைத்திருந்தான்.

எத்தனை விதமான செருப்புக்கள் ... அதன் நடுவே செருப்புத் தைப்பதற்குரிய உபகரணங்கள். கத்தரிக்கோல், குறடு, உளி, சாவிகள், மஞ்சள் பிடிபோட்ட ஊசி, சிறு இரும்புக்கம்பிகள், பெட்டிக்குள் ஆணிகள், செருப்புத் தைப்பவனின் சகல லட்சணங்களுடன் ...

நாலு தடி நட்டு, மேலே கிடுகு போட்டிருக்கலாம். ஆனால் இந்த மரநிழலே போதும். அவன் குனிந்தபடி ஒரு கையில் செருப்பை வைத்துக்கொண்டு மறுகையால் ஊசி செருகித் தைத்துக் கொண்டிருந்தான். தேன் மெழுகு தடவிய நைலோன் நூல் சிலும்பாமல் இறுக்கமாய் இழைந்து வந்தது.

கவனம் முழுவதையும் அந்தச் செருப்பில் பதித்திருந்தான். மெலிந்து போன முகத்தில் நாலு நாள் தாடி. முகத்தில் வேர்வையின் பிசுபிசுப்பு. தைத்து முடிந்ததும் எதிரே நிற்பவரிடம் கொடுத்தான்.

“எவ்வளவு?”

“பத்து ரூபா தாங்கோ ...”

“நாலு குத்துக் குத்தி தைச்சதுக்குப் பத்து ரூபாயோ .. ?

“தோல் வெட்டிப் போட்டுத் தைச்சனான் ஐயா ...”

“இந்தா ஐஞ்சு ரூபா ...”

ஒரு ஐந்து ரூபாக் குத்தியை அவன் முன்னால் போட்டுவிட்டு அவர் தன்பாட்டில் நடந்து போனார்.

ஏழெட்டு ரூபாயாவது தந்திருக்கலாம் என்று முணுமுணுத்துக் கொண்டே அவன் காசை எடுத்துக் கீழே பசளைப்பையின் மறைவில் இருந்த சிறிய தகரப் பெட்டிக்குள் வைத்தான். இந்த ஐந்து ரூபாவுடன் இன்றைய வருமானம் பதினெட்டு ரூபாதான். இதை வைத்து என்ன செய்யலாம்... நாடியைப் பரபரவென்று தேய்த்துக் கொண்டான். நாளைக்கென்றாலும் தாடியை எடுத்து விடவேண்டும். எதிரே தெருவை வெறித்துப் பார்த்தான்.

மல்லாவி வீதி அந்த மத்தியான நேரத்திலும் ஆட்கள் நடமாட்டத்துடன் நீண்டு கிடந்தது. இந்தத் தெரு எந்தப் பொழுதிலும் வெறுமையாய்க் காணப்படுவதில்லை. வாகனங்கள் தெருவில் போகும்போது கிளப்புகின்ற புளுதி காற்றில் பரவியது.

மத்தியானத்துடன் பாடசாலைவிட்டுச் சின்ன வகுப்புப் பிள்ளைகள் சீருடை அணிந்து வந்து கொண்டிருந்தார்கள். சின்னச் சின்னச் சப்பாத்துகள்... செருப்புக்கள்... அவனுடைய பிள்ளைகளின் நினைவு வந்தது. இடம்பெயர்ந்து வந்த பிறகு நான்கு பேரில் யாரும் பாடசாலை செல்வதில்லை.

தூரத்தே மூத்தமகன்... பன்னிரண்டு வயது முருகு ஓடி ஓடி வருவது தெரிந்தது. உள்ளங்கால்கள் சுட்டிருக்க வேண்டும். மூச்சு வாங்க வந்தவன்.

“அம்மா காசு வாங்கி வரட்டாம். இனித்தான் சமைக்க வேணுமாம்” என்றான்.

அவன் பெட்டிக்குள் இருந்த பதினெட்டு ரூபாவையும் எடுத்துக் கொடுத்தான்.

“அரிசியும் மீனும் வேண்ட வேணும். காசு காணாது...” காசைக் கையில் வைத்து எண்ணிக் கொண்டு சொன்னான்.

“அரைக்கிலோ அரிசி ஏழரை ரூபாக்கு வாங்கு. பத்து ரூபா மீனுக்குக் காணாதே...”

“பத்து ரூபாக்கு என்ன மீன் வேண்டுறது.”

“ஒரு காகிலோ சூடை வேண்டலாம்தானே...”

முருகு நேராகச் சந்தைப் பக்கம் ஓடிப்போனான்.

அந்த வெய்யிலுக்குள் முருகு செருப்பில்லாத கால்களுடன் ஓடிப்போவதைக் கவலையோடு பார்த்தான். பாவம் முருகு ஒரு பழைய பாட்டா செருப்பாவது தைத்து அவனுக்குக் கொடுக்க வேணும்.

ஒரு நாள் முழுவதும் இடம் அசையாமல் இருந்து உழைத்தாலும் அரை வயிற்றுக்குத்தான் போதுமாய் வருகிறது. இடப்பெயர்வுக்குப் பிறகுதான் இத்தனை கஷ்டங்கள்.

அந்தக் காலங்களில் அவன் கிளிநொச்சியில் நல்லதொரு உழைப்பாளி. வயல் வேலைகள் எல்லாம் அனாயாசமாகச் செய்வான். ஆவணி, புரட்டாதி வரம்பு செதுக்குவதோடு வயல் வேலை தொடங்கும். விதைப்பு, புல்பிடுங்கு, நாற்றுநடுகை, மருந்தடிப்பு, அரிவுவெட்டு, சூடடி என்று தொடர்ந்து வேலை இருக்கும். பச்சரிசிச் சோறும், பாரை மீன் குழம்பும் மணக்க மணக்க சாப்பிட்ட காலம் அது.

அந்த உழைப்புவிட்டு எட்டு வருடமாகிவிட்டது. இந்தச் செருப்புத் தைக்கும் தொழிலை ஏற்றும் கொண்டாயிற்று. இப்படிச் செருப்புத் தைத்துச் சீவிக்கும் காலம் வரும் என்று முன்பு அவன் கனவில்கூட நினைத்ததில்லை.

ஆரம்பத்தில் செருப்புத் தைக்கப் பழகும்போது எத்தனை சிரமமாய் இருந்தது. ஊசியும் தேன் மெழுகு தடவிய நைலோன் நூலும் கையில் படிந்துவர ஒரு மாதம் பிடித்தது. சும்மா இருக்க முடியாது. ஏதாவது உழைத்தாக வேண்டும். அவனை நம்பி மனைவியும் நான்கு பிள்ளைகளும்...

அவன் வேர்த்த முகத்தைக் கையால் வழித்துத் துடைத்துக் கொண்டான். தொண்டை காய்ந்து போகப் பக்கத்தில் வைத்திருந்த போத்தல் தண்ணீர் எடுத்து மடமடவென்று குடித்தான்.

காலையில் குடித்த கஞ்சி வயிற்றுக்குள் எப்போதோ கரைந்து விட்டிருந்தது. பகபகவென்று வயிறு புகைந்தது. இனிச் சமைத்து முருகு சாப்பாடு கொண்டுவர மூன்று மணிக்கு மேலாகிவிடும். அதுவரை பச்சைத் தண்ணீர்தான்.

இனி அடுத்து யாராவது செருப்புத் தைக்க வர மாட்டார்களா என்று தெரு நீளம் பார்த்தான். தெருவுக்கு எதிர்ப்பக்கம் மாருதி மருந்தகம் வாசலில் ஒரு பெண் நடந்து போனபோது அவள் செருப்பு அறுந்திருக்க வேண்டும். சட்டென்று அலுத்தபடியே குனிந்து பார்த்தாள். செருப்பைக் கையில் எடுத்துக் கொண்டு சுற்றிலும் பார்த்துவிட்டுத் தெரு கடந்து அவனிடம் வந்தாள்.

ஒரு பக்க நாடா அறுந்து தொங்கிய செருப்பை இரண்டு கைகளையும் நீட்டி வாங்கினான். பளபளவென்று கருப்பு நிறப் புதிய செருப்பு.

"கொஞ்சம் நில்லுங்கோ, ரெண்டு நிமிசத்தில தைச்சுத் தந்திடுறன் ..."

அவன் கவனமாய்ப் பார்த்துத் தைக்கத் தொடங்கினான். தைத்து முடித்து நிலத்தில் வைத்து அழுத்திப் பார்த்து விட்டு "இந்தாங்கோம்மா" என்று கொடுத்தான்.

அவள் தன் காலில் போட்டுக் கொண்டு சரிபார்த்தாள். அவளது வெண்மையான பாதங்களுக்கு அந்தக் கறுப்பு நிறச் செருப்பு வசீகரமாகத் தெரிந்தது. கொஞ்சம் வியப்போடு பார்த்தான். அவள் தன் கைப்பையைத் திறந்தாள்.

"அஞ்சு ரூபா தாங்கோம்மா"

"ஒரு நிமிசம் கூட இல்லை. அஞ்சு ரூபா கேட்கிறாய் இந்தா" மூன்று ரூபாவைச் சில்லறையாக எடுத்துக் கொடுத்தாள்.

"இன்னும் ரெண்டு ரூபா போட்டுத்தாங்கோ?"

அவன் சொல்லிக் கொண்டிருக்கும்போதே அவள் எட்டி நடக்கத் தொடங்கி விட்டாள்.

அவன் சில்லறைகளை எண்ணிப் பெட்டிக்குள் வைத்தான்... இனி யார் வருவார்கள் ...

கிளிநொச்சிச் சந்தை வீதியில்தான் ஆரம்ப நாட்களில் செருப்புத் தைத்துக்கொண்டிருந்தான். வரிசையாய்ப் பல செருப்புத் தைக்கும் கடைகள்... பலரோடு அவனும் ஒருவனாக...

ஆனாலும் அந்த நேரம் ஓரளவு வருமானம் வந்தது. 'சத்ஜய' சண்டையின் போது "ஷெல்" வந்து சந்தை வாசலில் விழத் தொடங்கியதில் ஒரு பொருளும் எடுக்காமலே ஓடிவர வேண்டியதாயிற்று. மல்லாவி வந்த பிறகு ஊசி, குறடு, உளி, கத்தரிக்கோல், பட்டடை எல்லாம் மறுபடி வாங்க வேண்டியதாயிற்று. அவனால் செய்ய முடிந்த தொழில் இதுதான்.

மல்லாவி முன்பு அமைதியான பிரதேசமாக இருந்திருக்கக் கூடும். இப்போது எல்லாப் பக்கத்தில் இருந்தும் இடம்பெயர்ந்து சனம் வந்து குவிந்ததில் தெரு நெரிபட்டது.

எத்தனை மனிதர்கள், எத்தனை கடைகள் புதிது புதிதாய்த் திறக்கப்பட்டன. எல்லாத் தொழிலும் கூட புதிது புதிதாய்...

அவன் இந்த மரத்தடியைத் தேர்ந்தெடுத்து அமர்ந்துவிட்டான். இடம் பெயர்ந்து வந்தபின் இரண்டு வருடமாய் இதே இடம்.

சிலநாள் நூறு ரூபாயும் வரும், பலநாட்கள் இருபது ரூபாகூட வருவதில்லை. இந்தத் தொழிலுக்கும் போட்டி இருக்கிறது.

கடைவீதிக்கு வருபவர்களில் இருபது பேருக்கென்றாலும் செருப்பு அறுந்து போகிறது. இன்னும் அதிகம்பேரினது செருப்புக்கள் அறுந்தால் நன்றாக இருக்கும்.

ஒரு நாளில் எத்தனை விதமான செருப்புக்களையும் சப்பாத்துக்களையும் அவன் பார்க்கின்றான். சின்னக் குழந்தையின் விதவித வண்ணங்களினால் ஆன கீச்சிடும் சப்பாத்துக்கள்... பெண்கள் அணியும் குதியுயர்ந்த நாகரீக செருப்புக்கள்... முரட்டுத் தோலினால் செய்த ஆண்கள் அணியும் செருப்புக்கள்... பத்துத்தரம் வைத்துத் தைத்துக் கொடுத்த பின்னும் பதினோராவது தடவையாகத் தைக்கவரும் நைந்துபோன செருப்புக்கள்...

எப்படி அறுந்தாலும் அதை அழகாய்த் தைத்து விடும் லாவகம் அவன் கைகளுக்குப் படிந்து போய் விட்டது.

எட்டுவருட அனுபவம், வேலையில் உள்ள நிதானம்... அக்கறை. நேரம் போகப் போக வெய்யிலின் உக்கிரம் அதிகமாகிறது. வேர்வையின் வெம்மையில் சேட்டு உடம்போடு ஒட்டி ஈரமாகிறது. மனிதர்களின் சந்தடியும் அந்த இரைச்சலும் இறுக்கமான சூழலை உருவாக்குகிறது. என்ன சத்தம்...

பக்கத்துச் சாப்பாட்டுக் கடையிலிருந்து 'நந்திக்கடலோரம் முந்தைத் தமிழ் வீரம்...' பாடல் உச்சச் சத்தத்தில் கேட்கிறது. தொம் தொம் என்று நெஞ்சுக்குள் தாளம்போட வைக்கிறது. மரத்தின் இலைகளில் அசைவில்லை. இலைகளின்மீதுபடிந்து போயிருக்கும் செம்மண் தூசி...

ஒரு மெலிந்த நாய்க்குட்டி அவனுக்கு அருகே வந்து சுருண்டு கிடக்கிறது. ஆட்கள் அருகாக நடந்து போகும்போது தலையை உயர்த்திப் பார்த்துவிட்டு மறுபடியும் மண்ணில் முகத்தைப் பதித்துக் கொள்கிறது.

வெகுநேரம் யாரும் செருப்புத் தைக்க வரவில்லை. சிறிது நேரம் சிறு கம்பியால் காது குடைந்து கொண்டிருந்தான். அதன் பிறகு என்ன செய்வது என்று தெரியவில்லை.

ஒரு பிச்சைக்காரக் கிழவன் அவனிடம் வந்து கை நீட்டினான். அவன்கூட ஒரு பழைய பாட்டா செருப்புப் போட்டுக் கொண்டிருந்தான். அந்தச் செருப்பு அறுந்து போனால் இலவசமாகத் தைத்துக் கொடுக்கலாம். காசு இல்லை என்று சொல்லுவோமா என்று நினைத்துவிட்டு, அதைத் தவிர்த்து ஐம்பது சதம் எடுத்துக் கொடுத்தான். இந்த ஐம்பது சதத்திற்கு இப்போது ஒரு பொருளும் வாங்க முடியாது. பிச்சைக்காரக் கிழவன் தெரு கடந்து எதிர்ப்பக்கம் நடந்து போனான். மாருதி மருந்தகம், ஒளியருவி என்று வரிசையாய்க் கை நீட்டிக் கொண்டு போனான்.

அவன் மறுபடியும் தெருவைப் பார்த்தான். வெய்யிலின் சூடு சிறிது தணிந்தது போலிருந்தது. மூன்று மணிக்கு மேலாகிறது. வயிற்றுக்குள் புகைந்தது. முருகு எப்போது வரப் போகிறான்.

அரை மணி நேரம் போன பின் முருகு ஓட்டமும் நடையு மாகப் பையுடன் வந்தான். சாப்பாட்டுப் பெட்டியை எடுத்துக் கொடுத்தான். பசி கொஞ்சம் அடங்கிவிட்டது போலிருந்தது. அப்பிடியே இருந்தபடி போத்தல் தண்ணீரில் கை கழுவிவிட்டுச் சாப்பிடத் தொடங்கினான். சோறு ஆவி பறக்க இருந்தது.

"என்னடா சூடையில இது சொதியோ... குழம்போ..."

"குழம்புக்குப் போடத் தூள் இல்லையாம்."

அவன் ஒன்றும் பேசாமல்ச் சாப்பிட்டு முடித்தான். நாலு வாய் தண்ணீரைக் குடித்துவிட்டுப் போத்திலை மூடிப் பைக்குள் வைத்தான்.

முருகு சிறிது தள்ளி நின்று தெருவில் போகும், வரும் ஆட்களைப் பார்த்துக் கொண்டிருந்தான். வெய்யில் நன்றாகத்

தணிகின்ற நேரம், இப்போது இன்னும் அதிகமாய்த் தெருவில் சனங்கள், தனியார் கல்வி நிறுவனம் முடிந்து கூட்டம் கூட்டமாய் மாணவர்கள்... பல சைக்கிள்களில் மாணவிகள் இந்தப் பக்கமாய்ப் போனார்கள். சைக்கிள் மிதிக்கும் செருப்பு அணிந்த கால்கள் ...

கறுப்பாய் ... பொதுநிறமாய் ... வெள்ளையாய் ஒரே விதமாய் மிதிக்கும் கால்கள் ... வெய்யில் மறைந்து விட்ட நேரம் கண்ணாடி போட்ட மனிதர் வந்தார். காகிதத்தில் சுற்றிய செருப்பை நீட்டினார்.

"நீ போன கிழமை தைச்சுத் தந்ததும் சரிவரேலை. கீழே சுத்தி ஆணி அடிச்சு விடு. நான் உதில வெத்திலை வாங்கிக்கொண்டு வாறன்."

அவன் அந்தச் செருப்பை வாங்கிப் பார்த்தான். சிறிய இரும்புப் பட்டடையை அருகில் இழுத்து அதில் செருப்பை வைத்துப் பெட்டிக்குள் சிறிய ஆணி தேடி எடுத்துச் சுத்தியலால் மெதுவாய் அடித்து இறுக்கினான்.

அவர் வந்ததும் "இனி அசையாது, இந்தாங்கோ, பத்து ரூபா தாங்கோ" என்று கொடுத்தான்.

"சில்லறையாய் எட்டு ரூபா தான் இருக்கு. இப்ப இதை வைச்சிரு, பிறகு பாத்துத் தாறன்."

அவர் சில்லறை தந்துவிட்டுச் செருப்பை எடுத்துக் கொண்டு போனார். இவர் முன்பொரு தடவை எட்டு ரூபா சொன்னபோது பத்து ரூபாயாகத் தந்தவர்.

அவன் சில்லறைகளைப் பெட்டிக்குள் போட்டுவிட்டு நிமிர்ந்தான். இரண்டு இளம் பெண்கள் சைக்கிள்களை நிறுத்தி விட்டு அவனிடம் வந்தார்கள். சைக்கிளின் பின்னால் புத்தகப் பைகள்.

எதிரே நின்று ஆளுக்கொரு செருப்பை நீட்டினார்கள். அவன் வாங்கித் தைக்கத் தொடங்கினான். புதிதாய்த் தோல் வெட்டி நன்றாய் அழுத்தி வைத்துத் தைத்தான்.

அழகான பொன் நிறப் பாதணிகள்.

அந்தப் பெண்கள் எதிரே வெறும் பாதம் நிலத்தில் பதிய நின்றார்கள். வெள்ளை வெளேரென்ற பாதங்கள். சீராக வெட்டப்பட்டுச் சிவப்பு சாயம் பூசப்பட்ட நகங்கள் ...

அவன் தைத்துக்கொண்டிருந்த அந்த ஐந்து நிமிட நேரத்திலும் அவர்கள் தமக்குள் கதைத்துக் கொண்டிருந்தார்கள்.

“நேற்று அண்ணாக்கள் வீட்ட வந்தவையப்பா, பலகாரம் பார்சல் பண்ணிக் குடுத்து விட்டனாங்கள். மதியக்காவை விசாரிச்சனாங்கள். வன்னிவிளாங்குளத்தில நிற்கிறாவாம்.”

“அப்பிடியே ... நேற்றும் அந்தப் பக்கம் கிபிர் வந்து சுத்தினதல்லே ...”

“ஓமப்பா கிபிர் வந்து சுத்தினாலே நெஞ்சிடிதான். வவுனிக்குளம் சேர்ச்சுக்கும் குண்டு போட்டவங்கள். எங்கதான் ஓடித்தப்பிறது ...”

“நேரம் போகுது கொஞ்சம் கெதியாய்த் தையுங்கோ ...”

“ஓம் நானும் துணுக்காய்க்குப் போக வேணும் ...”

அவசரப்படுத்தினார்கள்.

தைத்து முடிந்து அவர்களிடம் நீட்டினான். “ரெண்டுக்கும் பதினைஞ்சு ரூபா தாங்கோ ...”

பத்து ரூபாதான் எதிர்பார்த்தான். பதினைந்து ரூபாவையும் கொடுத்துவிட்டுப் போனார்கள்.

சிறிது நேரத்தில் பொழுது இருட்டத் தொடங்கியது. இன்றைக்குப் பரவாயில்லை. நாற்பத்திரண்டு ரூபா வந்திருக்கிறது. சில்லறைகளை எடுத்து மடியில் கட்டிக்கொண்டான். பழைய செருப்புக்களை அள்ளிப் பக்கத்தில் இருந்த மரப்பெட்டிக்குள் போட்டுக் கொண்டான்.

உபகரணங்களையும் எடுத்துப் பெட்டிக்குள் வைத்தான். சிறிது நகர்ந்து பசளைப் பைகளையும் உதறி எடுத்து மடித்து வைத்துவிட்டு, தூரத்தில் நின்ற முருகுவைக் கூப்பிட்டான்.

முருகு ஓடிவந்து பெட்டியைத் தூக்கித் தன் தலையில் வைத்துக் கொண்டு முன்னால் போக, அவன் கையூன்றி எழுந்து மரத்தில் சாத்தி வைத்திருந்த ஊன்றுகோலைக் கையில் எடுத்துக் கொண்டான். எட்டு வருடத்துக்கு முன் மிதிவெடியில் கால்களை இழந்த அவன் ... கைகளால் மட்டுமே செருப்புக்களை உணரும் அவன் ...

***தினக்குரல்* – 01.11.1998**

ஊர்வலம்

எப்படியும் ஊர்வலம் தொடங்க ஒன்பது மணியாகி விடும். எட்டே முக்காலுக்கு முருகன் கோவிலடிக்குப் போனால் போதும், செய்வதற்கு ஏராளம் அலுவல்கள் இருக்கின்றன. ஆனால் ஒன்றையும் செய்ய இயலவில்லை.

வெகுநேரமாய்க் குடிசைத் திண்ணையில் அமர்ந்து தெருவைப் பார்த்துக் கொண்டிருந்தான். நாலைந்து பேராக ஆட்கள் தொடர்ச்சியாய்ப் போய்க் கொண்டிருந்தார்கள். இவர்கள் எல்லாம் ஊர்வலத்தில் கலந்து கொள்ளப் போகிறவர்களாகத் தான் இருக்க வேண்டும். அவனும் ஊர்வலத்துக்குப் போவதற்குத்தான் காத்துக் கொண்டிருக்கிறான். எந்த ஊர்வலமானாலும் அதில் கலந்து கொள்ளாமல் அவனால் இருக்க முடியாது. அது சிறு வயதிலிருந்து அவனுடன் ஒன்றிப்போய் விட்ட இயல்பு.

இன்றைக்குக் காலையிலிருந்தே நல்ல வெய்யில் எறிக்கிறது. இப்போதே காற்றில் சூடேறிவிட்டது. அவன் காலை மடித்து வைத்து மரக்கப்புடன் சாய்ந்து கொண்டான்.

நாலு நாள் தாடி அவன் முகத்தில் இருந்தது. கைகளால் பரபரவென்று முகத்தைத் தேய்த்துக் கொண்டான். கண்களில் பசிக்களைப்பு இருந்தது. காலையிலிருந்து எதுவும் வாய்க்குள் விடவில்லை.

“மல்லிகா! ஏதும் தண்ணி வென்னி இருக்குதே குடிக்க...”

காட்டுத்தடிகளினால் வரையப்பட்ட குடிசையின் ஒரு பகுதியைப் பார்த்துக் கேட்டான். "வாறன் கொஞ்சம் பொறுங்கோ ..." உள்ளிருந்து குரல் மட்டும் கேட்டது.

காலையில் இருந்த சில்லறைக் காசுகளைப் பொறுக்கி அரைறாத்தல் பாண் வாங்கிச் சின்னனுகளுக்குக் கொடுத்தாகி விட்டது. மூத்தவன் பதினேழு வயது பவுண் அதிகாலையிலேயே விறகு வெட்டிக் கட்டிவர முட்கொம்பன் காட்டுக்குப் போய் விட்டான்.

மீசை அரும்பத் தொடங்குகின்ற இந்த வயதில் பவுண் குடும்பச் சுமையின் பாதியைத் தாங்குகிறான். பவுண் பள்ளிக்கூடப் பக்கமே போவதில்லை. டயர் தேய்ந்த ஒரு பழைய சைக்கிளில் எந்நேரமும் திரிந்து கொண்டேயிருப்பான். இன்றைக்கு ஊர்வலத்திற்குப் போக வேண்டியிருந்ததனால் அவன் பவுணுடன் காட்டுக்குப் போகவில்லை. பவுண் விறகு கொண்டு வேளைக்கே வந்து விட்டால் அவனும் கூட ஊர்வலத்தில் கலந்து கொள்ளலாம்.

மறுபடி தெருவைப் பார்த்தான். தொடர்ந்து எத்தனை பேர் போய்கொண்டிருக்கிறார்கள். அவனும் போக வேண்டும். குடிக்க ஒரு தேனீராவது கிடைக்காதா என்ற எதிர்பார்ப்பில் பார்வையை அலையவிட்டுக் கொண்டிருக்கையில் எதிர்வீட்டு யோகன் வேலியால் எட்டி ...

"ரத்தினண்ணை! ஊர்வலம் தொடங்கக் கொஞ்சம் நேரமாகும் போல கிடக்கு. இப்பதான் சுலோகம் எழுதுகினம். சனம் இப்பவே நிறைய வந்திட்டுது" என்று சொல்லிவிட்டுப் போனான்.

சுலோகம் என்றதும் அடுக்கடுக்காய் வார்த்தைகள் மனதுக்குள் கோர்த்துக் கொண்டு நின்றன. அந்த நாட்களில் அவன் அடுக்குத்தமிழில் எத்தனை சுலோகங்கள் எழுதியிருப்பான். குரல் அடைக்க உச்சத்தில் முழங்கிக் கொண்டு எத்தனை ஊர்வலங்களில் முன் வரிசையில் நடந்திருப்பான். எத்தனை ஊர்வலங்களைத் தன் வாழ்நாளில் அவன் பார்த்துவிட்டான். அவனுடைய ஞாபகப்பரப்பில் எழுபதாம் ஆண்டுகளின் நினைவுகள்கூட அழியாது பதிந்திருக்கின்றன. அப்போது அவனுக்குப் பதினேழு வயது. மெல்லிய உயரமான தோற்றத்தில் இருந்த அவனுக்கு மீசை அரும்பத் தொடங்கிய வயது.

நாடெங்கும் தேர்தல் சூடுபறந்த நேரம். தமிழ் தமிழ் என்று மேடையெல்லாம் அடுக்கு வசனங்களில் பேசியவர்களை மனதார நேசித்துத் தலைவர்களாக ஏற்றுக்கொண்ட காலங்கள்.

வேட்டி சட்டை அணிந்து, யாரைக்கண்டாலும் இரு கைகளையும் தமது இடது தோளுக்கு மேல் தூக்கிக் கூப்பி, வணக்கம் சொல்லி, வசீகரமாகச் சிரிக்கும் தலைவர்களின் வெற்றிக்காக அவனும் அவனின் நண்பர்களும் ஓடி ஓடி உழைத்த காலங்கள். அடுக்கு வசனங்கள் எழுதிச் சுவரொட்டி ஒட்டுவது ... கூட்டங்களுக்கு வீடு வீடாகப் போய் ஆட்கள் சேர்ப்பது ... கூட்டங்களை ஒழுங்குபடுத்துவது ... ஒலிபெருக்கி வாகனத்தில் ஒழுங்கை ஒழுங்கையாய் அலைவது ... என்று எத்தனை வேலைகள்.

மாபெரும் ஊர்வலத்துடனான பொதுக்கூட்டம் ஒரு நாள் நடக்கும். இரவு பகல் உறக்கமில்லாமல் அலைவார்கள். பரந்தன் சந்தியிலிருந்து றொட்றிக்கோ மைதானம்வரை இரண்டு பக்கமும் தோரணம் கட்டுவார்கள். மூன்று மணிக்குத் தொடங்கும் ஊர்வலம் மைதானம்வர ஆறு மணியாகிவிடும்.

கணபதி நேர்த்தியாக லாவகமாக நிலபாவாடை விரித்துக் கொண்டே போவான். வேர்த்து விறுவிறுத்துப் போன அவன் முகத்தில் உலகத்தை வென்ற பெருமிதம் இருக்கும். தெரு நீளத்துக்கு ஊர்வலம் முழுவதும் கணபதி வெறுங்கால்களுடன் ஓடி ஓடி நிலபாவாடை விரிக்க அதில் தலைவர்கள் கும்பிட்டபடி உற்சாகமாகப் புன்னகைத்தபடி நடந்து வருவார்கள். கணபதி நிலபாவாடை விரித்த காசுகூட வாங்கிக்கொள்ள மாட்டான்.

ஊர்வலம் மைதானத்தை வந்து சேரும் போதே மின் விளக்குகள் பளிச்சிடத் தொடங்கி விடும். மைதானத்தில் வண்ணக்காகிதங்களினால் அலங்கரிக்கப்பட்ட பெரிய மேடை... பின்னணித்திரையில் பிரமாண்டமாய் ... கட்சிச்சின்னம் ... மேடையில் அலங்கார நாற்காலிகள்.

பிற இடங்களிலிருந்தும் வந்திருந்த மற்றைய தலைவர்கள், கட்சிப்பேச்சாளர்கள் மேடையில் அமர்ந்திருப்பார்கள், யாழ்ப்பாணத்திலிருந்து தலைவர் வந்திருப்பதனால் கூட்டம் முக்கியத்துவம் பெறும், அந்தத் தலைவரின் அடுக்கு வசனப் பேச்சுக் கேட்கக் கூட்டம் அலைமோதும்.

தலைவர் பேச எழுந்ததும் உணர்வுகள் பொங்க இளைஞர் கூட்டம் மேடையை நோக்கி நகரும், முதலாவதாக அவன்தான் மேடையில் ஏறுவான். சர்ரென்று பிளேடினால் விரல் கிழித்துப் பொங்கி வரும் ரத்தத் துளிகளினால் தலைவரின் நெற்றியில் பொட்டு வைப்பான். அவனைத் தொடர்ந்து பலர் பொட்டு வைப்பார்கள். கூட்டம் ஆரவாரித்துக் கை தட்டும் ஓசை வானைத் தொடும்.

தலைவருக்கு மாலைகள்போட மக்கள் வரிசையில் நிற்பார்கள். போடும் மாலைகளைத் தலைவர் புன்னகை முகத்தோடு கழற்றி வைத்துக் கொண்டேயிருப்பார். அந்த மாலைகள் பின் வழியாக மாற்றப்பட்டுத் தொடரும் வரிசைகளில் சேர்க்கப்பட்டுவிடும். மறுபடி அதே மாலைகள் மேடைக்கு வரும். தலைவருக்கு இத்தனை மாலைகளா என்று கூட்டம் பிரமிக்கும். தலைவர் பேச எழுந்ததும் கூட்டத்தில் அமைதி நிலவும்.

மழை போலப் பொழியும் வார்த்தைக் கோலங்களில் மக்கள் கூட்டம் மெய் மறந்து அமர்ந்திருக்கும். ஒரு வித பெருமித உணர்வுடன் அவன் மேடை ஓரத்தில் நிற்பான்.

கல்தோன்றி மண் தோன்றாக் காலத்தே வாளுடன் முன் தோன்றிய மூத்த தமிழ் என்று ஆரம்பித்து தூக்கு மேடை பஞ்சு மெத்தை, துப்பாக்கிக் குண்டு விளையாட்டுப் பந்து என்று பல அடுக்கு வசனம் சொல்லித்தான் பேச்சை முடித்துக் கொள்வார்.

கைதட்டல்களினால் அந்தப் பிரதேசமே அதிரும். அன்றைக்கு... அந்தக் கணத்தில் ... அந்தக் கட்சியும் அந்தத் தலைவர்களும் அவர்களது வெற்றியுமே உலகின் முதன்மையான விடயமாக அவனுக்குத் தோன்றும்.

அந்தத் தலைவரிடம் வேலைகேட்டு அலைந்து காசு கட்டித் தோற்றுப்போன ஒருவன் தலைவரைக் கேவலமாகப் பேசியதைப் பொறுத்துக்கொள்ள முடியாமல் அவனை அடித்து விழுத்தி மோசமாகத் தாக்கியிருக்கிறான்.

"ரத்தினம்! வாற திங்கள் கிளிநொச்சிக் கந்தசாமி கோயில்ல யிருந்து மைதானம்வரை ஊர்வலம் வரவேணும். எல்லாருமாய் ஒழுங்கு செய்யுங்கோ."

தலைவர் ஒரு வார்த்தை சொல்லிவிட்டால் போதும், அவன் தன் நண்பர்களுடன் செய்து முடிப்பான். இளம் வயதின் வேகம் அது.

எழுபத்தேழாம் ஆண்டுத் தேர்தல், தமிழ்க்கட்சிகள் ஒன்றாய் இணைந்து எதிர் கொண்ட தேர்தல். இருபத்திநாலு வயதில் இன்னும் அதிகத் திறமைகள் அவனுக்கு ஏற்பட்டிருந்தன. அப்போது கார் ஒன்று வைத்திருந்து வாடகைக்கு ஓடி உழைத்துக் கொண்டிருந்தான். தன் காரில், சொந்தக் காசில் பெட்ரோல் போட்டு, கிளிநொச்சி எங்கும் ஒலிபெருக்கி கட்டித்திரிந்தான். இம்முறை ஊர்வலத்தில் ஊர்திகள் செய்தார்கள். வேடம் போட்டு ஆடினர்கள். உழவுயந்திரங்கள் அலங்கரிக்கப்பட்டுத் தலைவர்களுடன் நகர்ந்தன.

ஊர்வலத்தில் கடலாய்த் திரண்ட கூட்டத்தைக் கட்டுப் படுத்த மிகவும் சிரமப்பட்டார்கள். உணர்வு பொங்க எழுதப் பட்ட சுலோகங்களை உரக்கக் கூவிக்கொண்டே மக்கள் வெய்யிலுக்குள் நடந்தார்கள். அன்றைய மேடையில் அவனும் கவிதை படித்தான். நான்கு பேருக்கு நெற்றியில் ரத்தத்திலகம் வைத்தான். தேர்தல் முடிந்து கிடைத்த வெற்றியைப் பட்டாசு கொழுத்திக் கொண்டாடினான்.

அவையெல்லாம் இப்போது கனவாகிப் போன சம்பவங் களாகிவிட்டன. எப்போதோ ஒரு பிறவியில் நடந்தவை போல...

அதன் பிறகு நாட்டில் எத்தனையோ மாற்றங்கள், அரசியலும் அதன் பின்னணியும் இன்னொரு விதமாய் வளர்ந்தது. மக்களும் மாறுதலுக்கு உள்ளாக நேர்ந்தது. எழுபத்தேழாம் ஆண்டு தேர்தலுக்குப் பிறகு உழைத்து வந்த காரும் கடனுக்குப் போய்விட்டது. பல சுமைகள் மனதை அழுத்தின. அதன் பிறகும் ஊர்வலங்கள் நடந்தன. புறச் சூழலின் சுமைகளை ஒதுக்கி அவன் அவற்றில் முன்னிலையில் கலந்து கொண்டான். இது அவனுடைய பாமர நெஞ்சில் ஊறிப்போன விடயமானது.

கல்யாணம், பிள்ளைகள் என்று குடும்பம் வளர்ந்தது. அதிகம் படிப்பில்லாத காரணத்தால் கூலி வேலைதான் தொழிலாயிற்று. பிள்ளைகளுக்கும் படிப்பு அவ்வளவாக ஏறவில்லை என்பது மிகுந்த கவலையைத் தந்தது.

சொந்த இடத்தில் இருக்கும்வரை சாப்பிட வழி இருந்தது. இப்போது இடம் பெயர்ந்த பிறகு எந்தத் தொழிலும் செய்ய இயலவில்லை. அரை வயிற்றுக் கஞ்சிக்கு நாயாய் அலைய வேண்டியிருந்தது.

இப்போது ஊர்வலங்களின் தேவைகளில் மிகப்பெரிய மாற்றங்கள் ஏற்பட்டுவிட்டன. தவிர்க்க முடியாத சமூகமாற்றமாக அவை மாறிவிட்டன. வெய்யில் எறித்தாலும் சரி மழை கொட்டினாலும் சரி எங்கே ஊர்வலம் நடந்தாலும் அவனால் கலந்து கொள்ளாமல் இருக்க முடியாது.

இன்றைக்கும் நிவாரணவெட்டை எதிர்த்து முருகன் கோவிலடியிலிருந்து புறப்பட்டுக் கச்சேரிக்கு ஊர்வலம் போகிறது. அவன் திண்ணையிலிருந்து எழுந்தான். ஒன்பது மணி ஆகியிருக்கும். மல்லிகா தேனீர் கொண்டு வந்து தரக்கூடும் என்ற எதிர்பார்ப்பில் நின்று திரும்பிப்பார்த்தான்.

"இந்தாங்கோப்பா – ஊர்வலம் முடிஞ்சு எப்ப வாறீங்களோ இதைக் குடிச்சிட்டுப் போங்கோ."

மல்லிகா வெறும் தேனீரைக் கொடுத்தாள். இனிப்பு அதிகம் இல்லாவிட்டாலும் மெல்லிய சூட்டில் தொண்டைக்குள் இதமாக இறங்கியது.

மரக்கப்பில் தொங்கிய நைந்து போன சட்டையை எடுத்துப் போட்டுக் கொண்டான். “போயிட்டு வாறன்” என்று சொல்லி விட்டு முற்றத்தில் இறங்கும் போதே மத்தியானம் சமைப்பதற்கு மல்லிகா என்ன செய்வாள் என்ற கேள்வி நெஞ்சுவரை எழுந்தது.

“பவுண் விறகை வித்துப்போட்டுக் காசு கொண்டு வருவான், அதில பார்த்து நான் ஏதும் வாங்கிச் சமைக்கிறன்.”

கொஞ்சம் மனம் நிம்மதியானது. இன்றைய பொழுதின் பிரச்சினை தீர்ந்த ஆறுதல்.

அவன் முற்றம் கடந்து வாசலுக்குப் போன போது பவுண் வெறும் சைக்கிளைத் தள்ளிக் கொண்டே உள்ளே நுழைந்தான். பாரம் சுமந்தே தேய்ந்து போன பிள்ளை …

“கட்டி வந்த விறகைச் சந்தைக்குப் பக்கத்து ஒழுங்கையில வாங்கியிட்டினம், அதுதான் வெள்ளன வந்திட்டன்.”

பவுண் சைக்கிளை நிறுத்திவிட்டு மூச்சை இழுத்து விட்டுக் கொண்டான். முகத்து வேர்வையைக் கைகளால் வழித்து உதறினான். அவன் நின்று திரும்பிக் கேட்டான்.

“பவுண்! ஊர்வலத்துக்கு நீயும் வாறியா…” பவுண் தகப்பனை ஒரு வினாடி யோசனையுடன் பார்த்தான். ஒரு நிமிடம் பேசாமல் நின்றான். பிறகு சொன்னான்.

“அதுக்கென்ன வாறன், ஆனால் இந்த ஊர்வலங்கள் நடக்கிறதால மட்டும் எங்கட பிச்சினை தீர்ந்திடுமே…” நறுக்கென்ற அந்த வார்த்தைகள் …

அவன் ஒரு கணம் திகைத்துப் போய்ப் பவுணைப் பார்த்தான். மன ஆழம்வரை தைத்த வார்த்தைகள்.

ஒரு துக்கமான உணர்வு வந்து தொண்டையை அடைத்துக் கொண்டது. அந்த அடைப்புக்குள் தனது இழப்புக்கள் அனைத்தும் சிக்கிக் கொண்டது போன்ற உணர்வு …

தனது பதினேழு வயதில் தனக்கு ஏன் இது தோன்றாமல் போயிற்று என்று கவலையோடு நினைத்துக் கொண்டான்.

வெளிச்சம் – **சித்திரை** – **1999**

அக்கா

முழுகிவிட்டு வெய்யிலில் நின்று ஈரத்தலையை நீவி விட்டுக் கொண்டிருந்த அக்காவைச் சிறிது நேரம் பார்த்துக் கொண்டிருந்தேன். இதுவரை நடந்த எதையுமே அறியாதவளாக முற்றத்துத் தென்னை மரத்து ஓலைகளில் தத்திப் பறக்கும் குருவிகளைப் பார்த்துக் கொண்டிருந்தாள். இன்றைக்கு அவளின் முகம் தெளிவாய் இருந்தது.

ஒரு மாதமாக எல்லோரையும் என்ன பாடு படுத்தி விட்டாள். அந்த ஒரு மாதமும் சாப்பிட முடியாமல் நித்திரை கொள்ள முடியாமல் பட்ட வேதனை... மனம் முழுவதும் திகிலும் கலவரமுமாய் அலைய வைத்த நாட்கள் ...

இப்போது அக்காவுக்குச் சுகமாகி விட்டது. பிரச்சினைகளுக்கு முகம் கொடுத்து வாழ வேண்டிய நிர்ப்பந்தத்தினால் ஏற்பட்ட தாங்க முடியாத கவலையினால்தான் அக்காவின் மனநிலை தவறிப் போனதோ ..?

அக்கா, நான், தம்பி ஆக மூன்று பேரையும் விட்டுவிட்டுப் பத்து வருடங்களுக்கு முன் கிளிநொச்சியில் நடந்த எறிகணை வீச்சில் அம்மா பலியாகி விட்டிருந்தாள். அதன் பின் இந்த அப்பா வுடன் இருந்து நாங்கள் படுகின்ற பாடு ...

விடிந்தால் பொழுதுபடும் வரை அப்பா செய்கின்ற அட்டகாசங்களைப் பார்த்தே எங்களுக்கு வாழ்க்கை வெறுத்துப்போய் விட்டது. அம்மா எப்படித்தான் இவருடன் வாழ்ந்தாளோ? இவரிடம் அம்மா எத்தனை அடி உதைகளை வாங்கியிருக்கிறாள்.

எந்நேரமும் அழுது கொண்டிருக்கும் அம்மாவின் முகம்தான் மனதின் ஆழத்தில் பதிந்து போயிருக்கிறது. அப்பா அடிப்பதையும் அம்மா அழுவதையுமே பார்த்து வளர்ந்தவர்கள் நாங்கள். அம்மா போன பின் அக்காதான் வீட்டின் எல்லாச் சுமைகளையும் ஏற்றுக் கொண்டாள்.

விடியும் போதே யோசனை தொடங்கிவிடும் இன்றைக்கு என்ன சமைப்பது என்று. எத்தனை நாட்கள் சோறும் முருங்கை இலை வறையும் சாப்பிட்டிருக்கிறோம்.

அப்பா ஓய்வூதியமாக எடுக்கும் மூவாயிரம் ரூபாவை அப்பிடியே எங்களிடம் தந்தால் அக்கா நன்றாய்ச் சமாளித்து விடுவாள். தனது பணத்தில் வீட்டுக்காக அவர் செலவழிப்பது மிகவும் கொஞ்சம்தான்.

தான் குடிப்பதும் கடையில் சாப்பிடுவதுமாக செலவழித்து விட்டு அக்காவிடம் காசு தா என்று சண்டை பிடிப்பார்.

அக்கா வீட்டில் இருந்தபடியே ஆட்களுக்குச் சட்டைகள் தைத்துக் கொடுக்கிறாள். பதினெட்டு வயதுத் தம்பி கடைச்சல் பட்டறையில் வேலை செய்கிறான். தன்னுடைய சம்பளத்தை அப்படியே அக்காவிடம் கொண்டு வந்து கொடுத்து விடுவான். அதற்கும் சில வேளைகளில் அப்பா வேட்டு வைத்து விடுவார்.

பட்டறை முதலாளியிடம் தம்பியின் சம்பளத்தை அப்பா கொஞ்சம் வாங்கிவிடுவார். பொறுத்துப் பொறுத்துப் பார்த்து விட்டு இனிமேல் அப்பாவுக்குக் காசு கொடுக்கக்கூடாது என்று முதலாளியிடம் அவன் சொல்லிவிட்டான்.

அன்று கோபத்துடன் வந்த அப்பா அவனுக்கு அடித்த அடி... தடுக்கப்போன அக்காவுக்கும் அடி விழுந்தது. அன்று எல்லாருமே அழுது கொண்டிருந்தோம். எல்லோர் மாதிரியும் இல்லாமல் எங்களுக்கு மட்டும் ஏன் இப்படி ஒரு அப்பா கிடைத்தார் ...

இப்படிச் சுயநலமாய் இருக்க அப்பாவினால் எப்படி முடிகிறது? அதுவும் இப்போது இடம்பெயர்ந்த நிலையில் ஏற்பட்ட கஷ்டங்களில் எங்கள் வாழ்க்கை இன்னமும் நெருக்குதல்களுக்கு உள்ளாகிய நேரத்தில் ...

வீட்டு நிலமை பற்றி அக்காதான் எந்த நேரமும் யோசித்துக் கொண்டேயிருப்பாள். கவலைப்பட்டுக் கொண்டிருப்பாள். இதே கவலையில்தான் அவள் சுயசிந்தனை இழந்திருக்க வேண்டும்.

நான் கண்கள் கலங்க அக்காவைப் பார்த்தேன். தலைமயிரை நீவி விட்டுக் கொண்டிருக்கும் அக்கா எப்போது வித்தியாசமாய் நடக்கத் தொடங்கினாள் என்று யோசித்துப் பார்த்தபோதே உள்ளம் சில்லிட்டது.

ஒரு மாதத்துக்கு முன் ஒரு பின்னேரம் அக்கா தையல் யந்திரத்தில் தைத்துக் கொண்டிருந்தாள். சில நாட்களாகவே அக்கா கொஞ்சம் இறுக்கமாய்த்தான் இருந்தாள். அப்பா வந்து "எனக்கு அவசரமாய்க் காசு தேவையாய்க் கிடக்கு. ஒரு நூறு ரூபா தா" என்று கேட்டார்.

தையல் யந்திரம் சட்டென்று நின்றது.

"என்னட்டக் காசு இல்லை."

மறுபடி யந்திரம் இயங்கியது.

அப்பா பாய்ந்து வந்து அக்காவின் தலைமயிரைப் பிடித்து மரக்கப்புடன் மோதினார்.

"என்னடி காசு கேட்டால் இல்லை எண்டு சொல்லுறாய். அவ்வளவு திமிரே ..."

அக்காவை ஒரு புறமாய்த் தள்ளிவிட்டு உள்ளே போய்ப் பெட்டிக்குள் அக்கா வைத்திருந்த நூற்றைம்பது ரூபாவையும் எடுத்துக்கொண்டு போய் விட்டார்.

அக்கா தலையைப் பிடித்துக் கொண்டு அழத்தொடங்கினாள். "ஏனக்கா ... நீ காசை ஒளிச்சு வைச்சிருக்கலாமே ..." என்றேன் கோபத்தோடு.

படக்கென்று தலை உயர்த்தி என்னை உறுத்துப் பார்த்தாள். கண்கள் கலங்கியிருக்க அவள் பார்த்த தீவிரத்தில் நான் திடுக்கிட்டுப் போனேன்.

"இந்த மனிசன் எங்களை ஒரு நாளும் நிம்மதியாய் இருக்கவிடப் போறதில்லையடி ..." என்றாள்.

விறு விறுவென்று உள்ளே போய்ப் படுத்து விட்டாள்.

இரவு சாப்பிடக்கூட எழுந்து வரவில்லை. நடு இரவில் திடுக்கென்று எழுந்து அமர்ந்தாள். எழுந்து வெளியே போனாள்.

அக்கா அக்கா என்று கூப்பிட்டால் பதில் இல்லை. கலவரத்துடன் நான் பின்னால் தொடர்ந்து போகத் தனக்குள் ஏதேதோ கதைத்துக் கொண்டு தென்னை மரத்தில் ஓங்கி அறைந்து கொண்டிருந்தாள்.

நான் பதறிப்போய்த் தம்பியை எழுப்பி விசயத்தைச் சொல்ல அவன்தான் ஓடிப்போய் அக்காவை ஒரு வழியாய் வீட்டுக்குள் கூட்டி வந்தான். அன்றிலிருந்து அக்காவின்நிலை மாறிவிட்டது. நிலைகுத்திய பார்வை. எதுவுமே கதைப்பதில்லை. திடுமென்று எழுந்து ஓடுவாள், பிடிப்பதற்குள் நாங்கள் களைத்து விடுவோம்.

நீ ஏனக்கா இப்பிடி இருக்கிறாய் என்று கேட்டு நான் அழுதால்கூட அவளால் உணர முடியாதிருந்தது. இதுதான் பெரிய அவலம்.

அக்கராயன் ஆஸ்பத்திரியில் அக்காவைச் சேர்த்தோம். அவளில் திடீரென்று ஒரு மூர்க்கம் குடிகொண்டது. என்னையும் தம்பியையும் ஒரு தாயின் பரிவோடும் பாசத்தோடும் கவனித்துக் கொள்கின்ற அக்காவுக்கு எங்கிருந்து இந்த மூர்க்கம் வந்தது... மருந்து குடிக்க மாட்டேன் என்று அடம் பிடிப்பாள். குளிசைகளை வாங்கி வீசி எறிவாள். திடீரென்று வார்ட்டுக்கு வெளியே ஓடுவாள். இரவு பகலாய் நான்தான் அவளுடன் கூடவே நின்றேன்.

சாமத்தில் அக்கா எழுந்து எங்கேயாவது ஓடி விடுவாளோ என்ற பயத்தில் இரவு முழுக்க விழித்துக் கொண்டே இருப்பேன். அம்மாவுக்குச் சமமாய் இருக்கின்ற அக்காவின் நிலையை என்னால் தாங்க முடியவில்லை. அவளைப் பார்க்கப் பார்க்க அழுகை வந்தது.

எல்லாவற்றுக்கும் அப்பாதானே காரணம் என்று அவர் மீதுதான் கோபம் வந்தது. அவர் சரியாய் இருந்திருந்தால் அக்காவுக்கு இந்தநிலை வந்திருக்க மாட்டாது.

தம்பி வேலைக்கும் போகாமல் வீட்டுக்கும் ஆஸ்பத்திரிக்குமாய் ஓடிக்கொண்டிருந்தான். ஒரு மாதத்தில் அக்கா கொஞ்சம் கொஞ்சமாய்ச் சுகமாகி வந்தாள். வெறித்த பார்வை மறைந்து கண்களில் சோர்வு தெரிந்தது. எல்லோருடனும் இயல்பாகக் கதைத்தாள். சில வேளைகளில் தலை குனிந்து மௌனமாய் அமர்ந்திருப்பாள். கண்கள் கலங்கி வழியும்.

“அக்கா! நீ ஒண்டுக்கும் யோசிக்காத, நான் இருக்கிறன்... கவலைப்படாத” என்று திருப்பித் திருப்பித் தம்பி சொன்னபோது மெலிதாய்ச் சிரித்தாள்.

ஆஸ்பத்திரியிலிருந்து வீட்டுக்கு வந்து ஒரு வாரமாகி விட்டது. இப்போது அக்கா பழைய மாதிரியே இருக்கிறாள். குளிசைகள் குடிக்கும் நேரங்களில் மட்டும் முகம் சுளிப்பாள்.

ஆனால் நான் கவனமாய் இருந்து குளிசைகளைக் குடிக்க வைத்து விடுவேன்.

அக்கம் பக்கத்து வீடுகளில் உள்ள ஆட்கள் அக்காவை அனுதாபத்தோடு பார்க்கும் போதெல்லாம் மனம் பதறிக் கொள்ளும்.

"மூளை சுகமில்லாமல் இருந்த பிறகு என்னதான் மாறினாலும் நாளைக்கு ஆர் கலியாணம் கட்ட வரப்போறான்" என்று சொன்ன எதிர் வீட்டு ஆச்சிக்குத் தம்பி நல்ல பேச்சுக்கொடுத்து அனுப்பி விட்டான்.

ஊர் சொன்னால் என்ன சொல்லாவிட்டால் என்ன அக்காவின் எதிர்காலம் கேள்விக்குறியாகத்தான் இருக்கப் போகிறது. இந்த நினைவு பயங்கரமாய் எங்கள் நெஞ்சை அழுத்துகிறது.

ஏற்கனவே வீட்டில் பசியும் பட்டினியும் . . . அத்தோடு இந்த நிலையும் சேர்ந்தால் . . .

இருபத்தியாறு வயதிலேயே அக்காவைப் பார்த்தால் முப்பது வயது ஆனவளைப்போலத் தெரிகிறாள். கண்களின் அடியில் நிரந்தரமாய்த் தங்கி விட்ட கவலைகளின் வரிகள் . . . அக்காவை பார்க்கும் போதெல்லாம் மனம் பதைபதைக்கிறது. இப்படியே இயல்பாக அவள் எங்களுடன் இருந்துவிட வேண்டும்.

மேலும் ஒரு வாரம் போனது. இப்போது அக்கா மறுபடி தைக்கத் தொடங்கி விட்டாள். இடையே தான் இருந்த நிலமை பற்றிய எந்தச் சிந்தனையும் இல்லாமல் இயல்பாக இருக்கிறாள்.

தம்பி அப்பாவுடன் முகம் கொடுத்துக் கதைப்பதில்லை. அவர் மீது அத்தனை கோபம்.

ஏனோ கொஞ்ச நாளாய்ப் பேசாமல் இருந்த அப்பா மறுபடி தன் சுயரூபத்தைக் காட்டத் தொடங்கினார். தம்பியிடம் காசு கேட்கப் பயம். அதனால் அக்காவிடம் காசு கேட்டார்.

"காசு இருந்தால் தா. நான் பிறகு தாறன்."

அக்கா கேட்காதது போல முகத்தைத் திருப்பிக்கொள்ள "என்னடி முகத்தைத் திருப்பிறாய்" என்று அவள் தலைமயிரைப் பிடித்தார்.

நான் ஓடிப்போய் அப்பாவைப் பிடித்து இழுத்தேன்.

"வேண்டாம் அப்பா. பாவம் அக்காவுக்கு அடிக்காதேங்கோ"

"போடி அங்கால . . ."

என்னைத் தள்ளிவிட்டு –

“நீங்கள் எல்லாம் பெரிய ஆட்களாய் விட்டீங்கள், தகப்பன் எண்ட மரியாதை இல்லை. உங்களுக்கு ...” என்று கத்திவிட்டு விறு விறுவென்று வெளியேறிப் போனார். அக்கா மெலிதாய் அழத்தொடங்கினாள்.

“இந்த மனிசன் எங்களை ஒருநாளும் நிம்மதியாய் இருக்கவிடப் போறதில்லையடி”

அவளின் வார்த்தைகளைக் கேட்டதும் எனக்குப் ‘பகீர்’ என்றது. அக்காவின் மனநிலை தவறியதற்குரிய காரணங்கள் இன்னமும் தீர்ந்து போய் விடவில்லை.

மீண்டும் ‘அந்த’ நிலை அக்காவுக்கு ஏற்பட்டு விடுமோ என்ற கலக்கம் அந்த வினாடியில் ஏற்பட்டது.

இரவு ஏழு மணிக்குச் சாப்பிடாமலே அக்கா படுத்துவிட்டாள். பத்து நிமிடத்தால் திடுக்கென்று எழுந்து அமர்ந்தாள். நான் பயத்துடன் வாசல் பக்கத்திலேயே அமர்ந்திருந்தேன். ஏனோ அழுகை அழுகையாய் வந்தது. அக்காவின் வெறித்த பார்வை நெஞ்சில் நெருப்பை எரிய வைத்தது.

ஏழரை மணிக்குத் தம்பி வேலை முடிந்து வந்தான். அவனைக் கண்டதும் வெடித்துக் கொண்டு அழுதேன். நான் அழுவதையும் அக்காவின் முகத்தையும் பார்த்து விட்டு ஒரு வினாடி விறைத்துப் போய் நின்றான். என்ன நடந்திருக்கும் என்பது அவனுக்குப் புரிந்திருக்கும். ஒரு நிமிடம் எங்கள் இருவரையும் மாறி மாறிப் பார்த்துக் கொண்டு நின்றான்.

“எங்களுக்கு எங்கட அக்காதான் முக்கியம். ஒன்று அப்பா திருந்த வேணும், அல்லது வீட்டைவிட்டு வெளிக்கிட்டுப் போயிடவேணும், இண்டைக்கு வரட்டும் ...” உரத்த குரலில் சொல்லிவிட்டு வாசல் திண்ணையில் தெருவைப் பார்த்து அமர்ந்து கொண்டான்.

ஏதோ ஒன்று நடக்கப் போகிறது என்று எனக்குத் தெளிவாய்த் தெரிந்தது.

நாற்று – **1999**

வன்னியாச்சி

என்ர எண்பத்திரெண்டு வயது வரைக்கும் இப்பிடியான வெடிச் சத்தத்தை நான் கேட்டதே இல்லை.

என்ர அம்மாளாச்சி... சதிரம் எல்லாம் பதறுது.

நெஞ்சு படக்கு படக்கெண்டு இடிக்குது ... கிழவி எண்டாப் போல பயப்பிடாமல் இருக்க ஏலுமே ..?

இந்தச் சத்தங்கள் கொஞ்ச நாளாய்க் கூடுதலாய் கேக்குது. காடெல்லாம் அதிருது. மரத்தில இருக்கிற இலையள் கூட நடுங்குது. இப்ப இருக்கிற மாதிரிப் பயமும் பதட்டமும் முந்தி ஒருக்காலும் இருக்கேலை.

இப்ப என்ன நேரம் எண்டும் தெரியேல்லை, வீட்டு விறாந்தைக் கரையில பாயை விரிச்சு அதில காலை நீட்டிக்கொண்டு இருக்கிறன். றோட்டால ஒரு மோட்டார் சைக்கிள் படபடவெண்ட சத்தத்தோட போகுது. மற்றபடி ஒரு ஈ, காக்காய் றோட்டில இல்லை.

மாங்குளத்திலயிருந்து துணுக்காய்க்குப் போற றோட்டுக்கரையில தான் எங்கட ஊர் இருக்கு. நல்ல உயரமான மரங்கள் காடாய்ச் சூழ்ந்திருக்கிற இடம். ஊருக்கு நடுவில றோட்டுக் கரையோட எங்கட அம்மாளாச்சியின்ர கோயில்.

அம்மாளாச்சியின்ர வாசலைப் பார்த்தபடி எங்கட வீடு. அங்க கொளுத்திற விளக்கு எங்கட வீட்டில நிண்டு பார்க்கத் தெரியும். விடியக் காத்தால முழுகியிட்டு அவவின்ர கோயிலுக்குப் போய்

கும்பிட்டிட்டு வந்துதான் நான் தேத்தண்ணி குடிக் கிறது. இந்த வன்னிவிளாங்குளத்தில தலைமுறை தலைமுறையாய் நாங்கள் இருக்கிறம். இந்தக் கோயிலும் இருக்குது.

என்ர சின்ன வயதுக் காலமெல்லாம் இந்தக் கோயில் வாசல்லதான் விளையாட்டோட போயிருக்கு. கோயில்ல வைகாசி விசாகத்தில பொங்கல் நடக்கும். பொங்கல் எண்டால் நீர்வேலியிலயிருந்து வாழைக்குலையும் சாவகச்சேரி, கொடிகாமத்திலயிருந்து தேங்காய், இளனி, வாழைக்காய், பிலாப்பழமும் பண்ட வண்டில்களில மேளதாளத்தோட வரும். விடிய விடிய அன்னதானம் நடக்கும். எத்தினை திசையளிலயிருந்து சனம் வரும், கோயிலுக்கெண்டே ஒவ்வொரு இடத்திலயிருந்தும் விசேசமாய் பஸ் விடுவினம். என்ர அப்பு வைத்தியம் செய்யிற ஆள். கட்டுக்குடுமியும் காதில தோடும் தோளில சால்வையுமாய் இருப்பார். காட்டுக்குள்ள போய் மூலிகை எடுத்து எண்ணெய் காய்ச்சி ஆக்களுக்கு குடுக்கிறவர். அதால சனங்கள் திருவிழாக் காலத்தில எங்கட வீட்டயும் வந்து குவிஞ்சிடுங்கள். அத்தினை பேருக்கும் சாப்பாடு போடுவம். பின்பக்கம் கிடாரத்தில அவியல் நடக்க, தலைவாசலில் தொடர்ந்து பந்தி நடக்கும். கோயிலில சாப்பிட்டாலும் கூட ஒரு நேரம் எங்கட வீட்டயும் சாப்பிட்டிட்டுத்தான் சனம் போகுங்கள்.

அறுவது வருசத்துக்கு முந்தி என்ர மனிசனும் வைத்தியம் செய்ய வந்துதான் அப்புக்கு பழக்கமானவர். பிறகு ஒவ்வொரு வருசமும் விசாகப் பொங்கலுக்கு வருவார். அவற்ர குணம் நடை பார்த்து அப்பு எனக்குக் கலியாணம் கட்டி வச்சவர். சும்மா சொல்லக்கூடாது அருமையான மனிசன். சரசாலையிலயிருந்து வன்னிக்கு வந்து என்னைக் கலியாணம் கட்ட அவருக்குக் பலன் இருந்திருக்கு. இங்க எங்கட வீட்டிலயே வாழ்க்கை தொடங்கிச்சுது. இந்த காட்டு வாழ்க்கைக்கு அவரும் கொஞ்சம் கொஞ்சமாய்ப் பழக்கமாயிட்டார். அடர்ந்த காட்டுக்குள்ள சுத்தித் திரிஞ்சம். எத்தினை சந்தோசம் அது.

என்ர அப்பு எனக்கு வைச்ச பேர் வன்னிநாச்சியார். அது மாறி இப்ப நான் எல்லாருக்கும் வன்னியாச்சி எண்டு ஆகிப்போனன். இந்த ஊருக்கயே வயசு கூடினவள் நான்தான். என்னில எல்லாருக்கும் நல்ல மதிப்பும் மரியாதையும். எங்கட அமைதியான வாழ்க்கையெல்லாம் இப்ப கொஞ்சக்காலமாய்க் கலகலத்துப்போச்சு. ரோட்டுப்பிடிக்கிறது எண்டு ஆமிக்காரங்கள் வாறாங்களாம். ஒரே சண்டையும் சத்தமுமாய்க் கிடக்கு.

நேற்று அம்மாளாச்சியின்ர கோயில் வாசல்ல நிற்கேக்க பொம்மர் வந்திட்டுது. “அய்யோ” “அய்யோ” எண்டு சனமெல்லாம்

பதை பதைச்சு ஓடுப்பட்டு விழுந்து கிடந்திட்டுதுகள். பார்த்துக் கொண்டிருக்கேக்கயே நெருப்புப்பொறி மாதிரி ஏதோ விழுந்துது. காது செவிடாகிப்போனது மாதிரிச் சத்தம்...

கொஞ்சத்தூரத்தில் இருந்த குளக்கட்டில குண்டு போட்டிட்டாங்கள் எண்டு பிறகுதான் தெரிஞ்சுது. அதில மாடு மேய்ச்சுக்கொண்டு நிண்ட கோவிந்தியின்ர சின்னப்பெடியன் உடம்பு சிதறிச் செத்துப்போச்சு. நேற்றுத் தொடக்கம் அதுகளின்ர வீட்டில அழுகுரல் கேக்குது.

"அம்மாளாச்சி... ஏன் இப்பிடியெல்லாம் நடக்குது?"

"எங்களுக்கு ஏன் இந்தக் கலக்கமும் நெஞ்சிடியும்..?"

வயது போன நேரத்தில எத்தினை ஆய்க்கினையள். இரவு வந்தாலே பயமும் பதட்டமுமாய்க் கிடக்கு... இப்பிடியே ஒவ்வொரு ராவிலும் பாயில இருந்து யோசிச்சுக் கொண்டிருக்க வேண்டிக்கிடக்கு.

"ஏனணை ஆச்சி எழும்பி இருக்கிறாய். தண்ணி ஏதும் வேணுமே?" விறாந்தையின்ர மற்றப்பக்கத்தில படுத்திருந்த வன்னியசிங்கம். அவன் என்ர கடைசி மகன் கேட்டான்.

"எனக்கொண்டும் வேண்டாம் மோனை. நீ படு" எண்டு சொல்லிப் போட்டு தலைமாட்டில இருக்கிற கண்ணாடிப்பையை எடுத்துப்பார்த்தன். பொயிலைக் காம்போட ஒருதாள் தட்டுப் பட்டுது. தடவிப் பார்க்க மொறுமொறுவெண்டு இருக்கிற நூறு ரூபாய்த்தாள்.

இண்டைக்குப் பின்னேரம் பெரியவன் வந்தவன். எப்பவாவது பனங்காமத்திலயிருந்து இந்தப்பக்கம் அலுவலாய் வந்தால் என்னட்ட வருவான். "எப்பிடியணை இருக்கிறாய்?" எண்டு கேட்டிட்டு அம்பதோ நூறோ தந்திட்டுப் போவான். இண்டைக்கும் காலமை வந்து நூறு ரூபா தந்திட்டுப் போனவன். இந்த நூறுரூபா இப்போதைக்கு எவ்வளவு பெரிய காசு. இப்ப வீட்டில சரியான கஷ்டம். வயல் செய்தும் லாபம் வாறேலை. அநியாயப்பட்ட ஆமிக்காரங்கள் பசளை மருந்தொண்டையும் இங்கால வர விடுறாங்களில்லையாம். வயல் என்னெண்டு விளையும்? வயல் செய்து களைச்சுப்போய் இப்ப கொஞ்சக் காலமாய் வன்னியசிங்கம், வைத்திலிங்கத்தின்ர மிசின் ஓடுற வேலைக்குத்தான் போறவன். அதில கொண்டு வாற காசிலதான் குடும்பம் நடக்குது. ஏதோ காய்ச்சிற கஞ்சியில எனக்கும் ஒரு வாய் தருகுதுகள். இப்ப வைத்திலிங்கத்தின்ர மிசினும் பிழைப்பட்டு நிற்கிறதால உழைப்பும் இல்லை. என்ன செய்யிறது? ஊரொத்த கஸ்டம்தான். நாளைக்கு இந்த நூறு ரூபாவையும்

வன்னியசிங்கத்திட்ட குடுக்க வேணும். ஏதும் புளியை, உப்பை, மரக்கறியளை வாங்கிப் போடுவான். நேற்றிலயிருந்தே வீட்டில அது இல்ல, இது இல்ல எண்டு பவளம் சொல்லத் தொடங்கியிட்டுது. அவள் பாவியும் சமாளி சமாளி எண்டால் என்னெண்டுதான் சமாளிக்கிறது?

அப்பு இருக்கேக்க என்னைச் சீமாட்டி மாதிரி வைச்சிருந்தவர். நாச்சியார் நாச்சியார் எண்டு எத்தினை அருமையாய் வளர்த்தவர். வீட்டில ஒரு குறையும் இல்லை. மூட்டை மூட்டையாய் நெல்லு இருக்கும். அப்பு விட்ட வந்து வைத்தியம் பார்த்திட்டு சனம் தேனும் நெய்யும் மரக்கறியு மெண்டு கொண்டு வந்து தருங்கள். இந்த வன்னிக்காடு தவிர எனக்கு வேற ஊர் தெரியாது. இங்க வந்து போற சனம் தவிர வேற முகம் தெரியாது. என்ர உலகமே இந்த வன்னிவிளாங் குளத்துக்குள்ளயே அடங்கிப் போயிட்டுது. ஆனாலும் நான் ராசாத்தி மாதிரி இருந்தனான்.

என்ர அப்புவோட இருக்கிறபோது இருந்த அதே செல்வாக்கு என்ர மனிசன்ர காலத்திலயும் இருந்தது. அதிர்ந்து கதைக்க மாட்டுது. அப்பிடி ஒரு அப்பிராணி மனிசன். நல்ல உழைப்பாளி. ஒருபக்கம் வயல் விதைப்பு. மற்றப் பக்கம் வேற தொழிலும்.

நல்ல வடக்கன் மாடுகள் பூட்டின வண்டிலில காட்டுக்க போய் விறகு வெட்டி ஏத்தி மாங்குளத்தில இருக்கிற மரக்காலைக் குக் கொண்டு போய் குடுக்கிறவர். யாழ்ப்பாணம், பருத்துறை, நெல்லியடியிலயிருந்தெல்லாம் மரம் ஏத்திப்போக ஆட்கள் வருவினம். ஊருக்குள்ள ஆரும் ஏதாவது ஏத்தி இறக்க வேணும் எண்டால் எங்கட வண்டிலைத்தான் பிடிப்பினம்.

அப்ப எல்லாம் வயலும் பஞ்சமில்லாமல் விளைஞ்சுது. அது மனசு நிரம்பின வாழ்க்கையல்லோ? என்ர மனிசன் உழைக்கிற காசை என்னட்ட தந்திடும். அதில மிச்சம் பிடிச்சு எத்தினை நகை நட்டுச் செய்து வைச்சிருந்தனான்.

இப்ப... இப்ப எல்லாம் வித்தாச்சுது. காதில இருக்கிற எட்டுக் கல்லுத் தோடு மட்டும்தான் மிஞ்சிக்கிடக்கு. மனிசன் போன கையோட என்ர வாழ்வான வாழ்வும் போயிட்டுது. பத்து வருசத்துக்கு மேலாயிட்டுது. இதுக்குள்ள என்ன பாடெல்லாம் பட்டிட்டன்.

வண்டிலில மனிசன் விறகு ஏத்திக்கொண்டு போன நேரம் காட்டுக் கரையில வைச்சு இந்தியன் ஆமி சுட்டுப்போட்டுது. என்ன ஏதெண்டு ஒரு கேள்வியில்லை. வயது போன மனிசன் எண்டும் பார்க்கேலை. கட்டையில போவாங்கள் ஒரு நிமிசத்தில சரிச்சுப் போட்டாங்கள்.

என்ர அம்மாளே... அண்டைக்கு அலறியடிச்சுக் கொண்டு ஓடிப்போய் விழுந்து குளறினது நேற்றுப்போல கிடக்கு. அந்தச் சீமானையும் நாங்கள் வாழ்ந்த வாழ்க்கையையும் நினைச்சு நினைச்சு இண்டைவரைக்கும் அழுது கொண்டிருக்கிறன்.

அப்ப பெரியவன் தன்னோட பனங்காமத்துக்கு வந்து இருக்கச் சொல்லிக் கேட்டவன். கற்சிலைமடுவில கலியாணம் முடிஞ்சிருக்கிற என்ர பெட்டையும் தன்னோட வரச்சொல்லிக் கேட்டவள். நான் ஒருதரோடயும் போகேலை. இது நான் பிறந்து வளர்ந்த வீடு. சின்ன வீடுதான். ஓலையால மேஞ்ச வீடு. எந்தக் கோடையிலயும் குளுகுளுவெண்டு இருக்கிற வீடு.

இந்த வீடு வாசல்... என்ர கால் அளைஞ்சு விளையாடின இந்த முத்தம்... என்ர அம்மாளாச்சி... இதெல்லாத்தையும் விட்டிட்டு என்னால எங்கயும் போக ஏலாது. இந்த இடத்தில இருந்து சாகவேணும் எண்டதுதான் என்ர ஆசை. அதால வீடு வாசலை வன்னியசிங்கத்துக்குக் குடுத்திட்டு அவனோட இங்கயே இருந்திட்டன். இப்ப இந்த ஆசையிலயும் மண் விழப்போகுது போலத்தான் கிடக்கு.

ஆமி கனகராயன்குளம் தாண்டி வாறான். மாங்குளம் வரப் போறான் எண்டு சனங்கள் கதைக்குதுகள். அதுக்குத் தக்கதாய்த் தெற்குப் பக்கம் நெடுகவும் சத்தங்களும் கேக்குது. ஒவ்வொரு சத்தத்துக்கும் நெஞ்சு நடுங்குது. என்ன நடக்கப் போகுதோ எண்ட பயத்தில தின்னக் குடிக்கக்கூட மனம் வருகுதில்லை.

"காந்தன்! என்ன நேரமடாப்பா?"

பக்கத்தில படுத்திருக்கிற பேரனைத் தட்டிக் கேட்டன்.

"பத்து மணி வரும் ஆச்சி. நீ இன்னும் படுக்கேலையே. அது தூரத்தில் தான் சத்தம் கேக்குது. பயப்பிடாமல் கிடவணை."

அவன் தலையைத் தூக்கிச் சொல்லிப்போட்டு திரும்பிக் கிடந்திட்டான்.

"மெய்யே மோனை? ஆமிக்காரங்கள் முப்பது மைலுக்கு அடிக்கிற செல்லும் வைச்சிருக்கிறாங்களாம். அடிச்சுப் போடுறாங்களோ தெரியேலை."

"உதெல்லாம் உனக்கு ஆரணை சொன்னது?"

"ஏன் எனக்கென்ன காது செவிடே? உங்க கதைக்கிறது எனக்கும் கேக்கும் தானே."

"நீ அரைகுறையாய்க் கேட்டுப்போட்டு இருந்து யோசிச்சுக் கொண்டிருக்கிறியே? படுத்து நித்திரையைக் கொள்ளணை."

நித்திரையும் வருகுதில்லையே. மனிசர் நிம்மதியாய் நித்திரை கொண்டு எவ்வளவு காலம். காத்தும் வீசுதில்லை. ஒரே புழுக்கமாய்க் கிடக்கு.

றோட்டால லொறி ஒண்டு இரைச்சலோட போகுது. இந்தக் காட்டுக் கிராமத்தில பரம்பரை பரம்பரையாய் இருக்கிற சனங்களை விட எழுவத்தேழிலயும் எண்பத்தி மூண்டிலயும் நாட்டில நடந்த இனக்கலவரத்தோட ஒரு நாப்பது குடும்பம் வந்து குடியேறி இருந்ததுகள். குளக்கட்டில வாற தண்ணியில கமம் தோட்டம் எண்டு செய்து சீவிச்சுதுகள். பிறகு, பசளை மருந்து வராமல் விட்ட பிறகு விவசாயமும் செய்யமுடியாமல் போயிட்டுது. விவசாயம் இல்லாததால் மற்றச் சனத்துக்கும் வேலை தொழில் இல்லாமல் போயிட்டுது.

இப்ப பாதை பிடிக்கிற சண்டை தொடங்கின பிறகு எல்லாப் பக்கத்தாலயும் சனம் இடம் பெயர்ந்து வந்து வன்னிவிளாங்குளத்தில இருக்குதுகள். எப்பிடித்தான் இந்தச் சனங்களின்ர சீவியம் போகுதோ தெரியேல்ல. நிலையாய் இருக்கிற எங்கட பாடே பெரும்பாடாய் இருக்கேக்க இதுகள் பசி பட்டினியோடதான் இருக்க வேண்டிக் கிடக்கு.

பசி இருக்கிற நேரங்களில் பழைய நினைவு வரும். நெல்லு நிரம்பிப்போய்க்கிடந்த கொம்பறை இப்ப வெறுமாய் இருக்கிறதைப் பார்க்க வயிறு எரியும். பரம்பரைப் பெருமை பேசி என்ன இப்ப மிஞ்சிக் கிடக்கு? பசிதானே ... சிலநேரம் அழுகை அழுகையாய் வரும். அம்மாளாச்சியிட்டச் சொல்லி அழுதிட்டு வருவன்.

கோவிந்தியின்ர வீட்ட அழுகிற சத்தம் இங்க வரை கேக்குது. பாவங்கள் இடம் பேர்ந்து வந்து இருந்த சனங்கள். இந்தப் பெடியன் மாடு மேய்ச்சுக் கொண்டு வாற காசிலதான் ஒரு நேரச் சாப்பாடு சாப்பிட்டுதுகள். இனி என்ன செய்யப் போகுதுகளோ ..?

இவ்வளவு அவலத்தையும் எங்கட அம்மாளாச்சி என்னெண்டு பார்த்துக் கொண்டிருக்கிறாளோ எண்டு எனக்கெண்டால் விளங்கேலை. முதுகுச் சீலையை உதறி விரிச்சிட்டு சரிஞ்சு படுத்திட்டன். எத்தினைமணி வருமோ தெரியேல்லை ... நான் நித்திரை கொண்டிருக்க மாட்டான் ...

இருந்தாப் போல டொமார் டொமார் எண்டு செல் அடிக்கிற சத்தம் கேக்குது. அய்யோ ... பக்கத்திலதான் எங்கயோ விழுந்திட்டுது. பதறித் துடிச்சுக்கொண்டு எழும்பியிட்டன். வன்னிய சிங்கத்தின்ர கடைசிப் பெடியன் வீரிட்டுக் கத்த,

பவளம் தூக்கிக் கொண்டு வெளியில ஓடி வந்தாள். எல்லாரும் ஓடிவந்து முத்தத்தில நிற்கினம்.

"ஆச்சி… ஆச்சி… எழும்பி வெளியில ஓடி வாணை. செல் அடிக்கிறாங்கள். காந்தன் பயத்தோட என்னைக் கூப்பிட்டான். எனக்குக் கை கால் எல்லாம் நடுங்குது."

"ஏன் மோனை இங்க அடிக்கிறாங்கள்?"

கேக்க ஏலாமல் வாய் தடுக்குது. சொல்லு வெளியில வராதாம். அடுத்த சத்தம் இன்னும் கிட்ட…

"ஆச்சி… ஓடி வாணை. எங்களோட வந்து முத்தத்தில நில்லு. பயப்பிடாதயணை."

அய்யோ… இடி இடிக்கிற மாதிரி அடிக்கிறாங்கள். என்னெண்டு பயப்பிடாமல் இருக்கிறது. எங்கட தலையில வந்து விழுந்தால் என்ன செய்யிறது?

றோட்டில சனத்தின்ர போக்குவரத்துத் தெரியுது. அவ்வளவு நேரமும் அமைதியாய் இருந்த றோட்டில சனம் பாய்ஞ்சு கொண்டு போகுது.

"வன்னியசிங்கம்… நிற்கிறியேடாப்பா..?"

றோட்டில மாப்பாணன்ர குரல் கேக்குது.

"ஓமண்ணை நிற்கிறம். எங்க வந்து செல் விழுகுது?"

"கிட்டக்கிட்டத்தான் வந்து விழுகுது. ஆச்சியையும் பிள்ளையளையும் கூட்டிக்கொண்டு வா, கொஞ்சத் தூரத்தில போய் நிற்பம். சத்தமும் விடாமல் கேக்குது. ஆமிக்காரங்கள் முன்னேறி வாறாங்களோ தெரியேலை."

மாப்பாணன்ர குரல்ல அவசரமும் பதட்டமும் தெரியுது.

அய்யோ… ஆமி வாறானோ… என்ர அம்மாளே…

அடுத்த சத்தம் கேக்க நாங்கள் குளறிக் கொண்டு றோட்டுக்கு வந்திட்டம். இருட்டுக்க தட்டுத் தடவிக்கொண்டு அம்மாளாச்சியின்ர கோயிலுக்க போய்க் கொஞ்சநேரம் நிண்டம்.

"ஆரப்பா அங்க கோயிலுக்க நிற்கிறது. விசர்ச்சனங்கள் கொஞ்சம் தூரத்துக்கு போங்கோவன்."

ஆரோ கத்திச் சொல்லிப் போட்டுப் போறான்.

கிட்டடியில செல் விழுந்து வெடிச்சதாக்கும். வெடிமருந்து தலைசுத்திற அளவுக்கு மணக்குது. றோட்டில குளறி அழுகிற

சத்தம் கேக்குது. வைத்திலிங்கத்தின்ர கடைசிப் பெட்டைக்குச் செல் பட்டிட்டுதாம். ரத்தம் வழிய வண்டிலில தூக்கிப் போட்டுக் கொண்டு மல்லாவி ஆஸ்பத்திரிக்குப் போகினமாம்…

அந்தப் பெட்டைக்கு கலியாணம் முற்றாக்கியல்லே இருந்தது என்ன அநியாயமடாப்பா ..?

இதுக்குள்ள இருந்தாப்போல றோட்டால மாடுகளும் மூசிக் கொண்டு ஓடுது. குளக்கட்டுப் பக்கம் செல் விழுந்திருக்கவேணும். பட்டி பிரிச்சு மாடுகளும் பயந்து போய் மனிசரோட ஓடுது.

"நீங்கள் முன்னால நடவுங்கோ நாங்கள் வீட்ட பூட்டிக் கொண்டு வாறம்."

வன்னியசிங்கமும் பவளமும் திரும்பி வீட்டுப்பக்கம் போக, காந்தன் என்னையும் தாரணிப் பெட்டையையும் பிடிச்சுக் கொள்ள, சனத்தோட நடந்தம். அம்மாளாச்சியின்ர கோயிலை விட்டுப்போகக் கால் தயங்குது. என்ர ஆச்சியை விட்டுப்போறதோ எண்டு மனம் கலங்குது.

"ஆச்சி கவனமாய் நடவணை. இருட்டுக்க தடக்குப்பட்டுப் போவாய்."

காந்தன் என்ர கையை இறுக்கிப் பிடிச்சுக் கொண்டு வாறான்.

இருட்டுக்க கண்ணும் தெரியேலை. ஒரு மண்ணும் தெரியேலை. றோட்டில எங்க பள்ளம் புட்டி இருக்கெண்டும் தெரியேலை. கோதாரிவிழ சீலையும் தடக்குது.

ஏன் இப்பிடி நடுச்சாமத்தில செல்லை அடிக்கிறாங்களாக்கும். பயக் கெடுதியில எல்லாருக்கும் நித்திரையும் முறிஞ்சு போச்சு. இருட்டுக்க ஒருதரையும் அடையாளம் தெரியேலை. ஆனா அன்னத்தின்ர குரலும் செல்லாச்சியின்ர குரலும் கேக்குது. மில்கார வீரசிங்கம் பெரிய குரலில் கதைக்கிறதும் கேக்குது.

நாலாங்கட்டைச் சந்தியோட வீரசிங்கம் ஆட்கள் பாண்டியன்குளம் பக்கம் திரும்பி நடந்துதுகள் … நாங்கள் வடகாடு வரைக்கும் போவம் எண்டு நேர நடந்தம்.

முன்னால போன சைக்கிள் கண்ணுக்குத் தெரியேலை. மோதுப்பட்டு விழுந்து போனன். பாழ்பட்ட கண்ணும் தெரியேல்லை. உந்தச் சைக்கிளை ஒரு பக்கமாய்க் கொண்டு போனால் என்ன ..? காந்தன் என்ர கையைப் பிடிச்சுத் தூக்கி

விட்டான். காலில நோகுது. கல்லு இடிச்சுப் போட்டுது. அய்யோ எண்டு அழவேணும் போல கிடக்கு. அம்மா அம்மா எண்டு பயத்தில அழுத தாரணிப் பெட்டையைக் காந்தன் சமாதானப்படுத்திக் கூட்டி வாறான்.

கால் உழைய றோட்டுக் கரையில இருந்திட்டம். மனப் பதைபதைப்பில என்னையுமறியாமல் கண்ணிலயிருந்து தண்ணி வழியுது. பின்னால ஆரோ லாம்பு பிடிச்சுக்கொண்டு வருகுதுகள்.

“இஞ்ச ஆரப்பா அது, லாம்பை நூர். வெளிச்சம் பார்த்திட்டு இங்க செல்லை அடிக்கப் போறாங்கள்.” எண்டு ஆரோ கத்த அதுகள் லாம்பை நூர்த்துப்போட்டு இருட்டுக்க நடந்து வருகுதுகள்.

கொஞ்சநேரத்தில வன்னியசிங்கமும் பவளமும் வந்து எங்களைப் பிடிச்சிட்டினம். ரெண்டு பசளைப்பையளில சாமான் களைக் கட்டிக்கொண்டு வந்திருக்கினம்.

திரும்பவும் நடக்கத் தொடங்கினம். மெல்லிசாய் விடியத் தொடங்க, வடகாடு வரை வந்திட்டம். இனி நடக்க ஏலாது எண்டு சந்தியிலயே இருந்திட்டம். மூண்டு கட்டைக்கு மேல நடந்து வந்தாச்சு. இனி அவ்வளவு பயப்பிடத்தேவையில்லை எண்டு வன்னியசிங்கம் சொல்லுறான். எண்டாலும் கை, கால் எல்லாம் பதறிக் கொண்டுதான் இருக்குது. பிள்ளையளின்ர முகங்களில் பசியும் களைப்பும்.

சந்தியில இருந்த தேத்தண்ணிக் கடையில தேத்தண்ணி வாங்கி குடிச்சம். நேரம் போகப் போகச் சத்தங்களும் கூடிக்கொண்டு போகுது. ஒவ்வொரு சத்தமும் நெஞ்சில விழுமாப்போல கிடக்கு.

திடீரெண்டு பொம்மர் சத்தமும் கேக்குது. ஐயோ கிபிர் வந்திட்டுது எண்டு கொஞ்சநேரம் சந்தியில நிண்ட சனம பதறிக் கொண்டிருந்துதுகள். அய்யோ ... அம்மாளாச்சி இப்ப எங்க ஓடித்தப்பிறது..? சந்தியிலயெல்லே இருக்கிறம்.

கொஞ்சத்தூரத்தில சுத்திப்போட்டு அது போட்டுது. அதுக்குப் பிறகுதான் கொஞ்சம் மூச்சு வந்துது. பத்து மணிக்கு ஒட்டறுத்த குளம் வந்திட்டம். வெய்யில் சுள்ளெண்டு எறிக்குது. ஒரு மரத்துக்குக் கீழ இருந்திட்டம். ஒரு காலமும் இப்பிடி நாங்கள் வெளிக்கிட்டு ஓடி வரேலை. எங்க போறது. என்ன செய்யிறது, எண்டு ஒண்டுமாய் விளங்கேலை. பனங்காமத்துக்கு, பெரியவன் வீட்ட போகலாம்தான். ஏதோ வன்னிய சிங்கத்துக்கு தெரியும்தானே ?

நடந்த களைப்பு அடி வயித்திலயிருந்து மூச்சு வாங்குது. சின்னப் பெடியன் பவளத்தின்ர இடுப்பில இருந்து அழுது கொண்டேயிருந்தான்.

மத்தியானம் ஒரு மணிக்கு மேல சத்தமெல்லாம் நிண்டிட்டுது. ரெண்டு மணிக்கு மேல வயிறு புகைய பசி பசி எண்டு பேரப்பிள்ளையள் அழத்தொடங்கியிட்டுதுகள்.

பசிதான் ... காதை அடைக்குதுதான் ... ஆனா நான் கிழவி அழ ஏலுமே ..? வயிறு காந்தக் காந்தப் பேசாமல் இருக்கிறன். வன்னியசிங்கம் கவலையோட நிற்க எனக்கு விளங்கியிட்டுது. அவனிட்டக் காசு இல்லை. இருந்த காசுக்குக் காலமை எல்லாருக்கும் தேத்தண்ணி வாங்கித் தந்திட்டான். இப்ப ஆளுக்கொரு பணிசு வாங்கிற தெண்டாலும் காசு வேணுமே. கடை வாசலில இருந்த றம்முக்குள்ள இருக்கிற தண்ணியைத்தான் கொண்டு வந்து திருப்பித் திருப்பி தந்தான். சுத்தி நிண்ட சனங்களுக்குள்ள போய் நாலைஞ்சு பேரிட்ட, "காசு ஏதும் இருக்கோ?" எண்டு கேட்டுப்பார்த்தான். கிடைக்கேலை போல இருக்கு. நாடியைத் தேய்ச்சுக்கொண்டு கவலையாய் நிண்டான். பசி பசி எண்டு பிள்ளையள் அழ "ஒரு பணிசு வேண்டக்கூடக் காசில்லையே..." எண்டு பவளம் கவலைப்பட்டுச் சொல்லத்தான் எனக்குப் பகீரிட்டுது. என்ர பொயிலைப் பையுக்க கிடக்கிற காசு இப்பதான் நினைவுக்கு வந்துது.

"அம்மாளாச்சி ... என்ர காசு ..." என்று நான் குளறின சத்தத்தில எல்லாரும் என்னைத் திரும்பிப் பார்க்கினம்.

நூறுரூபா எவ்வளவு பெரிய காசு, இப்ப எங்கட பசியை தீர்த்திருக்குமே? தடுதாளியில விட்டிட்டு வந்திட்டனே ...

எனக்கு அதுக்குப் பிறகு இருப்புக் கொள்ளேலை. நாலு மணியாச்சு, ஊர்ப்பக்கம் என்ன நிலைமையோ எண்டு பார்க்க வெளிக்கிட்ட ஆட்களோட நானும் வாறன் எண்டு சொல்ல;

"உனக்கென்ன விசரே... பேசாமல் இரு..." எண்டு என்னை அதட்டிப் போட்டுதுகள்.

"அப்ப என்ர காசு ..."

"நான் போய் எடுத்துக்கொண்டு வாறன். நீங்கள் எல்லாரும் இங்கயே இருங்கோ" எண்டு சொல்லிப்போட்டு வன்னியசிங்கம் வெளிக்கிட்டான்.

"கிடந்த பாய்கூடச் சுத்தேலையடாப்பா. தலைமாட்டில பொயிலைப் பையுக்க இருக்கு. வடிவாய்ப் பார்."

அப்பதான் மாப்பாணன் ஓடி வந்தான்.

"நான் ஊருக்குப் போய்ப் பார்த்திட்டு இப்பதான் வாறன். உன்ர வீடு செல்பட்டு அப்பிடியே எரிஞ்சு சாம்பலாய்ப் போய்க் கிடக்கு."

வன்னியசிங்கமும் பவளமும் அய்யோ எங்கட வீடு எண்டு குளறி அழ நான் ஏங்கிப்போய் நிண்டிட்டன். எனக்குக் காதை அடைச்சுக் கொண்டு வந்திட்டுது.

என்ர நூறுரூபாக் காசு... அய்யோ... அதுவும் வீட்டோட எரிஞ்சிருக்கும். நூறுரூபாக்கும் இப்ப பத்து றாத்தல் பாண் வாங்கலாமே? ரெண்டு நாளைக்கு எங்கட பசியை தீர்த்திருக்குமே... என்ர அம்மாளாச்சி... என்ர காசு...

'புதுவசந்தம்'
தேசிய கலை இலக்கியப் பேரவையின்
வெள்ளிவிழாச் சிறப்பிதழ் – 1999

முகமற்றவர்கள்

இன்றைக்கு ஏதோ ஒன்று நடக்கப் போகிறது. அப்படித்தான் அவனின் மன உணர்வு உள்ளுக்கிருந்து சொல்லியது. அது நல்லதா கெட்டதா என்று தெரியவில்லை. எதையும் ஊகிக்க முடியவில்லை. அதை விடப் பெரும் பிரச்சினைகள் வெளியே இருக்கின்றன. மனதை ஆராய நேரமில்லை. இப்போதுள்ள சூழ்நிலையில் என்ன தொழிலைச் செய்வது என்று மிகவும் தீவிரமாக அவன் யோசித்துக் கொண்டிருந்தான். இன்னும் சில நாட்கள் கடந்தால் இதே யோசனையில் விசர்கூடப் பிடித்துவிடக்கூடும். இந்தச் சிந்தனை அவனுக்கு பெரும் கவலையைத் தந்தது.

அவனுக்குத் தெரிந்ததெல்லாம் ஒரே தொழில் தான். நினைவு தெரிந்த நாட்களிலிருந்து அவன் வயலோடுதான் வாழ்ந்து வந்திருக்கிறான். கிராமத்தின் மேற்குப்புறமாக ஊர் எல்லையில் விரிந்திருக்கும் அந்த வயல் தாண்டி அவன் சிந்தனைகள் எங்கேயும் போனதில்லை. அவனைப் பற்றி அந்த ஊருக்கே ஒரு அபிப்பிராயம் இருந்தது.

“அந்தப் பெடியன் ஒரு அப்பிராணி. மிதிச்ச புல்லுச் சாகாது.”

“அவன் சத்தம் போட்டுக் கதைச்சதை நாங்கள் கேட்டதே இல்லை. தானும் தன்ர பாடுமாய் இருப்பான். கோபம் எண்டதே அறியாத பிள்ளை.”

இந்தக் கூற்றுக்கள் எல்லாம் அம்மாவின் வாயால் வீட்டில் வைத்து மறு ஒலிபரப்புச் செய்யப் படும். வீட்டில் உள்ள எல்லோருமே அவனுடைய

இந்த அப்பாவிக் குணத்தை நினைத்து நிறையப் பெருமைப் பட்டார்கள். அப்பா, அம்மா, தங்கைகள் என்ற வட்டத்துடனேயே அவனுடைய உலகம் அடங்கிப்போயிருந்தது.

சின்ன வயதிலிருந்தே அவனுக்குச் சிநேகிதர்கள் என்று யாருமே இருந்ததில்லை. யாருடனும் அதிகம் நெருக்கமாய்ப் பழகியதில்லை. கிராமத்தின் எல்லையில் உள்ள மைதானத்தில் அவன் வயதை ஒத்தவர்கள் கால் பந்து விளையாடிக் கொண் டிருக்கையில் அவன் அந்த மாலை நேரத்தில் வயலில், நின்று கொண்டிருப்பான். நீண்டு பரந்து விரிந்து கிடந்த அந்த வயலில் அடிவானத்தில் மறையத் தொடங்கியிருக்கும் சிவப்புச் சூரியனைப் பார்த்துக் கொண்டிருப்பான். அப்பா வயல் வேலைகளை முடித்துக்கொண்டு ஓடுகின்ற வாய்க்கால் நீரில் கைகால்களைக் கழுவிக்கொண்டு வரும் வரையில் அவன் வரம்புகளில் நடந்து கொண்டிருப்பான். அந்த வயலின் ஒவ்வொரு மண்ணிலும் அவன் காலடிகள் பதிந்திருக்கின்றன. விதைப்புக் காலங்களில் ஆட்கள் நெல்லை விதைக்கும்போது சின்னச் சின்ன வேலைகள் செய்து கொடுப்பான், அவர்கள் மிக இயல்பாக நெல் விசிறுவதை வியப்போடு பார்த்து நிற்பான், அந்த நெல்மணிகள் முளைத்துப் பயிராகும்போது ஏற்படும் பரவசம் தனியானது.

வயல் மீது ஏற்பட்ட ஈடுபாடு அதிகமானதால் படிப்புக்கூடத் தூரமாய் விலகிப் போனது. வயலில் களை பிடுங்கும் காலங்களில் அவன் பாடசாலைக்குப் போவதே இல்லை. ஊரில் உள்ள ஆண்களும் பெண்களுமாகக் களை எடுக்க வருவார்கள். அவர்கள் வேலை செய்யும் போது கவனித்துக் கொள்ள அவனை வயலில் விட்டு அப்பா வேறு வேலை பார்க்கப் போய் விடுவார். அப்பாவுக்கு நிறைய வேலைகள் வெளியே இருக்கும். நகரத்துக்குப் போய், பூச்சி மருந்து, உரவகைகள் வாங்கி வர வேண்டும். வீட்டுக்குத் தேவையான பொருட்கள் வாங்கச் சந்தைக்கோ கடைக்கோ போக வேண்டியிருக்கும். அதனால் களை பிடுங்குபவர்கள் கதைத்துப் பொழுதைக் கழிக்காமல் ஒழுங்காக வேலை செய்கிறார்களா என்று அவன்தான் கவனித்துக் கொள்ளவேண்டும்.

தெருவின் மறுபக்க வாய்க்கால் கரையில் நிற்கும் பொன்னுத் துரை அப்புவின் மாமரத்திலிருந்து பிடுங்கி வந்த மாங்காய்களைக் காற்சட்டைப் பைக்குள் நிரப்பி வைத்துக்கொண்டு வரம்பில் அமர்ந்து ஒவ்வொன்றாகக் கடித்தபடி வேலை செய்பவர்களைக் கவனிப்பான். அவர்கள் கொண்டு வந்த வானொலிப் பெட்டி வரம்பில் இருந்து பாடிக் கொண்டிருக்கும். வரம்புக்கு அந்தப்பக்க வயலில் ஆண்களும் இந்தப் பக்க வயலில் பெண்களுமாக

நின்று வேலை செய்வார்கள். பாட்டுக்கும் மேலாக அவர்கள் கதைப்பதும் சிரிப்பதுமாக வேலை நடக்கும். ஊர்க்கதைகள் எல்லாம் அவர்கள் வாயில் அடிபட்டுக் கொண்டிருக்கும். புல்லுக்கட்டுக்கள் வரம்பின்மீது வரிசையாய் விழும். மாலையில் அப்பா வந்து அந்தப் புற்கட்டுக்களின் வேர்ப்பகுதியைக் காலால் அழுத்தி வைத்துக்கொண்டு அரிவாளால் சர் சர்ரென்று அறுத்துப் பசளைப் பையில் அடைத்துக் கொள்வார். சைக்கிளின் பின் கரியரில் ஏற்றிக் கட்டிக்கொண்டு வீடு போவார்கள்.

செங்காரிப் பசுவும் அம்பாலிக் குட்டியும் இந்தப் புல்லுக் கட்டுகளுக்காக வீட்டில் ஆசையோடு பார்த்துக் கொண்டிருக்குங்கள். அதனால் வரம்பில் அவர்கள் போடும் புல்லுக்கட்டுக்களைக்கூட அவன் கவனமாய்ப் பார்த்துக் கொள்வான்.

"நாங்கள் கதைக்கிறமோ சிரிக்கிறமோ அல்லது வேலை செய்யிறமோ எண்டு பெடியன் பள்ளிக்கூடத்துக்கும் போகாமல் நிண்டு பார்த்துக் கொண்டிருக்குது. கதைக்காமல் வேலையைப் பாருங்கோவனப்பா" என்று செல்லம்மாக் கிழவி சொல்லுவாள். அவள் குரலில் இருக்கும் கேலி அவன் மனதுக்குள் சுருக்கென்று பாயும். அவன் உர்ரென்று முகத்தை வைத்துக்கொண்டு பேசாமல் இருப்பான்.

செல்லம்மாக் கிழவியை இனி எங்கட காணிக்க புல்லுப் பிடுங்க வரவிடக்கூடாது என்று அப்பாட்ட சொல்லி நிற்பாட்ட வேணும் என்று மனதுக்குள் கறுவிக் கொள்வான். இதே செல்லம்மாக்கிழவிதான் பின்நாளிலும் "இது அப்பிராணிப் பேய்ப் பெடியன்" என்றும் சொல்லி வந்திருக்கிறாள். இந்த 'பேய்ப் பெடியன்' என்ற வார்த்தை அவன் மனதை மிகவும் பாதித்தது. ஆனாலும் கிழவி மீது கோபித்துக் கொள்ள முடியவில்லை.

ஏனோ சின்ன வயதிலிருந்து அவன் இந்த விதமாகத்தான் வளர்ந்து வந்திருக்கிறான். அப்பாவின் மறைவு வயலோடுள்ள அவனது பரிச்சயத்தை இன்னும் அதிகமாக்கியது.

ஒருமுறை கிராமத்தின் நுழைவாயிற் சந்தியில் வைத்து இராணுவத்தினரால் ஆறுபேர் சுடப்பட்டு இறந்து போனார்கள். கிராமத்தில் முதன் முதலில் கேட்ட வெடிச்சத்தங்கள் அவை. அன்றைய நாளில் சுடப்பட்டு இறந்தவர்களில் அப்பாவும் ஒருவரானார். சரிந்து விழுந்திருந்த அப்பாவின் அருகே சைக்கிளும் பின்னால் கட்டிய யூரியா உரப்பையும் ரத்தத்தில் தோய்ந்திருந்த காட்சி இப்போதும் நினைவில் இருக்கிறது. அன்றைக்குப் பதினாலு வயதில் படிப்பை அப்படியே விட்டுவிட்டு வயலோடு

தன் முழுநேரத்தையும் இணைத்துக் கொண்டான். பயிர்களின் ஒவ்வொரு வளர்ச்சியும் அவனது கவனிப்பில் இருந்தது. தண்ணீர் வயலுக்கு விடும் நாட்களில் இரவு பகலாக வயலோடு நின்று விடுவான். வரம்பில் நடக்கும்போது குறுக்காக வழுக்கிக்கொண்டு தண்ணீருக்குள் விழும் பாம்புக்கும் பயமில்லாது போயிற்று.

வயலுக்கு மேற்குப் புறமாக மரியக்கண்டுக் கிழவனின் குடிசை. தண்ணீர் பாய்ச்ச வயலில் நிற்கும் இரவுகளில் அலுப்பே தெரியாது. மரியக்கண்டுக் கிழவன் நாட்டுக் கூத்துப்பாட்டுக்களைச் சத்தம் போட்டுப் பாடுவதை விடிய விடியக் கேட்கலாம்.

மண்வெட்டி பிடித்தத்தில் தோளில் உரம் ஏறியது. ஒவ்வொரு இலைநுனியும் அவன் பார்வையைத் தவிர்த்து வளரமுடியாது போயிற்று. இலை மடிந்து புழு இருந்தால் மடிச்சுக்கட்டிக்கு மொனோ கொட்டபஸ் அல்லது தமறோன் அடிக்க வேணும். பங்கஸ் தாக்கத்துக்கு பாஷா போடவேணும். கதிர் வருகின்ற பருவத்தில் சந்து குத்தி நோய்க்கு புறுடான் போடவேணும். யூரியா போடும் காலம் ரீ.ரீ. எம் போடும் காலம் எல்லாம் அத்துப்படியாயிற்று. அரிவுவெட்டு, சூட்டடிக் காலங்கள் ஆனந்தமயமானவை. சூடடித்து நெல் மூட்டை மூட்டையாய் வீட்டில் வந்து இறங்கும். யாழ்ப்பாணம், சுன்னாகம், நெல்லியடியிலிருந்து லொறிகள் வரிசையாய் ஊருக்குள் வரும். நெல்லு புறோக்கர் வீரசிங்கண்ணை ஒவ்வொரு வீட்டுக்கும் கூட்டி வந்து நெல்லுகளை ஏற்றிக் கொடுப்பார். கையில் காசு வரும். அன்றுதான் வீட்டில் புதுவருஷப்பிறப்பு. தீபாவளி எல்லாம் கொண்டாடப்படும். சித்திராவும், தேவியும் புது உடுப்புக்கள் எடுத்துக் கொள்வதும் அப்போதுதான்.

பங்குனி, சித்திரை முடிய வைகாசியில் சிறுபோக விதைப்பு ஆரம்பமாகும். குத்தகைக்குச் சற்றுத்தள்ளிக் காணி எடுத்து விதைப்பான். இந்த வேலைகளில் தன்னை முழுமையாய் ஈடுபடுத்திக் கொண்டதால் வெளியுலகில் ஏற்பட்ட மாற்றங்கள் அவன் மனதில் பெரிய பாதிப்பை ஏற்படுத்தவில்லை.

மிகவும் அதிகாலை நேரம் அவன் கிராமம் படையினரால் சுற்றி வளைக்கப்பட்டு இளைஞர்கள் வகை தொகையின்றிக் கைது செய்யப்பட்ட நேரம் அவன் தண்ணீர் பாய்ச்சுவதற்காக வயலில் நின்றிருந்தான்.

எட்டு மணிக்கு வயலுக்கு வந்த சண்முகண்ணை;

"ஊர்ப்பக்கம் போயிடாத தம்பி ஆமிக்காரங்கள் ஊருக்குள்ள நிற்கிறாங்கள். மத்தியானத்துக்குப் பிறகுதான் பாத்துப் போ"

என்றார். நல்ல வேளை தப்பித்தோம் என்று நினைத்ததில் மற்றவர்களின் நிலமை மனதில் உறைக்கவில்லை.

இப்படித்தான் கொஞ்சம் கொஞ்சமாய்க் காலம் தன் மாற்றத்தை நிகழ்த்திக் கொண்டிருந்தது. மிக அருகாமையில் இருந்த இராணுவ முகாம் அவர்களுக்கு மிகப்பெரிய அச்சுறுத்தலாய் மாறியது. இராணுவ நகர்வுக்கும், எறிகணை வீச்சுக்கும் அடிக்கடி ஆளாக நேர்ந்தது. ஒரு மாலை நேரம் ஊர் எல்லை மைதானத்தில் விளையாடிக் கொண்டிருந்த இளைஞர்களுள் தேவராசாவையும் இளங்கோவையும் பிடித்து இழுத்துக் கொண்டு போனார்கள். மறுநாள் மதகுக்கரையில் அவர்களின் இறந்த உடல்களைக்கண்ட ஊர் அல்லோல கல்லோலப்பட்டது. காலையில் களை பிடுங்க வயலுக்கு ஆட்கள் வரவில்லை. அவன் வயலில் நிற்பதைக் கண்ட மரியக்கண்டுக்கிழவன் ஊரில ரெண்டு செத்த வீடு நடக்குது. உனக்கு வேலை செய்யச் சனம் வாறம் எண்டதுகளே” என்றபோது அந்தக் குரலில் இருந்த எரிச்சல் அவனை மெலிதாய்ச் சுட்டது.

கடந்து போகும் நாட்கள் அவ்வளவு மகிழ்ச்சியானதாக அமையவில்லை. கிராமத்தில் அவலக்குரல்கள் காற்றில் கலந்து கரைந்தன. திகிலும் பதட்டமுமாய் இரவுகள் கனத்துப் போயின. செல்லம்மாக் கிழவியின் பேரனும் சண்முகண்ணையின் மகனும் இப்போதெல்லாம் வீட்டுக்கு வருவதில்லையாம். இயல்பான வாழ்வில் தழும்பல்களும் தடுமாற்றல்களும் தொடங்கிவிட்டன. பார்க்கும் தூரத்தில் வானத்திலிருந்து குத்தி இறங்கும் குண்டு விமானங்களின் ஓசைகள் அடி வயிற்றைக் கலக்கின.

சில சுற்றிவளைப்பு நேரங்களில் அவனும் அகப்பட நேர்ந்தது. அன்றைய ஒருநாள் மிகவும் துக்ககரமான மறக்க முடியாத தினமாகியது. மத்தியானச் சமையலுக்குச் சந்தையிலிருந்து மீனும் கீரையும் பயிற்றங்காயும் வாங்கப்போனபோது சந்தியெல்லாம் இராணுவம் நிறைந்திருந்தது. வாங்கிக்கொண்டு அவசரமாய் வீட்டுக்கு வந்த அரைமணி நேரத்தில் கிராமத்துக்குள் இராணுவம் வந்தது. அவனது வீட்டுக்குள் வந்த ஏழுபேரும் மிகவும் கோபத்தில் இருந்தார்கள். என்ன ஏதென்று எதுவும் கேட்காமல் அவனை அறைந்தார்கள். அவன் தடுமாறி நிலத்தில் விழ காலால் உதைத்தார்கள். அம்மாவைச் சுவரோடு நிறுத்தித் தோளில் பிடித்து உலுப்பினார்கள். சித்திராவை நாலுபேர் வளைத்து நின்று கழுத்தில் கைவைத்து உறுமினார்கள். கன்னத்தில் மாறி மாறி அடித்தார்கள். சித்திரா திமிறிக்கொண்டு அம்மாவிடம் ஓடி வர முனைந்தபோது தோள் பக்க சட்டையைப் பிடித்து இழுத்ததில் சட்டை, கைப்பக்கம் கிழிந்து தொங்கியது.

"அய்யோ" என்று கைகளால் தோளைப்பிடித்துக்கொண்டு அம்மாவிடம் சித்திரா ஓடிப்போனாள்.

"எல்லாம் சந்திக்குப் போ. அங்க போய் நில்லு" என்று ஒவ்வொருவரையும் தள்ளினார்கள். விக்கித்துப்போய் நின்ற சித்திராவின் கண்களில் நீர் நிறைந்தது.

"எல்லாம் நட ... எல்லாம் நட ..." அதட்டினார்கள்.

சித்திரா சட்டென்று கயிற்றுக் கொடியில் இருந்த துவாயை எடுத்து இரு தோளிலும் சுற்றிப்போர்த்திக் கொண்டு முன்னால் நடந்தாள். அவளின் முகம் சிவந்து போயிருந்தது. அம்மாவும் தேவியும் சித்திராவுடன் நடக்க அவன் தடுமாறிக் கொண்டே பின்தொடர்ந்தான்.

முழங்கால்களில் வலித்தது. சித்திராவின் கண்ணீர் மனதைக் கலவரப்பட வைத்தது.

கிராமமே சந்தியில் – வெறும் தெருவில் அமர்ந்திருந்தது.

"பாவியள் அடிச்சுத் தள்ளிக்கொண்டு வந்திட்டாங்கள்."

பாக்கியம் மாமி புலம்பிக் கொண்டிருந்தாள். தங்களுக்கு மட்டுமில்லை எல்லோருக்கும்தான் இந்த அவமானம் என்பது புரிந்தது. தலைகுனிந்து அமர்ந்திருந்த சித்திராவின் தோளை அம்மா ஆதரவாகப் பிடித்துக் கொண்டிருந்தாள்.

"சித்திராவுக்கு ரெண்டு நாளாய்ச் சரியான காய்ச்சல்" என்று அம்மா பாக்கியம் மாமிக்கு சொல்லும் குரல் மெலிதாய்க் கேட்டது. தோளைச் சுற்றி துவாயைப் போர்த்தியிருந்ததற்குப் பொருத்தமான காரணமாக இது அமையும் என அம்மாவுக்குத் தோன்றியிருக்கலாம். அம்மாவினதும் சித்திராவினதும் பரிதவித்த முகங்களைப் பார்க்க அவனுக்குக் கவலையாக இருந்தது.

வாகன இரைச்சலும் சப்பாத்து ஒலிகளும் அவர்களின் உறுமிய குரல்களும் இவர்களைச் சுற்றி வலம் வந்தன. எல்லோர் முகங்களிலும் திகிலும் பதட்டமும் அப்பிக்கிடந்தன. அவன் வயதை ஒத்த இளைஞர்களைச் சப்பாத்துக்காலால் உதைத்தார்கள். பக்கத்தில் இருந்த யோகனுக்கு வாயோரம் ரத்தம் வழிந்தது.

"இவர்கள் ஆர் எங்களை உதைய?"

ஆத்திரத்துடன் யோகன் முணுமுணுப்பதைக் கேட்க மனதுக்குள் கலவரம் எழுந்தது.

"என்னடா முறைக்கிறாய்?"

சப்பாத்துக் கால் மறுபடி உதைய யோகன் சத்தம் போட்டு அலறினான். பகல் முழுவதும் வெய்யிலுக்குள் இருத்தி வைத்து விட்டு மாலையில் வீட்டுக்குப் போகச் சொன்னார்கள். இரவு விளக்கு வெளிச்சத்தில் சித்திராவின் சிவந்த முகத்தில் வரிவரியாய் விரல்களின் தடங்கள் பதிந்திருப்பதைப் பார்த்தான். மனம் பாரமாய்க் கனத்தது. இரவு யாரும் சாப்பிடவில்லை. சித்திராவின் விம்மல் வெகுநேரம் கேட்டுக் கொண்டிருந்தது. அவன் புரண்டு புரண்டு படுத்தான்.

“ஏதோ இந்த மட்டில விட்டிட்டு போயிட்டாங்கள் தானே. இன்னும் ஏன் அழவேணும்?”

அவனின் வார்த்தைக்கு யாரும் பதில் தரவில்லை. அமைதி கலைந்து கிராமம் விடிகாலையில் விழித்துக் கொண்டபோது நாலுபேரைக் காணவில்லை என்றார்கள். அவனுக்கு ஏனோ யோகனின் நினைவு வந்தது.

நகரும் நாட்கள் இன்னும் இறுக்கமாய் மாறின. பொருளாதாரத் தடையால் பூச்சிநாசினிகள், உரவகைகள் எதுவும் இவர்களிடத்துக்கு வரவில்லை. வயல் செய்வது சிரமமாயிற்று. வயல் விளைந்து தரவில்லை. கொத்துக் கொத்தாய் நெல் மணிகள் விளைந்து நின்ற காலம் போய் ஈர்க்குச்சியாய் நிற்கும் நெல்மணிகளைப் பார்த்தபோது வயிறு எரிந்தது. மண்ணில் சம்பாதித்த செல்வமெல்லாம் மறுபடி மண்ணுக்குள்ளேயே கரைந்து மறைந்தது.

எறிகணை வீச்சுக்கள் அதிகமாகும்போது இடம்பெயர்ந்து அயற்கிராமங்களில்போய் தற்காலிகமாய் தஞ்சமடைய வேண்டியதாயிற்று. அப்படி ஒரு தடவை சற்றுத் தூரத்தில் இருந்து விட்டு சத்தங்கள் அடங்கியதும் திரும்பி வந்தபோது குண்டு வீச்சினால் வீடு இடிந்து போய் கற் குவியலாய்க் கிடந்தது. வாய் விட்டு அலறத் தோன்றியது. வீடு இழந்த பின்பும் அந்த இடத்தை விட்டுப்போக மனம் வரவில்லை. முன்பக்கம் திண்ணை வைத்து ஒரு குடிசை அமைத்துக் கொண்டான். ராணுவத்தின் நகர்வு ஆரம்பிக்கும்போது தூரத்துக்குப் போவதும் சத்தங்கள் அடங்கிய பின் மறுபடி கிராமத்துக்கு வருவதுமாக அமைதியில்லாமல் நாட்கள் நகர்ந்தன.

ஒரு தடவை பாரிய ராணுவ நடவடிக்கை காரணமாக நிரந்தரமான இடப்பெயர்வு ஏற்பட்டு விட்டது. கிராமத்தைவிட்டு வெகு தூரம் வந்தாகிவிட்டது. குடிசை என்றாலும் இருந்த வீடும் வாசலும் தென்னை மரங்களும், மாமரங்களும் பரந்த நெல்வயல் காணிகளும் நினைவில் வந்து ஏக்கத்தை நிரப்பின. தூரத்து

முழக்கமும் வானத்து இரைச்சலும் இன்னமும் பயமுறுத்தின. பதட்டமும் பயமும் மனதில் நிரந்தரமாய் ஒட்டிக்கொண்டன. வீடு பார்த்து வர என்று கிராமத்துக்குப் போன கணபதி மாமாவும் குலசிங்கண்ணையும் இன்றுவரை திரும்பவில்லை. கஷ்டம் தாளாமல் தங்கள் காணியில் தேங்காய் பிடுங்கி வரப் போன கணேசனும் மரியக்கண்டுக்கிழவனும் கூடத் திரும்பவில்லை.

"போறபோக்கைப் பார்த்தால் இனிப் பொம்பிளையள் மட்டும்தான் ஊரில திரும்பிப் போய் இருக்கவேண்டி வரப் போகுது" என்று பாக்கியம் மாமி அம்மாவிடம் சொல்லி அழுதாள்.

தெருவுக்கு அந்தப் பக்கமாய் இடம்பெயர்ந்து போயிருந்த செல்லம்மாக் கிழவி எறிகணை வீச்சில் செத்துப்போனதாய்ப் பாக்கியம் மாமி மூலம் அறிந்தபோது அய்யோ பாவம் என்று இரக்கமாய் இருந்தது. கிராமம் இப்போது எப்படிச் சிதைந்து போயிருக்கும் என்ற நினைவு மனதில் அடிக்கடி தீயின் வெம்மையாய்த் தகித்துக் கொண்டிருந்தது.

இப்போதும் பொழுதுபடும் நேரத்தில் வயலுக்கு மேலால் வரிசையாய் வெண்ணிறக் கொக்குகள் பறக்குமா..?

வயலில் பற்றைகள் பரவி வரம்பெல்லாம் புல்லுகளால் மூடியிருக்குமா..? செங்காரிப்பசுவும் அம்பாலிக்குட்டியும் எங்கே போயிருக்கக்கூடும்? மறுபடி ஊர் திரும்புதல் எப்போது சாத்தியமாகும்..?

இடம் பெயர்ந்து ஓடி வந்த இத்தனை நாட்களிலும் அம்மாவின் நகைகள் சித்திராவின் நகைகள் எல்லாம் விற்பனைக்குப் போயிற்று. அவன் எந்தத் தொழிலையும் ஒழுங்காகச் செய்யமுடியாமல் தடுமாறி நின்றான். போன வருடம் கரும்புத்தோட்டத்தின் பின் பக்கம் ஒரு ஏக்கர் காணி எடுத்து நெல் விதைத்தான். பெரிதாய் லாபம் வரவில்லை சாப்பாட்டுக்கு மட்டும் நெல் இருந்தது. ஆனாலும் ஏதாவது ஒரு தொழில் செய்தே தீர வேண்டும் என்ற தேவை கழுத்தைப் பிடித்து நெரித்தது.

இன்றைக்கென்னவோ மனது அதிகமாகக் குழம்பிக் கொண்டிருந்தது. மிகவும் தூரத்தில் வெடி ஓசைகளின் அதிர்வுகள். மழை பெய்து நனைந்த தரை ஈரத்துக்கு அந்த அதிர்வு கொஞ்சம் கூடுதலாகவே கேட்டது. அவன் கைகளால் முகத்தைத் தேய்த்துக் கொண்டே எழுந்து முற்றத்தில் இறங்கினான்.

இன்றைக்கு ஏதோ ஒன்று நடக்கத்தான் போகிறது. அவன் அம்மாவைத் தேடிப் பார்த்தபோது சித்திரா தட்டில் அவனது சாப்பாட்டைப் போட்டுக் கொண்டு வந்து கொடுத்தாள்.

இப்போதெல்லாம் சித்திராவின் முகத்தில் கலகலப்பே இல்லை. சந்தோஷத்தைத் துடைத்து விட்டாற் போன்ற வெறுமை. இவளுக்கு ஒரு கல்யாணம் செய்து விடவேண்டும் என்று எவ்வளவோ முயன்றான். ஒவ்வொன்றும் ஏதோ ஒரு காரணத்தால் தட்டிப் போயிற்று. கடைசியாய் ஓரிடம் சரி வந்தபோது காசுப்பிரச்சனை கொஞ்சம் பயமுறுத்தியது. முன்பு நெல்லுக் கொடுத்து அறிமுகமான சிவப்பிரகாசத்தாரிடம் காசு கேட்க ராணுவக் கட்டுப்பாட்டுப் பகுதிக்குப் போயிருந்தான். அவர் கொடுத்த ஐம்பதாயிரத்தையும் கொண்டு வரும்போது இராணுவச் சோதனைச் சாவடியில் அவனைத் தாமதிக்க வைத்து அந்தப்பணத்தை எடுத்துக் கொண்டார்கள். அவன் மிரண்டு போய்ப் பார்வையால் கெஞ்சினான். நெஞ்சு பதறியது கடவுளே ... சித்திராவின் எதிர்காலம் எதிர்த்து ஒரு வார்த்தை கேட்க முடியவில்லை. அவர்கள் முன்புறமாகத் தோள் பிடித்துத் தள்ளிவிட அவன் பேசாமல் நடக்க வேண்டியதாயிற்று. காசு இல்லாமல் கல்யாணம் நின்று விட அவன் மிகவும் நொந்து போனான்.

அவளின் முகவெறுமை என்றோ நடந்த அவமானத்தை நினைத்து என்பதை அவனால் உணரமுடிந்தது.

இளவயதுக் காயம் அது.

அவன் கை கழுவிவிட்டு குனிந்த தலையுடன் திண்ணையில் அமர்ந்து சாப்பிட்டான். சாப்பிட்டு விட்டுக் கழுவிய தட்டைத் திண்ணையில் வைத்துவிட்டுச் சேட்டைப்போட்டுக் கொண்டு சைக்கிளை எடுத்தான். அம்மாவிடம் சொல்லிக் கொண்டு வெளியே வந்தான்.

சேறும் சகதியுமாய்த் தெரு நீண்டிருந்தது. தெருக்களில் சனம் கூட்டம் கூட்டமாய் நின்றது ... நடந்தது. சைக்கிள்களில் விரைந்தது. எப்போதோ எழுதிவைக்கப்பட்ட நியதி மாதிரி இயல்பான செயற்பாடுகள்.

என் தலையில் என்ன எழுதியிருக்கிறதோ .. ?

ஏன்தான் மனம் இப்படி நிலை கொள்ளாமல் அலை பாய்கிறதோ .. ?

தன் மனதில் ஏதோ குறை இருப்பதாகவே அவனுக்குத் தோன்றியது. திடுமென ஊர் எல்லையில் இருக்கும் வயல் நினைவுக்கு வந்தது. இப்போதெல்லாம் அடிக்கடி அந்த நினைவு தான் வருகிறது. அவன் வாழ்க்கையில் எத்தனை மணி நேரங்களை அந்த வயல் ஆக்கிரமித்துக் கொண்டிருக்கும். இப்போதே இந்த

நிமிடமே அந்த வயலின் வரம்புகளிடையே ஓட வேண்டும் போலிருந்தது.

சித்திராவின் சந்தோஷமிழந்த முகம் மனதுக்குள் நெருடியது. என்றோ ஒருநாள் ஒரு கறுத்த முகத்து ஆமிக்காரன் அவன் தோள் சட்டையை இழுத்துக் கிழித்ததும் அவள் அவமானத்தில் கண்ணீர் ததும்ப நின்றதும் மனதின் ஆழத்திலிருந்து திமிறிக் கொண்டு மேலே எழுந்தது. அவனாலேயே அந்த நிமிட அவலத்தை மறக்கமுடியாதிருக்கும்போது அவளுக்கு எப்படி இருக்கும்? நெஞ்சுப் பரப்புகளிலெல்லாம் மிகவும் ஆழமான துக்கம் பரவுவதை உணர்ந்தான்.

அவன் பிரதான வீதி தாண்டிப் பாலத்தில் ஏறினான். அருகே ஓடிய வாய்க்காலில் அந்த மழை நேரத்திலும் முழுகிக் கொண்டிருக்கும் சிறுவர்கள். குளிர்காற்று சிலீரென்று அறைந்தாற் போல் வீசியது. கை விரல்கள் குளிர்ந்து நடுங்கின.

கால்கள் ஒரே சீராகச் சைக்கிளை மிதித்தன. பாலத்தைக் கடந்து இறங்கியபோது எதிரே வந்த பெரிய டிரக் வண்டி அவனைக் கடந்து போனது. அதில் பயணித்த போராளிகளில் பின் பக்கமாய் இரும்புக் கம்பி வளைவைப்பிடித்துக் கொண்டு நின்றவனின் முகம் பளிச்சென்று கண்களில் பதிந்தது. முன்பு அவர்கள் வயலில் வேலை செய்ய வந்த பாலன் அண்ணை, தேவகி அக்காவின் மகன் சீலன், அவனைவிடப் பத்து வயதாவது சிறியவனாய் இருப்பான். இன்றைக்கு அவனைக் கண்டதும் மனதுக்குள் ஏதோ ஒரு வித உணர்வு தொற்றிக் கொண்டது. தொண்டை அடைக்க சிறிது நேரம் நின்று பார்த்துவிட்டு மேலே சைக்கிளை மிதித்தான்.

எங்கே போவது ..? யாரைப் போய்ப் பார்ப்பது ..? தெரியவில்லை! இப்படியே எங்காவது ஓடிக் கொண்டிருக்க வேண்டும் போலிருந்தது. தெற்குப் பக்கமாக மெல்லிய அதிர்வுகள். வன்னியின் வடக்கிலும் தெற்கிலும் போரின் சத்தங்கள் பயமுறுத்திக் கொண்டிருந்தன. இந்த சத்தங்களுக்கிடையேதான் அவர்களுடைய வாழ்க்கையும் இயல்பானதாய் ஆகிவிட்டது.

எதிரே குளக்கட்டு நீண்டு கிடக்க, குளிர்காற்று காதில் வந்து சிலீரென அறைந்தது. குளக்கட்டுக்கரையில் சிறிய பிள்ளையார் கோவில் தனிமையாய் இருந்தது. கம்பிக் கதவுக்குள்ளிருந்து மெலிந்த சுடர் ஒளிர்ந்தது. அந்தச் சரிவில் அவன் ஏறியபோதுதான் அந்த இரைச்சலை உணர்ந்தான். திகைத்துப்போய் நிமிர்ந்து பார்த்தபோது எதுவும் தெரியவில்லை. இரைச்சல் மட்டும் திடுமென்று அதிகமாய்க் கேட்டது.

பதட்டத்துடன் சைக்கிளைத் திருப்பி சரிவில் இறங்க முற்பட்ட அந்த வினாடி அது நிகழ்ந்தது. ஒரு வினாடி என்ன நடந்தது என்றே அவனுக்குத் தெரியவில்லை. ரத்தத்தையும் சுண்டியிழுக்கும் வேதனை உணர்ந்தபோது மயக்கம் வந்தது. ஏதோ நடந்து விட்டது என்பது புரிந்தது. சிரமப்பட்டுக் கண் திறந்தபோது பதட்டத்துடன் அந்நிய முகங்கள்தான் அருகே தெரிந்தன. தன்னை யாரென்று சொல்லவும் முடியவில்லை. நடுத் தெருவில் நாயாய்க் கிடக்கும் அவலம் நெஞ்சின் ஆழம்வரை போய்த்தாக்கிய அந்த வினாடியில் அவன் மூச்சு தடுமாறித் தடுமாறி நின்று ஓய்ந்தது.

அள்ளுப்பட்டு ஆஸ்பத்திரில் கிடந்து பொன்னுத்துரை அப்புவினால் அடையாளம் காணப்பட்டு மறுநாள் அவன் உடல் அம்மாவிடம் ஒப்படைக்கப்பட்டது.

அம்மாவும் சித்திராவும் தேவியும் அழுத குரல் காற்றைப் பிளந்து வானை முட்டியது.

“பாவம் இது ஒரு அப்பிராணிப்பெடியன். தானும் தன்ர பாடுமாய் இருக்கும். இவனுக்கு இந்த மாதிரி ஒரு சாவு வந்திட்டுதே...”

செத்த வீட்டில் வெற்றிலை வாயுடன் யாரோ சொன்னார்கள்.

“அப்பிராணியாய் இருந்தபடியாலதானே இப்பிடி ஒரு அவலச் சாவு இவனுக்கு வந்தது” என்று இன்னொருவர் அதற்கு வியாக்கியானம் சொல்லிக் கொண்டிருந்தார்.

வெளிச்சம் – தை – 2000

ஓட்டம்

நீளம் நீளமாய் மூச்சை எடுத்து விடவேண்டும் போலிருந்தது. நான்கு மாதங்களாக நெஞ்சில் பாறாங்கல்லாக அழுத்திய சுமை தற்காலிகமாகக் கொஞ்சம் இறங்கிக் கொண்டுவிட்டது. அப்பாடா என்று மனம் துவண்டு ஓய்ந்தது. ஆசையோடு ஓடிவரும் குழந்தையைச் சில வேளைகளில் சினந்து சீறியதை நினைக்க மனதுக்கு வருத்தமாக இருந்தது. எத்தனை நாட்களாய் இந்த அலைச்சல்கள் . . ., இன்று காலை பத்துமணியுடன் கொஞ்சம் ஆறுதல்.

வயலில் விளைந்ததையெல்லாம் ஒருவாறு வீட்டுக்குக் கொண்டு வந்தாயிற்று. எங்கும்தேடிச் சாக்குகள் இல்லாமல் உரப்பைகளில் நெல் நிரப்பி முடிச்சுக் கட்டாகக் கொண்டு வந்து அடுக்கியாகி விட்டது. இதற்கே மனமும் உடலும் சலித்து விட்டது. அரிவு வெட்டு நடந்தபோது மழை பெய்து சரியாய் அலையவைத்துவிட்டது. பிறகு எறித்த வெயிலில் உப்பட்டிகளைப் பரப்பிக் காய வைப்பதற்குள் போதும் போதும் என்றாகிவிட்டது.

அவனுக்குத் தெரியும் இது பாதிக்கிணறு தாண்டிய நிலைதான். இனித்தான் முக்கியமான விடயமே இருக்கிறது. உடம்பெல்லாம் சோர்ந்து அணு அணுவாக வலி எழும்பியது. தினமும் பத்து மைல் தூரம் சைக்கிளில் போய் வயல் பார்த்து வரவேண்டும். இப்போ நாலைந்து நாட்களாகச் சூட்டுக்காவல், சூடடி என்று இரவு பகலாகத் தூக்கமில்லாத அலைச்சல். இரண்டு நாளுக்காயினும் பகல் இரவாக நித்திரை கொள்ளவேண்டும்போல் இருந்தது. மத்தியானம் சாப்பிட்டுவிட்டு விறாந்தைத்

திண்ணையில் நீட்டி நிமிர்ந்து படுத்துக்கொண்டான். குழந்தையைக் கைநீட்டி அழைத்தபோது அது வரமறுத்து முகத்தைத் திருப்பிக் கொண்டது.

நேற்றுச் சூடடி அலைச்சலில் அந்த நேரச் சலிப்பில் அப்பா சினந்ததை அது நன்றாக ஞாபகத்தில் வைத்திருக்கிறது.

“சிந்துக்குட்டி அப்பாட்ட வாடா”

“முதல்ல நீங்கள் நித்திரை கொள்ளுங்கோ. பிள்ளையைப் பிறகு கொஞ்சலாம்.”

சுமதி குழந்தையைத் தூக்கிக்கொண்டு முற்றத்துக்குப் போனாள். அவன் களைப்போடு கண்களை மூடிக்கொண்டான். நித்திரை வரும்போல தெரியவில்லை. நெல் விதைத்து அறுவடை செய்யும் வரை எத்தனை சிக்கல்கள். மிகவும் தூரமான ஓட்டப்பந்தயத்தில் ஓடிக்களைத்த அலுப்பு. ஆனாலும் இந்த ஓட்டப்பந்தயத்தை விடமுடியாது. ஓடித்தான் ஆகவேண்டும். இந்த ஓட்டம்தவிர வேறு எதுவும் அவனுக்குத் தெரியாது.

சிறுவயதில் கிராமத்தின் எல்லையில் ஆனை அறுகு படர்ந்த அந்த வயல் வரம்புகளில் ஓடித்திரிந்த நாட்கள் பசுமையானவை. அப்படித்தான் அவனுடைய ஓட்டம் ஆரம்பமானது.

‘படிச்சு உத்தியோகம் பார்த்து எவ்வளவை எண்டு உழைக் கிறது. அவை வருசம் முழுக்க உழைக்கிறதை நான் ஒரு போகம் வயல் செய்து உழைச்சிடுவன்.”

அப்பாவின் மார்தட்டல் அவனுடைய மனதிலும் பதிந்து போனதாலோ அல்லது படிப்பு என்பது மூளைக்குள் பதியாமல் போனதாலோ என்னவோ அவனும் தன் வாழ்வை இந்த வயலுடனும் வரப்புடனும் இறுகப் பிணைத்துக் கொண்டுவிட்டான்.

புரட்டாதி மழை பொழியத் தொடங்க ஆரம்பமாகின்ற அந்த ஓட்டம் ஐப்பசியில் விதை நெல் எறிந்து, கார்த்திகையில் களை பிடுங்கி, மாசியில் அரிவு வெட்டிச் சூடடித்து, பங்குனி யில் மூடைகளில் நெல் வந்து சேரும் வரை தொடர்ந்து கொண்டே இருக்கும். வயல் செய்வது என்பது உற்சாகமாகவும் சந்தோசமாகவும் உணர்ந்த காலங்கள் அவை.

நெல் மகாலட்சுமி தான். வீட்டில் நெல் இருப்பது சகல செல்வங்களும் இருப்பது போலத்தான். சிறு கல்வீடு கட்டி அம்மாவுக்கு, தங்கைக்கு நகை நட்டு செய்து, நல்ல மோட்டார் சைக்கிள் வாங்கி சராசரி நிம்மதியான ஒரு வாழ்க்கையை அனுபவிக்க முடிந்தது.

அறுவடை முடிந்ததும் நெல் ஏற்றிப்போக யாழ்ப்பாணம், சுன்னாகம், நெல்லியடியில் இருந்து லொறிகள் கிராமத்தின் தெருக்களில் வரிசையாய் வந்து நிற்கும். அது ஒரு அற்புதமான காலம். அந்த உழைப்பும் வசதியும்தான் ஒரு சீதனமும் வாங்காமல் சுமதியைக் கல்யாணம் செய்து கூட்டிவரத் தைரியத்தைத் தந்தது.

எல்லாம் ஒரு அழகான கனவாகப் போய்விடும் என்று யார் நினைத்தார்கள். தொண்ணூறுகளின் பின் வயல் செய்வது என்பதும் சிரமம் ஆயிற்று. உரத்தடை, கிருமிநாசினிகளின் தடையால் நெல்விளைச்சல் குறைந்து விட்டது. ஆனாலும் வயல் செய்வதைவிட முடியவில்லை. தொண்ணூற்றி ஆறில் எல்லாமே திசை மாறிற்று.

ஆனையிறவிலிருந்து கிளிநொச்சிநோக்கி ஆரம்பிக்கப்பட்ட ராணுவ நடவடிக்கையில் தாக்கப்பட்ட முதல் கிராமமாக அவர்களின் கிராமம் இருந்தது. வீடுவாசல் விட்டு... நெஞ்சார நேசித்த வயல்களில் முள்ளும் பற்றையும் படரவிட்டு... உடுத்த உடுப்புடன் ஓடிவந்து நான்கு வருடங்கள் கடந்து விட்டது.

இடப்பெயர்வின்பின் இரண்டு வருடமாக எந்தத் தொழிலும் செய்யமுடியவில்லை. எத்தனை நாட்கள் பேசாமல் இருப்பது. மோட்டார் சைக்கிள் விலை போயிற்று. சுமதியின் ஒன்றிரண்டு நகைகள் காசாக மாறின. மனது குழம்பியது. வேறு தொழிலில் பரிச்சயமில்லை. நினைவு தெரிந்த நாளில் இருந்து அவன் உணர்ந்தது இந்த நெல்வாசனையை மட்டுமே.

போன வருடம் அருகில் ஒரு காணியைக் குத்தகைக்கு எடுத்து விதைத்தான். நெல் விதைப்பதும் வெட்டி எடுத்து வீடு வருவதும் அதை விற்க அலைவதுமாய்... அதுவும் இந்தத் தடவை அவன் நன்றாகக் களைத்தே விட்டான்.

சுமதியின் நகைகள் அடைவு வைத்து விதை நெல் வாங்கி விதைத்ததிலிருந்து ஒவ்வொரு தேவைக்கும் செலவழிக்க நிறையக் கடன் பட்டாயிற்று. அந்தக் கடன்களை நினைத்தால் நித்திரையும் வரமறுத்தது.

இம்முறை இராணுவத்திடமிருந்து மீட்கப்பட்ட ஐந்தாம் வாய்க்கால் பகுதியில் உள்ள காணியைக் குத்தகைக்கு எடுத்துச் செய்திருந்தான். நாலு வருடமாய்ப் பற்றையும் புல்லும் பரவியிருந்த மண். வேலையாட்களுடன் தானும் ஒருவனாய் நின்று துப்பரவு செய்துதான் விதைத்திருந்தான். அந்த எல்லையில் நிறையப்பேர் காணி விதைத்திருந்தார்கள்.

அவனது சொந்தக் காணிகள் இருந்த பிரதேசத்தில் யாரும் துப்பரவு வேலை தொடங்கவில்லை. மிதிவெடிகளுக்குப் பயந்து

வயலுக்குள் யாரும் இறங்கவில்லை. இது தெரிந்த ஒருவரின் காணி என்பதால் குத்தகைக்கு எடுக்க முடிந்தது. இருப்பிடத்தில் இருந்து பத்து மைல் தூரத்தில் காணி இருந்தது. ஓடிக்களைத்துப் பட்ட கஷ்டத்தில் மனம் ஓரேயடியாய் வெறுத்துப் போய்விட்டது. நாய் அலைச்சல் என்று இதைத்தான் சொல்லுவார்கள் போலிருக்கிறது. பொன்போல் சொந்த வயல் காணி இருக்கும்போது குத்தகைக்கு எடுத்துச் செய்ய வேண்டிய நிலை. விளைச்சலில் ஒரு பகுதி குத்தகைக்குப் போய்விடும்.

இம்முறை விளைச்சலும் மிகக் குறைந்து விட்டது. முன்பானால் அடிப்பசளை, யூரியா, ரி.டி.எம் என்று எத்தனை தடவை உரம் போட்டுப் பயிரை வளர்த்தார்கள். மூன்று தடவை போடவேண்டிய அமோனியாவை இம்முறை ஒரு தடவைதான் போடமுடிந்தது. பசளை இல்லாமல் வளர்ந்த பயிர்களைப் புல்லும் மூடி நோய்களும் தாக்கின. மடிச்சுக்கட்டிக்கு 'மொனோ கொட்டபஸ்' உரிய நேரத்தில் அடிக்கமுடியவில்லை. கடைசி நேரத்தில் குறுமணல் போடாமல் சந்துகுத்தியும் விழுந்துவிட்டது.

எல்லாத் துன்பமும்பட்டு நெல் வீடு வந்துவிட்டது. இனி இதை விற்றால்தான் அடைவில் இருக்கும் நகைகளை மீட்கலாம். சில கடன்களையாவது கொடுக்கலாம்.

இந்த முறை பட்டபாட்டிற்கு இனிவயல் செய்வதில்லை என்ற முடிவுதான் நெஞ்சில் நிரம்பியது. இப்படி அலையவோ கவலைப்பட்டு மனம் நோகவோ இனிச் சக்தி இல்லை. இனிவயல் செய்யப் போவதில்லை. புரண்டு புரண்டு படுத்தான்.

உறக்கத்தில்கூட நெல்லும் புல்லும்தான் நினைவை ஆக்கிரமித்துக் கொண்டன. ஆழ்ந்து உறங்க முடியவில்லை.

மறுநாள் கரு கருவென்று பரவியிருந்த ஒரு வாரத் தாடியை எடுத்துவிட்டுக் குளித்துப் புறப்பட ஆயத்தமானபோது மனம் கொஞ்சம் உற்சாகமாக இருந்தது. முகத்தில் சிறிது மலர்ச்சியோடு நிற்கும் அப்பாவிடம் சிந்துக்குட்டி பயமில்லாமல் ஒட்டிக் கொண்டது. கழுத்தைக் கட்டிக்கொண்டு முத்தம் கொடுத்தது. குழந்தையின் மழலையில் கொஞ்சநேரம் கவலைகள் காணாமல் போயின. குழந்தையைச் சுமதியிடம் கொடுத்தான்.

"நெல்லு எடுப்பினமோ எண்டு சங்கத்தில கேட்டுக் கொண்டு வாறன் சுமதி, எங்கட கோபாலி அண்ணையும் வாறன் எண்டவர். சங்கம் எடுத்திட்டால் பிரச்சினை இல்லை. சாப்பாட்டுக்குக் கொஞ்சம் வைச்சுக் கொண்டு மிச்சத்தை வித்திடலாம். மழை பட்ட நெல்லு அதுதான் பயமாய் இருக்கு."

சொல்லிவிட்டுத் தெருவில் இறங்கிப் போகும்போது மனதுக்குள் கொஞ்சம் நம்பிக்கை இருந்தது. இது சிறுபோக நெல்லு. இந்த நெல்லுக்குக் கொஞ்சம் மதிப்பிருக்குது. எப்பிடியும் எழுநூறு ரூபாக்கு எடுப்பினம். அப்பிடி விற்றால் ஓரளவு செலவழித்த காசாவது வந்துவிடும்.

அவன் போய்ச் சேர்ந்தபோது கோபாலியின் குரல் கேட்டது.

"இவ்வளவு கஷ்டப்பட்டு வயலைச் செய்யிறம் ஓரளவு நியாய விலைப்படி எடுக்கக் கூடாதே. எழுநூறு ரூபாக்கு மேல் எடுக்க வேணும் எண்டு தானே கதை அடிபட்டது."

"இப்ப சங்கம் நெல் எடுக்கிறதை நிற்பாட்டியிருக்கு"

கோபாலி திகைப்புடன் திரும்பி அவனைப் பார்த்தான்.

"அப்ப நாங்கள் நெல்லை என்ன செய்யிறது"

"நாங்கள் ஒன்றும் செய்யேலாது தம்பியவை. பாதையில நிற்காம அங்கால தள்ளி நில்லுங்கோ. ஸ்டோருக்குச் சாமான் இறக்க லொறி வருகுது."

இருவரும் வாசலுக்கு வெளியே வந்தார்கள்.

"சுந்தரண்ணை சொன்னது சரிதானடாப்பா. இப்ப சங்கம் நெல்லு எடுக்கிறேல எண்டு சொன்னவர். மனம் கேட்காமல் ஒருக்காக் கேட்டுப் பார்ப்பம் எண்டு வந்தனான்"

"இப்ப என்னன்ணை செய்யிறது"

அவன் குரலில் நடுக்கம் இருந்தது.

"மழையில பட்ட நெல்லை வைச்சிருக்கவும் ஏலாது. முந்தியெண்டால் மடி நெல்லெண்டாலும் யாழ்ப்பாணத்து மில்காரர் கொஞ்சம் குறைச்சு எடுத்துக் கொண்டுபோய் உடனும் தொட்டியில போட்டிடுவாங்கள். இப்ப விளையிறதெல்லாம் இங்கேயே கிடக்கவேண்டிக்கிடக்கு"

"வாங்கோ அண்ணை சந்தியடி மில்லில கேட்டுப்பார்ப்பம்"

இருவரும் சந்தியடிக்கு வந்தார்கள். ஒருவரோடு ஒருவர் பேசிக்கொள்ளவில்லை. மனம் பாரமாய்க் கனத்தது. மில் வாசலில் ஏழெட்டுப் பேர் நின்றார்கள். அவர்களும் நெல் எடுப்பது பற்றி விசாரிக்க வந்தவர்கள் என்பது போன பிறகு புரிந்தது.

"நானூற்றி அம்பது எண்டால் பத்து மூடை எடுப்பினமாம்"

வெளியே நின்றவன் சொல்லத் 'திக்' என்றது.

"வயல் விதைச்சு வெட்டும்வரை செலவைக் கணக்குப் போட்டுத்தானே நெல்லு விலை எழுநூறு ரூபா எண்டு இருந்தது. இவை நானூற்றி அம்பது கேட்கிறதெண்டால் என்ன அநியாயம்"

மில் வாசல் மேசைக்கு மேலாகத் திருநீறு பூசிய முதலாளியின் முகம் எட்டிப்பார்த்தது.

"நானூற்றி அம்பது ரூபாக்கு நெல்லு எடுத்துக் குத்தி வித்தாக்கூட எங்களுக்குக் கனக்க லாபம் வாறேல. பதினேழு ரூபாக்கு அரிசி விற்குது. அடிச்ச அரிசி மூடை மூடையாய்க் கிடக்கு. நாங்கள் என்ன செய்யிறது?"

"நீங்கள் இப்பிடிச் சொன்னால் அஞ்சுமாதம் நெல்லோட பாடுபட்ட நாங்கள் என்னண்ணை செய்யிறது?"

"இருநூற்றைம்பது ரூபாக்கு மண்ணெண்ணை வாங்கித்தான் நாங்களும் மில் வேலையை நடத்திறம். நட்டம் எண்டாப்போல மில்லை மூட ஏலுமே. செய்யிற தொழிலைச் செய்யத்தானே வேணும். நானூற்றி அம்பது எண்டால் ஆளுக்கு அஞ்சு மூடை தாங்கோ. காசு ரெண்டு கிழமையால தான் தருவன்"

அவர் சொல்லிவிட்டு உள்ளே வேலையாக திரும்பினார். அவர்கள் ஒரு கணம் செய்வதறியாது நின்றனர்.

"அங்கால சிவலிங்கத்தின்ர மில்லில கேட்டுப் பார்ப்பம் அண்ணை"

இருவரும் சந்தி கடந்து இடப்பக்கத் தெருவில் போனார்கள். அங்கும் ஆட்கள், சிவலிங்கமும் அதையே கூறினான்.

"நாங்களும் என்னடாப்பா செய்யிறது. முந்தி மாதிரி யாழ்ப்பாணத்துக்கு நெல்லுப் போனால் தானே கையில காசு புழங்கும். ரெண்டு கிழமைக்கு முதல் எடுத்த நெல்லுக்காசை இண்டைக்குத்தான் சுந்தரத்துக்குக் குடுத்தனான். கஷ்டம் தாளாமல் ரெண்டு மூடை மூண்டு மூடை என்று சனம் கொண்டு வந்து கெஞ்சுது. நாங்களும் கூடவிலை குடுக்க ஏலாதுதானே. அரிசி மலிவுதானே. வேணுமென்டா அஞ்சு மூடை கொண்டு வந்து தாங்கோ, நல்ல நெல்லு எண்டால் நானூற்றி எழுபத்தைஞ்சு போட்டுத் தாறன். மழையில பட்டதெண்டால் குறை நினைக்காதேங்கோ. நானூற்றி அம்பது தான்."

ஒரு கணம் தயங்கி எந்தப் பதிலும் சொல்ல முடியாதவர்களாய் வெளியே வந்தார்கள்.

"ரெண்டு கிழமையில தாறன் எண்டு சொல்லி சூடடிக்கு ரெண்டாயிரம் கடன் மாறினனான் அண்ணை. இப்ப அது

குடுக்க ஒரு வழி தேடவேணும். அஞ்சு மூடை நெல்லை என்ன விலைக்கெண்டாலும் குடுத்தே தீர வேணும்."

அவனின் குரலில் துயரமும் இயலாமையும் இழையோடியது. சோர்ந்துபோய் வீட்டுக்குத் திரும்பினான்.

என்ன செய்வது என்று புரியவில்லை. நெல்லைக் கொஞ்சம் கூடுதலான விலைக்கு விற்றால்தான் நகைகளை மீட்கலாம். வாங்கிய கடனைத் திருப்பிக் கொடுக்கலாம். இந்த விலைக்கு விற்றால் பாதிக்கடன் கூடத் தீராது.

இந்த விலைக்குக்கூட எடுப்பதற்கு ஆட்கள் இல்லையே. அன்று மாலை மாரிக்கிழவனின் வண்டிலைப் பிடித்து ஐந்து மூடைக் கணக்கில் நெல்லை ஏற்றிப் போய்ச் சிவலிங்கத்தின் மில்லில் கொடுத்து விட்டு வந்தான்.

நாட்கள் நகர நகர ஐந்து மூடை நெல்லும் விற்கமுடியாமல் இருந்தது. ஒவ்வொரு சங்கமாக ஒவ்வொரு மில்லாகக் கேட்டுக் கேட்டு அலைந்தார்கள், நெஞ்சில் நெருப்பைக் கட்டிக் கொண் டிருப்பது போன்ற உணர்வு…

ஒரு மாதமாகியும் ஒன்றும் செய்யமுடியாத நிலை. பொழுது சரிந்து கொண்டு வருகிற நேரம். வீட்டுத் திண்ணையில் குழந்தையை மடியில் வைத்துக் கொண்டு அமர்ந்திருந்தான். யோசனையும் ஏக்கமுமாய் சாணி மெழுகிய தரையில் சுமதியும் வந்து அமர்ந்தாள்.

"என்ன சுமதி செய்யிறது. நாங்கள் மட்டுமே இங்க எல்லாரும் தான் நெல்லை அடிச்சு வைச்சிட்டு விற்க ஏலாமல் இருக்குதுகள். பாப்பம். ஏதும் ஒரு வழி பிறக்கும் தானே."

தனது வார்த்தைகள் தன் மனதையே சமாதானப்படுத்தப் போதுமானவையா என்ற சந்தேகம் வந்தது அவனுக்கு. சுமதி கவலையுடன் அவனைப் பார்த்தாள். அவன் நிமிர்ந்து வானத்தைப் பார்த்தான். கருமையான மேகங்கள் திரண்டிருந்தன. சிலு சிலுவென்ற குளிர்காற்று முகத்தைத் தடவியது. புரட்டாதி மழை கொட்டப் போகிறது. மழை இருளைக் கண்டதும் பயம் எழுந்தது. மழை பெய்தால் கூரை ஒழுகி அடுக்கி வைத்திருந்த நெல் நனைந்துவிடக் கூடும்.

அவன் குழந்தையைச் சுமதியிடம் கொடுத்துவிட்டுப் பக்கத்து வீட்டிற்கு ஓடிப்போய், நீலநிறத் தறப்பாள் வாங்கி வந்தான். உள்ளே முடிச்சுக் கட்டில் வைத்திருந்த நெல் பைகளை மிகக் கவனமாக இழுத்து மூடினான். கடவுளே இன்னும் எத்தனை

நாட்களுக்கு இந்த நெல்லை வைத்திருக்க முடியும். மனதுக்குள் ஆற்றாமை கொப்பளித்தது.

அன்றிரவு மழை பெரும் இரைச்சலோடு கொட்டத் தொடங்கியது. நான்கு நாட்கள் விடாமல் கொட்டியது. மரத்தின் இலைகள் குளிர்ந்து சிலிர்த்தன. நிலத்தை அரித்துக் கொண்டு தண்ணீர் அடித்துப் பாய்ந்தது.

இன்றுதான் வானம் வெளுத்தது. மெல்லிய ஒளிச்சுடர் எட்டிப் பார்த்தது. அவன் முற்றத்தில் இறங்கி நின்றான். உள்ளங் கால்கள் சில்லிட்டன. கைகளை மார்பில் குறுக்காகக் கட்டிக் கொண்டு அந்தக் குளிர்மையை அனுபவித்தான்.

உள்ளத்தில் உற்சாகம் உற்பத்தியானது.

"சுமதி இந்த மழை உழவுக்குப் போதும், எங்களிட்ட இருக்கிற ஈரநெல்லு விதைக்கச் சரிவராது. சிவலிங்கத்திட்ட நல்ல விதை நெல்லு வாங்க வேணும். பராசக்தி மாமியிட்ட நகை ஏதும் கேட்டுப்பார். அடைவு வைச்சு விதை நெல்லு வாங்க வேணும். பிறகு மீட்டுக் குடுத்திடலாம். உழுகிறதுக்கு நல்ல பதம். நான் ஒருக்கா வயல்காணியைப் பார்த்திட்டு வாறன்."

***வெளிச்சம்* – தை – 2001**

சிறைநிழல்

வழமை போலவே அவளின் அன்றைய உணர்வுகளும் நாட்குறிப்பின் பக்கங்களில் பதிந்து கொள்கிறது. ஆனாலும் தொடர்ந்தும் எழுத முடியாமல் கை நடுங்கத் தொடங்கி விட்டது. மேஜை மீது முகம் பதித்துக் கண்களை மூடிக் கொண்டாள். இப்போதெல்லாம் இப்படித்தான்...

எழுதத் தொடங்கவே கைகள் நடுங்கத் தொடங்கி விடும். ஆனாலும் அவளால் எழுதாமல் இருக்க முடியாது. மனதுக்குள்ளேயே இறுகிப் போயிருக்கும் துயரமும், ஆதங்கமும் இளகி கண்ணீராய்க் கரையும் நேரம் இது. இந்த மிகச் சில நிமிட ஆறுதலுக்காகவே பகலெல்லாம் சுமக்கின்ற துயரத்தை அவள் பொருட்படுத்துவதில்லை.

இந்த நாட்குறிப்பு எழுதும் பழக்கத்தை ஆரம்பித்து வைத்தது அவன்தான். அவள் படித்துக் கொண்டிருந்த நாட்களில் ஒரு பொங்கல் நாளில் நாட்குறிப்புப் புத்தகத்தை மணிவண்ணன் அவளிடம் நீட்டினான். அன்றிலிருந்து ஒவ்வொரு வருடமும் எழுதி வருகிறாள். ஆரம்ப நாட்களில் எத்தனை மகிழ்வோடு எழுதினாள். இப்போதோ தாங்க முடியாத துயரத்துடன்...

தலையே பிளந்து விடுமளவுக்கு வலித்தது. நாட்குறிப்பை மூடிவைத்துவிட்டு அவள் எழுந்து குடிசைக்கு வெளியே வந்தாள். இரவு பத்து மணி. வீட்டில் யாரும் உறங்கவில்லை. படுக்கையில் படுத்த படியே அப்பாவோ அம்மாவோ அல்லது அண்ணாவோ அவளின் நடமாட்டத்தைத்தான்

கவனித்துக் கொண்டிருப்பார்கள். வாய் விட்டுக் கதைத்தாலும் கூட ஆற்றிக் கொள்ள முடியாத உணர்வு...

அவள் முற்றத்து வேம்பின் அடிவேரில் அமர்ந்தாள். இலைகளின் இடைவெளிகளில் இன்னமும் குறையாதிருந்த வெப்பம்... மூக்கை நெருடும் வேப்பம் பூ வாசனை... இவைகளில் எதுவுமே மனதில் ஒட்டவில்லை. தெரு அடங்கி விட்டிருந்தது. மறுபடியும் கிளிநொச்சி நகரத்துக்கு மக்கள் திரும்பிக் கொண்டிருந்ததனால் ஸ்கந்தபுரத்துவீதிகளில் சனநடமாட்டம் வெகுவாகக் குறைந்து விட்டது.

தென்றல் ஒலிப்பதிவுக் கலையகத்தை யோகன் இடம்மாற்றி விட்டதால் இப்போது பாட்டுச்சத்தமும் இல்லாமல் அமைதியாக இருந்தது. இல்லாவிட்டால் "ஈடு வைச்சு ஈடு வைச்சு நந்தலாலா" அலறியபடி இருக்கும். இப்போது எங்கோ வெகு தூரத்தில் கேட்கின்ற மோட்டார் சைக்கிளின் இரைச்சல் தவிர வேறு சத்தமில்லை.

இந்த அமைதி மனதுக்குள் ஒரு வித மிரட்சியை ஏற்படுத்துகிறது. எமக்குரிய இயல்பான வாழ்வு இது அல்ல... அந்த இனிமை தொலைந்து போய்ச் சில வருடங்கள் ஆகிவிட்டன.

வீடு, வாசல் இழந்து ஓடிவந்தபோதோ இடப்பெயர்வு வாழ்வு பல நெருக்கடிகளைத் தந்தபோதோ கையில் பணம் இல்லாமல் நகைகளை விற்று வாழநேர்ந்தபோதோ இத்தனை துக்கம் இருந்ததில்லை. அந்த நெருக்கடி வாழ்க்கையிலும் நல்ல கனவுகள் இருந்தன. எதிர்காலம் பற்றிய நம்பிக்கைகள் இருந்தன. மணிவண்ணனுடனான வாழ்க்கை பற்றிய எதிர்பார்ப்பு அத்தனை சிரமங்களையும் மறக்கச் செய்திருந்தது.

மணிவண்ணன் ஏரம்பு மாமாவின் மகன். சிறுவயதிலிருந்து பழகிய பாசம்... அது காதலாக மாறிய பிறகு யாரும் எதிர்க்கவில்லை. ஏரம்பு மாமாவே நேராக வந்து அப்பாவிடம் கேட்டுக் கல்யாணத்தை நிச்சயம் செய்துவிட்டார். மூன்று வருடத்துக்கு முந்திய நிகழ்வு அது. அந்த நேரத்துச் சந்தோசங்களை அவள் அதற்கு முன் எப்போதுமே அனுபவித்ததில்லை.

நெஞ்சுக்குள் துயரம் பந்தாகவந்து அடைத்துக் கொண்டது. நாடி நரம்பெல்லாம் சுள்ளென்று வலித்தது. தலை பாரமாய்க் கனத்தது. அய்யோ... ஏன் இப்படி நிகழ்ந்தது. இத்தனை மன வதைப்படுவதற்கு என்ன குற்றம் செய்தோம்...

மல்லாவியிலிருந்து காலையில் ஏரம்பு மாமா வந்து போனதிலிருந்து இருந்த பதைபதைப்பும் துயரமும் அதிகரித்து விட்டது.

கண்கள் பொங்கி வழியச் சத்தமில்லாமல் விம்மல் அடுத்தடுத்துத் தொண்டைக்குழிக்குள் எழுந்து அடங்கியது. யாருக்கும் தெரியாமல் அழுவது சிரமம். விம்மலின் ஒலியை அடக்குவது கடினம்.

முகத்தைக் கைகளில் தாங்கி ஐந்து நிமிடம் சத்தமில்லாமல் அழுதாள். எந்த நேரமும் சிரித்த முகமாய் இருக்கும் மணிவண்ணன்... சக மனிதர்களை நேசிக்கும் இயல்புள்ள மணிவண்ணன்... தன்னுடைய ஆசிரியத் தொழிலை விருப்போடு செய்து வந்த மணிவண்ணன்... தேடி வந்த வெளிநாட்டு வாழ்க்கையைத் தவிர்த்து இந்த மண்ணிலேயே வாழ விரும்பிய மணிவண்ணன்... அவன் ஏன் கொழும்புக்குப் போனான்...

மூன்றுவருடம் என்பது மிகவும் நீண்ட காலம். வன்னிக்கும் கொழும்புக்கும் இடைப்பட்ட தூரம்கூட மிகவும் நீண்டதுதான். முகங்களைக் காணமுடியாத தூரம்... செய்திகளைச் சுலபமாக அறிந்து கொள்ளமுடியாத தூரம்...

மூன்று வருடங்களுக்கு முன் ஆவணி மாத விடுமுறையின் போது தங்கையின் திருமணஒழுங்குகள் செய்வதற்காக அவன் கொழும்புக்குப் போயிருந்த அது நிகழ்ந்தது.

வெள்ளவத்தையில் நடந்த சுற்றி வளைப்பில் அவன் கைது செய்யப்பட்டதை அறிந்தபோது பயம் ஏற்பட்டாலும் விசாரித்து விட்டு விடுவித்து விடுவார்கள் என்றுதான் எல்லோரும் நம்பி யிருந்தார்கள்.

ஏரம்பு மாமா கொழும்பில் நின்று அவனை விடுவிக்க எவ்வளவோ முயற்சி செய்தார். அவனைத் தடுத்து வைத்திருந்த இடத்தைக் கண்டுபிடிக்கவே பத்துமாதங்களாயின. மகனின் கோலத்தைக் கண்டு அவர் வாய்விட்டு அழுதுவிட்டார்.

அந்த நிமிட வேதனையை அவளாலும் புரிந்து கொள்ள முடிந்தது. சிறையில் நடக்கக்கூடிய சித்திரவதைகளை அவளாலும் கற்பனை செய்து பார்க்க முடிந்தது.

நான்கு சுவர்களுக்குள் அவன் எத்தனை நாட்களாகக் கதறியிருப்பானோ...

அதை நினைத்தாலே நெஞ்செல்லாம் உலர்ந்துபோய்விடும். ஒரு பிடிசோறு தொண்டைக்குள் இறங்காது. சிறையில் வதைபடும் வலியை அவளே அனுபவிப்பது போல உணர்ந்தாள்.

இடிவிழுந்த மலர்வனம்போல வீடு நொறுங்கிப்போனது.

அவர்களால் நேசிக்கப்பட்ட மணிவண்ணனின் துயரம் அவர்களுக்குமானதாய் மாறிப்போனது.

மணிவண்ணனை நேசித்த ஆசிரியர்கள் மாணவர்கள் சக தோழர்கள் அவனைப்பற்றி விசாரிக்க வந்ததில் மாமாவின் துயரம் மட்டும் அல்ல இவர்களின் துயரமும் பன்மடங்காகியது.

இத்தனை பேரின் அன்புக்கும் ஆளாகியிருந்த அவனை நினைத்துப் பிரமிப்பு ஏற்பட்டது. எந்நேரமும் அவனின் யோசனை தான் அடிமனம்வரை ஊடுருவியிருந்தது.

தலைகீழாய் அவனைக்கட்டித்தொங்க விடுவார்களோ... மிளகாய்த்தூளைக் கண்களில் தூவுவார்களோ... பெற்றோலில் தோய்த்த பைகளை முகத்தில் கட்டுவார்களோ... எத்தனையோ வருடங்களாய் எத்தனையோ தமிழருக்கு நேர்ந்த கொடுமைகள் இவனுக்கும் நேர்ந்திருக்குமோ...

மயங்கி விழுந்த பின்னாலும் சப்பாத்துக்கால்களால் மணிவண்ணனைப் பல பேர் மிதிப்பது போல எத்தனை நாட்கள் கனவு வந்திருக்கிறது. காலில் ஆணி ஏறியபோது ஏற்பூசி போட்டதற்கே முகம் சுழித்தவன் நகக்கண் பிய்க்கப்பட்டபோது எப்படித்தாங்கினான்... எப்படி வலிபொறுத்தான்... காரண மில்லாமல் தண்டிக்கப்பட்டபோது எழுந்திருக்கக்கூடிய கோபத்தை எப்படி அடக்கிக் கொண்டான்.

இந்த மூன்று வருடங்களிலும் பாதிநாட்கள் மாமா கொழும்பிலேயே நின்று கொண்டார். இத்தனை நாட்களிலும் மணிவண்ணன் ஒரே ஒரு தடவைதான் அதுவும் கைது செய்யப் பட்ட ஒரு வருடத்தின்பின் ஒரு கடிதம் எழுதியிருந்தான். வழக்கு நடப்பதாயும் விரைவில் வெளிவர முடியும் என்று நம்புவதாயும் நாலுவரிகள்தான் எழுதியிருந்தான். அந்த எழுத்துக்களின் நடுக்கமும் காகிதத்தில் கண்ணீர்த்துளி சிந்தி உலர்ந்து போன அடையாளமும் அவள் மனதைப் பதை பதைக்க வைத்தது. அந்த நான்கு வரிகளையும்கூட அவன் அழுதுகொண்டேதான் எழுதியிருக்கிறான் என்று புரிந்தது.

அதன் பிறகு அவனுடைய கடிதம் எதுவும் வரவில்லை.

வழக்கும் இழுபட்டுக்கொண்டே போனது. மாமா வன்னிக்கும் கொழும்புக்குமாக அடிபட்ட பந்து போல அலைந்து திரிந்தார். மாமி பாவம் அழுது அழுதே தேய்ந்து போனாள்.

மல்லாவியில் இருந்த வயற்காணியையும் திருவையாறில் இருந்த தென்னங்காணியையும் மாமா விற்றுக் காசாக்கிக்

கொண்டு போனார். அவளின் குடும்பமும் தங்களிடமிருந்த நகைகளை விற்றுக் காசாகக் கொடுத்து அனுப்பியது.

எப்படியேனும் மணிவண்ணனை மீட்டுவிட வேண்டும். சிரிப்பும் சந்தோசமுமாக இருக்கும் அந்த மணிவண்ணனை மறுபடி பார்க்க வேண்டும். அந்த ஒரே சிந்தனைக்கும் அப்பால் காசு பணம் எதுவும் பெரிதாய் தெரியவில்லை.

கொழும்பில் வழக்கு நடக்கும் நாட்களில் மாமாவின் கடிதத்தை எதிர்பார்த்துக் காத்திருந்த நேரங்கள் வாழ்வின் மிகப் பரிதவிப்பான கணங்கள்.

விடுதலை என்பது தள்ளிப்போனபோது மனம் தாங்க முடியாத துயரத்தில் சுருண்டு கொண்டது. என்ன நடக்கப் போகிறதோ என்ற திகில் மனதை முழுவதுமாய் ஆக்கிரமித்துக் கொண்டது.

நாலு மாதங்களாக மாமாவிடமிருந்து எவ்வித தகவலும் வராமல் இருந்தபோதே ஏதோ விபரீதத்தை மனம் எடைபோட்டது.

சிவராசசிங்கம் சித்தப்பா கொழும்பு போனபோது வெள்ளவத்தையில் சில்வா வீதி முனையில் மாமா நிற்பதைப் பார்த்து விட்டு வந்து சொன்னார்.

“தாடியும் வளர்ந்து ஏரம்பனைக் கண்கொண்டு பார்க்க ஏலாமல் கிடக்கு. பஸ் கடந்து போகேக்க பார்த்ததால நிண்டு கதைக்கவும் ஏலாமல் போச்சு. பாவம் அவன் கிடந்து அலையிறான். பெத்தமனம் பதறும்தானே. கடவுள்தான் இரக்கப்படவேணும்.”

சித்தப்பாவுக்குச் சொல்லும்போதே குரல் அடைத்துவிட்டது. மாமா எந்தத் தகவலும் அனுப்பாமல் இருந்தது அதிக கலவரத்தை ஏற்படுத்தியது. அண்ணா மல்லாவிக்குப் போய் மாமியிடம் விசாரித்துப் பார்த்தான். மாமிக்கும் எந்தத் தகவலும் வரவில்லை என்றதும் இன்னும் அதிகமாய்க் கவலை ஏற்பட்டது. அங்கே என்ன நடக்கிறது என்று தெரியவில்லை.

விடுதலை மறுக்கப்பட்டதோ... அந்த இருபத்தெட்டு வயது இளைஞனின் எஞ்சிய வாழ்வெல்லாம் இருட்சுவர்களுக்குள்தான் அடங்கப்போகிறதோ ...

அய்யோ... அய்யோ என்று மனம் இடைவிடாமல் அலை கடலின் ஓசையாய் இரைந்து கொண்டேயிருந்தது. ஒவ்வொரு நாட்களையும் கலக்கத்தோடும் ஏக்கத்தோடும் கழித்த பின்னால் இன்று காலை ஏரம்பு மாமா வந்தார்.

எத்தனை நாட்தாடி. கண்களில் சிவப்பு ... முகத்தில் படிந்திருந்த சோகம் ...

"மாமா ..?"

கேள்வி நாவின் நுனியில் வந்து உறைந்தது.

விழி முனையில் தழும்பி நின்ற கண்ணீருடன் நடுங்கும் குரலில் அவர் கூறியதைக் கேட்ட உடனும் அதிர்ந்த இதயமும் சுரந்த கண்ணீரும் இன்னமும் அப்படியே ...

கடவுளே! ஏன் இப்படி நேர்ந்தது?

இந்த வினாடிவரை தாங்கமுடியாமல் மனம் தவிக்கிறதே...

அவள் முகத்தைக் கைகளால் பொத்திக் கொண்டு அழுதாள்.

அந்த இரவில் அவளின் விம்மல் அமைதியை அழித்துக் கொண்டு காற்றில் பரவியது.

மனம் கரைந்து அழுவதுதான் வாழ்க்கை என்றாகி விடப் போகிறதா? இந்தப் பரிதவிப்பே நிரந்தரமாய் அமைந்து விடுமோ?

அருகே காலடிச்சத்தம் கேட்கத் திடுக்கிட்டு நிமிர்ந்தாள்.

"அண்ணா!"

அண்ணாவின் கலங்கிய கண்கள் நிலவு வெளிச்சத்தில் பளபளத்தது.

"அழாதையடா"

அண்ணாவின் தழும்பிய குரலில் உடைந்து போனாள்.

அவளின் தலையைப் பரிவோடு தடவிய கைகளைப் பிடித்துக் கொண்டு "ஏனண்ணா இப்படி நடந்தது. கடவுளே என்ன கொடுமை இது. என்னால தாங்க ஏலாதாம்" என்று வெடித்துக்கொண்டு அழுதாள்.

சிறிது நேரம் அவள் அழுது ஓயும் வரை அண்ணா பரிதவிப்போடு பார்த்து நின்றான்.

"இனி அழுது என்னம்மா செய்யிறது வா வந்து படு நாளைக்கு நாங்கள் மல்லாவிக்கு மாமா வீட்டபோவம்."

"அய்யோ என்னால ஏலாது... என்னால தாங்க ஏலாது..."

அழுத கண்களோடு நிமிர்ந்து பார்த்தாள்.

அண்ணாவின் முகம் துயரத்தில் தோய்ந்து போயிருந்தது.

தங்கைக்கான கவலையையும் தாண்டி உறவினனாயும் நண்பனாயும் நேசித்தவன் பற்றிய கவலை அந்த முகத்தில் அப்பியிருந்தது. அவள் கண்களைத் துடைத்துக்கொண்டு எழுந்தாள்.

தனி மனிதத் துயராக இது இருக்கப்போவதில்லை. மணிவண்ணனை நேசிக்கும் எத்தனையோ பேரின் துயரம் இது.

அண்ணா ஆதரவாய்த் தோள் அணைத்து வீட்டுக்குள் கூட்டிப்போனான்.

"எங்களை மீறி எல்லாம் நடக்குது. என்ன செய்யலாம். படுத்துக்கொள்" அவளால் படுக்கமுடியவில்லை.

நாட்குறிப்பில் மிகுதி எழுதவேண்டும். மேஜையில் அமர்ந்து நடுங்கும் கையால் எழுதத் தொடங்கினாள்.

கண்களில் கனிவும் உதட்டில் சிரிப்பும் மாறாமல் எந்நேரமும் உற்சாகமாக இருக்கும் மணிவண்ணன் ... இன்றைக்கு வெறித்தபார்வையோடும் பேசமுடியா நிலைமையிலும் தன் புத்திபேதலித்த நிலையிலும் இருப்பதை நேரில் பார்க்கிற தைரியம் எனக்கு இருக்குமா?

மூன்று வருடக் கொடூர சித்திரவதை மணிவண்ணனின் மனநிலையைப் பாதித்து விட்டதாம்...

எங்கோ தூரத்தில் கேட்ட ஒரு ஆட்காட்டிக் குருவியின் அவலமான குரல் இரவின் குளிரை ஊடுருவிக் கொண்டு நெஞ்சில் வந்து பாய்ந்தது.

***வெளிச்சம்* பவள இதழ் – 2001**

அம்மா

தரையில் அமர்ந்து கைகளைக் கூப்பிக் கண்கள் மூடிப் பிரார்த்தனை செய்கின்ற இந்த நிமிடங்களில் மனம் என்னமாய்க் கரைந்து போகிறது. எத்தனையோ வருடங்களாகப் பட்டுவந்த கவலைகள்கூட மறந்து போகிறது. இந்த வினாடி ஆண்டவனின் காலடியே சரணம் என்ற நினைவில் தற்காலிகமாய் ஒரு ஆறுதல் நாடி நரம்பெல்லாம் ஊடுருவி நிற்கிறது.

அறுபத்தைந்து வருசங்களாய் வாழ்ந்த இந்த வாழ்க்கைக்கு ஏதாவது அர்த்தம் இருக்கிறதா? இதைத் தீர்மானிப்பது எது... அர்த்தம் எதுவுமே இல்லாமல் வாழ்வில் அனுபவித்த துன்பங்களை மறக்க வேண்டுமெனில் இந்த உயிர் போக வேண்டும். அது எப்போது? கடவுளே... எப்போது அழைத்துக் கொள்வாய்...” மூடிய கண்களிலிருந்து பொல பொலவென்று கண்ணீர் வழிந்தது.

மனம் நிலை கொள்ளாமல் பரிதவித்தது.

இயலாமை அதிக துக்கத்தைத் தந்தது.

மெலிந்த உடம்பு. வரிவரியாய்ப் பதிந்து போயிருந்த முகத்தின் சுருக்கங்கள் முகத்திலும் கண்களிலும் தேங்கி நின்ற துயரத்தின் சாயல்கள். இன்னும் பத்து வயதை அதிகமாய்க் காட்டிய தோற்றம். அம்மா மெதுவாய்க் கண்களைத் திறந்து பார்த்தாள்.

கிடுகுகளினால் வேயப்பட்ட அந்த நீளமான மண்டபத்தில் ஆண்களும் பெண்களுமாய் எண்பத்தி ரண்டு முதியவர்கள் அமர்ந்திருந்தாள். வாழ்வின்

எல்லைவரை வந்து நிற்பவர்கள். சுருங்கிப்போன முகங்களும் வரண்டு போன மனங்களுமாக...

எல்லோர் மனமும் உலைக்களமாய் கொதிக்கின்ற நேரம் இது. அநேகமாய் எல்லோருமே இப்போது உள்ளுக்குள் அழுது கொண்டுதான் இருப்பார்கள். இவர்கள் ஒவ்வொருவருக்குள்ளும் ஒவ்வொரு சோகம் இருக்கிறது. பெற்ற பிள்ளைகள் கவனிக்காமல் கை கழுவி விட்டுவிட்டார்களே என்று தினம் தினம் வெந்து கொண்டிருப்பவர்கள். முன் வரிசையில் இடதுபக்க மூலையில் கண்மூடி அமர்ந்திருக்கும் அந்த உயரமான கிழவருக்கு மனநிலைகூட லேசாய்த் தழும்பிவிட்டது. ஏழு பிள்ளைகளைப் பெற்றும் அனாதையாய்ப் போன அதிர்ச்சியிலிருந்து அவரால் மீள முடியவில்லை. நான்கு பிள்ளைகள் வெளிநாடுகளில் இருந்தும், திரும்பியும் பார்ப்பதில்லை என்ற அதிர்ச்சி.

இங்குள்ள ஒவ்வொருவரும் பாரிய துன்பத்தைத் தமக்குள் சுமந்து கொண்டு ஒருவரை ஒருவர் விசாரித்துக் கொள்வார்கள். அப்படித்தான் அம்மா இங்கு வந்த புதிதில் அவளையும் விசாரித்தார்கள்.

“நீங்கள் எந்த ஊர் அம்மா ...”

“அச்சுவேலி.”

“இங்க இடம் பெயர்ந்து வந்தனீங்களோ ...”

“ஓம் அச்சுவேலியிலயிருந்து கோப்பாயில வந்து இருந்து பிறகு தொண்ணூற்றி ஐஞ்சு இடப்பெயர்வோட இங்க வன்னிக்கு வந்தனான்.”

“உங்களுக்கு மனிசன் இல்லையோ அம்மா? பிள்ளையளும் இல்லையோ ..?”

இந்தக் கேள்விகள் மனதைச் சுள்ளென்று தாக்கும். இந்த விசாரிப்புக்களில் வஞ்சகம், சூது இருக்காது. மிகுதிக் காலம் வரை ஒரே இடத்தில் வாழப்போகும் காரணத்தால் ஒருவரை ஒருவர் அறிந்து கொள்ளும் ஆர்வம்... ஒரு வாஞ்சை தென்படும். அவ்வளவுதான். தோழமையோடு ஒலிக்கும் அந்தக் குரல்கள் பல தடவை மனதைத் தழும்ப வைத்துவிடும். நாவுக்குள் பூட்டுப்போட்டு அடைத்தாற்போல ஒரு இறுக்கம் வந்து விடும். மௌனமாய் இருப்பாள்.

“ஏனம்மா உங்களுக்கு மனிசன் இல்லையோ? பிள்ளையளும் இல்லையோ?”

“இல்லை” என்று தலை அசைக்கும் போது தாங்கமுடியாத துயரம் வந்து தொண்டைக்குள் அடைக்கும்.

ஒன்று பொய். ஒன்று உண்மை. ஏன் அப்படிச் சொல்லத் தோன்றியது ..?

அன்றைக்கு இரவு நித்திரையே வராது. இங்கிருக்கும் மற்றப் பெண்கள் "நாலு பிள்ளை பெத்தன் கஷ்டப்பட்டு வளர்த்தன் நடுத்தெருவில விட்டிட்டு போயிட்டாங்களே ..." என்று சொல்லி அழும்போது அனுதாபம் ஏற்படும். ஆழ் மனதுக்குள் அழுத்தமாய் ஒரு வலி உருவாகும். இதே பெண்கள் "பாழ்படுவான் கட்டையில போவான் என்னை நிம்மதியாய் இருக்க விட்டானே. எத்தினை ஆய்க்கினைப் பட்டன்" என்று பொருமும்போது தனது துயரம் புதுப்பிக்கப்பட்டது போல உணர்வாள்.

அம்மாவால் இப்படியெல்லாம் வாய்விட்டுத் திட்ட முடியாது. ஆனாலும் மனம் எல்லாம் ரணமாய், கீறல் கீறலாய் ஆகிப்போவது என்னமோ உண்மைதான்.

அறியாத வயதில் நினைவு தெரியத் தொடங்கிய நாட்களிலிருந்தே மனம் வதைபடத் தொடங்கி விட்டது. குடித்துவிட்டு அப்பு வந்து அம்மாவுக்கு அடிப்பதையும் உதைப்பதையும் பார்த்துப் பார்த்து வளர்ந்தவள் அவள். இருபது வயதில் ஒருவனுக்கு வாழ்க்கைப்பட்டுப் போனாள். அவன் அப்புவை விட மோசமாய் இருந்தான். அவளின் சந்தோஷங்கள் எல்லாவற்றையும் மிதித்துத் துவைத்து துவம்சம் பண்ணி விட்டான். இந்த மெலிந்த தேகம் எத்தனை அடி உதைகளைத் தாங்கியிருக்கிறது. அவனுக்குள் ஏதோ ஒரு மிருகம் தான் குடிகொண்டிருக்க வேண்டும். இல்லாவிட்டால் அவனால் அப்படி இருந்திருக்க முடியாது.

பத்து வருடத்துக்கு முன்பு அவனுக்கு மரணம் நேர்ந்தபோது அழவே தோன்றவில்லை, அழுகை வரவில்லை. அப்பாடா என்ற ஆறுதல்தான் மனம் எல்லாம் நிரம்பியிருந்தது. இந்த நினைவு எவ்வளவு குரூரமானது. ஆனாலும் அம்மாவால் அப்படித் தான் நிம்மதியடைய முடிந்தது. ஒருவரின் மரணம் இன்னொருவருக்கு நிம்மதி தரும் என்றால் அவன் ஏன் அந்த வாழ்க்கையை வாழ்ந்தான் ..? யாருக்குமே நல்லவனாய் இருக்க முடியாமல் ஏன் போனான் ..?

அவனைப் பாடையில் வைத்துச் சுடலைக்குத் தூக்கிக் கொண்டு போனபோது மெல்லிய சந்தோஷம் கூட அலை அலையாய்ப் பரவியதே... ரகசியமாய் அந்தச் சந்தோஷத்தை அனுபவித்துக் கொண்டே கடவுளுக்கு நன்றியும் சொல்லத் தோன்றியதே.

பொட்டையும் பூவையும் துறந்தது பெரிய விஷயமாய்ப் படவில்லை. முப்பத்தைஞ்சு வருஷமாய்ப் போட்டு வதைத்தானே

என்ற ஆத்திரம்... அது இன்று வரை அடங்கவில்லை. வாயில் வைத்த சோற்றை விழுங்கவிடாமல் என்னபாடு படுத்தியிருப்பான். அய்யோ என்று பரிதவித்து அழுதபோதெல்லாம் என்ன திமிராய்ப் பார்த்துக் கொண்டிருப்பான்...

வீடே நரகமாய்த்தானே இருந்தது. நொந்து அழுவதே வாழ்வு எனத் தலையில் எழுதி வைக்கப்பட்டிருந்தது. ஒரே மகனைப் பெற்றாள். அந்தப்பிள்ளைக்காக அத்தனை துன்பங்களையும் தாங்கிக் கொண்டாள். தகப்பனின் பொறுப்பில்லாத்தனம் கொடூரத்தனம் எதுவும் மகன் மீது படிந்துவிடக் கூடாது என்று கவனமாய் வளர்த்தாள். நெஞ்சு வருத்தக்காரனாகவும், வல்லமையற்ற அப்பாவியாகவும்தான் அவன் வளர்ந்து வந்தான். பத்து மாதம் சுமந்து பெற்று, பிறகும் கண்ணுக்குள் வைத்துப் பொத்திப்பொத்தி வளர்த்த பிள்ளை...

திடுமெனக் கண்களில் பொங்கி வழிந்தது.

சேலைத்தலைப்பால் கண்களைத் துடைத்துக்கொண்டாள். இந்தப் பிரார்த்தனை நேரம் எவரும் அழலாம். யாரும் காரணம் கேட்க மாட்டார்கள்.

இந்த முதியோர் இல்லத்து வாழ்வு அமைதியானது.

நேரம் தவறாத செயற்பாடுகளுடன் இயல்பாக இருந்தது.

அதிகாலையில் பக்கத்தில் உள்ள ஐயனார் கோவிலிலிருந்து கேட்கும் மணியோசை மனதுக்கு இதம் தருவது. பின்னேரப் பூசைக்குக் காலார நடந்து போய்க் கும்பிட்டு வரலாம். நேரத்துக்கு நேரம் உணவு.

எங்கெங்கோ பிறந்து வாழ்ந்து விட்டு இந்த நிலையத்தில் இப்போது ஒன்றாக வாழும் வாழ்வு... அதில் ஏற்படுகின்ற நேசம்... தமது பழைய வாழ்வை அசைபோடக் கிடைத்திருக்கிற அவகாசம்... நோய் வந்தால் தமக்குள்ளேயே ஒருவரை ஒருவர் பராமரித்துக்கொள்ளும் வாஞ்சை...

இது ஒரு புதிய உலகம். ஓடிக்களைத்த பின் நிழல் பரப்பி நிற்கும் ஆலமரத்தின் அடியில் அமர்ந்து கொண்டு மூச்சு வாங்கும் ஆறுதல். தேவை ஏற்படும் போதெல்லாம் பெற்ற பிள்ளைபோல் வந்து எல்லோரையும் அன்போடு விசாரித்துச் சிகிச்சை செய்யும் மருத்துவர்.

எல்லாவற்றிற்கும் மேலாக இதன் நிர்வாகத்தை ஏற்று நடத்தி அவர்கள் அனைவரையும் அன்போடு அரவணைக்கும் கருணை உள்ளம் கொண்ட அந்தப் பெரியவர். பெரியவரிடம் தங்கள் கவலைகளைச் சொல்லி ஆறுதல் தேடும் இந்த முதியவர்கள்.

வாழ்க்கை இத்தனை பேரின் மனங்களையும் கோரமாகக் குதறிப் போட்டிருக்கிறது. அமைதியடைய முடியாமல் வாய் விட்டுக் கதறி அழுபவர்கள் தான் அதிகம்.

பெற்ற பிள்ளைகளினால் கைவிடப்பட்ட நிலமை எத்தனை மனப் பாதிப்பைத் தருகிறது என்பது இங்குதான் முழுமையாகத் தெரிகிறது. அந்த வழுக்கைத் தலைக் கிழவர் எத்தனை நாள் வாய்விட்டுக் கதறி அழுதிருப்பார். "நானும் மனிசியுமாய்ப் பத்துப் பிள்ளையளைப் பெத்து வளர்த்தம். ஆளாக்கி விட்டம். அந்தப் பத்துப் பிள்ளையளும் சேர்ந்து எங்கள் ரெண்டு பேரையும் பார்க்க ஏலாமல் விட்டிட்டுதுகள்."

இது சில இடங்களில் நடக்கிற கதைதான். ஆனால் இதற்கு இன்னொரு பக்கமும் இருக்கிறது. அம்மாவைப் பொறுத்த வரையில் அந்த இன்னொரு பக்கம்தான் வேதனை தருவது.

இங்குள்ளவர்களில் சிலர் பிள்ளைகள் கைவிட்ட நிலையில் அப்பாடா என்று ஒரு நிம்மதியுடன் இருக்கவும் செய்கிறார்கள். இந்த இருபகுதியினருடனும் அம்மாவால் சேர்ந்துகொள்ள முடியாது.

முப்பத்தைந்து வயதுப்பிள்ளையை இன்னமும் குழந்தை யாகவே நினைத்துப் பேதலிக்கிறது மனம். பிரார்த்தனை முடிந்ததும் எல்லோரும் எழுந்து கொண்டார்கள். அம்மா எழுந்து வெளியே நடந்தாள். மிகவும் சோர்வாக இருந்தது.

"அம்மா! நல்லவேளை உங்களுக்குப் பிள்ளை இல்லை."

சொன்ன அந்தப் பெண்ணை அம்மா வெறுமையாய்ப் பார்த்தாள்.

"நான் ரெண்டு பெத்தும் இல்லாதது மாதிரி. ரெண்டு ஆம்பிளைப் பிள்ளையளும் மனிசிமாரின்ர சொல்லைக் கேட்டு என்னைப் பாரம் எண்டு தூக்கி எறிஞ்சிட்டாங்கள். இந்த நிழலும் இல்லாட்டி நாயாய் அலைஞ்சிருப்பன்."

கண்கள் சுருங்கிப் பார்வை குறைந்த அந்த எண்பது வயது முதிய பெண் அழுது கொண்டே போனாள்.

அம்மா மௌனமாய் நடந்தாள். கால்களில் நடுக்கம். இடுப்பிலிருந்து கால்வரை வலிக்கிறது. கொஞ்ச நாட்களாகவே இப்படித்தான். கண்பார்வையும் மங்கி வருகிறது. இங்கு வந்து கண் பரிசோதித்துப் போனவர்கள் அடுத்த மாதமளவில் கண்ணாடி கொண்டுவந்து தரக் கூடும்.

அம்மா முற்றம் கடந்து சமையலறைப் பக்கமாய் நடந்தாள். முற்றமெல்லாம் நிழல் பரப்பி நிற்கின்ற மரங்கள்... தென்னைகள்

ஐந்து வருடங்களுக்கு முன் காடாக இருந்த நிலம். நிர்வாகத்தினரது உழைப்பினால் சோலையாக மலர்ந்திருக்கிறது.

அன்று அந்த இல்லத்திற்குத் தமது குழந்தையின் பிறந்த நாளைக் கொண்டாட ஒரு குடும்பம் வரப்போகிறது. மதியம் இவர்களது சாப்பாடு எல்லாம் அவர்கள் பொறுப்பு. நாலைந்து கறிகள், வடை, பாயாசம், வாழைப்பழம் எல்லாம் இருக்கும். தாங்களும் இவர்களுடன் அமர்ந்து சாப்பிடுவார்கள்.

இப்போதெல்லாம் நிறையப்பேர் இப்படித் தங்கள் குழந்தைகளின் பிறந்தநாளைக் கொண்டாடவும் தாய் தந்தை அன்புக்குரியவர்களின் சிரார்த்த தினங்களை இவர்களுக்குச் சாப்பாடுதந்து நினைவு கூரவும் இங்கு வருகிறார்கள்.

அப்படி வருபவர்களைப் பார்க்க மனதுக்குக் கொஞ்சம் ஆறுதலாகவும் சந்தோஷமாகவும் இருக்கும். கை பிடித்து, அன்போடு விசாரித்து, அவர்கள் கதைக்கும்போது சிலர் நெகிழ்ந்து அழுது விடுவதுமுண்டு. வாழ்வின் கடைசி நாட்களில் நின்று கொண்டு அன்புக்கும் தோழமைக்கும் ஏங்குகின்ற மனங்கள் ...

இப்படியான அனைத்துச் சந்தர்ப்பங்களிலும் அம்மா அமைதியாக இருந்து பார்த்துக் கொண்டிருப்பாள்.

அன்றைய மதியச் சமையலுக்கான ஆயத்தங்கள் நடந்து கொண்டிருந்தன. மற்றவர்களுடன் சேர்ந்து அம்மாவும் தன்னால் முடிந்த உதவிகளைச் செய்து கொடுத்தாள்.

பதினொரு மணிக்கு நான்கு வயதுக் குழந்தையுடன் பெற்றோர் உறவினருமாக ஐந்து பேர் மோட்டார் சைக்கிள்களில் வந்து இறங்கினார்கள். குழந்தை துருதுருவென்று குண்டுக் கண்களுடனும் சிரித்த முகத்துடனும் வசீகரமாக இருந்தது.

குழந்தை எல்லோருக்கும் வணக்கம் சொல்லியது. “என்ர பேர் கயல்விழி. உங்கட பேர் என்ன!” என்று ஒவ்வொருவரையும் விசாரித்தது. எல்லோருக்கும் இனிப்புக் கொடுத்தது. பாட்டுப் பாடிக் காட்டியது. பயம் இன்றி எல்லோருடனும் அணைந்து கொண்டது. இறுக்கம் தளர்ந்து சூழ்நிலை இனிமையாய் மாறியது.

அம்மாவுக்குப் பிள்ளையின் நினைவு வந்தது.

இப்போது என்ன செய்து கொண்டிருப்பான்?

காட்டில் விறகு வெட்டிக் கட்டிக் கொண்டு தெருத் தெருவாய் விற்றுத் திரிவானோ ..?

அல்லது ஆஸ்பத்திரியில் கிளினிக் வரிசையில் போய் நிற்பானோ ..? மனைவிக்கும் நான்கு பிள்ளைகளுக்கும் சாப்பாட்டுக்கு என்ன வழி செய்வான்? பத்து வருஷங்களாய் மகனோடு இருந்து அவன் பட்ட கஷ்டத்தைப் பார்த்துப் பார்த்து

கலங்கியிருக்கிறாள். இடப்பெயர்வினாலும் நோய் நொடியிலும் அவர்கள் பட்ட பாடு.

அச்சுவேலியிலிருந்து ஒவ்வொரு இடமாய் அலைந்து வன்னிவரை உயிருக்குப் பயந்து ஓடி வந்த அவலம் சாகும்வரை மறக்க இயலாது.

நெஞ்சு வருத்தம் காரணமாய்க் கிளினிக்குக்குப் போய் வருதலே அவனுக்கு வாழ்வாயிற்று. கூலி வேலைக்குக்கூடப் போக இயலவில்லை. விறகுவெட்டிக் கட்டி ஒருநாள் விற்றால் ஐந்து நாட்கள் படுக்கையில் கிடப்பான்.

பொருளாதாரத் தடையின் காரணமாக எழுந்த அத்தனை துன்பங்களையும் அந்தக் குடும்பமும் அனுபவித்தது. வீடு, வாசல், சொத்து இழந்து வன்னியில் காட்டுக்கரையில் ஒரு குடிசையில் வயிற்றுக் கொதிப்போடு அவர்கள் வாழ்க்கை இருந்தது. அவர்கள் குடித்த ஒரு நேரக் கஞ்சியில் அம்மாவுக்கும் ஒரு வாய் கிடைத்தது. சொந்த வீட்டில் இருந்தபோது இப்படிப் பட்டினி கிடக்க நேர்ந்ததில்லை.

இந்த ஆக்கிரமிப்புப் போரின் முகம் எத்தனை குரூரமானது. நொந்த மனங்களையே கூறு கூறாய்க் கிழித்துப் போட்டது. வாழவும் விடாமல் சாகவும் விடாமல் புரட்டியடித்தது. ஓடிக்களைத்து, ஒரு இடத்தில் நிம்மதியாய் இருக்கவும் விடாமல் அலைக்கழித்தது. அம்மா மனம் நொந்து போனாள். வாழ்நாளில் எந்தக் காலத்திலும் சந்தோஷத்தை அனுபவிக்காமலேயே அறுபத்தி ஐந்து வயதுவரை வாழ்ந்தாகி விட்டது. மனம் விட்டுச் சிரித்த நினைவே அம்மாவுக்கு இல்லாமல் போயிற்று.

"அம்மா ... உங்களுக்கும் ஒருதரும் இல்லையோ ..?"

அந்தக் குழந்தையின் தாய் கைபிடித்து பரிவோடு கேட்க அம்மா நிமிர்ந்து பார்த்தாள். "இல்லை" என்று தலையசைக்கும் போது துக்கம் பொங்கி வெடித்தது.

அம்மாவைப் பார்த்துக் கொள்ள வழியற்று, அவளாவது மூன்று வேளையும் சாப்பிட்டுக் கொண்டிருக்கட்டும் என்று நினைத்து இங்கே கொண்டு வந்து விட்டுப் போன தன் பிள்ளையை யாரும் 'அம்மாவை கவனிக்காமல் கைவிட்டு விட்டான்' என்று சொல்லிவிடக் கூடாது.

அன்றைய மதிய உணவு வடை பாயாசத்தோடு விசேடமாக இருந்தது. எடுத்து வாயில் வைக்க அம்மாவுக்கு அழுகை வந்தது.

அங்க என்ர குஞ்சுகள் என்ன சாப்பிட்டுதுகளோ ..?

***கனவுக்கு வெளியேயான உலகு* – 2002**

அடையாளம்

இன்றைய பொழுது மிகவும் கவலையான மன நிலையுடன் ஆரம்பித்ததில் எனக்கு வருத்தம்தான்.

என்றைக்குக் காவல் பணிமனையினுள் நீலச் சீருடையுடன் ஒரு பணியாளனாய் நுழைந்தேனோ அன்றையிலிருந்தே என் மன உணர்வுகளைச் சமனப்படுத்த வேண்டிய கட்டாயம் ஏற்பட்டுவிட்டது. ஆனாலும் இன்றைய பொழுது போலவே பல பொழுதுகளில் அந்தச் சமப்படுத்தல் எனக்குள் நிகழாமலே போய்விடுகிறது.

மேசை மீது விரிக்கப்பட்ட வெள்ளைத்துணியின் மீது அந்த எலும்புக் கூடு வைக்கப்பட்டிருந்தது. பழுப்பு நிறத்தில் வினோதமான ஒரு கோணத்தில் கை கால்கள் வெவ்வேறாகக் கிடந்த அதைப் பார்க்கும்போது நெஞ்சுக்கூட்டுக்குள் குளிர் பரவியது போல் இருந்தது. நெஞ்செலும்பின் ஒரு பகுதி நொருங்கிக் கிடந்தது.

இது யாருக்குச் சொந்தமான எச்சம்?

கிளிநொச்சி நகரத்தை மீட்டெடுத்த இந்த ஒரு வருட காலமாக இப்படி எத்தனை எலும்புக் கூடுகளைக் கண்டு எடுத்தாயிற்று. வாய்க்கால் கரைகளில்... பற்றைகள் மூடிக்கிடந்த கொல்லைப் புறங்களில் . . . மலசல கூடங்களின் குழிகளில் . . . கிணறுகளின் அடியில்... அதுவும் நகரத்திற்கு மக்கள் திரும்பிக் கொண்டிருக்கும் இந்த நாட்களில் . . . அதிகமாகவே கண்டுபிடிக்கப்படுகிறது.

தங்கள் காணிகளைத் துப்பரவு செய்யும்போதும் கிணறுகளை இறைக்கும்போதும் ஆவென்று திறந்து கிடக்கும் மலசலக்குழிகளைப் பார்க்கும்போதும் எலும்புக்கூடுகளைப் பார்த்துவிட்டு அலறியடித்துக் கொண்டு மக்கள் எங்களிடம்தான் ஓடிவருகிறார்கள். யாரோ எவரோ என்ற பதைபதைப்புடன் செய்தி எங்கும் பரவிவிடும். நாங்கள் எலும்புக்கூட்டை எடுத்து ஆஸ்பத்திரிக்கு அனுப்ப வைத்தியர் தனது பகுப்பாய்வு அறிக்கையுடன் எமது பணிமனைக்கு அனுப்பி வைப்பார். அங்கும் இங்குமாய்ச் சனம் அடையாளம் காண அலை மோதும்.

இப்படி வெள்ளைத்துணி விரிப்பில் மூக்கை லேசாய் நெருடும் மணத்துடன் கிடக்கும் ஒவ்வொரு எலும்புக்கூடுகளையும் பார்க்கும் போதெல்லாம் மனதுக்குள் சொல்ல முடியாத துயரம் பொங்கும். அந்த வரிசையில் இது இன்னொரு எலும்புக்கூடு.

சிறிது காலம் முன்புவரை ரத்தமும் சதையுமாக இருந்த உடல் பத்து நாட்களுக்கு முன்பு வந்த தகவலைக் கொண்டுதான் இந்த எலும்புக்கூட்டைப் போய்ப் பார்த்தோம். வேலி பாய்ந்து ஓடமுற்பட்ட அந்தக் கணத்தில் சுடப்பட்டு வேலி மேலேயே தொங்கிக்கொண்டிருந்த அதே நிலையிலேயே எலும்புக்கூடாகப் போயிருந்த மனிதன். இது அவனுடைய காணியாக இருக்கலாம். அல்லது ஓடிவந்த பாதையாக இருக்கலாம். உயிர் தப்பும் ஆசையில் ஓடிவந்து வேலிபாய்ந்த அந்தக் கடைசித் தருணத்தில் நிகழ்ந்த மரணம். தொங்கிய நிலையிலேயே மழையும் வெய்யிலும் பட்டுத் தசையும் இரத்தமும் காய்ந்து கரைந்து காணாமல் போயிருந்த தேகம். நெஞ்சின் பக்க எலும்பும் கால் பகுதியும் நொறுங்கிக் கிடந்த கோலம்.

வேலி ஏறிப்பாய்கின்ற அந்தக் கடைசி வினாடியில் கூட எப்படியும் தப்பிவிடுவோம் என்ற நம்பிக்கையோடு இருந் திருப்பான். பாவம்.

மிதிவெடிகள் இருக்குமா என்று கவனமாக ஆராய்ந்து பற்றைகள் கடந்து அந்த வேலியை அடைய நாங்கள் பட்டபாடு. கிட்டத்தட்ட மூன்று நான்கு வருடங்களாக இந்த நிலையில் தொங்கிக் கொண்டிருக்க வேண்டும் என்று தோன்றியது.

எதற்காக இங்கு வந்திருப்பான் ...

இடம்பெயர்ந்து ஓடிப்போன இடங்களில் பசிபட்டினி தாளாமல் தனது வீட்டுப் பொருட்களை எடுக்கவோ அல்லது தனது காணியுள் உள்ள தேங்காய்களைப் பிடுங்கிவரவோ இவன் வந்திருக்கக்கூடும். ஓவென்று வெறிச்சிட்டுக்கிடந்த

ஊரில் இராணுவத்தைக்கண்டு விட்டு இவன் ஓடித்தப்ப முயற்சித்திருக்கிறான்.

சூடு விழுந்த அந்தக் கடைசி வினாடியில் இவன் என்ன நினைத்திருப்பான் ... தன்னை எதிர்பார்த்துக் காத்திருக்கும் மனைவி பிள்ளைகளை நினைத்திருப்பானோ ... அய்யோ ... யாருக்கும் தெரியாமலே செத்துப்போய் விடுவேனோ என்று பதைபதைத்திருப்பானோ ... இப்படி வருசக்கணக்கில் இதே வேலியிலேயே தொங்கிக் கொண்டிருப்போம் என்று இவன் கனவுகூடக் கண்டிருக்கமாட்டான்.

நெஞ்சுக்குள் பாரமாய்க் கனத்தது.

நான் அந்த அறையைவிட்டு முன் பக்கம் வந்து மேசையில் அமர்ந்தேன்.

நேர் எதிரே வீதி. பிரதான வீதி, அதில் நிறையச் சனங்களின் நடமாட்டம். மூட்டை முடிச்சுக்களை ஏற்றிக்கொண்டு ஆடி அசைந்து கொண்டு ஒரு மாட்டு வண்டி கடந்து போனது. அழிந்து போன நகரத்துக்குத் திரும்பிக் கொண்டிருக்கும் மக்கள் ... எதிர்கால நம்பிக்கையோடு நகர் திரும்பும் மக்கள் ... வீதிக்கு எதிர்ப்புறம் தரைமட்டமாய்ப் போன கட்டடக் கற்களை அப்புறப்படுத்திவிட்டுப் புதிதாய் மண்சுவர் எழுப்பிக் கடைகள் கட்டிக் கொண்டிருந்தார்கள்.

அடையாளம் காணப்படுவதற்காக இங்கே எலும்புக்கூடு வைக்கப்பட்டிருக்கும் செய்தி இன்றைய பத்திரிகையில் வந்திருந்தது. பார்த்துவிட்டு வரிசையாய் வரப் போகிறார்கள்.

வைத்தியரின் அறிக்கையின்படி இது முப்பத்திரண்டிலிருந்து முப்பத்தைந்து வயது வரையுள்ள ஆணின் எலும்புக்கூடு. தலையிலும் இடது மார்பிலும் சூடுபட்டதால் நிகழ்ந்த மரணம். இளவயது மனிதன். இவனுடைய பெயர் பரமுவாகவோ பாலச்சந்திரனாகவோ இருக்கலாம். இவனுக்கு ஒரு இளம் மனைவி இருக்கக்கூடும். இரண்டோ மூன்றோ குழந்தைகளும் கூட ... மூன்றோ நான்கோ வருடங்களாய் இவனைக் காணாமல் அவர்கள் எவ்வளவு தவித்துப் போயிருப்பார்கள்.

இந்த எலும்புக்கூட்டின் கழுத்தில் நீளமான தகடு கோர்த்த வெள்ளிச் சங்கிலி இருந்தது. வெள்ளியின் பளபளப்பு மறைந்து கறுப்புப் படர்ந்திருந்த அந்தச் சங்கிலியையும் நைந்து போய் நிறம் மாறியிருந்த சாரத்தின் துண்டுகளையும் சேகரித்து வைத்திருக் கிறோம். இவைகளைப் பார்த்துத்தான் யாரோ ஒரு பெண் வந்து அடையாளம் காட்டப் போகிறாள்.

யாராவது வந்து இது என் கணவர்தான் ... இது என் பிள்ளைதான் ... இது என் உறவுதான் என்று சொல்லும் அந்த நிமிடத்துக்காகத்தான் நாங்கள் பார்த்துக்கொண்டிருக்கிறோம்.

யாரும் வந்து அடையாளம் காட்டாத எலும்புக் கூடுகளைப் பின்அறைக்குள் பெட்டிகளில் அடுக்கி வைத்திருக்கிறோம். எத்தனை பெரிய துயரம் இது.

நகரத்தை இராணுவம் பிடித்த பின்னால் இந்தக் கிளிநொச்சிப் பிரதேசத்தில் இருநூற்றி முப்பத்தி நாலு பேர் காணாமல் போயிருக்கிறார்கள். கிருஷ்ணபுரத்திலும் அம்பாள்குளத்திலுமாக எட்டுப்பேரைச் சடலமாக மீட்க முடிந்தது. செஞ்சிலுவைச் சங்கம் மூலமாக நாற்பத்திரண்டு பேர் உயிருடன் இருப்பதாக அறிய முடிந்தது. இத்துடன் அறுபத்திரண்டு எலும்புக்கூடுகள் எடுத்தாயிற்று. மிகுதிப் பேருக்கு என்ன நடந்தது என்று தெரியவில்லை. எங்கே புதைந்து கிடக்கின்றார்களோ ... இவர்கள் எப்போது எப்படி மீட்கப்படப்போகின்றார்களோ ...

ஒன்பது மணிக்கு முதலாவதாக ஒரு பெண் ... இளம் பெண் வந்தாள். அழுகை பரவிய முகத்துடன் தயக்கத்துடன் படி ஏறி உள்ளே வந்தாள். கூடவந்த முதியவர் வாசலுக்கு வெளியே நின்றுவிட்டார். இந்தப் பெண், முன்பும் எலும்புக்கூடுகள் வைக்கப்படும் நேரங்களில் அடையாளம் காண வந்திருக்கிறாள்.

போனதடவை இந்தப் பெண்ணுடன் எட்டு வயதுப் பையனும் வந்திருந்தான். எலும்புக்கூட்டைக் கண்டுவிட்டு அவன் பயந்து அலறிய அலறலில் கட்டடமே ஆடிப்போய்விட்டது. இன்றைக்கு அவனைக்கூட்டி வராமல் முதியவரோடு வந்திருந்தாள்.

பக்கத்து அறைக்குள் நானும் சிவரூபனும் அவளைக் கூட்டிப் போனோம். எலும்புக் கூட்டை மிரட்சியுடன் பார்த்தாள். வெள்ளிச் சங்கிலியையும் சாரத்துண்டுகளையும் பரிதவிப்புடன் பார்த்துவிட்டு கண்கலங்க, இல்லை என்று தலையசைத்தாள். சோர்ந்து போய் வெளியே வந்து அந்த முதியவரிடம் ஏதோ சொல்லியபடி நடக்க அவர் தளர்ந்த நடையுடன் பின் தொடர்ந்தார். மிகவும் கவலையாக இருந்தது.

இந்தத் தடவை வெள்ளிச்சங்கிலியும் சாரத்துண்டுகளும் அடையாளம்காண உதவியாகக் கிடைத்திருக்கின்றன. அநேகமான எலும்புக்கூடுகளுக்கு எந்தத் தடயமும் கிடைப்பதில்லை. நாயும் நரியும் தசைகளைப் பிய்த்து இழுத்துக்கொண்டு போய்விடுவதில் எலும்புகளும் சிதறிச் சிதைந்து போய்விடும். அங்கும் இங்குமாய்த் தேடிச் சிலவேளைகளில் கூட்டி அள்ளித் துண்டு துண்டாய்த்தான்

எலும்புக்கூடுகளை எடுத்து வந்து வைப்போம். அவைகளை அடையாளம் காண முடியாமல் சனம் பரிதவிப்போடு அலையும் காட்சி நெஞ்சை உருக்கும். அப்படியான சந்தர்ப்பங்களில் என் மனதைத் தேற்ற முடியாமல் நானே நொருங்கிப்போவதுண்டு. இதென்ன கொடுமை என்ற பதைபதைப்பில் கண்ணில் நீர்கூட வந்து விடும்.

இப்படி அடையாளம் காணப்படாத பல எலும்புக்கூடுகள் பெட்டிகளில் பத்திரமாக இருக்கின்றன. காலம் முழுவதுமே யார் என்று அறியப்படாதவர்களாகவே அவர்கள் இருக்கப் போகிறார்கள். நீண்ட பெருமூச்சு எழுந்து அடங்கியது. பத்து மணிக்கு மேலே தனியாகவும் கூட்டமாகவும் பலபேர் வந்தார்கள். அதிகம் பேர் பெண்கள்.

இவர்கள் ஒவ்வொருவரிடமும் எத்தனை சோகக்கதைகள் இருக்கக்கூடும். இந்தப் பணிமனையின் வாசலில் அமர்ந்து பெருங்குரலில் அழுதவர்களும் இருக்கிறார்கள். தமது கணவர்களை ... தமது பிள்ளைகளை எப்போதோ ஒரு நாளைக்கு எலும்புக்கூடாகவேனும் மீட்டுத்தரப் போகின்ற ரட்சகர்களாக எங்களை நினைத்துத் தங்களது துயரக் கதைகளைக் கொட்டித் தீர்ப்பவர்களும் இருக்கிறார்கள். காணாமற்போன தங்கள் உறவுகள் உயிரோடு இருக்கிறார்களா அல்லது இறந்து போய் விட்டார்களா என்ற இரு கேள்விகளுக்குமிடையே ஊசலாடிக் கொண்டிருப்பவர்கள் இவர்கள்.

மூன்று மணிக்கு மேல் ஆட்கள் வருவது குறைந்துவிட்டது. இதுவரை வந்தவர்கள் எவருக்கும் இந்த மனிதனை யாரென்று தெரிந்திருக்கவில்லை.

மதியம் சாப்பிட முடியவில்லை. வெய்யிலின் சூடு கனல் பறக்க வெளியே பரவியிருந்தது. அந்த வெம்மை மனதுக்குள்ளும் ஊடுருவியது.

இந்த வெள்ளிச் சங்கிலியை இவன் எங்கே வாங்கியிருப்பான்... ஏதாவது ஒரு கோயில் திருவிழாவில்..? அல்லது தெருவோர மணிக்கடையில்..? மிக ஏழ்மையான மனிதனாகத்தான் இருக்க வேண்டும் ... சாகும் போதும்கூட பசித்த வயிற்றுடன்தான் இருந்திருப்பானோ? முப்பது வயதுக் காலத்திலேயே மரணித்துப் போனானே ... இவன் வாழ்க்கையில் அனுபவிக்க எத்தனை சந்தோஷங்கள் இருந்திருக்கும். தன் குழந்தையின் பிஞ்சுக்கால்கள் நெஞ்சில் உதைக்கும் போதெல்லாம் ரசித்துச் சிரித்திருப்பானே... சிரிக்கின்ற அந்த அப்பா எங்கே போனார் என்று இன்றைக்கு அந்தக் குழந்தை எவ்வளவு ஏங்கிப்போயிருக்கும் ... எங்கோ

காட்டுக்கரையில் உள்ள ஒரு குடிசையில் இவன் மனைவி இப்போது அழுது அழுதே தன்னைக் கரைத்துக் கொண்டிருப்பாள்.

வீடுபார்க்க என்றோ வீட்டில் உள்ள பொருட்களை எடுக்க என்றோ போன கணவனுக்கு என்ன நடந்தது என்று தெரியாமல் பரிதவித்துக் கொண்டிருப்பாள். பத்திரிகைச் செய்தியைப் பார்க்கும் சந்தர்ப்பம் அவளுக்குக் கிடைத்திருக்குமா ... தனது கணவனை எலும்புக்கூடாகவாவது கடைசியாய் ஒரு தடவை பார்க்க அவளுக்கு வாய்ப்புக் கிட்டுமா ?

நாலரை மணிக்கு இரண்டு பெண்கள் தயங்கித் தயங்கி வந்தார்கள். தூசு படிந்து போயிருந்த முகங்கள், மிக ஏழ்மையான தோற்றம். முன்னால் வந்த பெண் "ஐயா! என்ர மனிசனை நாலு வருசமாய்க் காணேலை. எங்கட காணிக்க தேங்காய் பிடுங்கி வரப்போனவர்" என்று சொல்லி இரு கைகளையும் ஏந்தி நின்று கண்கலங்கி அழுதாள்.

"ஒவ்வொரு முறையும் வாறனான் ஐயா. அடையாளம் தெரியுதில்லை." சேலைத் தலைப்பால் கண்ணீரைத் துடைத்தாள். இவர்கள் ஒவ்வொரு முறையும் வருபவர்கள் என்பது நினைவுக்கு வந்தது.

"அழாதேங்கோம்மா. இந்தத் தம்பியோட போய்ப் பக்கத்து அறையில பாருங்கோ. அடையாளம் தெரியுதோ எண்டு."

அறைக்குள் போனவர்கள் ஐந்து நிமிடத்தில் திரும்பி வந்தார்கள்.

"இது இவர் இல்லை. இவரிட்ட இப்படி ஒரு சங்கிலி இல்லை எனக்கெண்டால் அவர் ஒரு நாளைக்குத் திரும்பி வருவார் எண்டுதான் மனம் சொல்லுது. சாத்திரம் கேட்டனான். எங்கயோ இருக்கிறாராம். கட்டாயம் வருவாராம்."

அவள் மற்றப் பெண்ணிடம் சொல்லிக் கொண்டு போவது என் காதிலும் விழுந்தது. அடுத்த எலும்புக்கூடு கண்டுபிடிக்கப் படும்வரை அவள் இதையேதான் சொல்லிக்கொண்டிருப்பாள். இவர்கள் வாசல் கடக்கையில் மஞ்சள் சேலை கட்டிய பெண் உள்ளே வந்தாள். அலுக்காமல் சலிக்காமல் திரும்பத் திரும்ப பரிதவிப்போடு வரும் பெண்கள் ...

இவள் வெகுதூரத்திலிருந்து நடந்து வருபவள் போலக் களைப்புடன் வந்தாள். இந்தப் பெண்ணை எனக்கு மிக நன்றாகத் தெரியும். பெயர்கூட நினைவில் இருக்கிறது. பரிமளா... ஒவ்வொரு தடவையும் எலும்புக்கூடுகள் வைக்கப்படும் போதும் தவறாமல் வருவாள் ... கோணாவில் பக்கம்தான் எங்கோ

இருக்கிறாள் ... அங்கிருந்து நடந்துதான் வந்திருக்க வேண்டும். தலை கலைந்து தூசு படிந்திருந்தது. இவளுக்கு மூன்று குழந்தைகள். கடைசிக்குழந்தை வயிற்றிலிருந்த போதுதான் இவள் கணவன் காணாமல் போயிருக்கிறான்.

இந்தப் பெண்ணின் கண்களில் நிரந்தர அழுகை படிந்து போயிருக்கிறது. சேலைத்தலைப்பால் முகத்தைத் துடைத்துக் கொண்டே உள்ளே வந்தாள்.

"ஐயா!" தயங்கி நின்றாள்.

"எலும்புக்கூடு அடையாளம் காண வைச்சிருக்கு எண்டு பேப்பரில வந்ததாம். மத்தியானம்தான் பக்கத்து வீட்டுப்பிள்ளை சொல்லுது உடனுக்கும் நான் ஓடிவாறன்."

"அங்க இருக்கு. போய்ப்பாருங்கோம்மா."

அவள் பக்கத்து அறைக்கு நடந்து போனாள். நான் எதிரே வீதியைப் பார்த்தேன். இதென்ன துன்பமான ... மனதை வதைக்கும் உணர்வு ... ஐந்து நிமிடம் கடந்து விட்ட அந்த வினாடி ...

"அய்யோ ... என்ர அவர்தான். இது என்ர அவர்தான். என்ர கடவுளே ... என்ர கடவுளே ..."

அந்தப் பெண்ணின் ஓவென்ற அலறல் சுவரெங்கும் மோதி மோதி அறைந்து ஒலித்தது.

ஞானம் – ஜனவரி 2002

இன்னொரு பக்கம்

வழமை போலவே இன்றைக்கும் இரத்த அழுத்த சிகிச்சை நிலையத்தில் சனக்கூட்டம் அலைமோதியது. மேலே கூரையால் வேய்ந்த நீளமான கொட்டகை. அரைச்சுவர் வைக்கப்பட்டு, மேலே இடைவெளி விட்டு, மரச்சட்டங்கள் அடிக்கப்பட்டிருந்தன. நோயாளர் அமர்வதற்கு வரிசையாய் வாங்குகள். அக்கராயன் ஆஸ்பத்திரிக்கு எதிரே தெருவின் மறுபுறம் இந்தச் சிகிச்சை நிலையம் அமைந்திருந்தது.

காலை ஆறு மணிக்கே இலக்கத் துண்டு எடுக்க ஆட்கள் வந்து விடுவார்கள். இன்றைக்கு அவள் வருவதற்குத் தாமதாகிவிட்டது. விடியற்காலையில் எழுந்து சோறும் ஒரு கறியும் சமைத்து வைத்து விட்டுக் குழந்தைகளைப் பக்கத்து வீட்டம்மாவைப் பார்த்துக் கொள்ளச் சொல்லிவிட்டு ஆனைவிழுந்தான் குளத்திலிருந்து நடந்து வந்து சேரப் பத்து மணியாகி விட்டது. அந்த நேரத்துக்கே வெய்யில் சுள்ளென்று எரிக்கத் தொடங்கிவிட்டது. வேர்த்து விறுவிறுக்க வந்தவளுக்குக் குவிந்து நின்ற சனத்தைப் பார்த்ததும் 'திக்'கென்றது.

இரத்த அழுத்தம் என்பது பயமுறுத்தும் வார்த்தை. அதுவும் இப்போது நாலைந்து நாளாகத் தலைச்சுற்றல், சோர்வு இருக்கிறது. இரண்டு வருடமாகத் தொடர்ந்து 'அல்டோமற்' குளிசை போட்டு வருகிறாள். இன்றைக்குக் குளிசைகளை மாற்றித் தரக்கூடும் அல்லது அளவைக் கூட்டக் கூடும். இன்னும் எத்தனை காலத்துக்கு இப்படித் தொடராய்க் குளிசைகள் போடவேண்டியிருக்குமோ,

தெரியவில்லை. ஆஸ்பத்திரியில் குளிசைகள் இல்லாமற் போனால் வெளியே காசு கொடுத்து வாங்க வேண்டியும் வந்து விடும். பிரச்சனைகளும் கவலைகளும் இருக்கும் வரை இந்த பிரஷரும் இருக்கப் போகிறது. இந்த வருத்தம் ஏன் வந்து சேர்ந்தது என்று கவலையாக இருந்தது. இடை இடையே நெஞ்சுக்குள் நோகும்போது குழந்தைகளை விட்டு விட்டுச் செத்துப்போய் விடுவேனோ என்ற பயம் எத்தனை நாட்கள் தோன்றியிருக்கிறது. அதனால் தான் எத்தனை கஷ்டம் இருந்தாலும் கிளினிக்குக்குத் தொடர்ந்து வந்துகொண்டே இருக்கிறாள். அவள் உள்ளே நுழையும் போதே உள்ளே ஆட்கள் நிறைந்து விட்டார்கள்.

தந்தை இல்லாத நிலையில் தனக்கேதும் நடந்து விட்டால் குழந்தைகள் அனாதைகளாகி விடுவர் என்ற பயம் நெஞ்சுப்பரப்பில் எந்நேரமும் உறைந்து போயிருந்தது. மூன்று வருஷத்துக்கு முன்னர் கிளிநொச்சியில் தங்கள் வீடு பார்த்து வர என்று போன கணவன் பிறகு திரும்பவில்லை. “வீட்டையும் பார்த்திட்டு தேங்காயும் புடுங்கிக் கொண்டு வாறன். நீ யோசிக்காத. நான் கவனமாய்ப் பார்த்துத்தான் போவன்,” என்று சொல்லிக் கொண்டு ஒரு விடிகாலையில் பசளைப்பையுடன் போனவன்தான். புருவ மத்தியில் விழுந்த முடிச்சுடன் யோசனையும் கவலையும் படிந்த அந்த முகமே கடைசியாய் மனதில் நிலைத்துப்போனது. அழுது அழுது கரைந்து கொண்டிருக்கும் அவளுக்கு இந்த வருத்தமும் வந்து சேர்ந்து கொண்டது.

அவள் உள்ளே நுழையும்போதே ஆட்கள் நிறைந்து விட்டார்கள். அவள் ஆட்களை விலக்கிக் கொண்டு முன்புறம் சென்றாள். ஒரு பக்க மேசையில் வேணி மிஸ்ஸி அமர்ந்திருந்தாள். தொடர்ந்து வருவதனால் ஏற்பட்ட அறிமுகத்தினால் “என்னம்மா இன்றைக்கு வரப்பிந்திவிட்டது?” என்று கேட்பாள் என்று எதிர்பார்த்தாள். ஆனால் எதுவுமே கேட்காமல் இலக்கத்துண்டை எடுத்து அவளிடம் கொடுத்தாள். வேணி மிஸ்ஸிக்கு முகம் எப்போதுமே மலர்ச்சியாக இருக்கும். எவ்வளவு கூட்டம் வந்தாலும் சமாளித்து, இதமாகக் கதைத்து, ஒழுங்குபடுத்தி அமரவைப்பாள். ஆனால் இன்றைக்கு என்னவோ முகத்தில் மலர்ச்சியைக் காண முடியவில்லை.

பின் வரிசையில் வந்து அமர்ந்து கொண்ட அவள் சுற்று முற்றும் பார்த்தாள். அநேகமானவர்கள் தொடர்ச்சியாய்க் கிளினிக்குக்கு வருவதால் அறிமுகமானவர்களாக இருந்தார்கள்.

அலுப்பு, சோர்வு, கவலை சூழ்ந்த முகங்கள், வருத்தங்களையும் தாண்டி வாழ்வின் சுமைகள் நெஞ்சை நெரித்துக் கொண்டிருப்பதால் சந்தோஷமே துடைக்கப்பட்டு வெறுமையாய்ப்

போன முகங்கள். தனது முகமும் இந்த விதமாய்த்தான் இருக்கும் என்று அவளுக்குத் தெரியும். இடுப்பில் சொருகியிருந்த சேலைத் தலைப்பை எடுத்து முகத்தை அழுத்தமாய்த் துடைத்துக் கொண்டாள்.

அந்த நீளக் கொட்டகைக்குள் வைத்தியருக்கு ஒரு புறமாக மேசை போடப்பட்டு முன்புறமாக நீல நிறத் துணியில் திரை தொங்கிக் கொண்டிருந்தது.

இன்னும் வைத்தியர் வரவில்லை. மறுபக்க மேசையில்தான் வேணி மிஸ்ஸி அமர்ந்து வருகிறவர்களுக்கு இலக்கத்துண்டு கொடுத்தும் ஆட்களை வரிசையாய் அமரவைத்துக் கொண்டும் பெரிய கொப்பியில் ஏதோ எழுதிக் கொண்டும் இருந்தாள். வேணி மிஸ்ஸியுடன் நிற்கும் மற்ற தாதி குழந்தை பெற்றுக் கொண்டதால் வரவில்லை என்று பக்கத்தில் இருந்த பெண் சொல்லிக் கொண்டிருந்தாள். இருவர் நின்றாலே சமாளிப்பது கஷ்டம். வேணி மிஸ்ஸி இன்றைக்கு எப்படித்தான் தனியே சமாளிக்கப் போகின்றாவோ தெரியவில்லை.

பதினொரு மணியான போது கொட்டகைக்குள் போட்ட வாங்குகள் நிரம்பி வெளியேயும் ஆட்கள் நின்றார்கள். வெளியே வெய்யில் கொழுத்திக் கொண்டிருந்தது. எப்போது வைத்தியர் வந்து, எப்போது காட்டி மருந்து எடுத்து, எப்போது வீடு போய்ச் சேர்வது என்ற தவிப்பு எல்லோர் முகங்களிலும்...

“இன்னும் டொக்டரைக் காணேலை மிஸ்ஸி. எப்ப வருவார்?” பொறுமை இழந்து வேணி மிஸ்ஸியிடம் கேட்டார்கள்.

“கெதியில வந்திடுவார். மிதி வெடியில கால் அகப்பட்ட ஆளை கிளிநொச்சியிலயிருந்து கொண்டு வந்திருக்கினம். டொக்டர்மார் அதைப் பார்த்துக் கொண்டிருக்கினம். ரெண்டு மூண்டு டொக்டர்மார்தானே எல்லாத்தையும் கவனிக்க வேணும். அங்க ஓ.பி.டியிலயும் ஆட்கள் குவிஞ்சு போயிருக்கினம். டொக்டர் வார்ட்டும் பார்க்கவேணும், கொஞ்சம் பொறுத்துக் கொள்ளுங்கோ வந்திடுவார்.”

வேணி மிஸ்ஸியும் ஏதோ ஒரு அவசரத்தில் இருப்பதாகத்தான் தோன்றியது. அடிக்கடி நேரத்தைப் பார்ப்பதும் வாசலைப் பார்ப்பதும் ஏதோ எழுதுவதுமாக இருந்தாள்.

தெருவில் புழுதி பரப்பிக் கொண்டு வாகனங்கள் ஓடின. செம்மண் தூசி காற்றில் மிதந்து வந்து மூக்கை நெருடியது. வெய்யிலின் வெம்மையில் முகமெல்லாம் எரிந்தது.

“எப்பிடியும் டொக்டர் வந்திடுவார். அவரும்தான் என்ன செய்யிறது. மூச்சு விட நேரமில்லாமல் அதையும் இதையும் பார்க்க வேண்டிக் கிடக்கு.” தெருவின் எதிர்ப்பக்கம் ஆஸ்பத்திரியைப் பார்த்துக் கொண்டே ஒருவர் சொல்லிக் கொண்டிருந்தார்.

அவளுக்கு தொடர்ந்து அமர்ந்திருக்க முடியாமல் நாரி பிடித்துக் கொண்டது. எழுந்து உலவ முடியாமல் சனம் நிறைந்து நின்றது. பலவிதமான குரல்கள். இங்கு வருவதன் மூலம் அறிமுகமாகிக் கொண்டவர்கள். தங்கள் கவலைகளைப் பகிர்ந்து கொள்ளும் குரல்கள். ஒவ்வொருவருக்கும் எத்தனையோ விதமான பிரச்சினைகள் ... என் சோகம் பெரிதா உன் சோகம் பெரிதா என்று தீர்மானித்துக் கொள்ள இயலாத நிலைமையில்தான் பலபேர் இருக்கிறார்கள்.

“பன்னிரண்டரைக்கு டொக்டர் வாறார்” என்று ஆட்கள் பரபரத்துக் கொண்டே வாங்கிலில் நெருக்கிக் கொண்டு அமர்ந்தார்கள். அவள் பின் பக்கம் திரும்பி வாசலைப் பார்த்தாள். அவசரமாய் உள்ளே வந்த வைத்தியர் ஆட்களைக் கடந்து தன்னுடைய கதிரையில் போய் அமர்ந்தார். விலகிய திரையின் வழியே அவர் கைக்குட்டையால் வேர்த்துப் போயிருந்த முகத்தைத் துடைப்பது தெரிந்தது. வேணி மிஸ்ஸியைப் பார்த்து ஆட்கள் வரலாம் என்பது போலத் தலையசைத்தார்.

“கொஞ்சம் வரிசையில அப்பிடியே இருங்கோ, ஏன் ஐயா இடையில எழும்பிறீங்கள். இருங்கோ. எல்லாரையும் டொக்டர் ஐயா பார்ப்பார். வரிசையில வாங்கோ.”

வேணி மிஸ்ஸி முன் நின்று ஒவ்வொருவரையும் அழைத்துப் போகக் கொஞ்சம் ஆறுதலாக இருந்தது.

வீட்டில் விட்டுவந்த குழந்தைகளின் நினைவு வந்தது. சாப்பிட்டார்களோ இல்லையோ ... குளப்படி செய்யாமல் இருக்கிறார்களோ என்னமோ ... இந்த அனாதரவான நிலையை நினைத்தால் உடனும் கண்களில் ‘மழுக்’கென்று நீர் நிறைந்து விடும். நொந்த மனதுக்கு இன்னொரு நொந்த மனம் ஆறுதல் என்பது போலப் பக்கத்து வீட்டம்மாவின் உதவி கிடைப்பதால்தான் கொஞ்சமேனும் நிம்மதியாய் அவளால் இருக்க முடிகிறது. அவள் வீட்டுக்குப் போய்ச் சேர்வதற்குள் சின்னது கத்திக் களைத்துவிடும். இன்றைக்கு மருந்து எடுத்துக் கொண்டு போக நன்றாக நேரம் போகப் போகிறது.

வைத்தியரும் என்ன செய்வது ..? எத்தனை அலுவல்களைப் பார்க்க வேண்டியிருக்கிறது? இங்கு வைத்தியர்களுக்கோ

தாதிமார்களுக்கோ சாப்பிடக்கூட நேரம் கிடைப்பதில்லை. அக்கராயன் வைத்தியசாலை நோயாளிகளால் திணறிக் கொண்டிருந்தது. பல சமயங்களில் நோயாளர் வரிசை முற்றம் தாண்டி தெரு வரை வந்துவிடும். பல பேருக்கு வைத்தியசாலைக்கு வருவதெனில் அது ஒரு முழு நாள் வேலையாய் ஆகிவிடுகிறது.

வரிசை மெதுவாய் நகர்ந்து கொண்டிருந்தது. வயிற்றில் பசி எழுந்து அடங்கி விட்டிருந்தது. வரும் அவசரத்தில் காலையில்கூட எதுவுமே சாப்பிடவில்லை.

தொண்டை வரண்டு போகத் தண்ணீராவது குடிக்க வேண்டும் போலிருந்தது. இவ்வளவு நேரமும் இருந்தாகி விட்டது. இன்னும் கொஞ்சநேரம் தானே ..?

நான்கு மணிக்கு மேலாகி விட்டது. அவள் அறிந்த வரை வேணி மிஸ்ஸி கூட அங்கே இங்கே என்று அசையவில்லை. இந்தப் பசியும் தாகமும் அவளுக்கும் இருக்கும்தானே? மிஸ்ஸி யின் முகத்தைப் பார்க்கும் போது ஏதோ யோசனையிலும் கவலை யிலும் இருப்பதாகத்தான் தோன்றியது. வழமைக்கு மாறாக ஒரு பரபரப்பும் தவிப்பும் அவளின் முகத்தில் தென்பட்டது.

பாவம் என்னென்ன பிரச்சனைகளோ ..?

தனிய நின்று பணி செய்ததில் ஏற்பட்ட களைப்பு முகத்தில் தெரிந்தது.

வரிசை நகர்ந்து அவளின் முறை வந்தபோது எழுந்து உள்ளே சென்றபோது நாலரை மணியாகி விட்டது.

“இதில இருங்கோம்மா ...”

ரத்த அழுத்தம் சோதித்து, நிலமைகளை ஆதரவாய்க் கேட்டு, வைத்தியர் குளிசையை அளவு கூட்டி எழுதிக் கொடுத்தார்.

“யோசிக்கக் கூடாது அம்மா. உப்பு, கொழுப்பு குறைச்சுச் சாப்பிட வேணும். சாப்பாட்டில கவனம் இருக்க வேணும்.” அவரின் இதமான குரல் மனதைத் தொட்டு உலுப்ப, ‘யோசிக்காமல் எப்படி இருக்கிறது ...’ என்ற வார்த்தை தொண்டைவரை வந்து சிக்கிக் கொண்டது.

“கவலைப்படக் கூடாது அம்மா. குளிசையளை ஒழுங்காப் போடுங்கோ. பிரச்சனை வராது.”

அவள் மௌனமாய்த் தலையசைத்துவிட்டு எழுந்து திரைச் சீலையை விலக்கி வெளியே வந்தாள். திடீரென்று ஒரு சோர்வு உடலைத் தள்ளாட வைத்தது. வேணி மிஸ்ஸி சட்டென்று

தாங்கிப்பிடித்து, "கவனம் அம்மா" என்று வாங்கிலில் இருக்க வைத்தாள்.

"பிள்ளையள் தனிய வீட்டில, உதவி இல்லாதனான் ..."

குரல் தழும்பச் சொன்னாள்.

"இங்க உதவி இல்லாத ஆட்கள்தான் நிறைய இருக்கினம் அம்மா, கவலைப்பட்டு என்ன செய்யிறது. வருத்தம்தான் வரும்."

"பக்கத்து வீட்டம்மாவைப் பார்த்துக் கொள்ளச் சொல்லி யிட்டு வந்தனான்."

கண்ணீர் வழிந்த முகத்தைச் சேலைத்தலைப்பால் துடைத்துக் கொண்டாள்.

வேணி மிஸ்ஸி ஆட்களை வைத்தியரிடம் அனுப்புவதற்காகப் போக அவள் எழுந்து வெளியே வந்தாள்.

இப்போது வெய்யிலின் வெம்மை சற்றுத் தணிந்திருந்தது. தெரு கடந்து வைத்தியசாலைக்கு உள்ளே மருந்து எடுக்கும் இடத்துக்கு வந்தாள். வரிசையில் நின்று மருந்து எடுத்து வர ஐந்து மணிக்கு மேலாகி விட்டது.

அப்பாடா இனி வீட்ட போகலாம் என்று நினைத்த போது தான் பக்கத்து வீட்டு உமா தன் குழந்தையைக் காய்ச்சல் என்று வார்ட்டில் வைத்திருப்பது ஞாபகத்திற்கு வந்தது. இவ்வளவு நேரம் நின்றாகி விட்டது. பார்வையாளர் நேரம், எட்டிப்பார்த்து விட்டே போகலாம் என்ற நினைவில் உள்ளே விறாந்தையால் நடந்து போனாள். மருந்து வாசனை முகத்தில் அடிக்க நோயாளர்களின் முனகல் கடந்து குழந்தைகள் வார்ட்டுக்குள் நுழைந்தாள்.

உமா நிற்பதைப் பார்த்துவிட்டுக் கட்டிலை நெருங்கினாள். உமாவின் மகன் சிறிது தெளிந்த முகத்துடன் படுத்திருந்தான். உமா தன் கையில் நாலு வயதுக் குழந்தையைத் தூக்கி வைத்துச் சமாதானப் படுத்திக் கொண்டிருந்தாள். அழுததில் குழந்தையின் கண்களும் முகமும் சிவந்து போயிருந்தன.

அம்மா ... அம்மா ... என்ற முனகல்.

"அழக்கூடாது அப்பன். அம்மா இப்ப வந்திடுவா."

"ஆற்ற குழந்தை இது?"

"பக்கத்துக் கட்டிலில் இருக்கிற குழந்தை. மூளை மலேரியா எண்டு வார்ட்டில இருக்கிற பிள்ளை. இண்டைக்குக் காய்ச்சல் விட்டிட்டுது. ஆனா அம்மா அம்மா எண்டு ஒரே சிணுங்கிக்

கொண்டிருக்கு. பாவம் இனித் தாய் வந்திடுவா. இண்டு முழுக்க நான்தான் பார்த்துக் கொள்ளுறன். பக்கத்தில நிற்கிறனான். இது கூடச் செய்யேலாதே…”

அப்போது அந்தப் பக்கமாய் வந்த வார்ட் தாதி குழந்தையின் கன்னத்தில் தட்டி;

“வினுக்குட்டிக்கு அம்மா இன்னும் வரேலையே, இனி வந்திடுவா என்ன ..?” என்று சொல்லி விட்டுப் போக;

“ஏன் குழந்தையின்ர தாய் எங்க…” என்று கேட்டாள்.

அவள் கேட்டுக் கொண்டிருக்கையிலேயே அவசரம் அவசரமாய் ஓடி வந்த வேணி மிஸ்ஸி குழந்தையை உமாவிடமிருந்து வாங்கிக் கொண்டாள்.

“சரியாய் அழுதிட்டானா ..? அங்க சரியான சனம். கிளினிக் முடிய நேரம் போயிட்டுது. மாறிவிடவும் ஆள் இல்லை. லீவு எடுக்கிறதும் சரியில்லை. விட்டிட்டும் வர ஏலாது அதுதான்…”

கண்கலங்க குழந்தையை தோளில் சாய்த்துக் கொண்டு “அழாதையப்பன், அம்மா வந்திட்டனல்லே...” என்று முதுகைத் தடவிக் கொடுத்தாள்.

தாயின் கழுத்தைக் கட்டிக் கொண்டு விசும்பும் குழந்தையை அவள் திகைப்போடும் கவலையோடும் பார்த்துக் கொண்டிருந்தாள்.

அக்கராயன் வைத்தியசாலை
சிறப்புமலர் – சுடர் – 2002

சில நிமிட மௌனம்

"வணக்கம் அம்மா"

இரண்டு இளம் பெண்கள் முற்றத்தில் நின்று கைகுவித்தார்கள் . . .

"வணக்கம் உள்ள வாங்கோ. இதில இருங்கோ ..."

படி ஏறி வந்தவர்களை விறாந்தையில் கதிரை போட்டு அமர வைத்தாள்.

அவர்களின் பார்வை சுற்றுப்புறத்தை ஆராய்ந்து பின் அவளின் முகத்தில் பதிந்து கொண்டது.

இவர்கள் எதற்காக வந்தார்கள் என்ற கேள்வி அவளின் மனதில் எழுந்தது.

"என்ன விஷயம் பிள்ளையள் ... சொல்லுங்கோ."

"நாங்கள் பெண்கள் நிறுவனம் சார்பாய் வந்திருக்கிறம். குடும்பத் தலைவன்மாரை இழந்தாலும் சுயமாய் உழைச்சு வாழுற பெண்களின் வாழ்க்கை பற்றி ஒரு ஆய்வு செய்யிறம். அதுதான் உங்களிட்டயும் ஒரு பேட்டி எடுக்க வந்தனாங்கள்."

மெலிதாய்ச் சிரித்துக் கொண்டே "கேளுங்கோ சொல்லுறன்" என்றாள். அவர்களில் ஒரு பெண் பேனாவையும் பேப்பரையும் தயார் செய்து எழுத ஆயத்தமாகி அவளின் முகத்தைப் பார்த்தாள். தோய்த்துத் தோய்த்து நைந்து போன சேலையில் அப்பாவித்தனமும் ஏழ்மையும் பிரதிபலிக்கும் முகத்தோடு அவள் அவர்களைப் பார்த்துக் கொண்டிருந்தாள்.

"உங்கட பேர் ..?"

"பானுமதி ..."

"வயது ..?"

"நாற்பத்தி நாலு."

"எத்தனை பிள்ளையள்?"

"ரெண்டு."

"அவைக்கு வயது."

"பதினெட்டும், பதினாறும்."

"அவர் இறந்து எவ்வளவு காலம் அம்மா?"

"நாலு வருஷம்."

"அவரோட உங்கட வாழ்க்கை எப்பிடி இருந்தது?"

சட்டென்று அமைதியானாள். கண்களில் தயக்கம் மின்னலாய் எட்டிப் பார்த்தது.

"நாங்கள் உங்களைப் பற்றி எல்லாம் விசாரிச்சுக் கொண்டுதான் வந்தனாங்கள். அதனால நீங்கள் தயங்கத் தேவையில்லை. மனம் விட்டு உண்மையைச் சொல்லுங்கோம்மா."

"சரியாய்க் கஷ்டப்பட்டனான்தான். குடிப்பார். குடிச்சிட்டு வந்து அடியும் உதையுந்தான். நாங்கள் இடம் பெயர்ந்து போய் மல்லாவியில சொந்த பந்தம் பக்கத்தில இருக்காமல் தனிச்சுப் போய் இருந்தனாங்கள். எனக்காகக் கதைக்க எங்கட பக்கத்தில ஆட்களும் இருக்கேலை. அந்த வாழ்க்கை கவலைதான். அதை ஏன் இப்ப?"

"இல்லை அம்மா எங்களுக்கு எல்லா விபரங்களும் தேவை. சமூகத்தில பெண்களுக்கு எத்தினை விதத்தால துன்பங்கள் வருகுது எண்டு வெளிப்படுத்த வேணும். இப்பதான் மனிசன் இல்லையே, நீங்கள் மனம் விட்டுச் சொல்லுங்கோ. பயப்பிடாதேங்கோ, உங்கட பேர் வெளியிலை வராது. கருத்து மட்டும்தான் வெளிவரும்." கண்களை ஒரு தடவை மூடித் திறந்தாள். சிறு துளி நீர் விழியோரங்களில் திரண்டு நின்றது. நெஞ்சுக்குள் ஏதோ அழுத்துவது போல் இருந்தது.

"அந்தப் பழசு எல்லாம் ஏன் பிள்ளையள்? பொம்பிளையாய்ப் பிறந்தால் எவ்வளவு கஷ்டப்பட வேண்டியிருக்கு. சிறுமைப்பட வேண்டியிருக்கு. நான் எல்லாச் சிறுமையும் பட்டிட்டன்."

“எங்கட சமூகத்தில எத்தினையோ பொம்பிளையள் இப்படிக் கஷ்டத்துக்குள்ளதான் வாழுகினம். அதை எதிர் கொள்ளுறதுதான் முக்கியம் அம்மா.”

“கலியாணம் எண்டது எத்தினையோ பொம்பிளையளுக்குச் சந்தோஷமானதாய் அமைஞ்சிருக்க எனக்கு மட்டும் ஏன் இப்படி ஆனது எண்டு நான் எத்தினையோ நாள் அழுதிருக்கிறன். கலியாணம் செய்த நாளிலயிருந்தே பிரச்சனைதான். உத்தியோகமோ, உறுதியான வேலை ஏதுமோ எதுவும் மனிசனுக்கு இல்லை. போற வேலையளிலயும் ஒழுங்காய் நிற்கிறேலை. புடவைக் கடையில ஆறுமாதம், பார்ட்ஸ் கடையில ஆறு மாதம் எண்டு நிற்கிறது. எல்லா இடத்திலயும் சண்டைதான். பொறுப்பு இல்லை. கடைசியாச் சாப்பாட்டுக் கடையில கூட நிண்டவர், கூலி வேலைக்கும் அப்ப அப்ப போவார். இரண்டு நாள் வேலை செய்தால் நாலு நாள் வீட்டில இருப்பார். வீட்டில எவ்வளவு கஷ்டம். ஆனா அது இல்லை, இது இல்லை எண்டு சொல்லக் கூடாது. சொன்னாக் கோபம் வந்திடும். கோபத்தில என்ன செய்யிறது எண்டு தெரியாமல் என்ர தலைமயிரைக் கையில சுத்திக் கொண்டு சுவரோட முகத்தை மோதுவார். எத்தினை அடி உதையைத் தாங்கியிருப்பன். குடிச்சாக் கண்மண் தெரியாது. உழைக்கிறதையும் ஒழுங்காக் கொண்டு வந்து தாறேலை. இத்தனையையும் என்ன செய்யிறது என்ர தலைவிதி எண்டு பொறுத்துக் கொண்டிருந்தன். என்ர பக்கத்து உதவி இல்லை. ரெண்டு பிள்ளையளை வளர்க்க வேணுமே? எல்லாம் பொறுத்துக் கொண்டு அந்தாளோட இருந்ததுதான். ஆனா ...”

குரல் தழும்பியது. தலைகுனிந்து சிறிது நேரம் அமர்ந்திருந் தாள். நினைக்கவே கூடாது என்று தீர்மானித்தவை எல்லாம் கூப்பிடாமலே ஓடி வந்து நெஞ்சுக்குள் நிரம்பிக் கொண்டன. ஆழமான வலியைத் தந்தன

“இத்தனையையும் பொறுத்திருந்தது எல்லாம் சாதாரணம் எண்டது போல இன்னோரு பேரிடி தலையில விழுந்தது. வியாபாரம் செய்ய எண்டு அடிக்கடி வவுனியா போறவர். கொஞ்ச நாளாய் வரேலை. பிறகுதான் அறிஞ்சன். அங்கயும் ஒரு பொம்பிளை இருக்குது எண்டு. வாழ்க்கையே வெறுத்துப் போச்சு. செத்துப் போகலாம் போல இருந்துது. ரெண்டு பிள்ளையளையும் விட்டிட்டுப் போக ஏலுமே. அதையும் பொறுத்துக் கொண்டன். எனக்குப் படிப்பு இல்லை. எனக்கெண்டு ஒருவேலை தேடிக் கொள்ள முடியேலை. என்ர பிள்ளை பன்ரெண்டு வயதில தோட்டத்தில கூலி வேலைக்குப் போனான். நான் பக்கத்து வீடுகளில அரிசி இடிக்கிற வேலைக்குப் போனன். எங்கட

உழைப்பில மனிசன் குடிச்சுக் கொண்டு சுகமாய் இருந்தார். இங்க வந்து நிற்கிற நேரமெல்லாம் சண்டைதான். ஆரை நான் நோக ஏலும். எல்லாம் என்ர விதி எண்டு நினைச்சுப் பிள்ளையளுக்காக இருந்தன்."

தொடர்ச்சியாகப் பேசியதில் மூச்சு வாங்கியது. சேலைத் தலைப்பால் முகத்தை அழுத்தித் துடைத்துக் கொண்டாள். அந்தப் பெண்கள் அவளை அனுதாபத்தோடு பார்த்தார்கள்.

"பிறகு எப்பிடி அவர் செத்தவர்?"

"அண்டைக்கு ஒரு வெள்ளிக்கிழமை, மத்தியானம் நல்ல வெறியில கிணத்தில தண்ணி அள்ளினபோது கால் தடுக்கி கிணத்துக்க விழுந்திட்டார். நான் குளறி அழ, பக்கத்துச் சனங்கள் ஓடி வந்து தூக்கினவை அதுக்குள்ள சீவன் போயிட்டுது."

"அதுக்குப் பிறகு . . ."

"அதுக்குப் பிறகு என்ன . . . கண்ணைக்கட்டி காட்டில விட்டது போல இருந்தது. என்ன செய்யிறது எண்டு தெரியாமல் நாள் கணக்கில அழுது கொண்டிருந்தன். படிப்பில்லாத எனக்குச் சமையல் வேலை கை குடுத்துது. ஒரு நிறுவனத்தில முதல்ல ஒரு சமையல்காரியாய்த்தான் சேர்ந்தன். ஆனா ஒரு வருசத்தில சமையல் நிர்வாகத்தைப் பொறுப்பெடுத்துச் செய்தன், அடுப்பு நெருப்புத்தான் ஆனா நாலு காசு வருமானம் வந்துது. உழைச்சு வாழலாம் எண்ட நம்பிக்கை வந்துது. குடும்பச் சுமையை நானே தாங்கிக் கொண்டன். கூலி வேலைக்கு விடாமல் பிள்ளையளை ஸ்கூலுக்கு விட்டுப் படிக்க வைச்சன். சமைக்கப் போற நேரம் தவிர வீட்டில இருந்து மிக்சர், பருத்துறை வடை செய்து கடையளுக்குக் குடுக்கிறன். ஆட்களை வைச்சுப் பெரிய அளவில இதை செய்யலாம் எண்டு யோசிக்கிறன். அநேகமாய் வாற மாதம் தொடங்கியிடலாம். எனக்கு நம்பிக்கை இருக்கு. கஷ்டப்பட்டு உழைச்சாப் பலன் கிடைக்கும். மனிசனைச் சார்ந்துதான் இருக்க வேணும் எண்டு முந்தி எவ்வளவு விசர்த்தனமாய் இருந்திட்டன். இப்ப நினைக்க வெக்கமாய் இருக்கு. எவ்வளவு காலத்தை வீணாக்கியிட்டன்."

"இப்ப உங்கட உழைப்பின்ர வருமானம் போதுமானதாய் இருக்கா அம்மா?"

"போதும் எண்டதை மனம்தானே தீர்மானிக்கிறது. ஆசை இல்லை ஆடம்பரம் இல்லை. தேவைக்கு மட்டும் வந்தால் போதும். சாப்பிடவும் உடுக்கவும் பிள்ளையள் படிக்கவும் என்ர உழைப்பு கை குடுக்குது. இதை விட வேற என்ன வேணும்?"

"அம்மா உங்களை நினைக்கச் சந்தோஷமாய் இருக்கு. நல்ல தெளிவோட கதைக்கிறீங்கள்."

"வாழ்க்கையில எவ்வளவோ அடிபட்டு நொந்து போய் மீண்டிருக்கிறன். அந்த அனுபவங்கள் தந்த திடம்தான் இது."

"சரி அம்மா எல்லாம் சொல்லிட்டீங்கள் தானே? வேற ஏதாவது சொல்ல இருக்கா?"

'இல்லை' என்று தலையசைத்தாள்.

"அப்ப நாங்கள் போயிட்டு வாறம்."

அவர்கள் எழுந்து படியிறங்கினார்கள். முற்றம் கடந்து வாசல் நோக்கிப் போனார்கள்.

ஒருவினாடி அவர்கள் போவதைப் பார்த்துக் கொண்டு நின்றாள். "எல்லாம் சொல்லியிட்டீங்கள்தானே வேற ஏதாவது சொல்ல இருக்கா?" என்று அவர்கள் கேட்டது நெஞ்சில் நின்றது. சொல்லவில்லை எல்லாம் சொல்லவில்லை. உதட்டு விளிம்பில் ஒரு சுழிப்பு வினாடியில் தோன்றி மறைந்தது. குடிபோதையில் கிணற்றடியில் நின்று அவளோடு சண்டை போட்டு அவளைக் காலால் உதைய எத்தனித்தபோதே அவன் கிணற்றுக்குள் தடுமாறி விழுந்தான். அவன் தடுமாறி விழ நேர்ந்த அந்தக் கணம் அவள் முயன்றிருந்தால் எட்டி அவன் கையைப் பிடித்துக் காப்பாற்றியிருக்கலாம். அல்லது கிணற்றுக்குள் விழுந்த உடனாவது சத்தம் போட்டு ஊரைக் கூட்டி அவனைத் தூக்கச் செய்திருக்கலாம். இதில் எதையும் செய்யாமல் மனம் இறுகிப்போக நின்று கொண்டிருந்த அந்தச் சில நிமிட நேர அமைதி பற்றி அவளால் எப்போதுமே யாருடனும் பேச முடியாது.

நிமிர்ந்து தெருவைப் பார்த்தாள். புழுதி சூழப் பெரும் இரைச்சலுடன் வாகனம் ஒன்று போய்க் கொண்டிருந்தது.

நாற்று – 2

தூரத்து மேகங்கள்

வெளியே மழை மெலிதாய்த் தூறிக்கொண்டிருந்தது.

காற்றில் பரவியிருந்த குளிர் நெஞ்சை வந்து அசைத்தது.

இனி என்ன ... மெல்ல மெல்ல பொழுதும் விடிந்துவிடும்.

புதிதாய் ஒருநாள்.

அவன் மரக்கப்புடன் சாய்ந்து அமர்ந்தபடி நாடியைப் பரபரவென்று தேய்த்துக் கொண்டான்.

அதிகாலையிலேயே விழிப்பு வந்து விட்டது.

நிம்மதியாய் நித்திரை கொண்டு எத்தனை காலம் ..?

ஒன்று மாறி ஒன்றாய் வாழ்நாள் முழுவதும் துன்பம் தான்.

ஆனையிறவுக்குப் பக்கமாய் இருந்ததால் ராணுவத்தாக்குதலால் பட்ட கஷ்டம் கொஞ்ச நஞ்சமல்ல. தொண்ணூற்றி ஆறில் இடம் பெயர்ந்து ஓடிப் போய்க் காட்டுக்கிராமமான ஸ்கந்தபுரத்தில் இருந்து பட்ட துன்பத்துக்கும் அளவு கணக்கில்லை. அத்தனை துன்பத்தையும் ஒன்றுமில்லை என்று ஆக்கியது போல இப்போது இந்த இடி தலையில் விழுந்திருக்கிறது.

பக்கத்தில் ரஞ்சியின் பழையசேலையின் மீது சுருண்டு போய்ப் படுத்திருந்த கஜேந்திரனைப்

பார்க்கப் பார்க்கத் துக்கம் வந்து தொண்டையை அடைத்துக் கொண்டது.

கடவுள் ஏன் இந்தப் பிள்ளைக்கு இந்தவயதில் இப்படியொரு துன்பத்தைக் கொடுத்தான்? ஐந்தே ஐந்து நிமிடத்தில் இவனது உலகமே அழிந்து போய்விட்டதே. பதினொரு வயதுப் பிஞ்சு மனம் எப்படித் தேறி எழப் போகிறது... இதே கவலைதான் எந்நேரமும் அவன் மனதை நெருடிக்கொண்டிருந்தது. நித்திரையிலும் கஜேந்திரனிடமிருந்து மெலிதான விம்மல் எழுவதைப் பார்க்க மனசு தாங்கவில்லை. அவனின் கை நீண்டு கஜேந்திரனது தலையை வாஞ்சையோடு தடவிவிட்டது.

அந்தக் கொடுமையான நிகழ்வு நடந்து இரண்டு மாதமாகிறது. கஜேந்திரனைத் தேற்றிப் பழைய நிலைக்குக் கொண்டு வரும் முயற்சியில் அவனுக்கும் ரஞ்சிக்கும் தோல்விதான் கிடைக்கிறது. இளங்கோ சுதாவோடு கூட விளையாடுவதில்லை. வெறுமையான பார்வையும் சிரிப்பை இழந்த முகமுமாக அவனது கோலமே மாறிவிட்டது.

போன தீபாவளிக்கு முல்லைத்தீவு மணற்குடியிருப்புக்குப் போனபோது என்ன துடிப்பும் விளையாட்டுமாய் இருந்த பிள்ளை ..?

இன்றைக்கு அம்மா, அப்பா, அக்கா, தம்பி என்று அத்தனை உறவுகளையும் பொங்கி வந்த கடலுக்குப் பலி கொடுத்துவிட்டுத் தனித்துப்போய் நிற்கும் பரிதாபம். அவனுக்கு அந்த நாளை நினைத்தாலே நெஞ்சு நடுங்கிப் போகிறது.

ஒரு ஞாயிற்றுக் கிழமை மத்தியானம்.

சந்தையில் மரக்கறிகள் வாங்கப் பரந்தன் சந்திக்குப் போயிருந்தான். சனங்கள் கூட்டமாய் நின்று பரபரப்போடு பேசிக்கொண்டிருந்தார்கள்.

“கிழக்குப் பக்கமாய்க் கடல் பொங்கி ஊருக்குள்ள வந்து கன சனத்தை அள்ளிக்கொண்டு போட்டுதாம்.”

இதென்ன அதிசயம் என்று திகைப்பாக இருந்தது. கடலாவது, ஊரை அழிப்பதாவது?

“தாழையடி மருதங்கேணிப்பக்கம் காயப்பட்ட சனங்களை இங்க கிளிநொச்சி ஆஸ்பத்திரிக்குக் கொண்டு வருகினமாம்.

அவன் பார்த்துக் கொண்டிருந்தபோதே பட்டப்பகலில் முன் விளக்குகளை எரியவிட்டபடி அடுத்தடுத்து நாலைந்து

லொறிகள் பிரதான வீதியில் வேகமாக வந்து கிளிநொச்சியை நோக்கி விரைந்தன.

"கிழக்குப்பக்கம் பருத்துறையிலயிருந்து மட்டக்களப்பு, அம்பாறைவரை கடல் பொங்கி ஊருக்குள்ள வந்திட்டுதாம். செய்தியில சொல்லுது."

சந்தைக்குள் பசுபதி சொல்வதைக் கேட்டுப் பதறியடித்துக் கொண்டு வீட்டுக்கு ஓடி வந்தான்.

"ரஞ்சி, கேட்டியே? கடல் பொங்கி வந்து ஊரை அள்ளிக் கொண்டு போட்டுதாம். முல்லைத்தீவில தம்பியின்ர குடும்பம் என்ன மாதிரியோ தெரியேலை."

ரஞ்சியும் அவனும் பதட்டத்தோடு தெருவில் வந்து நின்றார்கள். போகிறவர்கள் வருகிறவர்கள் சொல்லுற கதைகளைக் கேட்கத் தலை விறைத்துக் கொண்டு வந்தது.

"தம்பி முல்லைத்தீவுச் சந்தையில யாவாரம் செய்யிறவன் என்ன பாடோ தெரியேலை. குழந்தை குஞ்சுகள் என்ன செய்யுங்கள். கடவுளே ..."

மனம் ஒரு நிலையில் இல்லாமல் தவித்துக் கொண்டேயிருந்தது.

மறுநாள் அதிகாலையிலேயே முல்லைத்தீவுக்குப் புறப்பட்டுப் போனான். போய் அங்கு பார்த்த அவலத்தை வாழ்நாள் முழுக்க அவனால் மறக்க முடியாது. ரஞ்சியுடன் அணைந்து படுத்திருந்த கஜேந்திரனை ஒரு பெருமூச்சுடன் குனிந்து பார்த்தான்.

எப்பேர்ப்பட்ட அவலம் அது?

மணற்குடியிருப்பு முற்றாக அழிந்து போயிருந்தது. பற்றைகளுக்குள்ளும் மண்ணுக்குள்ளும் சிக்கிக் கிடந்தவர்களைப் போராளிகளும் ஊர் மக்களுமாய் மீட்டு எடுத்து ஆஸ்பத்திரிக்கு அனுப்பிக் கொண்டிருந்த காட்சி ரத்தத்தையே உறைய வைத்தது. ஊருக்குள் வீடு வாசல் எதையுமே காணமுடியவில்லை. முல்லைத்தீவு ஆஸ்பத்திரிக்குப் போனான். ஓவென்ற கதறலும் அழுகையுமாய்ச் சனங்கள் அலைமோதிக் கொண்டிருந்தார்கள். அங்கு வரிசையாய் உடல்கள் அடுக்கி வைக்கப்பட்டிருந்தன. நீரில் ஊறி உப்பிப் போயிருந்த முகங்களில் தம்பியை... அவன் மனைவியை... பிள்ளைகளைத் தேடி அவன் பட்ட பதைபதைப்பு அடையாளம் காண இயலாமல் பட்ட பரிதவிப்பு... இதுவாய் இருக்குமோ ... அதுவாய் இருக்குமோ ... என்ற பதட்டம் ஒரு மாதிரித் தம்பியின் மனைவியை அடையாளம் கண்டு கொண்டான்.

"வித்தியானந்தா கல்லூரிக்கு இந்தப் பிரேதங்களை ஏத்திக் கொண்டு போகப் போகினம். நீங்கள் அங்க போங்கோ. நேற்றில யிருந்து அங்க ஆயிரக்கணக்கான பிரேதங்களைக் கொண்டு போய் அடையாளம் காண வைச்சிருக்கினம்."

முள்ளியவளைக்கு ஓடினான்.

வித்தியானந்தாக் கல்லூரி சனங்களால் நிறைந்து போயிருந் தது. கூட்டம் கூட்டமாய்த் தங்கள் உறவுகளின் உடல்களைப் பார்த்துக் கதறி அழுகின்றவர்களின் ஓலம் அந்தப் பிரதேசத்தையே ஒரு உலுப்பு உலுப்பியது. நீள மண்டபத்தில் வரிசையாய்க் கிடத்தி வெள்ளைத் துணியால் போர்த்தியிருந்த உடல்களைப் பார்க்கத் தாங்கமுடியாத துயரம் பொங்கியது.

சுவரோரம் இருந்து அழுது கொண்டிருந்த கஜேந்திரன் அவனைக் கண்டதும் "பெரியப்பா" என்று பாய்ந்து வந்தான். அவன் தலையிலும் கையிலும் கட்டுப் போடப்பட்டிருந்தது. கை நீட்டிக் காட்டிக் கதறி அழுதான். சுவரோரம் தம்பியினதும் இரண்டு பிள்ளைகளினதும் உடல்கள்... அய்யோ என்று வாய் விட்டு அலறத் தோன்றியது.

"என்னை விட்டிட்டுச் செத்துப் போயிட்டினம். அம்மாவைக் காணேலைப் பெரியப்பா."

விக்கி விக்கி அழுதவனை வாரி அணைத்துக் கொண்டான். உழவு யந்தரப் பெட்டிகள் வரிசையாய் வந்து பிரேதங்களை இறக்கிக் கொண்டிருந்தன. கடவுளே என்ன கொடுமை இது..?

நூற்றுக்கணக்கு என்பது பார்த்துக் கொண்டு நின்ற போதே ஆயிரக் கணக்கென்று மாறியது. அவைகளை அடையாளம் காண முட்டிமோதிக் கொண்டு உறவுகள் அலை பாய்ந்த பரிதாபம் கண்களில் நீரைத் ததும்பச் செய்தது.

அவைகளுக்குள் தம்பியின் மனைவியை அடையாளம் பிடித்து, தம்பி குழந்தைகளுடன் சேர்த்து வைத்துக் கொண்டான்.

முள்ளியவளையிலிருந்து இரண்டு கிலோ மீற்றர் உட்புற மாக அடர்ந்த காட்டுப் பகுதியான கற்பூரப் புல்லு வெளியில் ஊர்ச்சனமும் போராளிகளுமாகப் பாரிய குழியை வெட்டி னார்கள். அத்தனை உடல்களையும் உறவினரையும் வாகனங்களில் ஏற்றிக் கொண்டு போனார்கள். சுற்றிலும் நின்று பார்த்துக் கதறி அழும் குரல்களுக்கு நடுவே உடல்களை அந்தப் பாரிய குழிகளில் போட்டார்கள். தம்பியை, மனைவியை, இரண்டு குழந்தைகளை அதற்குள் போடுவதை நெஞ்சு வெடிக்கப் பார்த்துக் கொண்டு நின்றான். யாரோ அழுத குரலில் தேவாரம் பாடியபோது

மனசு கரைந்து போனது. "தேவலோகத்திலிருக்கும் பிதாவே இவர்களை உமது பாதங்களில் ஏற்றுக் கொள்ளும்!" என்ற பிரார்த்தனையில் கண்களில் நீர் நிறைந்து வழிந்தது. ஓவென்ற கதறல் அந்தப் பெரு வெளியெங்கும் பரந்து மனதைச் சில்லிட வைத்தது.

மண் அள்ளிக் குழிக்குள் போட்டபோது அழுகைவெடித்துக் கொண்டு கிளம்பியது.

"அம்மா ... அம்மா ... என்ர அப்பா" என்று குரல் அடைக்க விம்மி அழுத கஜேந்திரனை அணைத்துக்கொண்டு ...

"பிள்ளைக்கு பெரியப்பா, பெரியம்மா இருக்கிறம், இளங்கோ அண்ணா, சுதாக்கா இருக்கினம். அவையோட விளையாடலாம் படிக்கலாம் வா அப்பன்" சொன்னபோது விழி உயர்த்திக் கலக்கமாய்ப் பார்த்தான்.

நெஞ்சைப் பிழியும் அந்தப் பார்வை ... துடிக்கும் பிஞ்சு உதடுகள் ... கலங்கிப் போன முகம் ...

கடவுளே ... என்ன கொடுமை செய்தாய் ..?

"கடல் கறுப்பாய் வந்துது பெரியப்பா. அப்பா விடியவே சந்தைக்குப் போயிட்டார். தண்ணி வருகுது எண்ட உடன அம்மாவோட சந்தைக்கு ஓடினனாங்கள், அப்பாவைக் காணேலை. ஆட்களோட ஆலடிச் சந்தி கடந்து ஆஸ்பத்திரிக்கு ஓடுவம் எண்டு போக வழியில நிறையத் தண்ணி வந்திட்டுது. அம்மா அக்காவையும் என்னையும் தம்பியையும் கட்டிப்பிடிச்சுக் கொண்டிருந்தவ. கனக்கத் தண்ணி வந்து எங்களை இழுத்துக் கொண்டு போச்சுது. பிறகு நான் எழும்பிப் பார்க்க அம்மாவைக் காணேல்லை."

நீர் கன்னத்தில் வழியத் துடைத்துக் கொண்டே சொன்னான்.

பக்கத்தில் நின்ற கிழவர், "றால் குளத்து தண்ணி பெருகித்தான் பெரிய அழிவு வந்தது. அதிலதான் கனசனம் அள்ளுப்பட்டுப் போனது" என்றார்.

"போவமே அப்பன்"

"எங்கட வீடு?"

ஊரே அழிஞ்சு போச்சு. வீடு இருந்த அடையாளமே இல்லை என்பதை அந்த குழந்தை மனசுக்கு எப்படி சொல்லிப் புரிய வைப்பது ..?

"என்ர புத்தகம் கொப்பி ..."

“நான் வாங்கித் தாறன். பிள்ளை படிக்கலாம்.”

“அப்ப சரி.”

வெறுமையான தலையசைப்பு ...

ரஞ்சி வந்தவனைப் பரிவோடு அணைத்துக் கொண்டபோது ஆறுதலாக இருந்தது.

“இரண்டோட மூண்டு பிள்ளையள் எண்டு நினைச்சுக் கொள்ளுவம். கூழோ கஞ்சியோ இருக்கிறதைக் குடிக்கலாம்.”

ரஞ்சி சொன்னாலும் அவனுக்கு என்னவோ வீட்டு நிலமையை நினைக்க யோசனையாகத்தான் இருந்தது.

இடப்பெயர்வின் பின் திரும்பவும் சொந்த இடம் வந்தும் ஒழுங்காய் உழைப்புக் கிடைக்கவில்லை. கூலி வேலைக்குப் போவதில் அரை வயிறோ கால் வயிறோதான் நிரம்புகிறது, பாவம் ரஞ்சி எப்படித்தான் சமாளிக்கப் போகிறாளோ ..?

அவர்கள் எப்படித்தான் கவனித்துக்கொண்டாலும் கஜேந்திரனின் அந்த வெற்றுப் பார்வை மட்டும் மாறாமலே இருந்தது. ஐந்து நிமிஷம் விளையாடினாலும் திடுமெனச் சோர்வுடன் போய் மரக்கப்புடன் அமர்ந்து விடுவான். தனிமையில் குடிசை மூலையில் அமர்ந்து “அம்மா” என்று அவன் விம்மி அழும்போது நெஞ்சு பதறிப் போகும்.

வெள்ளைத் துணியில் மூடப்பட்டுத் தாய் தந்தை சகோதரங்கள் வரிசையாய்க் கிடந்த கோலத்தைப் பார்த்த அதிர்ச்சியிலிருந்து அந்த குழந்தை மனம் மீண்டு எழ எத்தனை காலம் எடுக்குமோ ..?

“இப்பிடி வீட்ட இருந்தால் அவன் அழுது கொண்டுதான் இருப்பான். ஸ்கூலில சேர்த்து விடுங்கோ. அங்கை நாலு பிள்ளையளோட பழகினால் மனம் தேறிச் சந்தோஷமாய் இருப்பான். படிப்பிலயும் கெட்டிக்காரனாய் இருந்தவன் தானே?”

“யூனிபோம் இல்லாமல் கலர் உடுப்போட படிக்க விடுவினமோ தெரியேல, பிரின்சிப்பலிட்ட கேட்டுப் பார்க்க வேணும்.”

மறுநாளே பாடசாலை அதிபரிடம் போய்க் கஜேந்திரனின் நிலை பற்றிச் சொன்னான்.

“கொஞ்சநாள் நிற உடுப்போட வந்து படிக்க விடுங்கோ சேர். எப்படியும் யூனிபோம் தச்சுக் குடுத்திடுவன். இப்ப எங்களுக்கும் சரியான கஷ்டம். அதுதான் சேர் ...”

அதிபர் கஜேந்திரனையே சிறிது நேரம் பார்த்தார். அவர் பார்வையில் நெகிழ்ச்சி தெரிந்தது.

"பள்ளிக்கூடத்தால சீருடைக்குத் துணி கிடைக்கும் தான். அதுக்கு இன்னும் நாள் இருக்கு. அது வரைக்கும் நிற உடுப்பைப் போட்டு வரட்டும்..." என்றவர் கஜேந்திரனிடம் திரும்பி;

"தம்பிக்குப் படிக்க விருப்பமோ..?" என்றார்.

மெல்லிய தலையசைப்பு.

"சரி ஆறாம் வகுப்பில போய் இருக்கட்டும். நான் ரீச்சரிட்ட சொல்லி விடுறன்."

அதிபர் பாடசாலையில் சேர்த்துக் கொண்டது பெரிய நிம்மதியாக இருந்தது. நிற உடுப்புக்கூடத் தைக்க வசதியில்லை. இளங்கோவின்ர சேட்டுக் காற்சட்டையைத்தான் குடுக்க வேணும். பெரிதாக இருக்கும்தான். கொஞ்ச நாளைக்குச் சமாளிக்கலாம்.

கஜேந்திரன் ஒழுங்காகப் பாடசாலைக்குப் போய் வந்தான். ஆனாலும் அந்த வெற்றுப் பார்வையுடன் இரவில் "அம்மா" என்று ஏங்கி அழும் அழுகையும் மாறவில்லை. பாடசாலையிலும் அதே ஒதுங்கி நிற்கும் தன்மை மாறாமல் இருந்ததைக் கவனித்து ஒருநாள் அதிபரும் கூறினார்.

"படிக்கக்கூடிய பிள்ளை. வகுப்பு ரீச்சராய் இருக்கிற கோமதி ரீச்சர் இவரில நல்ல கவனமெடுத்து பார்த்துக் கொள்ளுறா. படிப்பில ஆர்வம் வந்திட்டால் மனம் கொஞ்சம் கொஞ்சமாய்த் தேறிவிடும். கவலைப் படாதேங்கோ. தெரியாதே எல்லாரும் சீருடை போட்டிருக்க இவர் மட்டும் நிற உடுப்புப் போட்டு வாறதும் இவற்ர மனதுக்கு ஒரு ஒதுக்கத்தைக் குடுக்கக் கூடும். நாள் போகப் போகச் சரியாகிவிடும்." அவனுக்குக் கேட்கக் கவலையாக இருந்தது.

பாடசாலைச் சீருடை எப்போது வருமோ... என்ன பாடு பட்டாலும் சீருடைக்குத் துணி வாங்கிக் கஜேந்திரனுக்குத் தைத்துக் கொடுக்க வேண்டும் என்று நினைத்துக் கொண்டான்.

ஒரு வாரத்தின் பின் அதிபர் வரச்சொன்னதாய் இளங்கோ வந்து சொன்னான். என்னவோ ஏதோ என்று யோசித்துக் கொண்டே போனான்.

"இந்த ஸ்கூலில படிச்ச பழைய மாணவி. இப்ப கனடாவில இருக்கிறா. சுனாமியால பாதிக்கப்பட்ட ஆராவது ஒரு மாணவ னுக்கு உதவி செய்ய விரும்பியதாய்க் கடிதம் போட்டிருக்கிறா.

கஜேந்திரனைப் பற்றி அவவுக்குப் போனில சொன்னனான். உடன கொஞ்சக் காசு அனுப்பியிருக்கிறா. அதில முதல்ல கஜேந்திரனுக்கு யூனிபோமும் தைச்சுப் புத்தகப்பை, சப்பாத்து, தொப்பி எல்லாம் வாங்குவம்."

அவனுக்கு வியப்பும் மகிழ்ச்சியும் ஒருசேர எழுந்தது.

"சேர் ..."

"வெளிநாடுகளில் வாழ்ந்தாலும் இந்த மண்ணையும் மனிசரையும் நினைச்சுக் கொண்டுதான் கன பேர் வாழுகினம். அவையில இவவும் ஒரு ஆள். கஜேந்திரன்ர படிப்புக்கு விருப்பத் தோட உதவி செய்யிறா. கஜேந்திரன் இங்க வாங்கோ. பின்னேரம் கிளிநொச்சிக்குப் போய் எல்லாம் வாங்கி வருவமா..." மெலிதாய் தலையசைத்தான்.

அன்று மாலை புத்தகப் பைகள் விற்கும் கடைக்குள் நின்றபோது கஜேந்திரனின் முகத்தில் சிறு மலர்ச்சி தென்பட்டது.

இதுவா அதுவா என்று ஒவ்வொன்றையும் பரபரப்போடு பார்த்து ஒன்றைத் தெரிவு செய்து "இதை எடுக்கட்டா சேர்" என்றான்.

"பிள்ளைக்கு எது விருப்பமோ அதை எடுங்கோ" என்று அதிபர் சொல்ல, "இதையே எடுக்கிறன் சேர். இது போலத்தான் எங்கட அப்பாவும் வாங்கித் தந்தவர்" என்றான்.

அந்த வார்த்தைகள் நெஞ்சுக்குள் வலியை ஏற்படுத்த அதிபர் கஜேந்திரனின் தலையைத் தடவி விட்டார்.

சீருடைக்குத் துணி வாங்கித் தைக்க அளவு கொடுத்து விட்டுச் சப்பாத்து, தொப்பி வாங்கிக் கொண்டார்கள்.

ஒரு டசின் கொப்பி, கொம்பாஸ் பெட்டி, பேனை, பென்சில் எல்லாம் வாங்கிப் புத்தகப்பைக்குள் வைத்து அதிபர் கஜேந்திரனிடம் கொடுத்தார்.

"வெள்ளிக்கிழமை பின்னேரம் உடுப்பு தைச்சுத் தந்திடுவினம், வந்து வாங்குங்கோ ..."

"சரி சேர் ..."

"கஜேந்திரன் திங்கட்கிழமையிலயிருந்து யூனிபோம் போட்டுச் சப்பாத்துப் போட்டுப் புதுப் புத்தகப்பையோட பள்ளிக்கூடத்துக்கு வரவேணும் என்ன?"

முகத்தில் சிறு மலர்வுடன் தலையசைத்தான்.

ஒரு நிமிடம் பொறுத்துக் கேட்டான்.

"இதெல்லாம் எனக்கு ஆர் வாங்கித் தருகினம் சேர்?"

"இந்து அன்ரி எண்டு, அவ கனடாவில இருக்கிறா. அவதான் இதெல்லாம் வாங்கித் தந்திருக்கிறா. நல்லாய் படிச்சால் பிள்ளைக்குத் தொடர்ந்தும் படிக்கிறதுக்கு காசு அனுப்புவா. கொப்பி புத்தகம் எல்லாம் வாங்கித் தருவா. கவனமாய்ப் படிக்க வேணும். என்ன கஜேந்திரன் படிப்பீங்கள்தானே?"

"ஓம் சேர்"

தலையசைக்கும்போது கண்களில் ஒரு ஒளி பளிச்சிட்டது.

வெள்ளிக்கிழமை தையல் கடைக்குப் போய்ச் சீருடையை எடுத்து வந்தான். அதை உடனும் ரஞ்சி தோய்த்து மடித்து ஆயத்தமாய் வைத்தாள். நேற்று இரவே அந்த உடுப்புக்களோடு புத்தகம் கொப்பி வைத்த புத்தகப் பையையும் தொப்பியையும் ஒன்றாக எடுத்து வைத்து விட்டுத்தான் கஜேந்திரன் படுத்தான். அவனின் ஒவ்வொரு செய்கையிலும் மெலிதாய் ஒரு உற்சாகம் தெரிந்தது.

"நேரம் என்னப்பா ..."

ரஞ்சி தலையை உயர்த்திக் கேட்டாள்.

"விடியப்போகுது. அஞ்சரை மணி வரும்."

"மழை இருட்டு அதுதான் மூடிக்கிடக்கு. மழை தொடர்ந்தும் வரப்போகுது போல."

"மழைதானே நல்லா வரட்டும். நிலம் குளிரும்தானே."

அவன் எழுந்து வெளியே வந்து வானத்தை நிமிர்ந்து பார்த்தான்.

வடக்கு திசையில் கருமுகில்கள் குவிந்திருந்தன.

எங்கேயோ தூரத்தில் மேகம் திரண்டிருந்தாலும்கூட இங்கே வந்தும் அது மழையாய்ப் பெய்யக் கூடும்.

குளிர் காற்று நெஞ்சில் ஊசிகளாய்க் குத்தியது.

அவன் கால் முகம் கழுவிவிட்டு வந்து திண்ணையில் அமர்ந்து கொள்ள, ரஞ்சி தேனீர் கொடுத்துவிட்டுப் போனாள்.

கஜேந்திரன் பாடசாலைக்குப் புறப்பட ஆயத்தமாவது பெரும் ஆரவாரமாய்த் தெரிந்தது.

www.ingramcontent.com/pod-product-compliance
Lightning Source LLC
LaVergne TN
LVHW101355051026
849519LV00005BC/1540

ரஞ்சி அவனுக்குச் சீருடையைப் போட்டு விட்டாள். குனிந்து சட்டையைத் தடவிக்கொண்டு "இது எனக்கு அளவாய் இருக்கு பெரியம்மா. இனி இளங்கோ அண்ணையின்ர பெரிய சட்டை எனக்கு வேண்டாம்" என்றான்.

"அதுதானே, பிள்ளைக்கு இந்தப் புதுச் சேட்டு காற்சட்டை இருக்குத் தானே. தொப்பி போட்டு, சப்பாத்துப் போட்டு, புத்தகப் பையையும் தோளில் கொழுவிக்கொண்டான். தன்னையே குனிந்து பார்த்துக் கொண்டான். முகத்தில் மகிழ்ச்சியும், உற்சாக மும் பொங்கி வழிந்தன. கண்ணில் சந்தோஷமும் உதட்டில் சிரிப்புமாய் "போயிட்டு வாறன்" என்று சொல்லி ஒரு துள்ளலுடன் இளங்கோவுடன் நடந்து போனான்.

கடவுளே... எத்தனை நாட்களுக்குப் பிறகு இந்தப் பிள்ளை யின் முகத்தில் இந்த சிரிப்பும் சந்தோஷமும்.

இதற்குக் காரணம் எங்கேயோ தொலைவில் இருக்கும் முகம் தெரியாத ஒரு பெண்.

அவளின் ஒரு செய்கை.

ரஞ்சி சேலைத் தலைப்பால் கண்களை ஒற்றிக்கொள்ள அவனுக்கும் கண்கள் நிறைந்து தழும்பியது.

கனடா, அது எந்தத் திசையில் இருக்கிறது ..?

தெரியவில்லை!

அவனுக்கு அந்த திசை நோக்கி கும்பிடவேணும் போலிருந்தது.

***தினக்குரல்* – 2005**